கை வந்த கலை
சானியா மிர்ஸா

இம்ரான் மிர்ஸா

மும்பை பல்கலைக்கழகத்தில் பட்டம் பெற்றவர். கட்டடத் தொழிலை மேற்கொண்டு வருகிறார். ஆரம்பக் காலத்தில் விளையாட்டுச் செய்தியாளராகப் பணிபுரிந்துள்ளார். சானியாவின் அப்பா, பயிற்சியாளர், வழிகாட்டி மற்றும் ஆலோசகரான இவர் சானியாவின் டென்னிஸ் விளையாட்டை இருபத்திமூன்று ஆண்டுகாலமாக மேம்படுத்தி, மெருகேற்றுவதற்குக் கருவியாகச் செயலாற்றியுள்ளார்.

ஷிவானி குப்தா

பத்திரிகை, மின் ஊடகங்களில் பத்தாண்டுக் காலம் விளையாட்டுச் செய்தியாளராக அனுபவம் பெற்றவர். ஒரு விளையாட்டு ரசிகராக, எழுத்தாளராக, தொலைக்காட்சிச் செய்தியாளராக உலகம் முழுவதும் விம்பிள்டன் முதல் உலகக் கோப்பை கிரிக்கெட் போட்டி வரையிலான விளையாட்டுச் செய்திகளைச் சேகரிப்பதற்காகப் பயணம் மேற்கொண்டுள்ளார்.

கை வந்த கலை

சானியா மிர்ஸா

இணைந்து எழுதியோர்
இம்ரான் மிர்ஸா, ஷிவானி குப்தா

தமிழில்
ராஜலக்ஷ்மி சிவலிங்கம்

First published in Tamil by Kalachuvadu Publications Pvt. Ltd
By arrangement with HarperCollins Publishers India Limited
© Sania Mirza 2016

சானியா மிர்ஸா
தன் வரலாறு
ஆசிரியர்: சானியா மிர்ஸா
© சானியா மிர்ஸா
தமிழில்: ராஜலக்ஷ்மி சிவலிங்கம்
முதல் பதிப்பு: டிசம்பர் 2016

வல்லமை
669, கே.பி. சாலை
நாகர்கோவில் 629 001

Sania Mirza
Autobiography
Author: Sania Mirza
Translated by: Rajalakshmi Sivalingam

Vallamai
669, K.P. Road
Nagercoil 629001
India
T.: 91-4652-278525
E.: vallamaibooks@gmail.com

ISBN: 978-93-5244-090-0

Language: Tamil
First Edition: December 2016
Pages : 352
Size: Demy 1 x 8
Paper: 18.6 kg maplitho

Cover printed at Print Specialities
Chennai 600014
Printed at Mani Offset
Chennai 600077

12/2016/S.No. 2, V 2, 18.6 (1) OLLL

வல்லமை
இது ஒரு காலச்சுவடு பதிவீடு

Vallamai
an imprint of Kalachuvadu Publications

பொருளடக்கம்

முன்னுரை 7

அறிமுகம் 11

முகவுரை 13

1. என் வாழ்வின் முதல் தவறவிடல் 17
2. ஆரம்பகாலப் பாடங்கள் 24
3. கை வந்த கலையானது 33
4. முதல் திருப்புமுனை 37
5. மறக்க முடியாத அனுபவம் 45
6. ஜூனியர் ‘ஹை’ 52
7. ஆப்பிரிக்க சஃபாரி 60
8. இந்தியாவுக்காக ஆடினேன் 64
9. நட்சத்திர அந்தஸ்தின் முதல் ஸ்பரிசம் 72
10. தங்க வேட்டையும் அதற்கு மேலும் 80
11. பயிற்சியாளர்களும் விமர்சகர்களும் 84
12. எனது முதல் கிராண்ட் ஸ்லாம் 92
13. சாந்த மண்ணில் சாம்பியன் 97
14. புதிய பொறுப்புகளைக் கற்றல் 106
15. என் வாழ்வின் தலைசிறந்த போட்டி 109
16. 2005 அமெரிக்க ஓபன் போட்டியில் 114
17. புகழுடன் சேர்ந்தே வரும் சர்ச்சைகள் 124

18. சர்க்யூட்டில் எனது இரண்டாம் ஆண்டு 2006		144
19. மார்டினா ஹிங்கிசுடன் சந்திப்பு		152
20. ஹோப்மேன் கப் சாகசம்		157
21. இரட்டிப்புக் கொண்டாட்டம்		171
22. சார்மினார் சர்ச்சை		191
23. விளிம்பிலிருந்து மீண்டு வருதல்		196
24. பாங்காங் முதல் பெங்களுரு வரை		207
25. ஒலிம்பிக் கனவுகள்		218
26. என் முதல் கிராண்ட் ஸ்லாம் பட்டம்		224
27. இதயம் நொறுங்கிய தருணம்		230
28. காதல் மலர்ந்த நேரம்		239
29. காமன்வெல்த் மற்றும் ஆசிய விளையாட்டுப் போட்டிகள் 2010		253
30. மீண்டும் நல்ல நிலைக்கு		259
31. ஒற்றையர் போட்டிகளுக்கு குட்பை		265
32. ரோலண்ட் கிராசின் நட்சத்திரமாக		271
33. லண்டன் நாடகம்		275
34. இரட்டையர் ஆட்டக்களத்தில்		286
35. வெற்றியும் தோல்வியும் கலந்த பயணம்		296
36. சிகரத்தை நோக்கி		309
37. மகிழ்ச்சியின் எல்லை		315
38. விம்பிள்டன் சாம்பியன்கள்!		325
39. உயரப் பறத்தல்		335
40. ஆசிர்வதிக்கப்பட்ட வாழ்வு		343

முன்னுரை

கடுமையான புழுதிப் புயல். தோஹா நகரைப் புரட்டிப்போட்ட 2015 பிப்ரவரி மாதத்தில் நானும் சானியாவும் முதல் முறையாக ஒன்றாகச் சேர்ந்து பயிற்சி மேற்கொண்டோம். ஏதோ நேற்றுதான் நடந்ததைப் போல அந்த ஞாபகம் இன்றும் பசுமையாக உள்ளது. அந்தப் பயிற்சி மிக மோசமானதாகவும் அடியோடு மறந்துவிட வேண்டியதாகவும் அமைந்தது. நாங்கள் இருவருமே மிக மோசமாகப் பயிற்சி செய்தோம்.

ஆனால் தோஹாவில் நாங்கள் பயிற்சி செய்ததற்கு இரண்டு நாட்களுக்கு முன்னர் முதல் முறையாக நானும் சானியாவும் இரண்டுமணி நேரம் நடத்திய நீண்ட உரையாடல் பற்றிச் சொல்ல விரும்புகிறேன். அப்படி நாங்கள் பேசிக்கொண்டிருந்தபோது, வெற்றிபெற வேண்டுமென்பதில் சானியாவுக்கு இருந்த வெறித்தனமான ஆசை என்னைக் கவர்ந்தது. வெற்றி பெறுவதில் அவர் மிகவும் உறுதியாக இருந்ததாகத் தோன்றியது. எங்களது இரட்டையர் ஆட்டம் பற்றியோ அல்லது நாங்கள் என்ன சாதிக்க விரும்புகிறோம் என்பது பற்றியோ பெரும்பாலான சமயங்களில் நாங்கள் விவாதிக்கவில்லை என்றாலும்கூட அவரது அந்த உறுதி திடுக்கிடவைத்தது.

துபாயில் நாங்கள் இருவரும் முதல்முறையாக எதிரெதிராக விளையாடிய ஒற்றையர் ஆட்டம் பற்றி அன்று மாலை பேசிக்கொண்டிருந்தோம். அந்தச் சமயத்தில் (2005) யு.எஸ். ஓபன் சாம்பியனாக

வெற்றிபெற்றிருந்த ஸ்வட்லானா கஸ்நட்சோவாவை இந்த இளம் இந்திய வீராங்கனை தோற்கடித்தது பற்றிக் கேள்விப்பட்டிருந்தேன். எனவே மீண்டும் நான் விளையாட ஆரம்பித்த அடுத்த ஆண்டில், சானியா மிர்ஸா என்ற ஆவேசமான இளம் இந்தியப் போட்டியாளருடன் மோதினேன். இந்த ஆட்டத்தை மிகவும் தீவிரமாக எடுத்துக்கொண்டேன். அவரது முன்னங்கை அபாயகரமானது என்பதால் முடிந்தவரை அதன் தாக்குதலில் இருந்து விலகி ஆட முயன்றேன். துபாயில் நடைபெற்ற அந்த ஆட்டத்தில் நான் வெற்றி பெற்றேன். ஆனால் அடுத்தடுத்த ஆண்டுகளில் 2–2 என்ற கணக்கில் இருவரும் சமபலத்துடன் மோதினோம். துபாயிலும் கொல்கத்தாவிலும் வெற்றி பெற்றேன். சியோலிலும் லாஸ் ஏஞ்சல்ஸிலும் அவர் என்னைத் தோற்கடித்தார்.

நாங்கள் இன்னமும் எங்களை ஒற்றையர் ஆட்டக்காரர்களாகவே பார்ப்பதால் இந்த விஷயங்களை இங்கே குறிப்பிடுகிறேன். டென்னிஸ் ஆட்டத்தின் உத்திகளும் வியூகமும் மாறிக்கொண்டே வருகின்றன. இன்றைய இரட்டையர் ஆட்டத்திலும் அப்படித்தான். இங்கு ஆல்–ரவுன்ட் கேம்தான் இன்றும் நல்ல பலன் தருகிறது. நானும் சானியாவும் இதில் ஆதிக்கம் செலுத்துகிறோம் என்றால், காரணம் நாங்கள் இருவருமே ஒற்றையர் அல்லது இரட்டையர் போட்டிகளில் இன்றைய தரவரிசையில் முன்னணியில் இருக்கும் சாம்பியன்களுக்கு எதிராக மைதானத்தில் விளையாடும்போது எங்களது அடிப்படை நிலைப்பாட்டைத் தக்கவைத்துக் கொள்வதுதான். நெருக்கடியான சூழ்நிலைகளை எதிர்கொள்வதில் நாங்கள் இருவருமே அலாதியான ஆசை கொண்டிருப்பதால், உத்வேகம் கொப்பளிக்க எதிரிகளை மண்ணைக் கவ்வவைக்க முடிகிறது என நினைக்கிறேன். ஒவ்வொரு போட்டியிலும் மிகவும் நெஞ்சுரம் தேவைப்படுகிற இரண்டு, மூன்று கட்டங்களில் இந்த உத்வேகம்தான் வெற்றி பெற வைக்கிறது. ஒரு கட்டத்தில் எங்கள் கதை முடிந்துவிட்டது என்ற நிலை வந்தபோதும், நெருக்கடிக்கு இடையேயும் எங்களால் சாதிக்க முடியும் என்பதற்கு **2015** விம்பிள்டன் இறுதிப் போட்டி சரியான உதாரணம்.

சானியா என்ற சகாப்தம் குறித்து விவரிக்க விரும்புகிறேன். என்னைப் பொறுத்தவரை அவரது டென்னிஸ் ஆட்டத்தை ஒரு மாயாஜாலம், மந்திர வித்தை என்பேன். நீண்ட காலமாக இவர் இரட்டையர் போட்டிகளில் உலகின் தலைசிறந்த வீராங்கனை என்பதில் சந்தேகம் இல்லை. அதுமட்டுமல்லாமல் இந்த உலகத்தின் மூன்று கோடிப் பெண்களில் அவர்தான் மிகச் சிறந்த முன்னங்கை கொண்டவர் என்பதும் மறுக்க முடியாத உண்மை.

என்னைப் பொறுத்தவரை, நான் டென்னிஸ் வலையைத் தாண்டிகூடப் பார்க்க முடியாத உயரத்தில் இருந்த சமயத்திலிருந்தே, டென்னிஸ் இரட்டையர் போட்டிகளில் ஆடத் தொடங்கிவிட்டேன். அப்போது டென்னிஸ் ராக்கெட் பை என்னைவிட உயரமாக இருக்கும். எனது நெருங்கிய தோழியுடன் நான் விளையாட வேண்டுமென்றால் ஒரு முறைகூடப் பந்தைத் தவறவிடக் கூடாது. அப்படித் தவறவிட்டால் அவ்வளவுதான், அவள் என்னோடு மீண்டும் விளையாடமாட்டாள். இது எனக்கு மனஅழுத்தம் கொடுத்தாலும் நல்ல பாடத்தையும் புகட்டியது. மற்ற குழந்தைகளுடன் விளையாடும்போதுகூட என் வாழ்க்கையே அதில்தான் அடங்கியுள்ளது என்பதுபோல விளையாட விரும்பினேன்.

எனவேதான் எனது டென்னிஸ் வாழ்க்கை முழுவதுமே உயரமான, ஆற்றல் வாய்ந்த சானியா மாதிரியான இணையைத் தேர்ந்தெடுத்தேன். அவர் பந்தை அனாயசமாக அடித்து நொறுக்கும் முன்னங்கையைக் கொண்டுள்ளார். கச்சிதமான அவரது ஆட்டம் ஒவ்வொரு முறையும் எங்களுக்குப் புள்ளிகளைப் பெற்றுக் கொடுத்தது. இது மட்டுமல்ல, பந்து திரும்புவதற்கும் கூட அவர் இல்லாத கோணங்களை உருவாக்கினார். வேறு யாராக இருந்தாலும் தங்கள் எலும்புகளை உடைத்துக்கொள்ளும் சர்விலும்கூட அவர் அமைதியாக தனது ஆற்றல் வாய்ந்த முன்னங்கையினால் அதிசயிக்கத்தக்க வெற்றி ஈட்டித்தரும் சர்வை அடிப்பார்.

ஒரு குழுவாக முதன்முதலாக நாங்கள் வென்ற தோஹா போட்டியிலிருந்து தொடங்கி நீண்ட பயணம் மேற்கொண்டுள்ளோம். எதிர்பார்ப்புகள் மிகவும் அதிகமாக இருந்த காரணத்தால் மிகவும் கடுமையாக முயற்சி செய்தேன் என்றாலுங்கூட நாங்கள் இருவருமே பயிற்சிபெற்ற வெற்றியாளர்கள் அல்லர். இருவரும் ஆரம்பத்திலிருந்தே மிகவும் அவசியமான நேரங்களில் எங்கள் திறன்கள் குறித்த நம்பிக்கையோடு இருப்பவர்கள். நாங்கள் உத்வேகத்துடன் முன்னேறினோம். நெருக்கடியான தருணங்களுக்கு இடையேயும் தடைகளைத் தாண்டித் தடம் பதித்தோம். சாதனையாளர்களுக்கு மட்டுமே வசப்படும் கொடை இது. சானியாவுக்கும் அது வசப்பட்டது.

எங்கள் இணை சொர்க்கத்தில் தீர்மானிக்கப்பட்டது போலவும் எங்கள் இருவரையும் விதிதான் ஒன்றிணைத்துள்ளது போலவும் தோன்றுகிறது. நாங்கள் பரஸ்பரம் ஒருவரது சாதனைகளில் மற்றவர் பெருமிதம் கொள்பவர்கள். சார்லெஸ்டோனில் சானியா

முதல்முறையாக உலகின் முதல்நிலை வீராங்கனை என்ற சாதனையை எட்டியபோது எந்தளவு ஆனந்தம் அடைந்தாரோ அதே அளவு மகிழ்ச்சியை நானும் அடைந்தேன்.

நாங்கள் தொடர்ந்து ஒவ்வொரு நாளும் பரஸ்பரம் எங்களையும், எங்கள் ஆட்டத் திறனையும் மேம்படுத்திக்கொண்டு வருகிறோம். எப்போதாவது எங்களில் ஒருவர் அவ்வளவு சிறப்பாக செயல்படவில்லை என்பதைப் பார்க்க நேரிடலாம். ஆனால் எப்போதுமே நாங்கள் இருவருமே நன்றாக ஆடாமல் இருக்கும் ஆட்டத்தைப் பார்க்கவே முடியாது. அசாத்தியமான தருணங்களை நாங்கள் பரஸ்பரம் ஒருவர்மீது மற்றவர் கொண்டிருக்கும் அசைக்க முடியாத நம்பிக்கையால் அப்படியே புரட்டிப்போட்டு எங்களுக்குச் சாதகமான தருணமாக மாற்ற முடிந்தவர்கள். ஒவ்வொரு போட்டியிலும் சானியாவின் நேர்மறை ஆற்றலும் சிறந்த கண்ணோட்டமும் மிகப்பெரிய பங்களிப்பாக இருந்து வருகின்றன.

இவரை என் இணை, வாழ்நாள் தோழி என்று குறிப்பிடுவதில் மகிழ்ச்சியும் பெருமிதமும் கொள்கிறேன்.

மார்டினா ஹிங்கிஸ்

அறிமுகம்

இந்தப் பிரபஞ்சம் எப்போதாவது ஒருமுறை இந்திய விளையாட்டுக் களத்திற்கு அசாதாரணமான ஒருவரை வழங்கி வருகிறது. என்னைப் பொறுத்த வரை, சானியாவை விளக்குவதற்கு இந்த வார்த்தைகள் போதாது. நான் ஏன் அவரை இவ்வாறு எண்ணுகிறேன் என்பதற்கான அனைத்து காரணங்களையும் என்னால் இங்கு கூற முடியாது. உங்களில் பெரும்பாலானவர் களுக்கு இது தெரியும் என்பதால்தான் நீங்கள் இந்தப் புத்தகத்தைப் படித்துக்கொண்டிருக்கிறீர்கள்.

ஏறக்குறைய பதினைந்து ஆண்டுகளாக எனக்கு சானியாவைத் தெரியும். அவருடைய நெருங்கிய நண்பன் என்பதோடு அவரோடு டென்னிஸ் விளையாடிய அதிர்ஷ்டமும் எனக்கு வாய்த்திருக்கிறது. அந்த ஆட்டங்கள் எங்கள் இருவருக்கும் ஒன்றிரண்டு கிராண்ட் ஸ்லாம் பட்டங்களைப் பெற்றுத் தந்தன.

அவருடைய சுயசரிதை நூலுக்கு அறிமுகம் எழுதித் தருமாறு என்னிடம் கேட்டபோது 15 வருடகால எங்களது அனைத்து விதமான உணர்வுகளையும் கொண்ட உறவை ஒன்றிரண்டு பக்கங்களில் அடக்குவது ஒரு சவாலாக இருக்கப்போகிறது என்பது எனக்குத் தோன்றியது.

நான் முதன்முதலாக சானியாவைச் சந்தித்தபோது அவருக்கு 14 வயது. அப்போது நான் அவருடன் பேசவில்லை. ஆனால், அப்போதே டென்னிஸ் ஆடும் திறமையும் தகிக்கும் ஆற்றலும் கொண்ட பெண் என்று என் அப்பாவிடமிருந்து தெரிந்துகொண்டேன். எனவே நாங்கள் அவருடைய டென்னிஸ் தொழிலை நிர்வகிக்க உதவும் ஒப்பந்தம் செய்துகொண்டோம். விரைவில் இந்தக் குழந்தை முகம் கொண்ட 16 வயதுப் பெண், தனது தகிக்கும் ஆற்றலைப் பயன்படுத்தி ஜூனியர் விம்பிள்டன் பட்டம் வென்றார். இந்திய டென்னிஸ்

உலகிற்கு முதல் வெற்றி. மூன்றாம் உலக நாட்டைச் சேர்ந்த, நல்லப் பேச்சுத் திறனும் பொலிவான தோற்றமும் கொண்ட ஒரு பெண், அதுவும் விளையாட்டுத் துறைக்குப் பெண்களை அனுப்புவதை ஏறக்குறைய ஒருபோதும் ஊக்கப்படுத்தாத ஒரு இனத்தைச் சேர்ந்தவர் வெற்றி பெற்றுள்ளார் என்ற உண்மை இந்திய விளையாட்டுத் துறைக்கும் உலகம் முழுவதிலுமான டென்னிஸ் உலகுக்கும் உத்வேகமளித்தது. ஒரு நட்சத்திர அந்தஸ்தைப் பெறுவதற்கான அனைத்துக் குணாம்சங்களையும் கொண்ட கலவை அவர்.

இரண்டு வருடத்திற்குப் பிறகு, மகளிர் ஆஸ்திரேலியன் ஓபன் டென்னிஸ் விளையாட்டில் வென்றது அவருடைய தொழில்வாழ்க்கையில் ஒரு திருப்புமுனையாக அமைந்தது. அதிலிருந்து அவரது டென்னிஸ் வாழ்க்கையில் ஏராளமான குறிப்பிடத்தக்க வெற்றிகளை ஈட்டினார். நாட்டின் மிகப்பெரிய சில நிறுவனங்களின் அடையாளச் சின்னமாக தொடர்ந்து இருந்து வருகிறார். இந்தியாவிலிருந்து ஒற்றையர் கிராண்ட் ஸ்லாம் போட்டிகளில் பங்கேற்கும் ஒரேயொரு வீராங்கனையாக, தொடர்ந்து பல சுற்றுகளில் வென்று, இன்றுவரை போட்டியாளர்களைப் பின்னுக்குத் தள்ளி பெண்கள் இரட்டையர் போட்டித் தரவரிசையில் முன்னணி இடத்தில் கோலோச்சுகிறார். எனது கிராண்ட் ஸ்லாம் டாலியை விரைவில் எட்டிவிடுவார் என்றே எனக்குத் தோன்றுகிறது.

வாழ்க்கையில் தனித்துவம் வாய்ந்த இடத்தைப் பெறுவதற்குப் பல சோதனைகளையும் கஷ்டங்களையும் சந்திக்க வேண்டி வரும். அவருக்கு எதிராக அறிவிக்கப்பட்ட ஃபத்வா, அவர் எதிர்கொண்ட எண்ணற்ற அறுவைச் சிகிச்சைகள், இடைவிடாமல் பொதுமக்களின் ஊடகங்களில் கண்காணிப்புக்கு உள்ளாகிவரும் தனிப்பட்ட வாழ்க்கை, ஏன் இந்தப் பெண் குட்டைப் பாவாடை அணிந்துகொண்டு டென்னிஸ் ஆடுகிறாள் என்று பொத்தாம் பொதுவாக யார்யாரோ எழுப்பும் கேள்விகள் என சானியா தன் வாழ்க்கையில் நிறையவே சந்தித்து வருகிறார். மோசமான விஷயங்களைத் தன் வாழ்வைக் கட்டமைத்த எளிமையான கோட்பாடுகளை – ஒருமனதான கவனக்குவிப்பு, சுய நம்பிக்கை, சுய மரியாதை ஆகியவற்றைக் கொண்டே எதிர்கொள்கிறார். இந்திய விளையாட்டுத் துறையின் குறிப்பாகப் பெண்கள் விளையாட்டுத் துறையின் முகத்தை மாற்றிய ஒரு கருவி இவர் என்று நம்புகிறேன். எதிர்காலம் இதை நிச்சயம் நிரூபிக்கும். ஆனால் இதற்கிடையே, உலகில் மிகவும் பிரபலமான தனிநபர் விளையாட்டில் திறமையுடன் தனிமுத்திரை பதித்துள்ளார் என்பதற்காகவும் உலக அரங்கில் இந்தியாவின் தூதராகத் தொடர்ந்து வலம் வருவதற்காகவும் சானியாவைக் பாராட்டியே ஆக வேண்டும்.

நூலைப் படித்து மகிழுங்கள்!

மகேஷ் பூபதி

முகவுரை

என் கால்களைப் பாரமாக உணர்ந்தேன், கைகள் உணர்ச்சியற்றுப் போய்விட்டன, டென்னிஸ் பந்து வலையைக் கடந்து மைதானத்தின் தரையில் வந்து விழுந்தது மங்கலாகத் தெரிந்தது.

பந்து எல்லைக் கோட்டைத் தாண்டியது.

ஆட்டம் முடிவதற்கு வெறும் சில நொடிகளே மீதமிருந்தன. ஆனால் போட்டி முடிந்துவிட்டது. கேஸி டெலாக்வா அப்போதுதான் இரண்டு தவறான பந்துகளை வீசினார். நான் எனது டென்னிஸ் வாழ்க்கையின் மிகப் பெரிய வெற்றியை ஈட்டினேன். உலகின் தலைசிறந்த முதல்நிலை விளையாட்டு வீராங்கனை என்ற அந்தஸ்தை இந்த வெற்றி பெற்றுத் தந்தது. நீண்டகாலக் கனவு நனவான மகத்தான தருணம்!

சேர் அம்பயர் 'கேம், செட் அன்ட் மாட்ச்' என்று கூறிய உடனேயே என் இணை மார்டினா ஹிங்கிஸ் என்னை நோக்கி முகம் முழுவதும் சிரிப்புடனும் முதலிடம் என்று உணர்த்தும் வகையில் விரலை உயர்த்தியவாறும் ஓடிவந்து என்னைக் கட்டிப் பிடித்துக்கொண்டார். அப்போதுதான் 1997இல் நடைபெற்ற இதே போட்டியில்தான் அவரும் முதன் முதலாக உலகின் முதல்நிலை அந்தஸ்தை – அதுவும் மிகவும் குறைந்த வயதில் இந்தப் பெருமையைப் பெற்றார் – என்று விஷயத்தை என்னிடம் கூறினார்.

நம்ப முடியாத உயரம் என்று தோன்றும் இந்நிலையை அடைந்துள்ள இந்தத் தருணத்தில் என் வாழ்வில் நடைபெற்ற அத்தனை நிகழ்வுகளும் கண் முன்னே நடைபெறுவது போல நினைவில்

எழுந்தன. மன அழுத்தம், காயங்கள், அறுவைச் சிகிச்சைகள், விடியற்காலையில் எழுந்து ஆட்டோரிக்ஷா பிடித்து டென்னிஸ் மைதானத்தை அடைவது, ஒவ்வொரு நாளும் எட்டு மணிநேரம் பயிற்சி மேற்கொண்டது, வாட்டி எடுத்த உடல் வலிகளுக்காக மசாஜ், சிகிச்சை எடுத்துக்கொண்டது, வெற்றியில் ஏற்படும் பரவசம், தோல்வியால் ஏற்படும் மிகப்பெரிய ஏமாற்றம் – இந்த அனைத்து நிகழ்வுகளும் முன்னே தோன்றின, என் கண் முன்னே சிறிய திரைப்படம் ஓடுவது போன்ற தோற்றம்.

நான் நாற்காலியில் அமர்ந்துகொண்டு, பரிசு வழங்கும் விழா தொடங்குவதற்காகக் காத்திருந்தேன். இதுவரை நான் உணர்ந்திராத முழுமையான மனநிறைவு, ஆனந்தக் களிப்பை அனுபவித்தேன். இது வேறு எதோடும் ஒப்பிடவோ அல்லது துல்லியமாக விவரிக்கவோ முடியாத ஒரு உணர்வு. இனி எத்தனை முறை நான் தொடர்ச்சியாக வென்றாலும் சரி இருபது வருடங்களாக கண்டுகொண்டிருந்த கனவு நிஜமாகிவிட்ட தருணம் அற்புதமானது. குழந்தைப் பருவத்தில் தாங்கள் அடைய வேண்டும் என்று நிர்ணயித்துக்கொண்ட இலக்கை எட்டிய வெகு சிலரில் நானும் ஒருத்தி என்ற இந்த நிலை உண்மையானதுதானா என்றே எனக்குச் சந்தேகம் ஏற்பட்டது. இதைச் சாதிப்பதில் எனக்கு உண்மையில் எண்ணிப்பார்க்கவே முடியாத அளவுக்குத் தடைகள் ஏற்பட்டன. எத்தனையோ விஷயங்கள் ஒன்றிணைய வேண்டியிருந்தன.

எனது டென்னிஸ் தொழில் வாழ்க்கையில், இப்போது நான் பெற்றுள்ள இரட்டையர் டென்னிஸ் போட்டிகளில் உலகில் முதலிடம் என்ற இந்தச் சாதனையை எட்டியிருக்காமல் இருந்தால்கூட, ஒட்டுமொத்தமாகப் பார்த்தால், எனது டென்னிஸ் அந்தஸ்து திருப்திகரமாகவே உள்ளது. ஆனால் இரண்டாமிடம் என்ற நிலை எப்போதுமே என்னுடைய இலக்காக இருந்ததேயில்லை. இந்த உயர்ந்த நிலையில் குறிப்பிடத்தக்க அளவு நீண்ட காலம் நிலைத்திருந்தேன். தொடர்ந்த ஆண்டும் எனக்கு அற்புத சாதனை களையும் அங்கீகாரங்களையும் பெற்றுத் தந்தது.

என் தலைவிதியை மாற்றிய 2015 ஏப்ரல் 12 அன்று நான் இதைச் சாதிக்க உதவியது மார்டினாதான். உலகின் முதலிடத்தில் இருப்பது எப்படி இருக்கும் என்பதை மிகச் சரியாக அறிந்துள்ள, இப்படிப்பட்ட ஒருவர் என் அருகில் இல்லாமல் இருந்தால் எனது பயணம் இன்னும் அதிகளவு சிரமங்களோடு அமைந்திருக்கும். அவர் என்மேல் அமைதியான, இனிமையான செல்வாக்குச் செலுத்துபவர். பொதுவாக, என்னைவிட அவர் அதிக துடிதுடிப்பு மிக்கவர். ஆனால், இந்த சந்தர்ப்பத்தில் அப்படியே காட்சி மாறிவிட்டது. நான் பிறரைவிட அதிக சவால்களைச் சந்திக்க வேண்டியுள்ளது என்பதை அவர் அறிந்திருந்தார்; அவர் எனக்காகத் தன்னை மாற்றிக்கொண்டார்.

இந்தச் செய்தியை சமூக ஊடகங்கள் முக்கிய டைமாகவும் அமைந்து விட்டதால் இடைவிடாமல் ஒளிபரப்பிக்கொண்டிருந்த தருணத்தில் உணர்ச்சி வெள்ளம் அங்கே பாய்ந்துகொண்டிருந்தது, போன் ஒலிப்பது நிற்கவே இல்லை. இந்தியாவில் எங்கும் ஆனந்தக் கொண்டாட்டம். ஆனால் இவை அனைத்திலிருந்தும் வெகு தூரத்தில் இருந்த நான், என் அப்பா, மார்டினா, அவரது ஏஜண்ட் டேவிட் டோசஸ் மட்டும் அந்த நகரில் அமைதியாக இரவு உணவுக்காக காரில் போய்க் கொண்டிருந்தோம். நாங்கள் யாருமே இன்றைய எங்கள் சாதனையைக் குறித்து அதிகம் பேசிக் கொள்ளவில்லை. நாங்கள் அனைவருமே அதீத மனநிறைவோடும் ஆசுவாசத்துடனும் இருந்தோம். இந்தியன் வெல்ஸ், மியாமியிலும் நடைபெற்ற நீண்ட நான்கு வார காலம் வருத்தி எடுத்த கடுமையான போட்டிகளில் கலந்துகொண்ட பிறகு அதீத களைப்படைந்திருந்த நாங்கள் இந்த சார்லெஸ்டன் போட்டிகளில் கலந்துகொண்டது உடல் ரீதியாகவும் மன ரீதியாகவும் எங்களது சக்திக்கு மீறிய செயலாகவே இருந்தது. இறுதியாக எங்கள் பணி முடிந்து இலக்கு எட்டப்பட்டுவிட்டது.

அடுத்த நாளே ஹைதராபாத் சென்றேன். வெற்றிக் கொண்டாட்டங்களுக்கு நேரம் இல்லை. ஃபெட் கப் போட்டிகள் ஏற்கெனவே தொடங்கிவிட்டன, இந்திய அணியின் தலைவராக குழுவில் இணைந்தேன். பத்தாண்டுகளுக்குப் பிறகு என் தொழில் வாழ்க்கை தொடங்கிய லால் பகதூர் சாஸ்திரி மைதானத்தில் இரட்டையர் போட்டிகளில் உலகின் முதல்நிலை வீராங்கனையாக எனது முதல் போட்டியில் கலந்துகொண்டேன். உலகளாவிய வெற்றிகளை நோக்கிய எனது பயணம் இதே இடத்திலிருந்துதான் 2005இல் உலக மகளிர் டென்னிஸ் ஒற்றையர் போட்டிப் பட்டம் என்ற முதல் வெற்றியுடன் தொடங்கியது.

கடந்த பத்தாண்டுகளில் டென்னிஸ் மைதானங்களில் நான் சாதித்த அனைத்துமே பாதிதான். இந்தப் புத்தகத்தில் எனது மறுபாதியை உருவாக்குவேன் என நம்புகிறேன். ஆண்டுக்கணக்கிலான எனது போராட்டங்கள், துல்லியமான திட்டமிடல், ‘சானியா அணி’யின் கருமமே கண்ணாக இருந்த அர்ப்பண உணர்வு, எண்ணற்ற தியாகங்கள் – குறிப்பாக எனது குடும்பத்தார் எனக்காகச் செய்த – வேதனை, துன்பங்கள், சிந்திய வியர்வை, ரத்தம், இடையிடையே கிடைத்துவந்த விலைமதிப்பற்ற ஆனந்தம் பொங்கும் அற்புதத் தருணங்கள். இவை அனைத்துடன் மேலும் பல விஷயங்களும் சேர்ந்துதான் என்னைப் பல கிராண்ட் ஸ்லாம் சாம்பியனாகவும் உலகின் முதல்நிலை விளையாட்டு வீராங்கனையாகவும் மாற்றியுள்ளன.

1

என் வாழ்வின் முதல் தவறவிடல்

ஓஹியோ, ஜனவரி 1991

எனக்கும் என் குடும்பத்தினருக்கும் அமெரிக்காவில் ஆரம்பநாட்கள் அவை. ஒருசில மாதங்களுக்கு முன்புதான் நாங்கள் அமெரிக்காவுக்குக் குடிபெயர்ந்திருந்தோம். எனக்கு அப்போது நான்கு வயது. என் அப்பாவோ அவரது முப்பதுகளின் ஆரம்பத்தில் இருந்தார். வேதனையுடன் மிகப்பெரிய ரிஸ்க் எடுத்து ஹைதராபாத்தில் அவரது அச்சகத்தை மூடியதோடு, அப்போதுதான் ஆரம்பித்திருந்த கட்டுமானத் தொழிலையுங்கூட அப்படியே நிறுத்திவிட்டு வந்திருந்தார்.

எனது தாத்தா பாட்டி மரணமடைந்ததிலிருந்து – இருபது வயதுகூட ஆகியிருக்கவில்லை – பொருளாதார ஸ்திரத்தன்மையைப் பெறுவது அப்பாவுக்குப் போராட்டமாக இருந்தது. அவருடைய அண்ணன், அக்கா இருவருமே அமெரிக்காவில் வசிப்பதால் இந்தியாவில் மிகவும் இளம் வயதில் தன்னைத்தானே பார்த்துக்கொள்ள வேண்டிய நிலையில் இருந்தார். பத்தாண்டுகள் கடும் போராட்டத்திற்குப் பிறகு இறுதியாக பொருளாதார ஸ்திரத்தன்மையை அவரால் எட்ட முடிந்தது. இந்நிலையில்தான் என் அத்தை அஞ்சும், தொலைபேசியில் எங்கள் இமிகிரேஷன் பேப்பர்கள் இறுதிக் கட்டத்திற்கு வந்துள்ளன என்ற செய்தியை மிகவும் உற்சாகமாகத் தெரிவித்தார்.

பத்தாண்டுகளுக்கு முன்பு அவருடைய பெற்றோர் மரணத்திற்குப் பிறகு ஏறக்குறைய அரைமனதுடன் என் அப்பா அமெரிக்காவில் கிரீன் கார்டுக்கு விண்ணப்பித்திருந்தார். என் அத்தை, பெரியப்பா இருவரின் இடைவிடாத சிபாரிசுகள், கோரிக்கைகளுக்குப் பிறகு இது நிகழ்ந்தது. என் அப்பாவின் உடன்பிறந்தவர்கள் எப்போதுமே தங்களுக்கு நெருக்கமாக அவர் இருக்க வேண்டும் என்றே விரும்பினார்கள்.

எந்த நேரத்திலும் நிகழக்கூடிய இடப்பெயர்வு குறித்து அப்பா எப்போதோ மறந்துபோயிருந்தார். இப்போதோ அந்த நேரம் நெருங்கும் சமயத்தில் அவருக்கு அது வேறு எதையும்விட மிகவும் அசௌகரியமான, தேவையில்லாத ஒன்றாகவே தோன்றியது. இந்தப் பத்தாண்டுகளில் என் அம்மா நஸீமாவை அவர் மணந்திருந்தார், அவர்களுடைய முதல் குழந்தை பிறந்திருந்தது. ஏதோ கைக்கும் வாய்க்கும் சமாளிக்கும் அளவுக்கு வருமானம் தந்த அவரது அச்சகம் இப்போது நல்ல முன்னேற்றம் கண்டிருந்தது.

ஹைதராபாத்தில் எங்கள் தொழிலை ஏறக்கட்டும் நடவடிக்கைகளுக்குப் பல வாரங்கள் பிடித்தன. சந்தேகமும் சந்தோஷமும் கலந்த உணர்வுகளுடன் அப்பா, அம்மா, நான்கு வயதான நான் மூவரும் ஓஹியோவில் ஸ்பிரிங்ஃபீல்ட் என்ற இடத்தில் வசித்து வந்த என் பெரியப்பா காம்ரான் குடும்பத்தினருடன் சேர்ந்து வசிப்பதற்காகப் போய்சேர்ந்தோம். பெரியப்பா ஒரு திறமை வாய்ந்த பொறியாளர். ஏறக்குறைய 20 ஆண்டுகளுக்கு முன்னால் 'அமெரிக்கக் கனவை' நிறைவேற்றிக் கொள்வதற்காக அங்கு போய் சேர்ந்தவர்.

'அமெரிக்காவுக்குக் குடியேறுவது தொடர்பான முடிவுதான் என் வாழ்வில் அதுவரை செய்த முடிவுகளிலேயே மிகவும் கடுமையான ஒன்று. அப்போதுதான் நம்மை நாமே நிலைநிறுத்திக் கொண்டிருந்த சமயத்தில் எடுக்கப்பட்ட அந்த முடிவு குடும்பத்தை அப்படியே வேரோடு பிடுங்கி வேறிடத்தில் நடுவது போன்று இருந்தது' என்று அப்பா பின்னாளில் என்னிடம் கூறினார். அங்கு போய்ச் சேர்ந்த இரண்டு மாதங்களுக்குள் எங்கள் மனங்களில் எப்போதும் பதிந்திருக்கக்கூடிய ஒரு முடிவை என் அப்பா எடுத்தார்.

வாழ்வாதாரத்திற்கான பணியை முடிவுசெய்யும் மிக முக்கியமான வேலையைத் தொடங்குவதற்கு முன்பாக என் பெற்றோர் கலிபோர்னியாவில் வசிக்கும் என் அத்தை வீட்டிற்குப் போக முடிவு செய்தனர். 1991, பிப்ரவரி ஒன்றாம் தேதி, வெள்ளிக்கிழமை, கொலம்பஸ், ஓஹியோ மாகாணம் கொலம்பஸிலிருந்து லாஸ் ஏஞ்சல்ஸ் செல்லும் அமெரிக்க விமானம் 1493இல் பயணம் செய்வதற்கு நாங்கள் பதிவு செய்திருந்தோம்.

புறப்படுவதற்குச் சில நாட்களுக்கு முன்பாக அத்தை அப்பாவைத் தொடர்புகொண்டு விமானத்தைச் சனிக்கிழமைக்கு மாற்றிக்கொண்டால், எங்களைக் கூட்டிச்செல்ல அவருக்கு வசதியாக இருக்கும் என்றார். அந்த முடிவு எங்கள் வாழ்க்கையில்

மிக முக்கியமான திருப்புமுனையை ஏற்படுத்தப்போகிறது என்பதை அறியாமலேயே அப்பாவும் உடனடியாக விமானப் பயணத்தேதியை மாற்றினார்.

மாற்றிப் பதிவுசெய்யப்பட்ட நாளுக்கு முந்திய நாள் அத்தை மீண்டும் அப்பாவைத் தொடர்புகொண்டு பேசினார். அந்த வயதில் ஒருவேளை நான் சரியாகக் கவனிக்காமல் இருந்திருக்கலாம், ஆனால் அதைப் பற்றி மீண்டும் மீண்டும் நினைத்துப்பார்க்கும் சந்தர்ப்பங்களில், என்னால் தொலைபேசி யில் பேசிக்கொண்டிருந்த என் அப்பா முகத்தில் தோன்றிய பாவங்களை நினைவுகூர முடிகிறது. அவரது முகத்தில் ஆசுவாசமும் திகிலும் கலந்து காணப்பட்டது. விதியின் விசித்திர விளையாட்டால் நாங்கள் அன்று உயிர் தப்பினோம். வெள்ளிக்கிழமை, நாங்கள் பயணம் செய்யவிருந்த விமானம் லாஸ் ஏஞ்சல்ஸ் விமான நிலையத்தில் தரையிறங்கும் சமயத்தில் வேறொரு விமானத்துடன் மோதியது. விமான ஊழியர்கள் இருவர் உட்பட 20 பேர் உயிரிழந்தனர் என்ற செய்திதான் அது. இறைவனின் அருளால் நாங்கள் தப்பிப் பிழைத்தோம். அது ஒரு அற்புதம்தான்.

எங்களுக்கு என்ன நிகழ்ந்தது ... எவ்வளவு மகத்தான ஆசிர்வாதம் எங்களுக்குக் கிடைத்துள்ளது ... என்பன குறித்தும், இந்த விஷயத்தின் ஆழத்தைப் புரிந்துகொள்ளும் அளவுக்கும் எனக்கு வயது போதாது. மேலும் விஷயத்தின் பயங்கரத்தை எல்லாப் பெற்றோரையும் போலவே என் பெற்றோரும் மறைத்து, சின்னக் குழந்தையான என்னைப் பாதுகாத்தனர். அவர்களுடைய ஒரே மகள் நான். எதிர்மறையான விஷயங்களிலிருந்து என்னை விலக்கியே வைத்திருந்தனர்.

அந்தச் சமயத்தில் 'தவறவிட்ட' விமானம் குறித்து நிறைய பேச்சு வந்தது. ஆனால், இன்றுங்கூட அந்த நாளை எங்களில் யாராவது நினைவுகூரும்போதெல்லாம் அன்று நாங்கள் திட்டமிட்டபடி அந்த விமானத்தில் போயிருந்தால், என் அத்தை அடுத்த நாளைக்கு விமானப் பயணத்தைத் தள்ளிப்போடும்படி சொல்லியிருக்காவிட்டால்... என்றெல்லாம் நினைத்துப் பார்த்தாலே எங்களுக்குக் குலைநடுங்குகிறது.

அப்பா தொலைக்காட்சி அலைவரிசையை மாற்றி மாற்றிப் பார்த்துக்கொண்டிருந்தார், அம்மாவோ அந்த விமான நிலையத்தில் காணப்பட்ட பயங்கரமான காட்சிகளால் ஏறக்குறைய மயக்கம் போட்டுவிட்டார். அடுத்த சில மணி நேரம் அம்மா, அப்பா, பெரியப்பா குடும்பத்தினர் அனைவரும் வாக்குவாதம் செய்ய ஆரம்பித்தனர். விபத்து நடந்து, மிகச் சரியாக 24 மணி நேரம்

கழித்து நாங்கள் பயணம் செய்வதற்காகப் பதிவுசெய்திருந்த, அதே 1493 விமானத்தில்தான் நாங்கள் போயாக வேண்டுமா என்று அனைவரும் வாதிட்டனர். நல்ல வேளையாக அப்பா அந்தப் பிரச்சினைக்கு முற்றுப்புள்ளி வைத்தார். "அதே விமானம் தொடர்ந்து இரண்டாவது நாளும் விபத்துக்குள்ளானால், அது எங்களது விதி என்றுதான் நினைத்துக்கொள்ள வேண்டும், இல்லையா?" என்று புன்னகையுடன் கூறினார்.

ஏறக்குறைய காலியாக இருந்த அந்த விமானத்தில் நாங்கள் சனிக்கிழமை காலையில் பயணம் செய்தோம். அங்கே சூழ்நிலையே சரியில்லை. சிறு குழந்தை என்பதால், நான் அந்தச் சூழலின் தீவிரத்தன்மையின் பாதிப்பு கொஞ்சமும் இல்லாமல் இருந்தேன். ஆனால், என்னைச் சுற்றிலும் இருந்த அத்தனைப் பெரியவர்களின் முகங்களிலும் பயம் காணப்பட்டது. மிகவும் குறைவான எண்ணிக்கையில் இருந்த பயணிகள் பதற்றமாகவே இருந்தனர். அந்த ஐந்து மணி நேரப் பயணம் முழுவதும் என் அம்மா பிரார்த்தனை செய்தவாறே வந்தார்.

இறுதியில் விமானம் லாஸ் ஏஞ்சல்சில் தரையிறங்கியது. விமான நிலையத்தில் எங்களைப் பூச்செண்டுகளுடன் வரவேற்க வந்த என் அத்தை, அவரது குடும்பம், என் அப்பாவின் மற்ற உறவினர்கள் அனைவரும் எங்களைப் பார்த்து நிம்மதிப் பெருமூச்சுவிட்டனர்.

அது ஒரு மறக்க முடியாத அனுபவம், ஆனால் அதற்குப் பிறகு நடைபெற்ற ஒரு சம்பவம்தான் அதைவிட மறக்க முடியாத ஒன்றாக நினைவில் பதிந்தது. எங்களை வரவேற்க எங்கள் குடும்பம் மட்டும் வரவில்லை, ஏராளமான தொலைக்காட்சி நிறுவனங்களைச் சேர்ந்த குழுவினரும் வரவேற்க வந்திருந்தனர். "விபத்து நடந்து மிகச் சரியாக இருபத்தி நான்கே மணி நேரத்தில் அதே விமானம் 1493இல் பயணம் செய்த துணிச்சல்காரர்கள்" என்று மறுநாள் அனைத்து ஊடகங்களிலும் செய்தி வெளியிட்டார்கள்.

அமெரிக்கா முழுவதும் தொலைக்காட்சிகளில் எங்களது ஆசுவாசம் நிறைந்த மகிழ்ச்சியான முகங்கள் ஒளிபரப்பாயின. அன்றுதான் ஊடகங்களில் முதன்முதலாகத் தோன்றினேன். அனைவரின் கவனத்துக்கும் ஆளானது எனக்கு மகிழ்ச்சியாக இருந்தது. குழப்பமாக இருந்தாலும் அதை அனுபவித்து மகிழ்ந்தேன். கேமரா முன்பாக மைக்கில் என்னைப் பேசச் சொன்னார்கள். என்னால் பேச முடியவில்லை. நான் மிகவும் கூச்ச சுபாவம் உடையவளாக இருந்தேன். ஆனால் ஊடகங்களில் தோன்றுவதும் பேசுவதும் என் வாழ்க்கையின் அன்றாட

வழக்கமாகிவிடும் என்று அப்போது கற்பனை செய்துகூடப் பார்க்கவில்லை.

அத்தை வீட்டில் சில நாட்கள் இருந்துவிட்டு, பெரியப்பா குடும்பத்தாருடன் வசிப்பதற்காக மீண்டும் ஸ்பிரிக்ஃபீல்ட் வந்துவிட்டோம்.

கொலம்பசிலிருந்து நாற்பத்திஐந்து கிலோ மீட்டர் தொலைவில், கருவிகளை வாடகைக்கு எடுத்து என் அப்பா ஒரு அச்சகம் தொடங்கினார். அம்மா பக்கத்தில் இருந்த ஒரு மருத்துவமனையில் ஒரு இதயச்சிகிச்சை நிபுணரின் உதவியாளராக, மிகவும் குறைவான சம்பளத்தில் வேலைக்குச் சேர்ந்தார். என்னைப் பார்த்துக்கொள்ளும் பொறுப்பை அப்பா எற்றார். வாடிக்கையாளர் சந்திப்புகள், பொருட்கள் விநியோகிப்பதை ஒருங்கிணைப்பது என்று எல்லா இடங்களுக்கும் என்னை அழைத்துச்சென்றார்.

மிகவும் குறைவான வருமானத்துடன் நாங்கள் கொலம்பசில் எங்கள் அச்சகம் இருக்கும் இடத்திலிருந்து கொஞ்சம் அருகாமையில் ஒரு ஒற்றைப் படுக்கையறை அடுக்ககத்தில் குடியேறினோம். இன்னும் ஒரு வருடம் கழித்துதான் நான் அரசுப் பள்ளியில் சேர முடியும். மிக அதிகச் செலவு பிடிக்கும் தனியார் பள்ளியில் சேர்வதற்கு எங்கள் பொருளாதாரம் இடம் கொடுக்காது. எனவே, எனக்கு ஆறு வயது ஆகும்வரை காத்திருக்க வேண்டிய நிலை ஏற்பட்டது.

காலை எட்டு மணியிலிருந்து மாலை ஏழு மணி வரை அச்சகத்தில் நான் உட்கார்ந்திருப்பேன். கணினியில் விளையாடுவேன், நட்புடன் பேசும் ஒருசில வாடிக்கையாளர் களுடன் பேசுவேன், நகல் எந்திரத்தில் நகலெடுப்பதற்கு அப்பாவுக்கு உதவுவேன் அல்லது செய்வதற்கு ஒன்றுமே இல்லாமல் சும்மா உட்கார்ந்திருப்பேன்.

ஓஹியோவில்தான் முதன்முதலாக டென்னிஸ் விளையாட்டைப் பார்த்தேன்.

சமுதாய விளையாட்டு மைதானங்களில் தனது மூன்று நண்பர்களுடன் சேர்ந்து டென்னிஸ் இரட்டையர் விளையாட்டை அப்பா வார இறுதி நாட்களில் ஆடுவார். நானும் என் பெரியப்பாவின் மகன்களான இரட்டையர்கள், ஆசிஃப் மற்றும் ஆசிஃபும் அவர்களுக்குப் பந்து பொறுக்கிப் போடுவோம். இறுதியாக, குழந்தைகள் எல்லாரும் சேர்ந்து ஜாலியாக டென்னிஸ் விளையாடுவார்கள்.

நான் விளையாடும் நேரத்திற்கான எதிர்பார்ப்பும் ஆர்வமும் எனக்குள் நுரைத்துப் பொங்கியிருந்தது. டென்னிஸ் பந்துகளை விளாசித் தள்ளும் தருணம் வரும்வரையில் என்னால் காத்திருக்க முடியவில்லை. அப்பாவும் அவரது நண்பர்களும் விளையாடு வதைப் பார்க்கும்போது, அவர்கள் விளையாடும் பாணியை என் மனதில் குறித்து வைத்துக்கொள்வேன். ஆனால், உண்மையிலேயே டென்னிஸ் ராக்கெட் என் கைக்கு வந்தபோது அந்த நுட்பங்களை என்னால் பின்பற்ற முடியவில்லை. கற்பனையில்தான் கோட்டை கட்ட முடிந்தது. இதனால் ஏழு வயதான அந்த இரண்டு சகோதரர்களும் டென்னிஸ் மைதானத்தைவிட்டு என்னைத் துரத்திவிடுவார்கள். என்னை இப்படிச் சீண்டுவதற்கான எந்த வாய்ப்பையும் அவர்கள் நழுவவிடுவதேயில்லை.

ஆனால், டென்னிஸ் ஆடும் எனது ஆசைக்கு அந்த அனுபவம் போதுமானதாக இருந்தது. வீட்டுக்குள் இருப்பதைவிட வெளியில் அதிக நேரம் செலவழிப்பதுதான் எனக்குப் பிடித்திருந்தது. டென்னிஸ் வகுப்பில் என்னைச் சேர்த்துவிடும்படி அம்மாவிடம் கேட்டது நினைவுக்கு வருகிறது. ஆனால் அது தனது சக்திக்கு மீறிய ஆடம்பரமான ஆசை என்பதால் அதை நிறைவேற்ற முடியாத நிலையை நினைத்து அம்மா மிகவும் வேதனையடைந்தார். ஒரு மணிநேரப் பயிற்சி வகுப்புக்குச் சுமார் 40 டாலர் செலவழிக்க வேண்டும். கைக்கும் வாய்க்குமான போராட்டத்தைச் சமாளிப்பதே பெரும்பாடாக இருக்கும் நிலையில், நான்கு வயது குழந்தையின் அந்த ஆசையை நிறைவேற்றுவது என்பதெல்லாம் லேசில் முடிகிற காரியமா என்ன? தன் மகள் மனதார ஆசைப்பட்டதை தன்னால் நிறைவேற்ற முடியாததை நினைத்துத் தனியாக இருக்கும்போது தான் அழுததாக அம்மா பிறகு ஒருநாள் சொன்னார்.

எனது கல்வியைப் போலவே டென்னிசும் காத்திருக்க வேண்டி வந்தது.

நண்பர்களோடு விளையாட வேண்டிய அல்லது பள்ளியில் படிக்க வேண்டிய நான் அச்சகத்தில் சும்மா உட்கார்ந்துகொண்டு நேரத்தைப் போக்குவதைக் காணும்போது அப்பாவுக்கு வெறுப்பாக இருந்தது. எனக்குச் சிறந்த எதிர்காலத்தை அமைத்துக்கொடுப்பதற்காகத்தான் தாங்கள் அமெரிக்காவுக்கு வந்தோம் என்ற உண்மைக்கு, மாறான நிலையை எதிர்கொண்டது அவரைக் கஷ்டப்படுத்தியது. ஏறக்குறைய ஒரு வருட காலம் நான் அங்கே உட்கார்ந்துகொண்டு நேரத்தை வீணடித்துக்கொண்டிருந்தேன். இந்தியாவில் ஏற்கெனவே ஓராண்டுக்கும் மேலாகப் பள்ளியில் ஆரம்பக் கல்வி

பயின்றிருந்தேன். ஆனால் அங்கோ, தொடர்ந்து நிலையான கல்வியை நான் பெற முடியாத துயர நிலை, நாங்கள் விட்டு வந்த வாழ்க்கையை அவருக்கு நினைவுபடுத்திக்கொண்டே இருந்தது. எப்படிப் பார்த்தாலும் இந்தியாவில் நாங்கள் ஒன்றும் ஆடம்பரமாக வாழ்க்கை நடத்தவில்லை. ஆனால், நிறைய வாய்ப்புகள் இருந்தன.

என் பெற்றோரின் வருமானத்தைக்கொண்டு அடிப்படைத் தேவைகளை மட்டுமே எப்படியோ சமாளிக்க முடிந்தது. ஆனால், தெளிவான எந்தத் திட்டமும் இல்லாமல், எதிர்காலத்திற்கான எந்த உத்தரவாதமும் இல்லாமல் என் வாழ்க்கை முடங்கிப் போனது. இதனால் இந்தியாவுக்கே திரும்பிச் சென்றுவிடலாம் எனப் பெற்றோர் நினைத்தனர். அனைவரின் கனவு பூமியான அமெரிக்காவை விட்டு வெளியேறுவதை எங்கள் உறவினர்களால் ஜீரணிக்க முடியவில்லை. எங்களுக்குப் புத்தி பேதலித்துவிட்டதாக நினைத்தார்கள். ஆனால், தனது குடும்பத்திற்கு என்ன தேவை என்பதை என் அப்பா துல்லியமாக அறிந்திருந்தார். சமரசம் செய்துகொள்ள அவர் தயாராக இல்லை. அரை நூற்றாண்டுக்கு முன்னர், தனது தாய்நாடு திரும்ப வேண்டும் என்பதற்காக அவரது தந்தை இங்கிலாந்து வாழ்க்கையை ஏறக்கட்டினார். அதுவும் அங்கேயே படித்து முடித்த பிறகு மிர்ஸா குடும்பத்தின் வரலாறு மீண்டும் திரும்பியது.

பல வருடங்களுக்குப் பிறகு, புரிந்துகொள்ளும் அளவுக்கு நான் பக்குவப்பட்டபோது "என் வாழ்க்கையில் நான் எடுத்த மிகச் சரியான முடிவு அது" என்று அப்பா சொன்னார். அவரது அந்தக் கூற்று முற்றிலும் சரியானது என்றே நினைக்கிறேன்.

1992, பிப்ரவரி மாதம் எங்கள் குடும்பம் இந்தியா திரும்பியது.

2

ஆரம்பகாலப் பாடங்கள்

நாங்கள் இந்தியா திரும்பியவுடன் என் அம்மா முதலில் செய்த சில வேலைகளுள் ஒன்று, என்னை டென்னிஸ் வகுப்பில் சேர்த்தது. அமெரிக்காவில் தனது ஒரே மகளின் ஆசையை நிறைவேற்ற முடியாமல் மறுக்கும் சூழலுக்குத் தள்ளப்பட்டார் அவர். என் பெற்றோருக்கு அப்போது அதற்கான வசதி இருக்கவில்லை. ஆனால், இந்தியாவில் அவரால் இதைச் செய்ய முடியும். எனவே நான் ஆசைப்பட்டது எனக்கு வழங்கப்பட வேண்டும் என்று தீர்மானித்துக்கொண்டார்.

ஹைதராபாத்துக்குத் திரும்பிய உடனே, என்னை நிஸாம் கிளப் நீச்சல் வகுப்பில் சேர்த்துவிட்டார். நீச்சல் குளத்துக்குப் பக்கத்தில் டென்னிஸ் மைதானம் இருந்தது. அங்கே பயிற்சியாளரைச் சந்தித்து என்னை வகுப்பில் சேர்த்துவிட்டார். அப்போது நான் ஆறு வயதை நெருங்கிக்கொண்டிருந்தேன்.

நான் ஏற்கெனவே படித்துக்கொண்டிருந்த நாசிச் பள்ளியில் மீண்டும் சேர்ந்தேன். என் பழைய பள்ளித் தோழிகளைச் சந்தித்தது மிகவும் மகிழ்ச்சியாக இருந்தது. சாமியா எனது நெருங்கிய தோழி. நாங்கள் இருவரும் அடுத்தடுத்து உள்ள நாற்காலிகளில் உட்கார்ந்து கொள்வதற்காக மற்ற குழந்தைகளுடன் சண்டையிடுவோம். அவளும் அவளது சகோதரிகளுங்கூட டென்னிஸ் வகுப்பில் சேர்ந்தார்கள். என்னைவிட அவர்கள் அனைவரும் நல்ல உயரம். பயிற்சியாளர் சிறுமியான என்னைப் பார்த்தார். என்னை அதில் சேர்த்துக்கொள்ள முடியாது என்று திட்டவட்டமாகச் சொல்லிவிட்டார். ஆனால், சாமியாவும் அவளது சகோதரிகளும் சேர்த்துக்கொள்ளப்பட்டனர். என் அம்மாவோ விடவில்லை. என்னைச் சேர்த்துக்கொண்டே ஆக வேண்டும் என்று அவருடன் மல்லுக்கு நின்றார். 'இவள் மிகவும் சின்னப்பெண் என்று நீங்கள் சொல்வதன் அர்த்தம் என்ன? அவள் என் மகள், அவள் டென்னிஸ் கற்றுக்கொள்ள வேண்டும் என்று நான் விரும்புகிறேன், நீங்கள் இவளுக்குக்

கற்றுக்கொடுக்காவிட்டால், நான் வேறு எங்காவது இவளைச் சேர்த்துவிடுவேன்' என்று வாதிட்டார்.

22 வயதான அந்தப் பயிற்சியாளரின் பெயர் ஸ்ரீகாந்த், ஒரு முன்னாள் தேசிய விளையாட்டு வீரர். தன்னுடைய ஓய்வு நேரங்களில் குழந்தைகளுக்கு டென்னிஸ் கற்றுக்கொடுப்பதை மகிழ்ச்சியுடன் செய்து வருபவர். என் அம்மாவின் தீர்மானத்தைக் கண்டு வேறு வழியில்லாமல் என்னைச் சேர்த்துக்கொண்டார். மற்றவர்களுடன் சேர்ந்து ராக்கெட்டால் சில முறை பந்தை அடிக்கச் சொன்னார். என்னுடைய முதல் ஸ்ட்ரோக்கிலேயே நான் பந்தை அடித்தேன், மற்றவர்கள் யாருமே அடிக்கவில்லை. விரைவில் அங்கே இருந்த யாரையும்விட நான் பந்துகளைச் சிறப்பாக அடிக்கத் தொடங்கினேன். ஸ்ரீகாந்துக்கு என்னைச் சேர்த்துக்கொள்வதைவிட வேறு வழியே இல்லை என்றானது.

அப்படித்தான் இது தொடங்கியது. நீச்சல், ரோலர் ஸ்கேட்டிங் (அம்மா இந்த இரண்டிலுமே என்னைச் சேர்த்துவிட்டார்), டென்னிஸ் என்ற மூன்றும் என் முழு நேரத்தையும் ஆக்கிரமிக்கத் தொடங்கின. இந்த ராக்கெட் விளையாட்டில் நான் நல்ல திறன் பெற்றுள்ளேன் என உணரத் தொடங்கினேன். நன்றாக விளையாடினேன் என்பதைவிட மற்ற அனைவரையும்விட மிகச் சிறப்பாக ஆடினேன் என்றுதான் சொல்ல வேண்டும். நன்றாகவே நீந்தினேன், ரோலர் ஸ்கேட்டிங்கிலும் பரவாயில்லை. ஆனால், டென்னிஸைப் பொறுத்தவரை இப்படி சாதாரணமாக இல்லாமல் தலைசிறந்து விளங்கினேன். எனது ஆட்டத் திறனால் மற்ற அனைத்துக் குழந்தைகளிடமிருந்தும் தனித்து நின்றேன். டென்னிஸ் பந்தை அடித்து விளையாடுவதில் ஆனந்தம் கொண்டேன். எவ்வளவு வேகமாக முடியுமோ அவ்வளவு வேகமாகப் பந்தை விளாசித் தள்ளுவதற்கான முழு முனைப்பில் ஈடுபட்டேன். எனது டைமிங் அனைவரையும் பிரமிப்பில் ஆழ்த்தியது. ஒவ்வொரு நாளும் மேலும் மேலும் எனது ஆட்டம் மெருகேறிக்கொண்டே வந்தது. நானும் அதை அதிகமதிகமாக நேசிக்கத் தொடங்கினேன். அது என்னைக் கட்டிப்போட்டுவிட்டது.

ஒரே மாதப் பயிற்சியில் நான் ஃபோர்ஹான்ட், பேக்ஹான்ட் இரண்டிலுமே நன்றாக ஆடத் தொடங்கியிருந்தேன். என் பயிற்சியாளர் என் ஆட்டத்தைப் பார்த்து அசந்துவிட்டார். அவரால் தன் கண்களையே நம்ப முடியவில்லை. ஆறு வயதான சிறுமி, டென்னிஸ் பந்தை அவ்வளவு நேர்த்தியாக, அவள் உருவத்துக்குக் கொஞ்சங்கூட சம்பந்தமே இல்லாமல் வேகத்துடன் அடித்து ஆடுவதைக் கண்டு பிரமித்துவிட்டார்.

அவர் பந்துகளை என்னை நோக்கி அசுர வேகத்தில் வீசுவார். விரைவில் டென்னிஸ் எனக்கு மிகவும் பிடித்த விளையாட்டு என்பதைவிட அதிக முக்கியத்துவம் வாய்ந்த ஒன்றாக மாறிவிட்டது. ஆட்டத் திறனை மேம்படுத்திக்கொள்வது என்பது என் ஆற்றலை அதிகரித்துக்கொள்ளும் எரிபொருளாக மாறியது. ஏதோ ஒன்றில் நீங்கள் மிகச் சிறந்து விளங்குகிறீர்கள் என்பதை நீங்கள் உணரும் அந்தத் தருணத்தில் அது உங்களை ஆட்கொள்ளத் தொடங்குகிறது. ஒருசில மாதங்களுக்குள் என் வாழ்வின் ஒரே குறிக்கோள் டென்னிஸ் என்றானது.

என் முன்னேற்றத்தால் ஒரேயடியாக மகிழ்ந்துபோன ஸ்ரீகாந்த், குதூகலத்துடன் என் அப்பாவைத் தொலைபேசியில் அழைத்து, என் ஆட்டத்தைப் பார்க்க வர வேண்டும் என்று வற்புறுத்தினார். “நீங்கள் கண்டிப்பாக வர வேண்டும். பந்தை அடித்து ஆடும் அவளது திறன் பிரமிப்பூட்டுகிறது. அதை யாராலும் சொல்லிக்கொடுக்க முடியாது. அற்புதத் திறன் கொண்டுள்ளாள்” என்று உற்சாகம் பொங்கக் கூறினார்.

என் அப்பா சிறுவயது முதலே விளையாட்டுகளில் அதீத ஆர்வம் கொண்டிருந்தார். இளம் வயதில் பிரபல மும்பை மெய்டன்ஸ் காங்கா லீக் அணியில் பல பிரபல கிரிக்கெட் வீரர்களுடன் ஆடியுள்ளார். தன் மகனுக்காக மிகச் சிறந்த கல்வி நிறுவனங்களைத் தேர்ந்தெடுத்த என் தாத்தா, அங்கெல்லாம் பாடங்களைத் தவிர கிரிக்கெட்டுக்கும் மற்ற விளையாட்டுகளுக்கும் முக்கியத்துவம் தரப்படுகிறது என்பதையும் உறுதி செய்துகொள்ளத் தவறமாட்டார்.

என் தாத்தா, பாட்டியின் திடீர் மறைவுக்குப் பிறகு அப்பா ஒரேயடியாக கிரிக்கெட் விளையாடுவதை நிறுத்திக் கொண்டுவிட்டார். தான் படித்துக்கொண்டிருந்த காஸ்ட்–அக்கவுன்ட் முதுகலைப் பட்டப்படிப்பையும் பாதியிலேயே நிறுத்தவேண்டியிருந்தது. திடீரென்று வாழ்க்கை நடத்துவதே போராட்டமாகிவிட்ட நிலையிலும் அப்பாவின் உண்மையான நேசம் விளையாட்டாகவே தொடர்ந்தது. எனவே, தான் எப்போதாவது விளையாடி வந்த டென்னிசைத் தன் மகள் விளையாடுவதைப் பார்ப்பது அவருக்கு விருந்து சாப்பாடு போலத்தான் இருக்கும் என்பதில் சந்தேகமில்லை. முதல் முறை நான் விளையாடுவதைப் பார்த்த அப்பா என்னை ஒரு தொழில்முறை விளையாட்டு வீராங்கனையாக மாற்ற வேண்டும் என்ற கனவைக் காணத் தொடங்கினார். அவர் மனதின் ஆழத்தில் தோன்றிய இந்த எண்ணம் மெல்ல மெல்ல அவரது சிந்தனையை ஆட்கொண்டு வலுப்பெற்றது.

தான் மிகவும் நேசித்த விளையாட்டில் தன் மகள் மிகச் சிறந்து விளங்குகிறாள் என்பதைக் கண்டறிந்த என் தந்தை மகிழ்ச்சிக் கொண்டாட்டத்தில் ஆழ்ந்திருக்கலாம். ஆனால் அவர் அதை வெளிக்காட்டிக்கொள்ளவில்லை. விளையாட்டு வீரனாக வேண்டும் என்ற தன் கனவை என் மூலம் நிறைவேற்றிக்கொள்ள வேண்டும் என்பதைத் தவிர அவருக்கு வேறு எதுவுமே முக்கியமாகப்படவில்லை. அவர் தொழில்முறை ஆட்டக்காரராக இருந்ததில்லை. ஆனால், விளையாட்டு வீரராக வளர்க்கப்பட்டார். எங்கள் குடும்பத்தில் பெரும்பாலான ஆண்கள் ஏதோ ஒரு கட்டம்வரை கிரிக்கெட் விளையாடியுள்ளனர். அவர்களில் ஒரு சிலர் கிளப்களில் விளையாடுபவர்கள், சிலர் முதல்தர மற்றும் டெஸ்ட் கிரிக்கெட் வீரர்களாக இருந்துள்ளனர். இப்படிப்பட்ட சூழலில் வளர்ந்து வந்த அவர், தன் குழந்தையிடம் காணப்பட்ட திறனை உடனடியாகப் புரிந்துகொண்டு அதை வளர்த்துவந்தார்.

தொழில்முறை விளையாட்டு வீரராக மாறுவது என்றால் மிக அதிகமான மன அழுத்தங்களைச் சந்திக்க நேரிடும் என்பதை அப்பா அறிந்திருந்தார். எனவே, வெற்றி பெற்றாக வேண்டும் என்பதைக் குறித்து தீவிரமாகப் பேசமாட்டார். எனவே நான் எப்போதுமே பதற்றத்துடன் ஆடியதேயில்லை. டென்னிஸ்தான் என் வாழ்க்கை, வேறு வழியே இல்லை என்று எப்போதுமே நான் உணர்ந்ததில்லை. டென்னிஸ் ஆடுவதை நான் மிகவும் நேசித்தேன் என்பதால் டென்னிஸ் ஆடினேன். மேலும் என் பெற்றோர் நான் விரும்பும்வரையில் டென்னிஸ் ஆடலாம் என்பதை எனக்குப் புரியவைத்தனர். ஆனால், அந்தக் குறிப்பிட்ட நாள் முதல் அப்பா என் டென்னிஸ் ஆட்டத்தை மிகவும் தீவிரமாக எடுத்துக்கொள்ளத் தொடங்கினார். இது என்னை எவ்வளவு உயரத்திற்குக் கொண்டு செல்கிறது எனப் பார்த்துவிடுவதில் ஆர்வம் கொண்டார்.

ஒவ்வொரு நாளும் பள்ளி முடிந்த பிறகு, என் அம்மா என்னோடு டென்னிஸ் மைதானத்திற்கு வருவார். வார இறுதி நாட்களில் அப்பா என்னோடு டென்னிஸ் ஆடத் தொடங்கினார். இப்படித்தான் மிர்ஸா குடும்பத்தின் டென்னிஸ் பயணம் தொடங்கியது. இந்தக் குடும்ப டென்னிஸ் உறவு எங்கள் வாழ்வின் முக்கிய அம்சமாகிவிட்டது. அப்பா, அம்மாவுக்கு டென்னிஸ் மீதான காதல் நாளுக்கு நாள் வலுவடைந்தது. அதுவே உயிர்மூச்சானது. ஏறக்குறைய கால் நூற்றாண்டுக்கும் மேலாக டென்னிசை மையமாக வைத்தே எங்கள் வாழ்க்கை சுழன்றுகொண்டேயிருக்கிறது.

திடீரென்று ஒரு விபத்து நிகழ்ந்திருக்காவிட்டால், டென்னிஸ் விளையாட்டு என் வாழ்க்கையில் அவ்வளவு விரைவில் அந்தளவு முன்னுரிமை பெற்றிருக்காது.

எனக்கு ரோலர்–ஸ்கேட்டிங் மிகவும் பிடித்த விஷயமாக மாறியது. சில சமயங்களில் இதற்காகவே எனது டென்னிஸ் வகுப்புகளைத் தவறவிட்டேன். அம்மா என்னை அதில் மாநில அளவிலான போட்டியில் பங்கேற்கச் செய்ய வேண்டும் என்றுகூட யோசித்துவந்தார். அப்போது ஒருநாள் ரோலர் ஸ்கேட்டிங் விளையாடிக்கொண்டிருந்தபோது அப்படியே தலைகுப்புறக் கவிழ்ந்து, ஒருசில நொடிகள் மயங்கி விழுந்தேன். இத்தனை வருடங்களுக்குப் பிறகும்கூட, என்னால் அந்த நிகழ்ச்சியை மறக்கவே முடியவில்லை. மயக்கம் தெளிந்து பார்த்தபோது அம்மா மண்டியிட்டு அருகில் அமர்ந்திருந்தார். அழுகையோடு பித்துப்பிடித்தாற்போல என் கன்னங்களைத் தட்டிக்கொண்டே இருந்தார்.

அதற்குப் பிறகு நான் ரோலர்–ஸ்கேட்டரைப் பார்க்கவே இல்லை. பல வாரங்களுக்கு என் அம்மா பித்துப் பிடித்தாற்போல அதிர்ச்சியில் இருந்தார். அதற்குப் பிறகு அவர் என்னை ஸ்கேட்டிங் செய்யவே விடவில்லை. பல வருடங்கள் கழித்துதான் இதைப்பற்றி அம்மா, அப்பாவிடம் கூறினார்.

ரோலர் ஸ்கேட்டிங்கை முற்றிலுமாக விட்டுவிட்ட பிறகு எனது முழு கவனத்தையும் டென்னிஸ் ஆக்கிரமித்துக்கொண்டது.

~

நாங்கள் அப்பா ஹைதராபாத்தில் கட்டிய வீட்டில் குடியேறினோம். அப்பாவின் உறவுக்காரர் ஃபயாஸ் மற்றும் அவரது குடும்பத்தினரும் நாங்கள் அமெரிக்கா போவதற்கு முன் எங்களோடு தங்கியிருந்ததுபோலவே அப்போதும் எங்களுடன் இருந்தனர். முதல்தர கிரிக்கெட் விளையாட்டு வீரரான அவர் என் அப்பாவுக்கு ஒரு உந்துசக்தி. அப்பா தன் பெற்றோரை இழந்த சமயத்தில் அவரது சொந்த சகோதரி, சகோதரன் இருவருமே அமெரிக்காவில் இருந்த நிலையில், எங்கள் ஃபயாஸ் சாச்சாதான் அவருக்குச் சகோதரர் போல ஆதரவுடன் இருந்தார். என் தாத்தாவின் சகோதரியான அவருடைய அம்மாவை நான் தாதி மா (பாட்டி) என்றுதான் அழைப்பேன். அவருடைய மகன் ஃபராஸ் என்னைவிட ஒன்றிரண்டு வயது மூத்தவன். நாங்கள் இருவரும் மிகவும் நெருக்கமான தோழர்கள்.

என் பெற்றோர் ஹைதராபாத்தில் மீண்டும் தொடங்கிய ஒரு சிறிய அச்சகத்தை அம்மா கவனித்துக்கொண்டார். அப்பா அமெரிக்கா போவதற்கு முன் ஈடுபட்டிருந்த கட்டுமானப் பணிகளில் முழுமையாகக் கவனம் செலுத்தத் தொடங்கினார். எவ்வளவு வேலைகள் இருந்தாலும் நான்தான் என் அம்மா வாழ்வின் அடிநாதமாக இருந்தேன். டென்னிஸ் விளையாட்டில் அனுபவம் உள்ள என் அப்பா, எனது டென்னிஸ் வாழ்க்கையின் வழிகாட்டியாக இருந்தாலும், அம்மாதான் என் வாழ்வின் மிக முக்கியத் தருணங்களில் என் தேவைகளை உணர்ந்து அவை அனைத்தையும் வழங்குவதில் முக்கியப் பங்காற்றியவர்.

கோடை விடுமுறைகளில் அப்பாவின் உறவுக்காரர் இருக்கும் பெங்களூரு செல்வோம். விம்பிள்டன் போட்டிகள் நடைபெற்றுக்கொண்டிருந்த நேரம் அது. 1993-பெண்கள் இறுதிச்சுற்றுப் போட்டியில் ஸ்டெஃபி கிராஃப், ஜானா நொவோட்னாவுடன் ஆடிக்கொண்டிருந்ததை வீட்டில் அனைவரும் தொலைக்காட்சியில் பார்த்துக்கொண்டிருந்தனர். அப்போது நான் அறையில் நுழைந்தேன், அப்பா என்னை வாஞ்சையுடன் பார்த்து, அம்மாவிடம், 'சானியாவும் இதேபோல ஒருநாள் தொழில்முறை டென்னிஸ் விளையாட்டு வீராங்கனையாக விம்பிள்டன் போட்டிகளில் ஆடினால் எப்படி இருக்கும்?' என்றார்.

அப்பா இவ்வாறு ஆகாயத்தில் கோட்டை கட்டுவதைக் கேட்டு அனைவரும் நகைத்தனர். அந்த நாட்களில் டென்னிஸ் விளையாடுவதும், சொல்லப்போனால் அதையே வாழ்க்கையாகத் தேர்ந்தெடுப்பது, எல்லாவற்றையும்விட உலகத்தரம் வாய்ந்த டென்னிஸ் வீராங்கனையாக வருவது என்பதெல்லாம் கற்பனையில்கூட நினைத்துப்பார்க்க முடியாத விஷயமாக இருந்தது. ஆனால், டென்னிஸ் விளையாட்டைப் பற்றி பெரிதாக எதுவும் தெரியாததால் அம்மா அதை நகைப்புக்குரிய விஷயமாக அல்லாமல் தீவிரமாக எடுத்துக்கொண்டார். அவர் கண்கள் பனித்தன. சகோதரன் முகம் புன்னகையில் மலர்ந்தது.

அப்பாவுக்கு விளையாட்டு எவ்வளவு முக்கியத்துவம் வாய்ந்தது என்பது அம்மாவுக்கு மிக நன்றாகத் தெரியும். அப்போது அம்மாவுக்கு டென்னிஸ் குறித்து ஒன்றும் தெரியாவிட்டாலும் விம்பிள்டன் போட்டிகளால் வெளிப்படும் உற்சாகப் பெருக்கைத் தொலைக்காட்சியில் பார்த்து, உலகப் புகழ்பெற்ற விம்பிள்டன் மத்திய மைதானத்தில் உண்மையிலேயே அவரது மகள் மிகப் பெரிய சாதனையை நிகழ்த்தினால் எப்படி இருக்கும் என்பதை

உணர்ந்தார். உடனே அப்பாவிடம் 'சானியாவுக்கு விம்பிள்டனில் விளையாடும் வாய்ப்பு கிடைக்கக்கூடும் என்றால், அதற்காக நான் எதையும் செய்யத் தயாராக இருக்கிறேன்' என்று தீர்க்கதரிசி போலக் கூறினார்.

ஏழு வருடங்கள் நான் எங்கள் குடும்பத்தின் ஒரே குழந்தையாக இருந்ததால் என் பெற்றோர் தங்களுடைய அத்தனை நேரத்தையும் எனக்காகவே அர்ப்பணித்தனர். ஆனால், பொருளாதார ரீதியில் என் பெற்றோர் எனக்காகச் செய்யும் அனைத்துக்காகவும் மிகவும் கஷ்டப்பட்டதை நான் பெரியவளான பிறகுதான் உணர்ந்தேன்.

அம்மா பார்த்துவந்த அச்சக வேலையில் அவருக்கு நேர வரையறைகள் இல்லாமல் இருந்தது. ஆனால், அப்பாவோ ஒரு நாளைக்கு 18 மணி நேரம் வேலை பார்த்தார். நேரத்தைத் தனது கட்டுமான பணிகளுக்காகச் செலவிட்டு அம்மாவுக்கும் அச்சகம் நடத்த உதவினார். எனவே, அம்மா என்னுடைய டென்னிஸ் பயிற்சிகளில் எனக்கு எல்லா வகையிலும் உதவியாக இருப்பதை உறுதிசெய்துகொள்வார். உண்மையில் அந்தச் சந்தர்ப்பங்களில் அப்பாவை நான் பார்ப்பதே அரிதாக இருந்தது. என் அப்பா வேலைகளை முடித்துவிட்டு வரும்போது, டென்னிஸ் விளையாடிய களைப்பில் நான் நன்றாகத் தூங்கிக்கொண்டிருப்பேன். அப்பாவைப் பார்க்க வேண்டும் என்பதற்காகவே விழித்துக் கொண்டிருக்க வேண்டும் என்று விரும்புவேன். ஆனால் எட்டு மணிக்கு மேல் என்னால் விழித்திருக்க முடியாது. கண்கள் தானாக மூடிக்கொண்டுவிடும். சில நேரங்களில் நான் பள்ளிக்குச் செல்வதற்கு முன் அவரைப் பார்ப்பேன், அதோடு மறுநாள் காலையில்தான் பார்க்க முடியும்.

ஒருவர் வாழ்க்கையில் விளையாட்டு மிக முக்கியமான ஒரு அம்சமாக இருக்க வேண்டும் என்பதை அந்த வயதில்கூட என்னால் அவரிடமிருந்து கற்றுக்கொள்ள முடிந்தது. வாழ்க்கையைப் பற்றிய பல விஷயங்களை நமக்கு விளையாட்டு கற்றுக்கொடுக்கிறது என்று அவர் நம்பினார். வெற்றி தோல்விகளைக் கையாளக் கற்றுக் கொண்ட ஏழு வயது சிறுமி ஒருத்தி, 30 வயதில் தன் வாழ்க்கையில் அவள் எதிர்கொள்ளும் எதையும் அதுவரை விளையாட்டுப் பக்கமே போகாத மற்றவர்களைவிட மிகச் சிறந்த முறையில் எதிர்கொள்வாள் என்பது அவரது நம்பிக்கை. விளையாட்டு வீரர்கள் தோல்விகளை அன்றாடம் கையாள்கிறார்கள். வலி மிகுந்த ஒவ்வொரு இழப்புகளுக்குப் பிறகும் உங்களை நீங்களே புதுப்பித்துக்கொண்டு, அடுத்த வெற்றிக்காக உங்களைத் தயார்

படுத்திக்கொள்ள வேண்டும். இந்த நம்பிக்கையுடன் வளர்ந்தவள் நான். இந்த மனோபாவம்தான் என்னை எதிர்த்து விளையாடும் பெரும்பாலானோரைவிட என்னை முன்னேறச் செய்து, என் தொழில் வாழ்க்கையில் சிறப்பாகச் செயல்பட வைத்துள்ளது.

விரைவில் இந்த விளையாட்டில் எனக்கு அதீத ஆர்வம் பிறந்தது. டென்னிசை நான் மிகவும் தீவிரமாக எடுத்துக்கொண்டதற்கு மிகப் பெரிய காரணம் என் குடும்பத்தினர் விளையாட்டை நேசித்ததும் அவர்களுக்கு விளையாட்டு மீதுள்ள நம்பிக்கையும் காரணமாக இருக்கலாம். அவர்களது தியாகங்களுக்கு ஏதாவது பலன் கிடைக்குமா என்பதைப் பற்றி எதுவும் தெரியாமலேயே தங்களாலான அனைத்து முனைப்புகளையும் மேற்கொண்டனர். அவர்கள் தங்களது இழப்புகளையும் – இதில் ஈடுபடாத, வெளியிலிருந்து பார்க்கும் ஒருவருக்கு எல்லாமே வீண் என்று தோன்றக்கூடிய – மிகவும் கஷ்டப்பட்டுச் சம்பாதித்து, பின் செலவழித்த பணத்தையும் கணக்கிடத் தொடங்கியிருந்தால், அவர்கள் எனது டென்னிஸ் விளையாட்டிற்கு இந்தளவு ஆதரவு கொடுக்காமல் இருந்திருக்கலாம். உலக அளவில் எதையாவது சாதிக்கும் வாய்ப்பு எனக்கு இருக்கிறதா என்பதைக் கண்டறிவதற்கு முன்பாகவே எல்லாவற்றையும் நிறுத்திஇருப்பார்கள்.

~

சுபாவத்தில் நான் பெரும்பாலும் என் அம்மா மாதிரி. நாங்கள் இருவருமே உணர்ச்சிவசப்படுபவர்கள். ஆனால் நாங்கள் இருவருமே செய்து முடிப்பவர்கள். என் அம்மா எதையாவது செய்ய விரும்பினால், நாளைக்குச் செய்துகொள்ளலாம் என்று இருக்கமாட்டார். அன்றே, அப்போதே செய்துவிடுவார். என்னிடம் இருக்கும் பொறுமையற்ற தன்மை எப்போதுமே என்னை உணர்ச்சிவசப்படச்செய்கிறது. ஆனால், அதே சமயத்தில் நான் மிகவும் சகஜமாகப் பழகும் நபர். தனது நடை, உடை பாவனைகளிலிருந்து எனக்காக அவர் செய்த தியாகங்கள் வரை என் அம்மாதான் என் வாழ்க்கையில் என்னிடம் மிகப் பெரிய தாக்கம் ஏற்படுத்தியவர்.

நான் டென்னிஸ் ஆடத் தொடங்கிய ஒரு வருடத்தில் என் அம்மாவின் வயிற்றில் என் தங்கை ஆனம் வந்துவிட்டாள். என்னோடு டென்னிஸ் மைதானத்திற்கு ஆட்டோவில் குண்டும் குழியுமான தெருக்களில் அம்மாவால் வரமுடியவில்லை. அதனால், எங்கள் வீட்டுக்குப் பக்கத்தில் இருந்த ஒரு கிளப்பில் டென்னிஸ் ஆடுவதற்கான விசேஷ அனுமதியைப் பெற்றோம்.

அங்கே ஸ்ரீகாந்த் எனக்குப் பயிற்சி அளித்தார். நிறைமாத கர்ப்பிணியான சமயத்தில்கூடத் தினமும் என்னோடு ஒரு கிலோ மீட்டர் தொலைவிலிருந்த மைதானத்திற்கு அம்மா நடந்து வந்தார்.

அப்பாவின் உற்சாகம், விளையாட்டுமீது அவர் கொண்டிருந்த காதல், அம்மாவின் விடாமுயற்சி, இருவரும் சேர்ந்து செய்த தியாகங்கள், அமெரிக்காவில் நாங்கள் பெற்ற அனுபவங்கள், விளையாட்டுக் கலாசாரம், எங்கள் குடும்பப் பின்னணி, ரோலர் ஸ்கேட்டிங்கில் எனக்கு நடந்த விபத்து, எனக்கு இந்த விளையாட்டின் மீதிருந்த பித்து என்ற அனைத்தும் சேர்ந்து எனது ஆரம்பக்கால டென்னிஸ் வாழ்க்கையை வடிவமைத்தன. அந்தச் சந்தர்ப்பத்தில் உலகளாவிய கண்ணோட்டத்தை யாரும் கொண்டிருக்கவில்லை. ஆனால் அது மெல்ல மெல்லத் தானாகவே வடிவம் பெற்றது.

3

கை வந்த கலையானது

அந்த நாட்களில் ஹைதராபாத்தில் டென்னிஸ் ஒரு வளர்ந்து வரும் விளையாட்டாக இருந்து வந்தது. எதிர்காலத்தில் ஒரு கிராண்ட் ஸ்லாம் விளையாட்டு வீராங்கனை இங்கு உருவாகப் போகிறார் என்று நாட்டில் யாருமே நினைத்திருக்கமாட்டார்கள். ஆனால் என் அப்பாவுக்குத் தொலைநோக்குப் பார்வை இருந்தது. அப்பா கிளப் அளவில்தான் டென்னிஸ் விளையாடி வந்தார். அவருக்கு டென்னிசைவிடக் கிரிக்கெட்டில் திறமை இருந்தது. இருந்தும் பல ஆண்டுகளாக அவர் டென்னிஸ் விளையாட்டைக் கூர்ந்து கவனித்து வந்துள்ளார். மும்பை பல்கலைக்கழகத்தில் இளங்கலைப் பட்டம் பெற்ற பின் ஹைதராபாத்தில் உள்ளூர் விளையாட்டுச் செய்திப் பத்திரிகையை வெளியிட்டார். அதன் ஆசிரியரும் அவர்தான். அதில் மற்ற விளையாட்டுகளோடு டென்னிஸ் விமர்சனங்களையும் வெளியிட்டார்.

அப்பாவின் ஆரம்பகால வாழ்க்கையில் அவர் பெற்ற முக்கியமான இந்த அனுபவங்கள், ஒருவேளை அன்றைய காலகட்டத்தில் நடப்பதற்கு சாத்தியமே இல்லை என்று கருதப்பட்ட, உலகத் தரம் வாய்ந்த ஒரு டென்னிஸ் வீராங்கனையை இந்தியாவில் உருவாக்கும் ஒரு லட்சியத்தைக் கையில் எடுத்துக்கொள்வதற்கு அவரைத் தயார்படுத்தியிருக்கலாம். பல ஆண்டுகள் இந்த இலக்கை நிறைவேற்றுவதில் அவர் அதீத ஆர்வம் கொண்டிருந்தார். தகவல்களைத் தீவிர கவனத்துடன் ஆராய்ந்தார். அபாரத் தொலைநோக்குடன் செயல்பட்டார். அவர் ஒரு விளையாட்டு வீரராக இல்லாமல் இருக்கலாம், ஆனால் ஆச்சரியப்படும் விதமாக ஒரு தொழில்முறை டென்னிஸ் வீராங்கனையை உருவாக்கக்கூடிய ஞானத்தையும் மனஉறுதியையும் திறனையும் பெற்றிருந்தார். என்னுடைய ஒவ்வொரு பயிற்சியாளரும் என் ஆட்டத்திறனை அவர்களுடைய தனிப்பட்ட வழிமுறையில் மெருகேற்றினர். ஆனால், எனது கற்றலில் செயல்பாடுகளின் தொடர்ச்சியையும், சமநிலையையும் நான் தக்கவைத்துக்கொள்ள உதவியது என் அப்பாதான். என்

அப்பா டென்னிஸ் உலகின் மாறிவரும் போக்குகள், உத்திகளுக்கு இணையாகத் தன்னைத் தயார் படுத்திக்கொள்ள கடினமாக உழைத்தார்.

எனது ஆரம்பக்கால பயிற்சியின்போது ‘கடுமையாக உழைத்தால், சானியா ஒருநாள் மாநில சாம்பியனாக வருவாள்’ என்று ஒரு பயிற்சியாளர் என் பெற்றோரிடம் கூறினார். என் ஆட்டத்தின் மிக முக்கிய அங்கமான எனது முன்னங்கை இப்போது உள்ள வடிவத்தைப் பெறத் தொடங்கிய காலகட்டம் அது. எனது முன்னங்கைதான் எனது மிகப் பெரிய ஆயுதம். அதுதான் என்னை உலகின் தொழில்முறை ஆட்டத் தரவரிசையில் ஒற்றையர் ஆட்டத்தில் 27ஆவது இடமாகவும், இரட்டையர் ஆட்டத்தில் முதலிடமாகவும் உயர்த்தியது. இது மட்டுமல்லாமல் பெண்கள் இரட்டையர் பிரிவில் மூன்று கிரான்ட் ஸ்லாம் பட்டம், மூன்று கலப்பு இரட்டையர் பட்டங்களையும் பெற்றுத் தந்தது. ஆனால் இது இன்று இது இருப்பதுபோல எப்போதுமே இருப்பது கிடையாது.

எனக்கு அப்போது ஏழு வயது. எனது பலத்தை எல்லாம் ஒன்றுதிரட்டி பந்தை விளாசித் தள்ளுவது எனக்கு மிகவும் பிடித்தமான ஒன்று. டைமிங் குறித்த அறிவு நான் இயல்பாகவே பெற்றிருந்த கொடை. ஆனால், நான் அதீதமான வெஸ்டர்ன் ஃபோர்ஹான்ட் கிரிப் பெற்றிருந்தேன். எனவே மிகவும் கீழ்நோக்கி வரும் பந்துகளை அடிப்பதற்கு எனக்குச் சிரமமாக இருந்தது. டென்னிஸ் பத்திரிகை ஒன்றில் மற்றொரு ஏழு வயது சிறுமிக்கும் என்னைப் போலவே பிரச்சினை இருப்பதைக் குறித்து வெளிவந்த ஒரு கட்டுரையை என் பயிற்சியாளர் படித்தார். அந்தக் கட்டுரையில், மிகவும் திறமை மிக்க அந்தப் பெண்ணின் முழுமையான திறனை அவள் உணர்ந்துகொள்வதை உறுதிபடுத்தும் ஒரு உத்தியை உலகப் புகழ்பெற்ற ஒரு பயிற்சியாளர் பின்பற்றியது குறித்து விரிவாக விளக்கப்பட்டிருந்தது.

ஏழு வயது குழந்தையால் அவள் ராக்கெட்டைப் பிடித்திருக்கும் பாணியைப் பார்க்கும்போது கீழ்நோக்கி வரும் பந்துகளைத் தூக்கி அடித்துஆடுவதற்கான மணிக்கட்டு வலுவை மேம்படுத்திக்கொள்ள வாய்ப்பே இல்லை என்று அவர் விளக்கியிருந்தார். இதே சூழலில் இருக்கும் ஒரு பையனாக இருந்தால், இந்தத் தனித்துவம் வாய்ந்த பிடிமானப் பாணியை அவன் தொடர அனுமதித்து, அதற்கு ஏற்றாற்போல அவனது மணிக்கட்டு மற்றும் முன்னங்கை தசையை வலப்படுத்திக்கொள்ளச் செய்வதில் கவனம் செலுத்தியிருக்கலாம். இந்தக் குறிப்பிட்ட பெண் அபாரமான டைமிங் அறிவைப் பெற்றிருப்பதால்,

அவளது ஆட்ட லயத்தைப் பாதிக்காமல் மிகவும் கவனமாக, அவளது பிடிமானத்தை மெல்ல மெல்ல மாற்றும் முனைப்பில் ஈடுபடத் தொடங்கினார். அது உறுதிப்படும்வரை, ஆறுமாத காலம் இந்த முனைப்பை மேற்கொண்டார்.

என் பயிற்சியாளரும் அப்பாவும் இதே போன்ற உத்தியை சில மாதங்கள் என்னையும் பின்பற்ற வைத்தார்கள். நான் மெல்ல மெல்ல எனது பிடிமானத்தை மாற்றினேன். பயிற்சியாளர் எந்தளவு விரும்பினாரோ அந்த அளவில் ஒரு 70 சதவிகிதப் பிடிமானத்தை வசப்படுத்திக் கொண்டேன். பிறகு திடீரென்று, என் அப்பா, பயிற்சியாளர் இருவரும் என்ன சொன்னாலும் அதற்கு என் பிடிமானத்தை மாற்றிக்கொள்ள நான் மறுத்துவிட்டேன். எனக்கு எனது கிரிப் மிகவும் பொருத்தமாக இருப்பதை நான் கண்டறிந்தேன். அதைக் கொண்டே நன்றாக ஆட முடியும் என்று அந்த ஏழு வயதிலேயே எனக்கு நம்பிக்கை வந்தது. என் பயிற்சியாளர் தனது முயற்சிகளைக் கைவிட்டார். இன்றும் நான் பின்பற்றி வரும் அரை–வெஸ்டன் கிரிப்பையே பயன்படுத்தி அப்போது ஆடத் தொடங்கினேன்.

அதற்கு பல வருடங்கள் கழித்து நான் விம்பிள்டனில் சில வெற்றிகளை ஈட்டிய பிறகு ஒரு தொழில்நுட்பக் குழுவினர் எனது ஆட்டத்தைக் குறித்து ஆராய்ந்தனர். என் மணிக்கட்டின் தனித்துவம் வாய்ந்த ஃபிளிக்குடன் சேர்ந்த எனது விசேஷ கிரிப்தான் எனது முன்னங்கைக்குத் தனிச்சிறப்பான ஆற்றலைக் கொடுக்கிறது என்ற முடிவுக்கு வந்தனர்.

அவர்களது ஆய்வு மேலும் சில சுவாரஸ்யமான தகவல்களையும் முடிவுகளையும் வழங்கியது. எனது கிரிப்பை அவர்கள் விரும்பும் எந்த ஒரு இளம் ஆட்டக்காரருக்கும் கற்றுக்கொடுக்கலாம், மேலும் எனது மணிக்கட்டின் அசைவு தனித்துவம் வாய்ந்ததாக இருந்தாலும், தளர்வான இணைவு உள்ள ஒரு சிலரால் சுலமாகப் பின்பற்ற முடியும். ஆனால், இந்த இரண்டையும் சேர்த்து நான் எந்தளவு ஆற்றலுடனும் துல்லியமாகவும் ஆடுகிறேனோ அதற்குப் பந்து குறித்த அபாரஅறிவும் மிக விசேஷமான டைமிங் அறிவும் தேவை. இதை, யாராலும் யாருக்கும் கற்றுத் தர முடியாது, அப்படிப் பிறந்திருக்க வேண்டும் என்பது அந்த வல்லுனர்கள் கூட்டாகத் தெரிவித்த கருத்து. இந்த அரிய திறன்களுடன் ஆசிர்வதிக்கப்பட்டுள்ளதற்காக என்னை நானே அதிர்ஷ்டசாலியாகக் கருதுகிறேன். மேலே இருக்கும் யாரோ ஒருவர் நான் டென்னிசில் வெற்றியாளராகத் தடம் பதிக்க வேண்டும் என்று விரும்புகிறார் என நான் நம்புவதற்கு இதுவும் ஒரு காரணம்.

மைதானத்தில் இயல்பாகவே ஆக்ரோஷமானவளாக நான் இருந்திருக்காவிட்டால், இப்படிப்பட்ட முன்னங்கைத் திறன் கொண்டிருப்பது மட்டுமே எனது வெற்றிகளுக்கு உத்திரவாதம் அளித்திருக்காது. இதிலும் என் அப்பாதான் முக்கியக் காரணியாக இருந்தார். ஒரு கிளப் கிரிக்கெட்டராக, அவர் என்னிடம் ஒருமுறை, தனது கிரிக்கெட் ஆதர்ச நாயகர்களைப் போல அடித்து விளாசி ஆட முடியாமல் தற்காப்பு அணுகுமுறையுடன் விளையாடியதாகவும் கூறினார். அது எப்போதுமே அவர் மனதை உறுத்திக்கொண்டிருப்பதாகவே நான் நினைக்கிறேன். எனவே, நான் வெற்றி பெறுகிறேனோ அல்லது தோற்கிறேனோ, அவரைப் பொறுத்தவரை நான் ஆக்ரோஷமாக விளையாட வேண்டும் என்பது மிகவும் முக்கியம். அதிரடியான ஆட்டத்தை வெளிப்படுத்த வேண்டும் என்று அவர் என்னை எப்போதும் ஊக்கப்படுத்தி வந்தார். எனது மிகச் சிறப்பான ஆட்டத்திறனை வெளிப்படுத்திவிட்ட நிலையில், தோல்வி என்பது வருத்தம்கொள்ள வேண்டிய விஷயமல்ல . . . தோல்வி எப்போதுமே ஒருவரின் ஆட்டத்திறனை மேம்படுத்திக்கொள்ள உதவும் விஷயம்தான் என்பதை அவர் எனக்கு உணர்த்தினார். இப்படித்தான் தோல்விகளை எதிர்கொள்ள நான் கற்றுக் கொண்டேன், இந்த விசேஷ குணம் எதிர்காலத்தில் எனது தனித்துவமாக மாறியது. இந்தக் குணத்தால் மட்டுமே வெற்றி கிடைக்கவில்லை. என் ஆட்டம் எப்போதுமே சலிப்பூட்டுவதாக இருந்ததேயில்லை.

மேலும், ‘பிறர் தவறு செய்வதற்காகக் காத்திருந்து மட்டுமே ஒருவர் வெற்றிபெற முடியாது’ என்பது எல்லாவற்றையும்விட மிகவும் முக்கியமான ஒன்று என அப்பா உறுதியாக நம்பினார். சவாலான சூழலை நேருக்கு நேர் எதிர்கொள்ள வேண்டும். துணிவுடன் போராட வேண்டும் என்ற அணுகுமுறையை எனக்குள் விதைத்தார். ‘கட்டுப்பாட்டுக்குள் இருக்கும் ஆக்ரோஷமும் நெருக்கடியான சூழலில் வெற்றியை உருவாக்கும் திறனும்தான் ஒரு வெற்றியாளரை உலகில் பிறரிடமிருந்து வேறுபடுத்திக்காட்டும் பண்புகள்’ என்று என்னிடம் கூறுவார்.

எனது விசேஷமான முன்னங்கைத் திறன் மிகச் சுலபமாக எனது போட்டியாளர்களை வெற்றிகொள்ள உதவுகிறது என்று பலரும் நினைக்கின்றனர். ஆனால், நான் பயமே இல்லாதவளாக இருக்கப் பயிற்சி பெற்றிருப்பதால்தான், இதன் முழுமையான பலன்களை என்னால் வெளிக்கொண்டு வர முடிகிறது என்பது எனக்குத் தெரியும்.

4

முதல் திருப்புமுனை

என் தங்கை ஆனம், 1994 பிப்ரவரி மாதம் பிறந்தாள். எனக்கு ஒரே கொண்டாட்டமாக இருந்தது. மிக அழகான அந்தக் குட்டிப் பெண்ணைவிட்டு என்னால் கண்களைத் திருப்பவே முடியவில்லை. தினமும் பள்ளியிலிருந்து வேக வேகமாக வீட்டுக்கு வந்து அவளோடு விளையாடுவேன். என் ஒரே பிரச்சினை இவளை என் அம்மாவுடன் பகிர்ந்துகொள்ள வேண்டுமே என்பதுதான். இது எனக்குச் சில சமயங்களில் எரிச்சலூட்டியது. என் குட்டித் தங்கையுடன் அதிக நேரம் செலவிட வேண்டி இருந்ததால் என் அம்மாவுக்குப் பதிலாக என் அப்பா என்னோடு டென்னிஸ் மைதானத்திற்கு வரத்தொடங்கினார். பள்ளியும் டென்னிசும் என்னை பிசியாக வைத்திருந்ததால் இதைத் தவிர ஆனமின் வருகை என் வாழ்க்கையில் பெரிதாக எந்த மாற்றத்தையும் கொண்டுவரவில்லை.

என் டென்னிஸ் ஆட்டம் அதீத உத்வேகத்தையும் அதிக முக்கியத்துவத்தையும் பெற்றுவந்தாலும்கூட, பள்ளியில் என் ஆர்வம் எப்போதுமே குறைந்ததில்லை. நான் எப்போதுமே நன்றாகப் படித்து வந்தேன். ஒழுங்குமுறைக்கு உட்பட்ட ஒரு மாணவியாகவும் எந்தக் காரணத்திற்காகவும் வகுப்புகளைத் தவறவிடுவதை வெறுப்பவளாகவும் இருந்தேன். 100 சதவிகித வருகைப் பதிவு கொண்டிருந்த ஒரு மாணவி நான். இந்தப் பதிவை எதற்காகவும் விட்டுக்கொடுக்க நான் தயாராக இல்லை. டென்னிசுக்காகப் பள்ளிக்குப் போகாமல் இருப்பதை நான் மறுத்துவிடுவேன்.

என் சிறு வயதில் அப்போது மருத்துவக் கல்லூரியில் இடம் கிடைத்த எனது உறவுக்கார பையன் ஒருவனின் அடிச்சுவட்டில் ஒரு மருத்துவராக வேண்டும் என்பது எனது சிறு வயது ஆசை. எனக்கிருந்த கூர்மையான நினைவாற்றலும் தகவல்களை மிக விரைவாக மனதில் பதிய வைத்துக்கொள்ளும் திறனும்தான், டென்னிஸ், பள்ளிக்கூடம் இரண்டிலுமே நான்

சிறந்து விளங்கியதற்கான அடிப்படை காரணங்கள். டென்னிஸ் வகுப்பிலிருந்து வந்த பிறகு நிறைய நாட்கள் வீட்டுப் பாடத்தை முடிக்க முடியாமல் போனதுண்டு. காலையில் பள்ளிக்குச் செல்லும் வழியில் என் அப்பா காரை ஓட்டிக்கொண்டு வர, என் அம்மா என் பாடப்புத்தகத்திலிருந்து பாடங்களையோ நீளமான கவிதைகளையோ படித்துக் காட்டுவார். பள்ளிக்கூடம் போய்ச்சேர்வதற்குள் அந்தப் பாடத்தை நான் மனப்பாடம் செய்துவிடுவேன். இப்படித்தான் என்னுடைய பல தேர்வுகளுக்கு நான் தயாரானேன்.

~

ஹைதராபாத்தில் மாநில அளவிலான ஜூனியர் தரவரிசைப் போட்டியில் எனது எட்டாவது வயதில் முதல் முதலாக நான் ஆடினேன். மிகவும் ஆக்ரோஷமாக ஆட முயன்று இரண்டாவது சுற்றில் தோற்றேன். ஆனால், அந்தப் போட்டியில் மிகவும் திறமை வாய்ந்த ஜூனியர் வீராங்கனை என்ற விருதைப் பெற்று மகிழ்ச்சியடைந்தேன்.

என்னைவிட ஏறக்குறைய இரண்டு மடங்கு அதிக வயதுடைய 5 அடி 10 அங்குல உயரமான இளம்பெண் ஒருவரை 16 வயதுக்கு உட்பட்டவர்களுக்கான தர வரிசைப் போட்டியில் நான் தோற்கடித்தபோதுதான், ஹைதராபாத்தின் டென்னிஸ் ஆட்டக்காரர்களும் உள்ளூர் விளையாட்டுச் செய்தியாளர்களும் என்னை முதன்முதலாக கவனிக்கத் தொடங்கினார்கள். அந்தப் பெண் சர்வதேசப் போட்டிகளில் விளையாடியுள்ளார், மேலும் ஆற்றல்வாய்ந்த ஸ்ட்ரோக்குகளை அடிக்கக்கூடியவள். என் வயதுக்கும் குறைவான உயரமே இருந்த நான் டென்னிஸ் வலையை எட்டவே சிரமப்பட்டேன். இதனால் எனக்கு எதிராக ஆடிய அந்தப் பெண் அவளுக்கு நான் சமமான போட்டியாளர் இல்லை என நினைத்திருக்கலாம்.

வார்ம்–அப்பின்போது என்னால் பந்தை திருப்பிப் போட முடியவில்லை என்பதைப் பார்த்த அந்தப் பெண், என்னை நோக்கி முன்னேறி வலை அருகில் வந்து புன்னகையுடன் என்னை சர்வீஸ் பாக்சிலிருந்து ஆடச்சொன்னாள். எனக்குச் சங்கடமாகப் போய்விட்டது. அதுவும் அந்தக் கிளப் உறுப்பினர்கள் ஏறக்குறைய 100 பேர் அந்தப் போட்டியைப் பார்க்க வந்திருந்தனர்.

ஆனால், ஆட்டம் தொடங்கியபோது, நான் மிகவும் சௌகரியமாக உணரத்தொடங்கினேன், எனது பந்தை அடித்து ஆடும் திறனை மீண்டும் கண்டறிந்தேன். முப்பது நிமிடங்களுக்குள் நான் பந்தை வலுவுடனும் துல்லியமாகவும் அந்த மைதானத்தின்

மூலைகளில் அடித்து விளாசி, 15 போட்டிகளில் மிகச் சிறந்த 6–1 என்ற செட் கணக்கில் முன்னேறினேன். அதைப் பார்த்த கூட்டம் நம்பமுடியாத அதிர்ச்சியில் உறைந்தது. என் போட்டியாளர் சுதாரித்துக்கொண்டு தன் கணக்கை 6–6 என்று கொண்டு வந்தாலும், நானும் விடாப்பிடியாக முன்னேறி 8–6 என்ற செட் கணக்கில் அவளைத் தோற்கடித்தேன். என் போட்டியாளர் அழுதுகொண்டே மைதானத்தைவிட்டு வெளியேறிய காட்சி இப்போதும்கூட எனக்கு நினைவில் உள்ளது.

மிக நன்றாக விளையாடுகிறேன் என்பதை அப்போது தான் முதன்முதலாக நான் நம்பத் தொடங்கினேன். எனக்கு வெறும் எட்டு வயதுதான், மிகவும் சிறியவள், ஆனாலும் ஏதோ ஒரு விசேஷமான ஒன்றை நான் சாதிக்கப் போகிறேன் என்பது எனக்குப் புலப்பட்டது. என் பெற்றோரும் எனது விளையாட்டை மேலும் தீவிரமாக எடுத்துக்கொள்ளத் தொடங்கினார்கள். அந்த வெற்றி எனக்கு இடிமுழக்கம் போன்ற கைத்தட்டல்களைப் பெற்றுத் தந்தது. அடுத்த நாள் உள்ளூர்ப் பத்திரிகையில் பெரிய எழுத்தில் தலைப்புச் செய்தியாக இடம்பெற்றது.

'டைனி சானியா ஹாக்ஸ் தி லைம்லைட்' என்று *இந்தியன் எக்ஸ்பிரஸ்* வெளியிட்ட தலைப்புச் செய்தி, சிறு வயதில் நான் பாதுகாத்து வந்த என் ஸ்கிராப் புத்தகத்தில் இடம்பெற்ற க்ளிப்பிங்குகளில் ஒன்று.

நான் மேலும் அதிகம் அதிகமாகப் பயிற்சி செய்யத் தொடங்கினேன். தினமும் ஒரு மணி நேரத்திலிருந்து இரண்டு, மூன்று என்று உயர்ந்து பிறகு ஐந்து மணி நேரமானது. வேறு எதற்காகவும் எனக்கு நேரமே இல்லை என்றாகும் வரை இது அதிகரித்துக்கொண்டு போனது. பல வருடங்கள், காலையில் பள்ளி, மாலையில் நீச்சல், டென்னிஸ் என்பதைத் தவிர என் வாழ்க்கையில் வேறு எதற்குமே இடமில்லாமல் போனது. எனது இந்த அன்றாட செயல்பாடுகளிலிருந்து எனக்கு ஓய்வு பெற்றுத்தரும் ஒரே விஷயம், உறவினர்களின் திருமணங்கள். மூன்று நான்கு நாட்களுக்கு ஒரே கொண்டாட்டம்தான். என் அம்மாவின் உடன் பிறந்தவர்கள் பத்து பேர். எனவே அடிக்கடித் திருமணங்கள் நடைபெற்றன. அதுவும் என் விளையாட்டுத் தோழர்களான உறவுக்காரப் பிள்ளைகள் பலர் கூடுவார்கள். அவர்களுடன் ஜாலியாகப் பொழுதைக் கழிப்பேன்.

அந்த ஆண்டு கோடைகாலத்தில், நான் எனது முதல் டென்னிஸ் பட்டம் வென்றேன். செகந்திரபாத், ஜிம்கானா மைதானத்தில் 16 வயதுக்கு உட்பட்ட கலப்பு இரட்டையர் போட்டியில் இந்த வெற்றி எனக்குக் கிடைத்தது. எனது முதல்

பட்டத்தை ரிசர்வ் வங்கியின் முன்னாள் கவர்னர் குலாம் கவுசிடமிருந்து பெற்றேன். அவர் என் தாத்தாவின் நண்பர் என்பது ஒரு ஆச்சரியமான விஷயம்.

மிகத் தீவிரமான டென்னிஸ் ரசிகர் அவர். அவரது நான்கு மகன்களுமே தேசிய அளவில் குறிப்பிடத்தக்க அளவில் டென்னிஸ் தரவரிசையில் இடம்பெற்றிருக்கும் பிரபலமானவர்கள். அவரது பேரன் முஸ்தஃபா குடும்பப் பாரம்பர்யப்படியே டென்னிஸ் ஆடி, கடந்த ஆண்டு தேசிய சாம்பியன் பட்டத்தை வென்றார். விளையாட்டை நேசிக்கும் எங்கள் இரு குடும்பங்களும் மும்பையில் வசித்தபோது, என் அப்பா குலாம் கவுசிடம் வளர்ந்ததும்கூட என்னுடைய டென்னிஸ் விளையாட்டை என் அப்பா இந்தளவு ஊக்கப்படுத்துவதற்குக் காரணமாக இருக்கலாம்.

எனது டென்னிசை முறைப்படுத்தும் திறனும்கூட இந்தியாவின் முன்னாள் கிரிக்கெட் கேப்டனும் என் அப்பாவின் தாய் வழி உறவுக்காரப் பெண்ணின் கணவரும் என் தாத்தாவின் குழந்தைப் பருவ விளையாட்டுத் தோழருமான குலாம் அஹமதிடமிருந்தும் என் அப்பாவுக்கு வந்திருக்கலாம். என் தாத்தா, பாட்டியின் மரணத்திற்குப் பின், அப்பா உலகப் புகழ்பெற்ற ஆஃப்-ஸ்பின்னரான அவருக்கு மிகவும் நெருக்கமாகிவிட்டார். அவர், என் அப்பாவுக்கு ஒரு வழிகாட்டியாக எப்போதுமே இருந்து வந்தார்.

எனக்கு ஒன்பது வயதானபோது, என் வயது ஆட்டக்காரர்களில் ஹைதராபாத் பள்ளி டென்னிஸ் சாம்பியனாக மாறினேன். அப்போதுதான், முதன் முறையாக உள்ளூரிலிருந்து பெங்களூருக்குப் போய் போட்டிகளில் கலந்துகொள்ளலாம் என்று முடிவுசெய்யப்பட்டது. அது கிறிஸ்துமஸ் நேரம். நான் மஹிளா சேவா சமாஜில் நடைபெற்ற கர்நாடக மாநிலத் தரவரிசைப் போட்டிகளில் விளையாடினேன்.

பலத்த ஆரவாரக் கைத்தட்டல்களுடன் ஆரம்பச் சுற்றுகளில் நான் வென்றேன். புதிய ஆண்டின் தொடக்கத்தில் நான் இறுதிச் சுற்றை எட்டினேன். எனக்கு அங்கே ரசிகர்கூட்டம் உருவானதை என்னால் உணர முடிந்தது. அடித்து விளாசும் எனது ஆக்ரோஷமான பாணியை அவர்கள் மிகவும் ரசித்தனர்.

என் அப்பாவின் உறவுக்காரர் ரிஷாத் தாஹெர்தான் எனது மிகப் பெரிய ரசிகர் என்றே எனக்குத் தோன்றியது. அவரை நான் 'பாபு சாச்சா' என்று கூப்பிடுவேன். அவர் ஆரம்பம் முதலே பெங்களூரில் வாழ்ந்து வருபவர். நல்ல

நகைச்சுவை உணர்வு உடையவர். குழந்தைகளாக இருந்தபோதே என் அப்பாவும் அவரும் பரஸ்பரம் நல்லது கெட்டது என்ற எல்லா சந்தர்ப்பங்களிலும் ஒருவருக்கு ஒருவர் ஆதரவாக இருந்துள்ளனர். இப்போது எனக்கும் மிக நெருக்கமாகிவிட்டார். ஆனம், என் அம்மா இருவருடன் இவரும் என் குடும்ப உறுப்பினராகிவிட்டார் பெங்களூருவில் எனது ஆக்ரோஷமான ஆடும் பாணி அவரை வசீகரித்துவிட்டது. அன்று முதல் எனது தீவிர ஆதரவாளராகிவிட்டார்.

அந்தப் போட்டியின் இறுதிச் சுற்றில் மைத்தி ஜெகன்நாத் என்ற உள்ளூர் வீராங்கனையிடம் நான் தோற்றுவிட்டேன். ரன்னர்–அப் கோப்பையை நான் பெற்றபோது, பார்வையாளர்களில் ஒருவர் மைதானத்திற்குள் வந்து எனக்கு ஒரு சிறிய பரிசை அளித்து, என்னிடம் ஆட்டோகிராஃப் கேட்டார். என் கையெழுத்தை ஒருவர் கேட்பது அதுதான் முதல் முறை என்பதால் நான் சிலிர்த்துப்போனேன்.

கையெழுத்தை வாங்கிக்கொண்ட அந்தப் பெண், "மகளே, ஒருநாள் நீ விம்பிள்டன் போட்டிகளில் வெற்றிபெறப் போகிறாய், உன் கையெழுத்தை நான் பொக்கிஷமாகப் போற்றிப் பாதுகாக்கப் போகிறேன்." என்றார்.

~

அந்த வருடம் நான் தொடர்ந்து ஏராளமான மாநில தரவரிசை டென்னிஸ் போட்டிகளில் விளையாடினேன். என் சொந்த மாநிலமான ஆந்திரப்பிரதேசத்தில் 14 வயதுக்கு உட்பட்டோருக்கான போட்டிகளில் நான் ஆதிக்கம் செலுத்தத் தொடங்கினேன். நிறையக் கோப்பைகளை வென்றேன். கோடை விடுமுறைகளில் மும்பை சென்று அங்கு 12 வயதுக்கு உட்பட்டவர்களுக்கான மஹாராஷ்டிர மாநில தரவரிசைப் பட்டத்தை வென்றேன்.

இந்தப் போட்டிகள் என்னை அகில இந்திய டென்னிஸ் சங்க வட்டத்திற்குள் நுழைய நன்றாகப் பயிற்றுவித்தன. அந்த ஆண்டு நவம்பர் மாதம் நடைபெற்ற தெற்கு மண்டலப் போட்டிகளில் குறிப்பிடத்தக்க வெற்றிகளை ஈட்டினேன். படிப்பில் மிகவும் அக்கறை கொண்ட மாணவி என்பதால் விளையாட்டுப் போட்டிகளில் பங்குபெற வெளியூர்களுக்குச் செல்ல பள்ளிக்கு விடுமுறை எடுக்க நான் மறுத்துவிடுவேன். எதற்காகவும் பாடங்கள் தடைபடுவதை நான் விரும்பவில்லை. அதற்காக டென்னிசைகூடத் தவறவிடுவேன். நல்லவேளையாக என் அம்மா என் தலைமை ஆசிரியையிடம் பேசி என்னை

ஒப்புக்கொள்ளச் செய்வார். மிகவும் பிரபலமான விளையாட்டு வீரரைக் கொண்டிருந்த குடும்பத்தைச் சேர்ந்தவர் அவர். பட்டோடியின் நவாபும் இந்திய கிரிக்கெட் அணியின் முன்னாள் கேப்டனுமான காலஞ்சென்ற மன்சூர் அலி கானின் சகோதரியான திருமதி அலி கான்தான் என் பள்ளிக்கூடத் தலைமை ஆசிரியை.

'வாழ்க்கையில் எதையாவது சாதிக்க வேண்டும் என்றால், ஒருவர் சில விஷயங்களைத் தியாகம் செய்துதான் ஆகவேண்டும் சானியா' என்று தன் அலுவலகத்திற்கு என்னைக் கூப்பிட்டு அனுப்பிய அவர் என்னிடம் 'போட்டிகளில் கலந்துகொண்டு விட்டுத் திரும்பிய பின் பாடங்களைப் படித்துக்கொள்ளலாம். அப்போதுகூட உன்னால் தேர்வுகளில் நன்றாக எழுத முடியும். டென்னிசில் உனக்கு விசேஷத் திறமை உள்ளது. அதனால் அதை நீ தொடர்ந்து ஆடத்தான் வேண்டும்' என அன்புடன் கூறினார்.

பயணம் மேற்கொள்வது என் குடும்பத்தின் நிதி நிலையை உறிஞ்சக்கூடியதாக இருந்தது. என் பெற்றோர் மிகவும் கடுமையாக உழைத்து எவ்வளவு முடியுமோ அவ்வளவு சிரமப்பட்டு ஒவ்வொரு ரூபாயையும் சேர்த்து வைத்தனர். போட்டிகளில் கலந்துகொள்வதற்காக இரண்டாம் வகுப்பு ரயில் கட்டணத்தில் விளையாட்டு வீரர்களுக்கு வழங்கப்படும் விசேஷ சலுகைக் கட்டண அனுமதியைப் பெற என் அம்மா ஆந்திரப் பிரதேச லான் டென்னிஸ் சங்கத்திடம் (ஏ.பி.எல்.டி.ஏ.) விண்ணப்பித்து அனுமதி பெற்றார். பின்னர் ரயில்வே அலுவலகத்திற்குச் சென்று அந்த அனுமதிக் கடிதத்தில் அலுவலக முத்திரையைப் பெற்று வருவதற்காகச் செல்வார். இறுதியாக, மணிக்கணக்காக ரயில்நிலைய டிக்கெட் கவுன்டரில் நின்று பயணச்சீட்டு பதிவு செய்யப் போவார். இப்படிப்பட்ட சலுகைத் திட்டம் குறித்து ஸ்டேஷன் மாஸ்டர் அதுவரை கேள்விப்பட்டதில்லை என்பதால் சலுகைக் கட்டணத்தில் பயணச்சீட்டு வழங்க மறுத்துவிடுவார். அம்மா வெறுங்கையுடன் திரும்புவார். ஆனாலும் 80% சலுகை என்பதை யாராலும் மறுத்துவிடவும் முடியாது. அதோடு அந்தச் சலுகையில், எனது போட்டி வெற்றிகளைப் பொறுத்தே போட்டியில் கலந்துகொள்ள வேண்டிய தேதிகளும் அமையும் என்பதால், தேதி குறித்த தோராயமான பதிவுச் சலுகையும் சேர்ந்தே இருந்தது.

இந்த சந்தர்ப்பத்தில்தான் நாங்கள் பெரும்பாலான போட்டிகளுக்குக் காரில் பயணம் செய்யத் தொடங்கினோம். இது மிகவும் சௌகரியமானதும் ஓரளவு சிக்கனமான

போக்குவரத்தாக இருந்தது. எங்கள் பயணத் தேதிகள் என் போட்டி வெற்றி, தோல்விகளைப் பொறுத்து அமைந்தன என்பதால் இது எங்களுக்கு சௌகரியமாக இருந்தது. விமானப்பயணம் அதிக செலவு பிடிக்கக்கூடியது, ரயில் முன்பதிவோ குறுகிய கால அவகாசத்தில் எப்போதுமே கிடைக்கும் என்று சொல்ல முடியாது.

பழைய மாருதி 1000 மாடல் காரை விசேஷமாக நான் டென்னிஸ் போட்டிகளில் கலந்துகொள்வதற்காகவே என் அப்பா வாங்கினார். அந்த சமயத்தில் அது மிகப் பெரிய முதலீடு. அடுத்த மூன்று ஆண்டுகள் நாங்கள் அந்த வண்டியில் ஆயிரக்கணக்கான மைல்கள் பயணம் செய்தோம். நான், அப்பா, அம்மா, ஆனம் நால்வரும் விஜயவாடா, எல்லூரு, பெங்களூரு, சென்னை, பாண்டிச்சேரி, திருவனந்தபுரம், மதுரை, கோயம்பத்தூர், மும்பை, புனே, நாக்பூர் மற்றும் அகமதாபாத் ஆகிய ஊர்களுக்கு பல்வேறு போட்டிகளில் நான் கலந்துகொள்வதற்காகப் பயணம் செய்தோம். டென்னிஸ் மைதானங்களைவிடக் காரில்தான் அதிக நேரம் இருந்தேன்.

எங்கள் செலவுகளைக் குறைத்துக்கொள்வதற்காக மிகவும் குறைந்த கட்டணம் வசூலிக்கும் சாதாரண விடுதிகளில் தங்குவோம். நாங்கள் சேமிக்கும் ஒவ்வொரு ரூபாயும் எனது அடுத்த போட்டிக்கு செலவு செய்யப் பயன்படுத்திக்கொள்ளலாம். இவ்வாறு மேலும் அதிக அனுபவத்தைப் பெறலாம்.

இவ்வாறு ஒருமுறை அகமதாபாத்தில் ஒரு போட்டியில் கலந்துகொள்வதற்காக நாங்கள் காரில் போய்க்கொண்டிருந்தோம். மும்பையில் சிறிது நேரம் ஓய்வெடுத்துவிட்டு நாங்கள் அந்த ஊருக்குள் நுழையும்போது ஏற்கெனவே நடு இரவு ஆகிவிட்டிருந்தது. வழக்கம்போலவே நகரில் நாங்கள் நுழைந்துவிட்டாலும் அந்த இடத்திற்கு போய்ச் சேருவது என்பது மற்றொரு பயணம் மேற்கொள்வது போலத்தான். எனவே மலிவான, எங்களால் சமாளிக்க முடிகிற கட்டணம் உள்ள தங்கும் இடத்தைத் தேடினோம். ஒரு மணி நேர பயணத்திற்குப் பிறகு, ஏழுக்கு ஆறு என்ற அளவுள்ள ஒற்றைப் படுக்கையைக் கொண்ட அறையைக் கண்டுபிடித்தோம். அந்த மெத்தையில் நாங்கள் அனைவரும் சௌகரியமாக உட்காரக்கூட முடியவில்லை. நான் என் அம்மாவின் மடியில் தலையை வைத்துத் தூங்கினேன். அப்பாவும் ஆனமும் தரையில் சுருண்டு படுத்துக்கொண்டனர்.

ஒரு முறை சென்னையில் ஒதுக்குப்புறமாக இருந்த விடுதி ஒன்றில் தங்கினோம். அந்த இடம் முறையான சாலையுடனோ குறுகலான தெருவுடனோகூட இணைக்கப்படவில்லை. எங்கள்

காரை அரை கி.மீ. தொலைவில் விட்டுவிட்டு நடந்துசென்றோம். அக்கம்பக்கத்தில் எதுவுமே இல்லை ஆனால், அதன் கட்டணம் எங்கள் சக்திக்கு உட்பட்டதாக இருந்தது.

மாருதி 1000 காரில் பயணம் செய்வதே மிகவும் களைப்பூட்டும் ஒரு விஷயம். குறிப்பாக, ஹைதராபாத்திலிருந்து திருவனந்தபுரம் அல்லது அகமதாபாத் நகருக்கு முப்பது மணி நேரம் பயணம் செய்வது மிகவும் களைப்பாக இருக்கும். ஆனால் எங்கள் பயணம் சலிப்பூட்டுவதாக இருந்ததேயில்லை.

ஒரு டென்னிஸ் விளையாட்டு வீராங்கனையாக நான் எதிர்கொள்ளவிருந்த நீண்ட, கரடுமுரடான பாதையில் செல்ல என்னைத் தயார்படுத்தும் மிக முக்கியமான கட்டமாக, சாலையில் நாங்கள் மேற்கொண்ட இந்த நீண்ட பயணங்கள் அமைந்தன. அதுமட்டுமல்லாமல், ஒரு குடும்பமாக நாங்கள் நால்வரும் ஒன்றாகச் செல்லும் பயண அனுபவங்கள் அற்புத நினைவுகளாக என் மனதில் பதிந்தன. நிறைய செலவு செய்து, உலகின் மிகச் சிறந்த விடுதிகளில் தங்கி, உலகப்புகழ்பெற்ற இடங்களில் விடுமுறையைக் கழித்தாலும் கிடைக்காத அற்புதத் தருணங்களையும் எங்கள் நால்வருக்கிடையே அபாரப் பிணைப்பையும் இந்தப் பயணங்கள் எங்களுக்குத் தந்தன. முடிவேயில்லாமல் நீண்டுகொண்டே போகும் இரவு பகல்கள், நெடுஞ்சாலைகள், தூசி படிந்த சிறிய தெருக்கள், மலிவான மங்கலான வெளிச்சம் கொண்ட சின்ன அறைகள், விடியற்காலை தொடக்கங்கள், ஏறக்குறைய நடு இரவுகளில் வந்து சேர்வது, சாலைகளில் பார்க்கும் மனித முகங்கள், பல்வேறு இடங்களின் நிறுத்தங்களில் மக்களின் புன்னகை, போட்டிகளில் என்னை ஊக்கப்படுத்தும் கைத்தட்டல்கள், நான் வென்ற சிறிய பிளாஸ்டிக் கோப்பைகள், நிறைய தோல்விகள், அப்பாவித்தனமான காலகட்டங்கள், பல மணி நேரம் நாங்கள் நால்வரும் ஒன்றாகச் சேர்ந்து செலவழிக்க முடிந்த தருணங்கள் இவற்றை நான் எப்போதுமே நினைத்துப்பார்த்துக்கொள்வேன்.

5

மறக்க முடியாத அனுபவம்

பெரும்பாலும் சாலை பயணம் மகிழ்ச்சியான ஒன்று தான், ஆனால் எப்போதாவது அவை குறிப்பாக சிறிய குழந்தைக்கு மிக பயங்கரமானதாகவும் நெருக்கடியானதாகவும் ஆவதுண்டு. நான் விரும்பியதெல்லாம் டென்னிஸ் விளையாட வேண்டும், போட்டிகளில் ஜெயிக்க வேண்டும் எனது கனவை நோக்கி ஒவ்வொரு அடியாக முன்னேற வேண்டும் என்பதுதான். ஆனால், இதுவே சிலநேரங்கள் வாழ்வா சாவா என்ற போராட்டமாக மாறுகிறது.

1999ஆம் ஆண்டு – அந்த ஆண்டு நாட்டின் தலைசிறந்த ஜூனியர் வீராங்கனையாக நான் முன்னேற வேண்டும் என்பது மிக முக்கியமானதாக மாறியது. 14 வயதுக்கு உட்பட்ட பிரிவில் முதல் மூன்று தரவரிசைக்குள் இடம்பெற்றவர்கள் ஜகார்த்தாவில் அந்த ஆண்டு மே மாதம் நடைபெற இருக்கும் உலக ஜூனியர் சாம்பியன்ஷிப் போட்டிகளில் இந்தியா சார்பில் விளையாடுவார்கள் என ஏ.ஐ.டி.ஏ. அறிவித்தது. என் நாட்டுக்காக விளையாடுவதற்காக நான் எதை வேண்டுமானாலும் கொடுக்கத் தயாராக இருந்தேன்.

ஜூனியர் தேசிய அணியில் இடம்பெற வேண்டும் என்பதற்காகத் தொடர்ந்து கடுமையாகப் பாடுபட்டேன். கவுஹாத்தியில் நடைபெற இருந்த போட்டியில் குறைந்தபட்சம் அரையிறுதி வரையாவது நான் முன்னேறியாக வேண்டும். அதற்காக நாங்கள் கவுஹாத்தி சென்றோம். வாழ்க்கையில் மிக பயங்கரமான அனுபவத்தை எனக்குக் கொடுத்த பயணமாக அது அமைந்தது.

நானும் அப்பாவும் வியாழக்கிழமை மாலை கொல்கத்தாவுக்கு ரயிலில் புறப்பட்டோம். அது 24 மணி நேர பயணம். நகரில் ஒரு நாள் கழித்தபின், ஞாயிற்றுக்கிழமை காலை கவுஹாத்திக்கு விமானத்தில் செல்லவிருந்தோம். அப்போதுதான் திங்கட்கிழமை

நடக்கவிருக்கும் போட்டியில் என்னால் கலந்துகொள்ள முடியும். ஆனால் எங்கள் ரயிலோ தண்டவாளத்தில் ஏதோ பிரச்சினை காரணமாக 12 மணி நேரம் தாமதமாக வந்தது. இதனால் வெள்ளிக்கிழமை மாலை ஏழு மணிக்கு கொல்கத்தா போய்ச் சேர்வதற்குப் பதிலாக காரக்புர் ரயில்நிலையத்திற்கு சனிக்கிழமை காலை வந்து சேர்ந்தது. கொல்கத்தா போய்ச் சேர இன்னும் 100 மைல் தூரம் இருக்கும், அப்போது எங்களிடம் ரயில் மேற்கொண்டு போகாது என்ற தெரிவிக்கப்பட்டது. மேற்குவங்கம் முழுவதும் பந்த் அறிவிக்கப்பட்டதுதான் இதற்குக் காரணம்.

பல மணி நேரம் கழித்து ஒரு உள்ளூர் ரயில் அடுத்த நடைபாதையில் வந்து நின்றது. எங்களை அதில் ஏறச்சொன்னார்கள். கொல்கத்தாவிற்குள் போக முயற்சி செய்வதாகவும் கூறினார்கள். ரயில் நிலையத்தில் இருந்த ஏறக்குறைய அத்தனை பேரும் தங்கள் மூட்டை முடிச்சுகளோடு முண்டியடித்துக்கொண்டு அந்த ரயிலில் இடம்பிடிப்பதற்காக ஒரே நேரத்தில் முயற்சி செய்தனர். சிலர் ரயில்வண்டி மேலேகூட ஏறி உட்கார்ந்தனர். நாங்களோ எங்களை இறங்கச்சொன்ன வண்டியில் உட்கார்ந்துகொண்டு இதையெல்லாம் பார்த்தோம். வெகு நேரம் யோசனையில் இருந்த அப்பா நாங்கள் அந்த வண்டியில் ஏற வேண்டாம் என்று முடிவு செய்தார்.

ஏராளமான கூட்டத்தோடு அந்த ரயில் தன் பயணத்தைத் தொடங்கியது. அந்த ரயில் நிலையத்தில் நாங்கள் இருவரும் மட்டும்தான் மீதி இருக்கிறோமோ என்றுகூட எனக்குச் சந்தேகம் வந்துவிட்டது. ஆனால், ஹைதராபாத்திலிருந்து இதே போட்டியில் கலந்துகொள்வதற்காகத் தன் பெற்றோருடன் வந்திருந்த மஞ்சுஷா என்ற பெண்ணும் தன் குடும்பத்தோடு அங்கே இருந்தாள். எங்கள் பயணத்தின் இடையே நாங்கள் அவளை ஏற்கெனவே சந்தித்திருந்தோம். அதிர்ஷ்டவசமாக அவர்களும்கூட அந்த ரயிலில் ஏறவேண்டாம் என்று முடிவு செய்திருந்தனர். மெல்ல மெல்ல அந்த ரயில்வே ஸ்டேஷன் முழுவதுமாக ஒரு டஜன் பேருக்கு மேல் இல்லாத நிலை ஏற்பட்டது.

அங்கேயே ஒருவர் முகத்தை ஒருவர் பார்த்துக்கொண்டு அந்த ரயிலில் போக வேண்டாம் என்று நாங்கள் எடுத்த முடிவு சரியானதுதான் என்று நிரூபிக்கும் வகையில் ஏதாவது நல்ல தகவலாக வராதா என்று காத்துக்கொண்டிருந்தோம். இங்கிருந்து புறப்பட்ட ரயில் எங்கோ வனாந்திரத்தில் ஒரு கும்பலால் வழிமறிக்கப்பட்டு நின்றுவிட்டது என்று அரை மணி நேரம் கழித்து எங்களுக்குத் தகவல் கிடைத்தது.

இதைக் கேட்டவுடன் அந்த ரயிலில் ஏறாமல், ஏறக்குறைய காலியாக இருந்த அந்த ரயில் நிலையத்திலேயே தங்கிவிட்டது நல்லதாகப் போய்விட்டது என்று ஆசுவாசமாக இருந்தாலும், மேற்கொண்டு என்ன செய்வது என்றே புரியவில்லை. அந்த இடத்தில் யாருமே இல்லை என்றாலும் ஒவ்வொரு மணி நேரத்திற்கும் ஒருமுறை ஆவேசம் கொண்ட கும்பல் வந்து, தங்கள் கொடிகளை ஆட்டியவாறு உரத்த குரலில் கோஷமிட்டுச் சென்றது. இரவு வெகு வேகமாக நெருங்கிக்கொண்டிருந்தது. வெளியே இருந்த இருட்டு பயங்கரமானதாகத் தெரிந்தது. நாங்கள் ஹைதராபாத்தைவிட்டு வந்து ஏறக்குறைய 48 மணி நேரமாகிவிட்டது.

இந்த பந்த் மறுநாளும் தொடரும் என்று செய்தி கிடைத்தது. அப்போதுதான் என் அப்பா ஏதாவது அதிரடியாகச் செய்ய வேண்டும் என முடிவு செய்தார். என்னையும் மஞ்சுஷாவையும் அவளது அம்மாவின் பொறுப்பில் விட்டுவிட்டு எங்கள் இருவருடைய அப்பாக்களும் கொல்கத்தாவில் கார் ஏதாவது கிடைக்குமா என்று பார்ப்பதற்குப் புறப்பட்டுச் சென்றனர். ஒரு மணி நேரம் கழித்து இருவரும் ஒரு ஏற்பாட்டோடு திரும்பினர்.

என் அப்பா ஒரு டாக்சி ஓட்டுநரிடம் எங்கள் நிலையை எடுத்துக்கூறியுள்ளார். எக்கச்சக்கமான கட்டணம் பேசிய அவரும் எங்களைக் கொல்கத்தா அழைத்துச் செல்வதாக உறுதியளித்துள்ளார். அந்த ஓட்டுநர் முதலில் என் அப்பாவை உள்ளூரில் செல்வாக்கு பெற்ற அரசியல்வாதி ஒருவரின் வீட்டிற்கு அழைத்துச் சென்றார். பந்த் நடத்துபவர்களிடம் மருத்துவக் காரணங்களால் எங்கள் ஐந்து பேரையும் காரில் செல்ல அனுமதிக்குமாறு கோரி ஒரு கடிதம் எழுதித் தரும்படி அவரிடம் ஓட்டுநர் கூறினார்.

அப்பா அந்தக் கடிதத்தை கையில் வைத்துக்கொண்டு ஓட்டுநரோடு வந்தார். இரவு எட்டு மணிக்கு நாங்கள் எங்கள் பைகளைத் தூக்கிக்கொண்டு ஆளரவமற்ற அந்த ரயில் நிலையத்திலிருந்து வெளியே வந்தோம். அப்பா எங்கள் பைகளை கார் டிக்கியில் வைத்துக்கொண்டிருக்கும்போது டிக்கியின் மூடி நழுவி என் அப்பா தலையில் மோதியது. காயத்திலிருந்து ரத்தம் கொட்டியது. அப்பாவின் உடை நனைந்தது. அவரை அந்தக் கோலத்தில் பார்த்த உடனே வயிற்றைப் புரட்டி, வாந்தி எடுத்துவிட்டேன்.

அப்பாவுக்கு நல்ல காயம், எங்களைச் சுற்றிலும் ஒரே இருட்டு. அவருக்குச் சிகிச்சை அளிப்பதற்காக மருத்துவர் யாராவது

கிடைப்பாரா என்று நாங்கள் பரிதவிப்புடன் தேடினோம். ரத்தம் கொட்டுவது நின்றபாடில்லை. அவருக்குக் கண்டிப்பாக ஆன்டி-டெட்டனஸ் ஊசியாவது தேவை என்பது தெளிவாகத் தெரிந்தது. தெருவே வெறிச்சோடிக் கிடந்தது. நல்லவேளையாக அந்த ஓட்டுநருக்கும் அவருடைய உதவியாளருக்கும் அந்த இடம் பழக்கமானது என்பதால் எப்படியோ ஒரு மருத்துவர் வீட்டைத் தேடிக் கண்டுபிடித்துவிட்டனர். அந்தப் பதற்றமான இரவில் மருத்துவர் வீட்டுக் கதவை நாங்கள் தட்டும் சத்தம் மேலும் பதற்றத்தை அதிகரிக்கச் செய்தது. மருத்துவரிடம் என் அப்பாவுக்குச் சிகிச்சை அளிக்கும்படி கேட்டுக்கொண்டோம். அவரும் சிகிச்சை அளித்தார். ஒருவழியாக நாங்கள் சுமார் 10:30 மணிக்கு நெடுஞ்சாலையில் பயணம் மேற்கொண்டோம்.

ஓட்டுநர் மற்றும் அவரது உதவியாளருக்கு இடையே என் அப்பா முன் இருக்கையில் இடுங்கிக்கொண்டு உட்கார்ந்திருக்க, மஞ்சுஷாவின் குடும்பத்தாருடன் நான் பின் இருக்கையில் உட்கார்ந்து கொண்டேன். எங்கள் வாகனம் முன்னேறிச் சென்றது. ஒவ்வொரு சில மைல்களுக்கும் இடையே உரத்த சத்தம் எழுப்பிக்கொண்டு ஒரு கும்பல் கம்புகளும் விளக்குகளையும் வைத்துக்கொண்டு எங்கள் காரை நிறுத்தும். ஓட்டுநரும் அவரது உதவியாளரும் கீழே இறங்கி அந்த அரசியல்வாதி கொடுத்த கடிதத்தை அவர்களிடம் காட்டுவார்கள். சிறிய வாக்குவாதம் அல்லது காரசாரமான வாக்குவாதம் நடைபெறும். பின்பு ஒருவழியாக நாங்கள் மேலே செல்வதற்கு அனுமதி கிடைக்கும்.

ஒரு குறிப்பிட்ட இடத்தை நாங்கள் அடைந்தபோது அங்கே ஏறத்தாழ ஐம்பது பேர் கொண்ட ஒரு கும்பல் கையில் தீப்பந்தங்களுடனும் கொலைவெறியுடனும் சாலையை மறித்துக் கொண்டு நின்றிருந்தனர். இந்த கும்பல் எதிர்க்கட்சிக் காரர்கள் என்றும் நாங்கள் வைத்திருக்கும் கடிதம் இவர்களிடம் செல்லுபடியாகாது என்றும் அந்த ஓட்டுநர் எங்களிடம் கூறினார். எந்த வகையான பேச்சுவார்த்தையும் இங்கு உதவாது என்றும் கூறினார். எனவே இவர்களைத் தவிர்த்துவிட்டு தப்பித்துச் செல்வதுதான் நல்லது என்று கூறினார். காரை உட்புறமாகத் தாளிட்டுக்கொண்டு உரத்த குரலில் கத்திக் கூச்சலிட்டுக்கொண்டிருந்த கும்பலைக் கடந்து எங்கள் கார் வேகமாக முன்னேறியது. காரைத் தடுத்து நிறுத்த அந்தக் கும்பலில் இருந்த நிறைய பேர் முயற்சி செய்தனர். ஆனால், நாங்கள் அவர்களைத் தாண்டி வந்துவிட்டோம்.

அங்கிருந்து ஒரு நூறடி தூரம்தான் சென்றிருப்போம், அதற்குள் மற்றொரு ஆவேசக் கும்பல் கையில் தடிகளுடன் எங்கள் காரை நோக்கி முன்னேறி வந்தனர். அவர்கள் ஏதோ கோஷம் எழுப்பிக் கொண்டிருந்தனர். நாங்கள் அப்போதுதான் தாண்டி வந்த அந்தக் கும்பலைத் தாக்குவதற்காக இவர்கள் போய்க்கொண்டிருந்ததுபோலத் தோன்றியது. பந்த் நடைபெற்றுக் கொண்டிருந்த அந்த இரவில், எங்கள் சொந்த ஊரிலிருந்து நூற்றுக்கணக்கான மைல்கள் தொலைவில் இப்படி ஆவேசம் கொண்ட இரண்டு கும்பல்களுக்கு இடையே நாங்கள் மாட்டிக்கொண்டோம்.

ஆனால் எங்கள் ஓட்டுநர் மிகவும் சாமர்த்தியமாக வண்டியை ஓட்டினார். டாக்சியை சாலையிலிருந்து வெளியே கொண்டு வந்து வயல்வெளிகளில் ஓட்டினார். நாங்கள் ஏற்கெனவே தவிர்த்த அந்தக் கும்பலிடமிருந்து மீண்டும் ஒருமுறை நழுவி தப்பி வந்தார். எங்களை மீண்டும் பார்த்த அவர்கள் தாக்க வந்தனர். ஆனால் நாங்கள் அவர்களிடமிருந்து எப்படியோ தப்பித்துவிட்டோம். அதே பாதையில் மேற்கொண்டு சென்ற நாங்கள் சாலை ஓரமாக இருந்த ஒரு உணவகத்தில் தஞ்ச மடைந்தோம்.

'பட்ட பாடெல்லாம் போதும். எங்களோடு குழந்தைகளும் இருக்கிறார்கள், அதனால் அருகில் உள்ள ஏதாவது விடுதியில் எங்களை இறக்கிவிடுங்கள்' என்று அப்பா ஓட்டுநரிடம் கூறினார்.

'இங்கே அக்கம்பக்கத்தில் எந்த விடுதியும் கிடையாது சார்,' என்று கூறிய அந்த ஓட்டுநர், அவருடைய வீட்டு முகவரியை ஒரு துண்டுக் காகிதத்தில் எழுதி எங்களிடம் கொடுத்தார். 'உள்ளூர்வாசிகள் எப்போதும் வெளியாட்களுக்குத் தொல்லை கொடுக்கமாட்டார்கள் என்பதால் நீங்கள் பாதுகாப்பாகத்தான் இருப்பீர்கள். ஆனால் நான் அப்படியில்லை. ஒருவேளை நான் கொல்லப்பட்டுவிட்டால், என் வண்டியைத் தயவுசெய்து இந்த முகவரிக்கு அனுப்பிவிடுங்கள்' என்று கேட்டுக்கொண்டார். நாங்கள் வாயடைத்துப்போய்விட்டோம்.

அவரது ஆலோசனைப்படி ஒரு மணி நேரத்திற்கும் மேலாக அந்த தாபாவில் கழித்தோம். அதற்குள் 'காங் வார்' முடிந்துவிடும் என்று தான் நினைப்பதாகச் சொன்னார். அதன் பிறகு அவர் எங்களைக் கொல்கத்தா நகருக்கு அழைத்துச் சென்றார். வழியில் வேறு எந்த அசம்பாவிதமும் நடைபெறவில்லை. விமான

நிலையத்திற்கு அருகில் ஒரு சிறிய விடுதியைக் கண்டுபிடித்து நாங்கள் செக் இன் செய்யும்போது நேரம் நடு இரவைக் கடந்திருந்தது.

விடியற்காலையில் விமானத்தில் ஏறி போட்டி நடக்கும் இடத்தை அடைந்தோம். போட்டியில் கலந்துகொள்வதற்காக எங்கள் பெயர்களைக் கொடுக்கும் நேரத்தில் அங்கு போய்ச் சேர்ந்தோம். நாங்கள் தங்கியிருந்த விடுதியை அடைந்த சில நிமிடங்களில், இருபது நிமிடங்களுக்கு முன்னால் நாங்கள் கடந்து வந்த பாதையில் அதாவது விமான நிலையத்திலிருந்து டென்னிஸ் கிளப் போகும் வழியில் குண்டு வெடித்தது என்ற செய்தியைக் கேள்விப்பட்டோம். முக்கியமான ஒரு அரசியல்புள்ளியைக் குறிவைத்து நடந்த கொலை முயற்சி அது.

அந்த சமயத்தில் எங்கள் பயண அனுபவங்களால் நான் ஆடிப்போயிருந்தேன். போட்டியில் வெற்றி தோல்வி அப்போது எனக்கு முக்கியமாகப் படவில்லை. ஆனால், இறுதிப் போட்டிக்காக நான் மைதானத்தில் இறங்கியபோது ஆசுவாசமாக உணர்ந்தேன். அதுவரை நாங்கள் பட்ட கஷ்டத்தை எல்லாம் மறக்க முயற்சி செய்தேன். அரையிறுதியை எட்டுவதற்காக நன்றாக ஆடினேன்.

ஐந்து நாட்கள் கழித்துப் போட்டிகள் நிறைவடைந்தன. கொல்கத்தா செல்லும் விமானத்தில் ஏறுவதற்காக விமான நிலையம் சென்றோம். ஹைதராபாத்திற்குச் செல்வதற்கான பயணச்சீட்டை ஏற்கெனவே பதிவுசெய்திருந்தோம். மீண்டும் ஒருமுறை நாங்கள் கலவரத்தில் மாட்டிக்கொண்டோம். குண்டு வைத்திருப்பதாக வந்த மிரட்டலை அடுத்து அனைத்து விமானங்களும் நேரம் குறிப்பிடப்படாமல் தாமதிக்கப்பட்டன. நாங்கள் அனைவரும் உயிரைக் கையில் பிடித்துக்கொண்டு அந்த விமான நிலையத்தில் ஏறக்குறைய 12 மணி நேரம் காத்திருந்தோம். இறுதியாக, நாங்கள் செல்லவிருந்த விமானம் இரவு 10 மணிக்கு புறப்பட்டது.

கொல்கத்தாவிலிருந்து ஒரு டாக்சியைப் பிடித்து ஹவுரா ரயில்வே நிலையம் சென்றோம். ரயிலுக்கு ஆறு மணி நேரம் இருந்ததால் ரயில் நிலையத்துக்கு அருகில் ஒரு பழைய மோசமான விடுதியைத் தேடிப் பிடித்தோம். நாங்கள் அனைவருமே சோர்ந்து போயிருந்தாலும் ரயிலைத் தவறவிட்டுவோமோ என்ற பயத்தில் யாருமே தூங்கவில்லை. ஒருசில மணி நேரம் சற்றே ஓய்வெடுத்துக்கொண்டு எங்கள் பைகளைத் தள்ளிக்கொண்டு ஒரு கிலோ மீட்டர் தொலைவில் இருந்த ரயில் நிலையத்துக்கு நடையைக் கட்டினோம்.

ஏராளமான எதிர்பாராத சம்பவங்களைச் சந்தித்த அந்தப் பயங்கரமான பயணத்தின் இறுதிக் கட்டத்தில் இருந்தோம். உடலும் உணர்வுகளும் அதீத சோர்வடைந்திருந்த அந்தச் சமயத்தில் எப்படியோ இழுத்து இழுத்து நடந்தவாறே எங்கள் இருக்கைகளில் போய் விழுந்தோம். எங்களுக்கு அப்போது தேவைப்பட்டதெல்லாம் ஓய்வும் தூக்கமும்தான்.

ஸ்லீப்பர் பெர்த்தில் படுத்தேன். என் கண்ணில் அப்பா வாசித்துக்கொண்டிருந்த செய்தித்தாள் பட்டது. தேசிய ஜூனியர் அணி அறிவிக்கப்பட்டுவிட்டது. நான் ஆவலுடன் அந்தப் பட்டியலைப் படித்தேன். என் பெயரை அதில் பார்த்தவுடன் வாசிப்பதை நிறுத்திவிட்டேன். மகிழ்ச்சிக் கூக்குரல் எழுப்பினேன். என் உடலின் ஒவ்வொரு அணுவிலும் ஆசுவாசம் நிரம்பியது. பிற பயணிகள் என்னை ஆர்வத்துடன் பார்த்தனர். 'நான் இதில் இருக்கிறேன். நான் இந்தியாவுக்காக விளையாடப்போகிறேன்' என்று கத்தினேன்.

14 வயதினருக்கு உட்பட்ட போட்டிகளில் இந்தியா சார்பாக விளையாடும் குழுவில் நான் இடம்பிடித்துவிட்டேன். இந்திய அணியின் நிறம் கொண்ட உடை அணிந்து முதன்முதலாக நான் விளையாடப்போகிறேன்.

6

ஜூனியர் 'ஹை'

12 வயதான நான், என் மாநிலத்தைச் சேர்ந்த சாஷா ஆபிரஹாம், மும்பையின் இஷா லக்கானி ஆகியோரை உள்ளடக்கிய ஜூனியர் நேஷனல் அணியில் நான்தான் சிறியவள். அந்த டூரில் மயூர் வசந்த் எங்கள் பயிற்சியாளர். ஒரு அணியாக நாங்கள் ஜகார்த்தாவில் நன்றாக விளையாடினோம். நான் இந்திய ஜூனியர் சர்க்யூட்டில் அறிமுகம் செய்த அபார பலனளித்த விளையாட்டுச் சுற்றுப் போட்டிகளில் விளையாட நான் சொந்த ஊர் திரும்பினேன்.

ஜூனியர்கள் போட்டிகளில் கலந்துகொள்வதற்காக அடிக்கடி பயணம் செய்வதைக் குறைப்பதற்காக அகில இநதிய டென்னிஸ் சங்கம் ஒரு புதிய முறையைத் தொடங்கியது. அதன்படி ஒரு விளையாட்டு வீரர் இந்த சர்க்யூட் பிரிக்கப்பட்டிருக்கும் நான்கு மண்டலங்களில் எந்த மண்டலத்தை வேண்டுமானாலும் போட்டிகளில் கலந்து கொள்ளலாம். ஆண்டுக்கு இரண்டு முறை போட்டிகள் நடைபெறும். ஒவ்வொரு மண்டலத்தின் மிகச் சிறந்த விளையாட்டு வீரர் புதுதில்லியில் நடைபெறும் மாஸ்டர்ஸ் போட்டிகளில் கலந்துகொள்வார்கள். மொத்தம் நாட்டின் 16 தலைசிறந்த ஆட்டக்காரர்கள் இதில் மோதுவார்கள்.

இருப்பதிலேயே வடக்கு மண்டலம்தான் மிகவும் கடினமான அணி. அதன் பிறகு மேற்கு, தெற்கு அதன் பிறகு கிழக்கு. தேசிய அளவில் எனது முதல் போட்டியில் தென் மண்டலம் சர்க்யூட்டில் நான் மிகவும் நான்றாக விளையாடினேன். அடுத்து மேற்கு மண்டலத்தில் விளையாடி என் திறனை சோதிக்க முடிவு செய்தேன். அங்கும் நிறைய வெற்றிகளை ஈட்டினேன். இறுதியாக வடக்கு மண்டலத்தில் விளையாடினேன். அங்குதான், நான் ஜகார்த்தாவிலிருந்து திரும்பிய சிறிது காலத்திற்குப் பிறகு, 1999ஆம் ஆண்டு ஜூன் – ஜூலை மாதங்களில் தேசிய அளவில் பேசப்படும் வீராங்கனையாக மாறினேன்.

சர்க்யூட்டை நான் முழுவதுமாக ஆதிக்கம் செலுத்தினேன். வடக்கு மண்டலத்தின் 14 மற்றும் 16 வயதுக்கு உட்பட்ட டைட்டல்களில் ஆறு போட்டிகளில் வென்றேன். இந்த வெற்றிகள் புதுதில்லியில் அடிடாஸ் மாஸ்டர்ஸ் போட்டிகளில் எனக்கு இடம் பெற்றுத் தந்தன. அங்கு நான் நாட்டின் மிகச் சிறந்த ஜூனியர்களுடன் –ஒவ்வொரு மண்டலத்தின் மிகச் சிறந்த நான்கு விளையாட்டு வீராங்கனைகளுடன் – விளையாடினேன். நந்திதா சந்திரசேகர், மேகா வகாரியா, சம்ரித்தா சேகர், லதா அசுதானி, பிரயங்கா பரேக், மற்றும் பாம்ரி சகோதரிகள் ஆகியோர் இதில் இடம்பெற்றிருந்தனர். அந்த மைதானமே இந்திய டென்னிசின் வலிமையை பறைசாற்றுவதாகத் தோன்றியது.

அங்கு நான் மகத்தான இரட்டை வெற்றிகளை ஈட்டினேன். 14 வயதுக்கு உட்பட்டவர்களுக்கான போட்டிகளில் மட்டுமல்லாமல் 16 வயதுக்கு உட்பட்டோரின் போட்டிகளிலும் நான் வென்றேன். அப்போது எனக்கு வயது 12தான்.

அந்த வெற்றிகள் டென்னிஸ் ரசிகர்களை மட்டுமல்லாமல் நாட்டின் ஸ்போர்ட்ஸ் ஊடகங்களையும் திகைப்பில் ஆழ்த்தியது. பதின் பருவத்தைக்கூட எட்டாத ஒரு சிறுமி இந்தளவு மகத்தான வெற்றிகளை ஈட்டியது இந்திய டென்னிஸ் வரலாற்றிலேயே அதுதான் முதல் முறையாக இருக்கலாம்.

அடிடாஸ் மாஸ்டர்ஸ் போட்டிகளில் நான் பெற்ற இந்த இரட்டை வெற்றிகள்தான் தொழில் முறையில் ஒரு டென்னிஸ் விளையாடுவதைத்தான் என் வாழ்வில் மற்ற எதையும்விட நான் விரும்பினேன் என்பதை எனக்குத் தெரிவித்தன. என் மனதில் மிகத் தெளிவாக இந்த எண்ணம் தோன்றிவிட்டது. மிகவும் கடுமையான போட்டிகள் நிறைந்த ஒரு களம் என்பது எனக்குத் தெரிந்திருந்தாலும்கூட இதைத்தான் நான் தொடர விரும்பினேன். இதுவரை இந்தியாவில் எந்த விளையாட்டு வீராங்கனையும் இதில் வெற்றிகரமாக செயல்படவில்லை, எனது அபாரத் திறனுடன் கடுமையாக உழைப்பதற்கு நான் தயாராக இருந்தாலும்கூட வெற்றிகரமாகத் திகழ எனக்கு அதிர்ஷ்டமும் வேண்டும் என்பதும் எனக்குத் தெரியும்.

ஜூனியர் சர்க்யூட்டில் ஆதிக்கம் செலுத்தும் வீராங்கனையான பிறகு, இன்னும் மேம்பட்ட மைதானங்களில் மேலும் அதிகமான வெற்றிகளை ஈட்டும் திறன் எனக்கு இருப்பதை நான் நிரூபித்துவிட்டேன். வெற்றிகரமான தொழில் முறையிலான டென்னிஸ் வீராங்கனையாக இருப்பது மிகவும் கடினமான ஒன்றாக இருந்தாலும்வட அது தொலைவில் தென்படும் சாத்தியமான ஒன்றுதான் என்று நான் நம்பத் தொடங்கினேன்.

மாஸ்டர்ஸ் போட்டிகளில் எனது அதிரடி வெற்றியால் அடிடாசுடன் நான் ஸ்பான்சர்ஷிப் டீல் பெற்றேன். அது இன்று வரைத் தொடர்கிறது.

விளையாட்டுத் துறையில் என் தொழில்வாழ்வைத் தொடர்வது என்ற முடிவு உணர்வுபூர்வமாக மட்டுமல்லாமல் பொருளாதார ரீதியாகவும் சிரமமான ஒன்று என்பதோடு அதில் உள்ள ரிஸ்குகளும் அதிகம். மருத்துவக் கல்லூரியில் ஒருவர் நிறைய பணம் செலுத்தி சேர்கிறார் என்றால், ஐந்து வருடங்களில் அவர் ஒரு மருத்துவராகப் பணிபுரியத் தொடங்கிவிடலாம். எனக்கு மிகவும் பிடித்துவிட்ட இந்த விளையாட்டுத் துறையில் அப்படி எந்தவிதமான உத்திரவாதங்களும் கிடையாது.

ஹைதராபாத்தில் பல காரணங்களுக்காக நான் பல்வேறு பயிற்சியாளர்களுடன் பயிற்சி செய்தேன். முதலில் ஸ்ரீகாந்த் என் பயிற்சியாளராக இருந்தார். அதன் பிறகு ரவிசந்திரன், பிறகு கணேஷ் ராமன் பிறகு இறுதியாக பிரஹ்லாத் ஜெயின் எனக்கு பயிற்சியாளராக இருந்தார். நான் தொழில்முறை வீராங்கனையாக மாறிய பின் ‘கொழு கொழு’ நரேந்திரநாத் எனக்குப் பயிற்சி அளித்தார். 2006 – அமெரிக்க ஓபன் சர்க்யூட் போட்டிகளில் கலந்துகொள்ள அவர் என்னுடன் வந்திருந்தார். இந்தியப் பயிற்சியாளர்களில் யாருமே இதுவரை தலைசிறந்த சர்வதேச டென்னிஸ் விரர்களை உருவாக்கியதில்லை. எனது பயிற்சியாளர்கள் மிக ஆத்மார்த்தமாக எனக்குப் பயிற்சி அளித்தனர். எனது விளையாட்டை நல்ல முறையில் மெருகேற்ற அவர்கள் தங்களால் இயன்ற அனைத்தையும் செய்தனர்.

1999 ஆகஸ்ட் மாதம் இந்தியாவின் 14 வயதுக்கு உட்பட்டோர் பிரிவின் தரவரிசையில் முதல்நிலை வீராங்கனையாக உயர்ந்தேன். இதனால் 16 வயதுக்கு உட்பட்டோர் பிரிவில் என் கவனத்தை அதிகம் செலுத்தத் தொடங்கினேன். 2000ஆவது ஆண்டு ஜூன் மாதம் அந்தப் பிரிவிலும் முதலிடத்துக்கு உயர்ந்தேன். அப்போது முதல் சர்வதேச அளவில் 18 & அன்டர் ஐ.டி.எஃப். (சர்வதேச டென்னிஸ் சங்கம்) அளவிலான வெற்றியை நோக்கி என் கவனத்தை செலுத்தத் தொடங்கினேன்.

என் பதின்மூன்றாம் பிறந்த நாளன்று இஸ்லாமாபாத்தில் எனது முதல் சர்வதேச 18 & அன்டர் ஐ.டி.எஃப். உலகத் தரவரிசைப் போட்டியில் கலந்துகொண்டேன். அதில் ஒன்றையர் விளையாட்டுப் போட்டிகளில் இறுதிச் சுற்றை எட்டியதோடு பாகிஸ்தானின் நட்சத்திர வீராங்கனை நைடா வாஸீமுடன் இணைந்து இரட்டையர் போட்டிப் பட்டத்தை வென்ற நான் உடனடியாக பெரும் தாக்கத்தை ஏற்படுத்தினேன். அந்தப்

போட்டி கொஞ்சம் சாதாரணமானது என்பதோடு உலகத் தரத்திற்குச் சற்றே குறைந்தது என்றாலும்கூட இது சர்வதேச அரங்கில் கால் பதிப்பதற்கு எனக்கு உதவியது.

ஏ.ஐ.டி.ஏ. போட்டிகளில் நான் தொடர்ந்து ஆதிக்கம் செலுத்தத் தொடங்கினேன். நாடு முழுவதும் போட்டிகளில் கலந்துகொண்டு வெற்றிகளை ஈட்டினேன். ஆனாலும் எனது கவனம் முழுவதும் இப்போது சர்வதேச போட்டிகளிலேயே இருந்தது. இரண்டு ஏ.ஐ.டி.ஏ. போட்டிகள் எனக்கு இப்போது நினைவில் உள்ளன. முதலாவது, ஹைதராபாத்தில் எனக்கு மிகப் பெரிய போட்டியாளராக இருந்து வந்த ஒரு விளையாட்டு வீராங்கனையுடனான எனது போட்டி.

போட்டிப் புள்ளிக்கு ஒரு புள்ளி குறைவாக நான் விளையாடிக்கொண்டிருந்த சமயத்தில், பக்கத்தில் உள்ள திருமண மண்டபத்திலிருந்து கோவிந்தா நடித்த படத்திலிருந்து ஒரு பாடல் ஒலிபரப்பானது. என்னை நோக்கி வந்த பந்தைத் திருப்பி அடித்துக்கொண்டே என்னை அறியாமலேயே எனக்குள் பாடிக்கொண்டே ஆடவும் செய்தேன். நான் என்ன செய்கிறேன் என்பதை உணர்ந்தவுடன் எனக்குள் நானே சிரித்துக்கொண்டேன். அந்தக் குறிப்பிட்ட பந்தில் வெற்றி ஷாட்டை அடித்ததோடு எனக்கு எதிராக திரும்பிக்கொண்டிருந்த போட்டியை எனக்கு ஆதரவாக மாற்றிவிட்டேன். அந்தப் போட்டிகளில் ஏற்கெனவே அரை டஜனுக்கும் மேற்பட்ட முறை நான் தோற்கடித்த, திகைப்படைந்த ஜூனியர் மூன்றாமிட வீராங்கனையை வெற்றிகொண்டேன்.

போட்டிப் புள்ளியை எட்டுவதற்கு ஒரு புள்ளி குறைவாக இருந்த சமயத்தில் நான் ஆடிய அந்த நடனத்தைப் பார்த்த சில ஊடக நபர்கள் என்னிடம் அது குறித்து பிறகு கேட்டனர். நான் என்ன செய்தேன் என்பதை உண்மையாக கூறினேன். அது உள்ளூர் ஊடகங்களில் தலைப்புச் செய்தியாக மாறிவிட்டது.

ஏப்ரல் 2000ஆவது ஆண்டு மும்பையில் 16 வயதுக்கு உட்பட்ட போட்டிகளில் நான் ஆடிய மற்றொரு போட்டியில் நடைபெற்ற ஒரு விஷயம் நினைவுக்கு வருகிறது. நான் ஒரே ஒரு கேமில்கூட தோற்கவில்லை, எனது அனைத்து போட்டியாளர்களையும் அதிரடியாக 6–0, 6–0 என்ற செட் கணக்கில் தோற்கடித்து முன்னேறினேன். இறுதிச் சுற்றில் இஷா லக்கானியை 6–2, 6–3 என்ற புள்ளிகளில் தோற்கடித்துப் பட்டத்தை வென்றேன்.

அந்த சந்தர்ப்பத்தில் எப்போதாவதுதான் போட்டிகளில் தோற்றேன். அப்போது அது பத்திரிகைகளில் விளையாட்டு

செய்திகள் பக்கத்தில் பெரிய செய்தியாக இடம்பெற்றன. ஆனால் ஏ.ஐ.டி.ஏ. போட்டிகளில் வெற்றி பெறுவது என்பது எனக்கு பெரிய திருப்தியை அளிக்கவில்லை. சவாலான போட்டியாளர்கள் இல்லாத நிலையில் எனக்கு வெற்றி பெறுவதில் பெரிய சந்தோஷம் ஏற்படவில்லை. வலுவான போட்டி இல்லாமல் நான் மட்டுமே விளையாடி ஜெயிப்பது போன்ற வெற்றிகள் எனக்கு சலிப்பூட்டின. இதனால் நான் எனது கவனக்குவிப்பு ஆற்றலை சில நேரங்களில் இழந்து சில தோல்விகளை சந்தித்தேன் ஆனால் சரியான நேரம் வரும்போது திடீரென்று சுதாரித்துக்கொண்டு மீண்டும் கவனம் செலுத்தி வெற்றிபெறுவேன். என் மனதின் அடி ஆழத்தில் எனக்கு எப்போது என்ன செய்ய வேண்டும் என்பது தெரிந்திருந்தது.

ஜூனியர் போட்டிகளில் விளையாடிய சந்தர்ப்பங்களில் முதல்தர போட்டியாளர்கள் இல்லாததால்தான் எப்போது வேண்டுமானாலும் எப்படி வேண்டுமானாலும் ஆடிக்கொள்ளலாம் என்ற விட்டேற்றியான மனநிலை எனக்கு வந்ததோ என்றும் பின்னாளில் உலகப் புகழ் பெற்ற, வலுவான போட்டியாளர்களை எதிர்கொள்ளும்போதும்கூட சில நேரங்களில் எனக்கு கவனக் குவிப்பு பிரச்சினை ஏற்படுவதற்கும் இதுதான் காரணமோ என்று இப்போது அந்த நாட்களைத் திரும்பிப் பார்க்கும்போது எனக்குத் தோன்றுகிறது. விளக்கம் சொல்லவே முடியாத, நம்பமுடியாத அளவு கவனக்குவிப்பை இழத்தல், ரிலாக்ஸ்டாக உணர்தல் ஆகியவை நடைபெற்றன. இழந்த இடத்தை மீண்டும் பெறுவதற்கு விசேஷ முனைப்பு மேற்கொண்டு நான் என் நிலைக்குத் திரும்ப வேண்டியிருக்கும். தொழில்முறை சர்க்யூட்டில் இந்தக் குறைபாட்டை போக்கிக்கொள்வதற்கு, அல்லது குறைந்தபட்சம் இந்தக் குறிப்பிட்ட பலகீனத்தை குறைத்துக்கொள்ள எனக்குப் பல வருடங்கள் ஆகின.

சர்வதேச ஜூனியர் சர்க்யூட்டில், என்னுடைய செயல்திறன் தொடர்ந்து சீராகப் போய்கொண்டிருந்தது. விரைவில் நான் உலக விளையாட்டு வீரர்களில் 250ஆவது தரவரிசையில் இருந்தேன். உலகத் தரவரிசைகள் போட்டிகளில் விளையாடுவதற்கு பல நாடுகளுக்கு ஏராளமான பயணங்களை மேற்கொண்டேன். ஒவ்வொரு முறை நான் பயணங்கள் மேற்கொள்ளும்போதெல்லாம் என் குடும்ப நிதி நிலைமை மோசமாகிக்கொண்டே போனது. அதிகரித்து வரும் பயணச் செலவுகளை ஏற்பதற்கு ஒரு ஸ்பான்சர் எனக்குத் தேவைப்பட்டது.

2000ஆமாவது ஆண்டு ஜூன் மாதம் ஜி.வி.கே. குழுமத்தின் ஜி.வி. கிருஷ்ணா ரெட்டி எனக்கு ஸ்பான்சர் செய்ய முன்வந்தார்.

அந்த காலகட்டத்தில் சர்வதேச டென்னிசில் ஒரு இந்தியப் பெண் தனக்கென்று ஒரு தனியிடம் பிடிப்பது சாத்தியம்தான் என்று யாரும் நம்பவில்லை. இந்த விளையாட்டைப் பற்றிய அபாரமான தொலைநோக்கும் புரிதலும் கொண்டிருந்த ஒரு கிளப்–லெவல் ப்ளேயரான திரு. ரெட்டி எனக்கு ஸ்பான்சர் செய்ய ஒப்புக்கொண்டார். ஆரம்பத்தில் அவரது ஆதரவு சாதாரணமாகத்தான் இருந்தது, ஆனால் அவரது நிபந்தனை மிகவும் தெளிவானது – நன்றாக ஆடினால், ஸ்பான்சர்ஷிப் தொடரும், அதிகரிக்கும் என்பதுதான் அது. பத்தாண்டுகளுக்கும் மேலாக நான் ஜி.வி.கே. லோகோவை பெருமையுடன் அணிந்திருந்தேன்.

ஆசிய ஐ.டி.எஃப். சர்க்யூட்டில் எனது ஆட்டம் சிறப்பாக அமைந்திருந்தது. டிசம்பருக்குள் நான் ஏற்கெனவே 18 வயதுக்கு உட்பட்டோர் பிரிவில் முதலிடத்துக்கு முன்னேறிவிட்டேன். உலக அளவில் மிக உயர்ந்த நிலையில் நிறைய பேர் உள்ளனர் என்று கூறப்படும் அமெரிக்காவில் என் திறனை சோதிக்க விரும்பினேன்.

ஏசியன் சர்க்யூட்டில் ஆடியதன் மூலம் நான் பெற்றிருந்த தரவரிசையுடன் உள்ளே நுழைந்த நான் பெரிய அளவில் எளிதாக சாதிப்பேன் என்று நினைத்தேன். ஆனால், நான்கு வார கால போட்டிகளில் ஒரே ஒரு ஒற்றையர் போட்டியில்கூட நான் வெற்றிபெறவில்லை என்ற கசப்பான உண்மை என்னை பூமிக்குக் கொண்டு வந்தது. டாலாசில் நடைபெற்ற ஒரு இரட்டையர் போட்டிகளில் அரை இறுதி வரை முன்னேறியது எனக்குச் சற்றே ஆறுதல் அளித்தாலும், அமெரிக்காவில் நான் சந்தித்த பயங்கரமான போட்டியால் நான் ஆடிப்போய்விட்டேன்.

அந்தச் சுற்றுப்பயணத்தின் முடிவில், அமெரிக்காவில் நான் பார்த்த ஆட்டத் தரத்திற்கு இணையாக என் ஆட்டத் தரத்தை உயர்த்திக்கொள்ள முடியும் என்று எனக்குத் தோன்றுகிறதா என்று என் அப்பா என்னிடம் கேட்டது நினைவிருக்கிறது. 'இப்போது இல்லை ஆனால் ஒரு ஆறு மாதகால அவகாசத்தில் என்னால் முடியும் என்று யோசனையுடன் கூறியது நினைவுக்கு வருகிறது.

முன்னேறுவதற்கு நான் என்ன செய்ய வேண்டும் என்ற திட்டம் எனக்குள் விரிந்தது. உலகின் மிகச் சிறந்த ஜூனியர் ஆட்டக்காரர்களுடன் மோதப்போகும் சவால் எனக்கு ஊக்கமளித்தது. 2001 விம்பிள்டனில் விளையாட வேண்டும் என்ற இலக்கை நிர்ணயித்துக்கொண்டேன். ஆனால் அதற்கானத்

தகுதி பெற நான் நிறைய உழைக்க வேண்டும். தலைசிறந்த 46 விளையாட்டு வீராங்கனைகளுக்குள் ஒருத்தியாகத் தகுதிபெற வேண்டும். அதற்கு நிறைய போட்டிகளை வென்றாக வேண்டும்.

உண்மையான உக்கத்தோடும் ஒருமுகப்படுத்தப்பட்ட அர்ப்பண உணர்வோடும் எனது தரவரிசை நிலையை மேம்படுத்திக்கொள்ள இலக்கு நிர்ணயித்தேன். பல போட்டிகள், நிறைய வெற்றிகள், இறுதியில் 2001 ஜூன் மாதத்திற்குள் உலகத் தர வரிசையில் 50ஆவது இடத்தைப் பிடித்தேன். ஒரே ஒரு இடத்திற்கு முன்னேறினால்தான் விம்பிள்டனில் நான் கலந்துகொள்ளலாம் என்ற நிலை ஏற்பட்டது. அந்த சமயத்தில் தர வரிசையில் முன்னணியில் இருந்த ஒரு வீராங்கனை தொழிமுறை ஆட்டத்தில் கவனம் செலுத்துவதற்காக ஜூனியர் ட்ரா ஆட்டங்களிலிருந்து விலகிக்கொள்ளவே என் தரவரிசை ஒரு இடம் முன்னேறியது. அதன் மூலம் அந்த ஆண்டு விம்பிள்டனில் கலந்துகொள்பவர்களிலேயே இளம் வயதுடைய ஆட்டக்காரராக நான் மாறினேன். அப்போது எனக்கு பதினான்கு வயது, ஏழு மாதங்கள்.

~

பயிற்சி ஆட்டத்திற்காக நான் விம்பிள்டன் பார்க்கில் நுழைந்த போது உலகின் உச்சியில் இருப்பது போல உணர்ந்தேன். விம்பிள்டன் சகோதரிகளுடன் தோளோடு தோள் சேர்ந்து ஆடுவது ஒரு அற்புத அனுபவமாக இருந்தது. ஆரோங்கி பூங்கா பயிற்சி பெவிலியனில் என்னோடு இருந்தவர்களில் லிண்ட்சே தேவன்போர்ட் மற்றும் ஜெனிஃபர் காப்ரியாடி குறிப்பிடத்தக்க சூப்பர் ஸ்டார்கள்.

ஆனால், நான் அங்கு ஒப்பீட்டளவில் பெரிதாக யாருக்கும் தெரியாத ஒரு வீராங்கனை என்பதாலும் பெண்கள் டென்னிசில் இதுவரை எந்த வீராங்கனைகளையும் உருவாக்காத நாட்டிலிருந்து வந்திருக்கும் ஒரு பெண் என்பதாலும் பெரும்பாலான பயிற்சியாளர்கள், தங்களது வீரர்களை என்னோடு ஆட வைப்பது நேர விரயம் என்று நினைத்தனர். எனவே நான் என் அப்பாவுடன் மட்டுமே பயிற்சியை மேற்கொண்டேன். எப்படியும் ஒருநாள் விம்பிள்டனின் மைய ஆட்டக்களத்தில் ஒரு திறமையான வீராங்கனையாக எனது திறனை வெளிப்படுத்துவேன் என்று நம்பினேன்.

முதல் சுற்றில் பிரிட்டிஷ் வைல்ட் கார்ட் ஜூலியா ஸ்மித்துடன் களமிறங்கினேன். ஆட்டம் தொடங்கியபோது மிகவும் பதற்றமாகவும் படபடப்பாகவும் உணர்ந்தேன். மைதான

எண் 15 இந்திய ரசிகர்களால் நிரம்பி வழிந்தது. இந்திய முகங்கள் எனக்கு மிகப் பெரிய உத்வேகம் அளித்தன. முதல் செட்டில் தோற்ற நான் விரைவில் எனது படபடப்பிலிருந்து வெளியே வந்து, தன்னம்பிக்கையுடனும் அதிக வலுவுடனும் பந்தை அடித்து ஆடத் தொடங்கினேன்.

இறுதியில் அந்த மூன்று செட் போட்டியில் நான் வெற்றிபெற்றதுதான் எனது விம்பிள்டன் நினைவுகளிலேயே மிகவும் இனிமையானது. என் நாட்டு ரசிகர்களால் நான் சூழப்பட்டேன். வேறு எப்போதையும்விட அதிக ஆட்டோகிராஃப் போட்டேன். உலகின் மிகவும் பிரபலமான டென்னிஸ் களத்தில் அதுதான் எனது முதல் வெற்றி. இதே போட்டியில் கைசெலா டலகோவுடன் 6–1, 6–2 இரண்டாவது சுற்றிலேயே தோற்றேன். ஆனால், அப்போது எனக்குக் கிடைத்த அனுபவம் மிகவும் விசேஷமானது.

அன்றைய இரவு நாங்கள் இதைக் கொண்டாட ஒரு இந்திய விடுதிக்குச் சென்றோம். லண்டன் தெருக்களில் என்னை அடையாளம் கண்டுகொண்டனர். அடுத்த நாள் எனக்கு ஓய்வு நாள். அப்போது நேரம் நடு இரவைக் கடந்துவிட்டிருந்தது. இறுதியாக, அதீத சோர்வுடன் ஆனால், மனநிறைவுடன் தூங்கினேன்.

7

ஆப்பிரிக்க சஃபாரி

2002ஆம் ஆண்டில் ஜூனியர் ஐ.டி.எஃப். சீஸன் முடிவுகளுக்காக நான் கஷ்டப்பட்டேன். மேலும் வெற்றிகள் மிகவும் கடினமாக இருந்தன. எனது ஒவ்வொரு தோல்விக்குப் பிறகும் ஸ்பான்சர்களிடமிருந்து வெற்றிபெற வேண்டும் என்ற அழுத்தங்கள் அதிகரித்து வந்தன, இதை நான் மிக நன்றாக உணர்ந்தும் இருந்தேன். அந்த செப்டம்பரில் நடைபெறவிருக்கும் ஜூனியர் அமெரிக்க ஓபன் டென்னிஸ் போட்டிகளில் விளையாடும் தகுதியைப் பெற நன்றாக ஆட வேண்டும்.

ஜூலை – ஆகஸ்ட்டில் நாங்கள் ஆப்பிரிக்கா கண்டத்தில் ஒரு நான்கு வார சுற்றுப்பயணம் மேற்கொள்ளலாம் என்று திட்டமிட்டோம். அந்த சமயத்தில் ஜோஹான்னஸ்பெர்க் அதைத் தொடர்ந்து கெய்ரோ, கேபோரன், போட்ஸ்வானா ஆகிய இடங்களில் நடைபெற இருந்த போட்டிகளிலும் கலந்துகொள்வது என முடிவுசெய்யப்பட்டது. ஜோஹான்னஸ்பெர்கில் இரண்டு இரட்டையர் போட்டிகளிலும் இரண்டாவது போட்டியில் ஒரு ஒற்றையர் போட்டியிலும் நான் வெற்றிபெற்றேன். இதில் இந்தியாவின் இஷா லகானியை இறுதிச்சுற்றில் வென்றேன். இந்த வெற்றிகளுடன் நான் நல்ல மனநிலையில் இருந்த அந்த சந்தர்ப்பத்தில் கொடூர விலங்குகள் இருக்கும் அடர்ந்த காடுகளைக் கொண்ட நாட்டில் எனக்காக என்ன காத்திருக்கிறது என்பதை அறியாமல் கெய்ரோவிலிருந்து கேபோரனுக்கு விமானம் ஏறினேன்.

கேபோரனில் என் அப்பா ஏற்பாட்டாளர்களில் ஒருவருடன் தொடர்பு வைத்திருந்தார். அவர் எங்களிடம் நாங்கள் வந்த உடனே எங்கள் விசாக்களில் முத்திரை குத்தப்பட வேண்டும் என்று ஆலோசனை கூறினார். விமான நிலையத்தில் அந்த நாட்டில் நுழைவதற்குத் தேவைப்படும் ஆவணங்களோடு எங்களை ஒருவர் வந்து சந்திப்பார் என்று அவர் கூறியிருந்தார்.

'போட்ஸ்வானாவில் இதுதான் வழக்கமான நடைமுறை' என்று ஒரு அதிகாரி கூறினார்.

டென்னிஸ் தொடர்பான யாரும் அங்கே எங்களுக்காகக் காத்திருக்கவில்லை என்பதைக் கண்டு நாங்கள் கொஞ்சம் கவலை கொண்டோம். இமிகிரேஷன் அறையில் அமர்ந்து அவருக்காகக் காத்திருக்கும்படி எங்களிடம் கூறினார்கள். ஒரு மணி நேரம் கழித்துதான் அப்படி யாருமே வரப்போவதில்லை என்பது எங்களுக்குப் புரிந்தது.

என் அப்பா பொதுத் தொலைபேசி ஒன்றிலிருந்து அந்த ஏற்பாட்டாளரைத் தொடர்புகொள்ள முயன்றார். ஆனால் அந்த இணைப்பே துண்டிக்கப்பட்டிருந்தது. இது குறித்து அங்கு இருந்தவர்களிடம் விசாரித்தோம். அப்போதுதான் நிறைய எண்கள் இரவோடு இரவாக மாற்றப்பட்டுவிட்டது என்பதை அறிந்து ஆச்சரியமடைந்தோம். இரண்டு மணி நேரம் போராடி புதிய எண்ணைக் கண்டுபிடித்து ஏற்பாட்டாளரைத் தொலைபேசியில் பிடித்தோம்.

'ஓ வந்துவிட்டீர்களா? மிகவும் நல்லது. ஐந்தே நிமிடங்களில் நான் அங்கு வருகிறேன்' என்று அவர் கூறினார். ஆனால் அந்த நபர் விமானநிலையத்தின் இமிகிரேஷன் அறைக்கு வந்துசேர ஏறக்குறைய இரண்டு மணி நேரம் ஆகிவிட்டது. 'என் பெயர் பில்' என்று அவர் கூறினார். நாங்களும் எங்களை அறிமுகம் செய்துகொண்டோம். 'நாங்கள் விசாவைப் பெறுவதற்காக நீங்கள் கொண்டுவருவதாகச் சொன்ன ஆவணங்கள் எங்கே?' என்று என் அப்பா அவரிடம் கேட்டார்.

ஆனால், அவரோ சர்வசாதாரணமாக, 'என்னிடம் எந்தப் பேப்பரும் இல்லை. இதைச் செய்வதாகச் சொன்னவர் இன்று பிஸியாக இருக்கிறார், நான் அவருக்காக இங்கே வந்திருக்கிறேன் அவ்வளவுதான். நான் மீண்டும் நகருக்குள் சென்று நீங்கள் இமிகிரேஷனிலிருந்து வெளியே வர உதவுவதற்காக ஏதாவது செய்ய வேண்டும்' என்று கூறிவிட்டுச் சென்றுவிட்டார். மீண்டும் சில மணி நேரம் பொறுமையாகக் காத்திருந்தோம். அதன் பிறகு எந்த விமானமும் வருவதற்கு இல்லை என்பதால், இன்றைய வேலை முடிந்துவிட்ட நிம்மதியுடன் அவரவர் மேஜைகளுக்குப் பக்கத்தில் இருந்த பெஞ்சுகளில் அங்கிருந்தவர்கள் படுத்துக்கொண்டனர். ஒருவேளை அடுத்த சில மணி நேரத்தில் கேபோரனிலிருந்து வெளியே போகும் ஏதாவது விமானம் இருந்தருந்தால், நிறைய பணம் செலவானாலும் பரவாயில்லை என்று நாங்கள் அதில் ஏறியிருப்போம்!

ஆனால் இறுதியாக பில் வந்தேவிட்டார் – இந்த முறை இமிகிரேஷன் அதிகாரிகளிடம் எங்களை நாட்டுக்குள் அனுமதிக்குமாறு கோரும் ஒரு கடிதத்தை ஒரு ராணுவ அதிகாரியிடமிருந்து வாங்கிவந்திருந்தார். இந்த உத்தி அங்கே பலனளித்தது. ஒருவழியாக ஆவணங்கள் பூர்த்திசெய்யப்பட்டு விமானநிலையத்திலிருந்து நடு இரவில் வெளியே வந்தோம்.

வெளியே வந்த பிறகு மூன்று சக்கர – இந்தியாவில் காய்கறிகள் எடுத்துச்செல்லவும் ஆடுகளைக் கசாப்புக் கடைகளுக்குக் கொண்டுசெல்லவும் பயன்படும் மீன்பாடி வண்டி போன்ற ஒரு – வண்டியில் எங்களை ஏறச்சொன்னபோது, எங்களுக்கு ஒருமாதிரி ஆகிவிட்டது. ஆனால், வேறு வழியில்லாமல் அதில் ஏறி உயிரைக் கையில் பிடித்துக்கொண்டு ஒரு மணி நேரத்துக்கும் மேல் மேடும் பள்ளமுமாக இருந்த அந்த சாலையில் பயணம் செய்தோம். இறுதியில் அதிகாலை இரண்டு மணிக்கு நகரில் நுழைந்து ஒரு தங்கும் விடுதியில் அறை எடுத்தோம். நல்லவேளையாக அந்த தங்கும் விடுதி சௌகரியமாக இருந்தது.

அந்த நாட்டுக்குள் நாங்கள் நுழைவதற்குப் பட்ட கஷ்டங்களைவிட நான் விளையாடிய போட்டிகள் எனக்குச் சுலபமானதாகத் தோன்றின. மிகவும் குறைவாகவே அங்கு சாப்பிட முடிந்தாலும் ஒற்றையர் ஆட்டத்திலும், இரட்டையர் ஆட்டத்திலும் நானே வென்றேன். அங்கு வழங்கப்பட்ட உணவு என் பசியைக் குறைத்துவிட்டது. நான் அசைவ உணவு உண்பவள்தான் என்றாலும்கூட நரி மாமிசமும், பாம்பு வகை உணவுகளையும் என்னால் சாப்பிடவே முடியவில்லை.

இறுதி விளையாட்டுக்குப் பிறகு மிகப் பெரிய அளவில் பரிசு வழங்கும் விழாவும் கலாசார நிகழ்ச்சி ஒன்றும் ஏற்பாடு செய்யப்பட்டிருந்தது. ஆனால் நாங்கள் விமானத்தைப் பிடித்தாக வேண்டும். நான் அந்த விழா ஏற்பாட்டாளர்களிடம் எங்கள் விமானத்துக்கு நேரமாகிவிடும் என்றும் இதைத் தவறவிட்டால் மீண்டும் மூன்று நாட்களுக்குப் பிறகுதான் விமானம் என்பதாலும் விழாவை எவ்வளவு சீக்கிரம் முடியுமோ அவ்வளவு சீக்கிரம் முடித்துவிடும்படியும் அப்படி இல்லை என்றால் பரிசு வழங்கும் நிகழ்ச்சி முடிந்த பிறகு எங்களைப் போக அனுமதிக்கும்படியும் கேட்டுக்கொண்டேன்.

ஆனால் பில் மிகவும் கூலாக, 'நாங்கள் ஏற்பாடு செய்திருக்கும் விழாவை நீங்கள் தவறவிட முடியாது. விமானத்தைப் பற்றிக் கவலைப்பட வேண்டாம். இந்த ஊரில் எப்போதுமே விமானம்

சரியான நேரத்தில் புறப்பட்டதேயில்லை' என்றார். அவர் எவ்வளவு சர்வசாதாரணமாக இதைக் கூறினாலும் என் அப்பாவை இது சமாதானப்படுத்தவில்லை.

மிக அருமையான விழா முடிந்த பிறகு ஒருவழியாக நாங்கள் 5.45 க்கு விமான நிலையத்தை அடைந்தோம். போகும்போது காரில் சென்றோம். விமானம் 6 மணிக்குப் புறப்படவிருந்தது. ஆனால், நல்லவேளையாகத் தாமதமாகவே புறப்பட்டது. இதனால் மேலும் மூன்று நாட்கள் கேப்ரோனில் தங்க வேண்டிய அவசியம் இல்லாமல் போய்விட்டது. வெற்றிகரமான ஆனால் மறக்க முடியாத பல நிகழ்வுகளோடு ஆப்பிரிக்க கண்டத்தில் எங்கள் பயணம் ஒரு முடிவுக்கு வந்தது. இந்தச் சுற்றுப்பயணத்தில் எனது ஸ்பான்சர்களின் நம்பிக்கையை நாம் மீண்டும் பெற்றோன். அதோடு ஜூனியர்களுக்கான அமெரிக்க ஓபன் டென்னிஸ் போட்டிகளில் விளையாடும் தகுதியையும் பெற்றேன். மீண்டும் டென்னிசில் எனது எதிர்காலம் பிரகாசமாகத் தெரிந்தது.

8

இந்தியாவுக்காக ஆடினேன்

செப்டம்பரில் நான் எனது முதல் தொழில்முறை பெண்கள் ஐ.டி.எப். பட்டத்தை என் சொந்த ஊர் ஹைதராபாத்தில் வென்றேன். ஜி.வி.கே. குழுமம் ஸ்பான்சர் செய்த 10,000 டாலர் பெண்கள் போட்டியின் ஒயில் கார்ட்டை நான் முழுவதுமாகப் பயன்படுத்திக்கொண்டேன், பட்டத்தை வென்றேன். மேலும் பல ஒற்றையர், இரட்டையர் போட்டிகளில் கோப்பைகளையும் வென்றேன்.

ஆனால், 2002ஆம் ஆண்டில் நடைபெற்ற ஆசிய விளையாட்டுப் போட்டிகளில் இந்தியா சார்பாக விளையாட நான் தேர்ந்தெடுக்கப்பட்டதை என்னால் எப்போதும் மறக்கவே முடியாது. விளையாட்டுப் போட்டிகள், புஸன், தென் கொரியாவில் அந்த ஆண்டு அக்டோபரில் நடைபெற்றது. உங்கள் தேசியக் கொடியுடன் முதல் முறையாக நீங்கள் நடைபோட்டுச் செல்லும் நிகழ்ச்சி மனதைவிட்டு எப்போதுமே அகலாது.

இந்திய பெண்கள் டென்னிஸ் அணியின் டார்ச்–பெயரர் நிருபமா வைத்தியநாதன் திருமணத்துக்குப் பிறகான இடைவெளிக்குப் பிறகு மீண்டும் டென்னிசுக்குத் திரும்பியிருந்தார். நான் ஏற்கெனவே அவரது இடத்தைப் பிடிக்கப்போகும், வேகமாக முன்னேறிவரும் விளையாட்டு வீராங்கனையாக கருதப்பட்டேன். ஆனால், நிருபமா ஒரு இடைவெளி எடுத்திருந்ததால் அவருடைய தரவரிசையைவிட என் தரவரிசை சிறப்பாக இருந்தது. அதனால், அங்கே எங்களுக்கு எதிராக விளையாட வந்திருக்கும் முதல்நிலை வீராங்கனைகளுடன் நான்தான் விளையாட வேண்டும். அந்த அக்டோபரில் நாங்கள் மைதானத்தில் இறங்கியபோது எனது 16ஆவது வயதை எட்ட இன்னும் ஒரு மாதம் இருந்தது.

நாங்கள் பெரிய குழுவாக இருந்தோம். என் தொழில் வாழ்க்கையில் முதல் முறையாக, இந்திய டென்னிசில் மிகச் சிறந்த ஆண்கள் மற்றும் பெண்கள் கொண்ட பெரிய

ஆட்டக்காரர்களுடன் சேர்ந்திருந்தேன். ஆசிய விளையாட்டுப் போட்டிகள் போன்ற ஒரு நிகழ்ச்சியில் நாட்டின் சிறந்த ஆட்டக்காரர்களுடன் ஒன்றாக இருப்பது விசேஷமான ஒரு தருணம். சொந்த நாட்டிலிருந்து தொலைவில் எனது முதல் பன்னாட்டு, பல்வேறு வகைப்பட்டவர்களுடனான போட்டி இது.

மேலும், நான் கலப்பு இரட்டையர் பிரிவில் இந்தியாவின் முதல் வரிசை வீரர் லியாண்டர் பயசுடன் வேறு ஆட வேண்டும்.

அந்த ஆண்டு ஜூன் மாதம், இந்தியான் சிறந்த இரட்டையர் போட்டி விளையாட்டு வீரர்களுள் ஒருவரான மகேஷ் பூபதி ஏற்கெனவே மனீஷா மல்ஹோத்ராவுடன் விளையாட முடிவு செய்திருந்தார். இந்த அபார இரட்டையரில் ஒருவரான லியான்டர் பயசுக்கு இணை யாரும் இல்லை. ஆசிய விளையாட்டுப் போட்டிகள் தொடங்குவதற்கு சில மாதங்களுக்கு முன் ஒருநாள் லியான்டர் பயஸ் அப்பாவிடம் வந்து கலப்பு இரட்டையரில் நான் அவரோடு இணையாக விளையாட முடியுமா என்று கேட்டார்.

இது எனக்கு மிகப் பெரிய கௌரவம். வெற்றிகரமான இரட்டையர் விளையாட்டுகளில் நிறைய சாதித்துள்ள அவருடன் மைதானத்தை பங்குபோட்டுக்கொள்ளப்போவதில் மிகவும் உற்சாகமாக இருந்தேன். முன்னேறி வரும் ஒரு பதினைந்து வயதுப் பெண் அவருக்கு இணையாக சேர்ந்து விளையாடி பதக்கம் பெறும் வாய்ப்பை பெறுவது என்பது மிகவும் பெரிய விஷயம்.

மைதானத்தில் என்ன நடக்கிறது என்று நாங்கள் உணர்வதற்கு முன்பாகவே விருதுக்கான சுற்றுக்கு முன்னேறிவிட்டேன். உலகின் தலைசிறந்த ரிஃப்ளெக்ஸ் உத்தியை கொண்டவர் அவர். முதல் சுற்றில் 6–3, 6–3 செட் கணக்கில் ஜப்பானைச் சேர்ந்த ஷினோபு அஸகோ மற்றும் தாமஸ் ஷிமஷா இணையை நாங்கள் வெற்றிகொண்டோம். அந்த போட்டி ஆரம்பம்தான் எனக்கும் நாட்டுக்காக முதல் முதலாக விளையாடும் போட்டி அதோடு இந்தியாவின் டென்னிஸ் ஜாம்பவானோடு சேர்ந்து விளையாடும் பெருமை வேறு எனக்கு பதற்றத்தை அளித்தன. என்ன நடந்தாலும் சரி, நான் எப்படி விளையாடினாலும் சரி, நாங்கள் தோற்றால் அதற்கு நான்தான் காரணமாக இருப்பேன். நான்தான் இந்த இணையில் பலகீனமானவள் என்று நான் எண்ணிக்கொண்டது இப்போதும் நினைவில் உள்ளது. இந்த நினைவே என்னைப் பலகீனப்படுத்தியது. லியான்டர் மோசமாக விளையாட வாய்ப்பே இல்லையே.

ஆனால், லியான்டர் தன்னுடன் விளையாடுபவர்களை மிகவும் சௌகரியமாக உணரவைக்கும் உத்தியை அறிந்தவர். அவருடைய இணையான நான், எந்த வகையிலும் குறைந்தவளாக என்னை நினைத்துக்கொள்ளவில்லை என்பதை அவர் உறுதி செய்துகொண்டார். என்னால் எவ்வளவு முடிவுமோ அந்தளவு சிறப்பாக என் திறனை வெளிப்படுத்த எனக்கு அவர் உதவினார். அந்த சமயத்தில் அவர் நல்ல ஃபார்மில் இருந்தார். நாங்கள் இருவரும் தாய்லாந்தின் வித்தய சமரெஜ் மற்றும் டேமெரின் தானாசுகர்ன் இணையை மூன்று செட்களில் வென்று பதக்கம் கிடைப்பதை உறதி செய்துவிட்டோம்.

ஆனால், அரையிறுதியில் தைப்பேவைச் சேர்ந்த யென்—ஹசன் லூ மற்றும் ஜெனத் லீ ஆகிய இருவரிடமும் போராடித் தோன்றுவிட்டோம். எனவே வெண்கலப் பதக்கத்துடன் திருப்தியடைய வேண்டியிருந்தது. ஆனாலும் 16 வயதை எட்டுவதற்குள் அந்தக் கலப்பு இரட்டையர் போட்டிகளில் பதக்கம் வென்றது எனக்கு சிலிர்ப்பூட்டும் அனுபவமாக அமைந்தது. என் நாட்டுக்காக பதக்கம் வெல்ல வேண்டும் என்ற எனது கனவு நிஜமானது. அப்போது நடைபெற்ற ஆசிய விளையாட்டுப்போட்டிகளிலேயே பதக்கம் வென்ற அனைத்து வகையறாக்களிலும் சேர்த்து நான்தான் வயதில் மிகவும் சிறியவள்.

அந்த ஆண்டு பூசனில் இந்தியா டென்னிசில் ஒரு தங்கம், ஒரு வெள்ளி, இரண்டு வெண்கலப் பதக்கங்கள் என சொல்லிக்கொள்ளும்படி பதக்கங்களை வென்றது. ஆண்கள் இரட்டையர் போட்டிகளில் லியான்டரும் மகேஷ் பூபதியும் தங்கம் வென்றனர். மகேஷ் பூபதியும் மனீஷா மல்ஹோத்ராவும் கலப்பு இரட்டையர் போட்டிகளில் வெள்ளிப்பதக்கம் வென்றனர். இறுதிச் சுற்றில் நானும் லியான்டரும் அரையிறுதியில் தோற்ற அதே தைப்பேவைச் சேர்ந்த இணையிடம் இவர்களும் தோற்றனர். முஸ்தஃபா கோஷ் மற்றும் விஷால் உப்பல் இருவரும் மற்றொரு வெண்கலம் வென்றனர். இந்திய டென்னிஸ் குழு அந்த ஆசிய விளையாட்டுப் போட்டிகளில் ஓரளவு வெற்றிகரமாகவே இருந்தனர்.

இவர்கள் அனைவருடனும் நட்பாக இருப்பதை நான் மிகவும் அனுபவித்து மகிழ்ந்தேன். நாங்கள் மாலை நேரங்களில் ஒன்றாக டின்னர் போவோம். அவர்களில் அனைவருமே என்னைவிட வயதில் பெரியவர்கள். அங்கிதா பாம்ரி மற்றும் இஷா லகானி இருவர் மட்டுமே ஏறக்குறைய என் வயது உடையவர்கள். முதல் முறையாக நான் தனியாக பயணம் செய்தேன். ஒரு

குழுவாக இணைந்து அவர்களுடன் இருந்தேன். எங்கள் ஹாக்கி குழுவினர் மற்றும் இந்தியாவிலிருந்து போட்டிக்காக வந்திருந்த மற்ற பிரிவைச் சார்ந்த விளையாட்டு வீரர்களையும் உற்சாகப்படுத்திக்கொண்டிருந்தோம்.

பூசனிலிருந்து திரும்பி வந்து திலியில் நடைபெறவிருந்த 18 வயதுக்கு உட்ப்ட்டோர் பிரிவில் ஆசிய சாம்பியன்ஷிப் போட்டிகளில் கலந்துகொண்ட சமயத்தில் அதிக நம்பிக்கையும் ஊக்கத்துடனும் இருந்தேன். மிகவும் சுலபமாக இறுதிச் சுற்றுக்கு முன்னேறிவிட்டேன். பட்டத்துக்காக அங்கிதா பாம்ரியுடன் மோதவிருந்தேன். இரண்டு சமமான திறன்கொண்ட போட்டியாளர்களிடையே நடைபெறவிருந்த இந்தப் போட்டி எனக்குப் பிடித்திருந்தது. நாட்டின் முன்னேறி வரும் இரண்டு நட்சத்திர விளையாட்டு வீராங்கனைகளாக நாங்கள் இருவருமே கருதப்பட்டோம். அங்கிதா ஒரு நல்ல திறமையான விளையாட்டு வீராங்கனை. அவர் எந்தளவு சாதிப்பார் என்று நான் நினைத்திருந்தேனோ அவ்வளவு சாதிக்கவில்லை என்பதை நினைத்து நான் சில நேரங்களில் வருத்தப்படுவதுண்டு. நாங்கள் இருவருமே சிறந்த தோழிகளாக இருந்ததில்லை என்றாலும்கூட ஒரு விளையாட்டு வீராங்கனையாக அவர் மேல் நான் எப்போதுமே மரியாதை கொண்டிருந்தேன்.

சொந்த மண்ணில் நான் அன்று மிகச் சிறப்பாக விளையாடி வெற்றி பெற்றேன். இந்த வெற்றி மைதானத்தில் எனது ஆதிக்கத்தைப் பறைசாற்றியது. இன்று வென்ற இந்த ஒற்றையர் பட்டம், ஜுனியர் ஆசிய சாம்பியன் பட்டத்தை வென்ற முதல் இந்தியப் பெண் என்ற பெருமையை எனக்குப் பெற்றுத் தந்தது. நான் இந்த விளையாட்டில் நல்ல திறன் பெற்றுள்ளேன் என்பதை எனக்கு இது எடுத்துக்கூறியது.

அந்தப் போட்டி நல்லவிதமாக முடிவடைந்தது. அதே ஆண்டு டிசம்பரில் தேசிய விளையாட்டுப்போட்டிகள் என் சொந்த ஊர் ஹைதராபாத்தில் நடைபெறவிருந்தது. அதை எதிர்பார்த்து ஒட்டுமொத்த ஆந்திராவும் பரபரப்பில் ஆழ்ந்திருந்தது. முதலமைச்சர் சந்திரபாபு நாயுடு விளையாட்டுகளில் மிகுந்த ஆர்வம் கொண்டவர். மாநிலம் முழுவதும் ரசிகர்கள் ஆவலுடன் எதிர்பார்த்துக்கொண்டிருந்தனர்.

நான் நாட்டில் டென்னிஸ் தரவரிசையில் 2ஆம் இடத்தில் இருந்தேன். ஒரு ஜுனியராக நான் விளையாட முடிந்த போட்டிகள் என்ற தடைகளோடு, தரவரிசையில் முன்னேறுவது எனக்கு சிரமமாக இருந்துது. மனீஷா மல்ஹோத்ராதான் முதல்தர

விளையாட்டு வீரர். ஆந்திராவுக்கு அவர்தான் பிரதிநிதியாக இருந்தார். இது, ஹைதராபாத் வேறொரு மாநிலத்திலிருந்து டென்னிஸ் வீராங்கனையை இறக்குமதி செய்ய முடிவு செய்திருப்பதாக ஒரு சிறிய சலசலப்பை உண்டாக்கியது. என் இளம் தோள்களுக்கு ஒரு அணியை வழிநடத்தும் திறன் இருக்குமா என்ற சந்தேகம் இன்னமும் ஏற்பட்டிருக்கலாம். ஆனால், மைதானத்தில் மும்பை வீராங்கனையான மனீஷாவும் நானும் ஒரு நல்ல வலுவான இணையாக ஜொலித்தோம்.

ஹைதராபாத் மைதானத்தில் கூட்டம் நிரம்பி வழிந்ததை நான் அப்போதுதான் முதன் முறையாகப் பார்த்தேன். விளையாட்டுக்காகவே கட்டப்பட்டிருந்த அந்த உலகத்தரம் வாய்ந்த அரங்கத்தில் நாங்கள் விளையாடுவதைப் பார்ப்பதற்காக பிரம்மாண்டமான கூட்டம் கூயிருந்தது. 6000 பேர் கொண்ட அந்த ரசிகர் கூட்டத்திற்கு நாங்கள் ஏமாற்றமளிக்கவில்லை.

நாங்கள் பெண்கள் அணி சாம்பியன்ஷிப் தங்கம் வென்றோம். இருவருமே மைதானத்தில் ஆதிக்கம் செலுத்தினோம். கால் இறுதியில் பாம்பரி சகோதரிகளுடன் மோதி தில்லியை வென்று எங்கள் கணக்கைத் தொடங்கினோம். ரஷ்மி சக்ரவர்த்தியை மனீஷா தோற்கடித்தார், நான் மிகவும் திறமை வாய்ந்த மூத்த வீராங்கனை சாய் ஜெயலக்ஷ்மியை தமிழ்நாட்டுக்கு எதிராக அரை இறுதியில் தோற்கடித்தேன். இறுதியாக கர்நாடகாவை இறுதிச் சுற்றில் தோற்கடித்து தங்கம் வென்றோம். அர்ச்சனா வெங்கட்ராமனை நான் சிறப்பாக வெற்றிகொண்டேன், மனீஷா சவாலான போட்டியாளர் ஷீதல் கவுதமை வென்றார்.

இதெல்லாம் இருந்தாலும் ஒற்றையர் போட்டிகளில்தான் என்னை நான் வலுவாக நிலைநிறுத்திக்கொண்டேன். ஷீதலை நான் 6–2, 6–3 என்ற செட் கணக்கில் முதல் சுற்றில் வென்றேன். கொல்கத்தாவின் பிரியங்கா பரேக்கை 6–1, 6–0 செட் கணக்கிலும் சோனல் பாட்கேவையும் (முதல்தர வரிசையில் இருந்த ரஷ்மி சக்ரவர்த்தியைத் தோற்கடித்தவர் இவர்) இதே போன்ற செட் கணக்கில் வென்றேன். இந்த வெற்றி பெண்கள் ஒற்றையர் போட்டிகளில் எனது அணிக்கு ஒரு தங்கம் ஒரு வெள்ளிப் பதக்கங்களைப் பெற்றுக்கொடுத்தது. எனது டீன்மேட், மனீஷாவும் இறுதிச் சுற்றுக்கு முன்னேறியிருந்தார்.

இறுதி மோதல் போட்டியில் எதிர்பார்ப்புகள் உச்சபட்சமாக இருந்தன. ஓரணியாக இணைந்து ஆடி தங்கம் வென்ற இருவரும் இப்போது ஒருவரோடு ஒருவர் மோதப்போகிறார்கள் என்ற நிலை பெரிய எதிர்பார்ப்பைக் கொடுத்தது. ஆனால், அந்த

சாம்பியன்ஷிப் போட்டி ஒருவர் மட்டுமே வெளுத்துக்கட்டிய போட்டியாக மாறிப்போனது. எனது மிகச் சிறப்பான ஆட்டத்தை நான் அங்கே வெளிப்படுத்தினேன். 6–0, 6–0 என்ற கணக்கில் மனீஷாவை வீழ்த்தினேன். அந்த பெண்கள் ஒற்றையர் தங்கப் பதக்கத்தை நான் வென்றேன். இந்திய டென்னிசின் வலுவான தூணை காலிறுதி முதல் இறுதிச் சுற்று வரையிலான போட்டிகளில் வெறும் இரண்டே ஆட்டங்களில் மட்டுமே தோற்று, வீழ்த்தினேன்.

நிரம்பி வழியும் அரங்கில் நான ஆடியது அதுதான் முதல் முறை. நான் எடுக்கும் ஒவ்வொரு புள்ளியிலும் என்னை அதீதமாக உற்சாகப்படுத்தி ஊக்கமூட்டியது என்னை நெகிழச் செய்துவிட்டது.

இந்தப் பட்டம் பதினாறு வயதில் இந்தியாவின் பிரிமியர் பெண்கள் டென்னிஸ் வீராங்கனையாக எனது இடத்தை நிலைநாட்டியது. இது எனது இருப்பை அதைத் தொடர்ந்து வந்த மாதங்கள் வருடங்களில் சர்வதேசக் களங்களிலும் உணரச் செய்தது.

~

2003ஆம் ஆண்டு பிப்ரவரி மாதம் நைஜீரியாவின் பினைன் நகருக்கு நான் சென்றேன். அந்தச் சுற்றுப்பயணம் மிகவும் வெற்றிகரமானதாக அமைந்தது. எனது வளர்ந்து வரும் தன்னம்பிக்கையை மேலும் அதிகரிக்கும் விதமாக இரண்டு 10,000 டாலர் ஒற்றையர் போட்டிகளை நான் வென்றேன். மும்பைக்கு விமானம் ஏறும் சமயத்தில் நான் நல்ல நேர்மறை மனநிலையைக் கொண்டிருந்தேன். ஆனால், சாகர் சர்வதேச விமானநிலையத்தில் இறங்கியபோது எனக்கு ஒரு அதிர்ச்சி காத்திருந்தது. நானும் என் அம்மாவும் வெளியேறும் வாயிலில் ஒரு அதிகாரியால் நிறுத்தப்பட்டோம். மஞ்சள்காமாலை நோய்த் தடுப்பதற்கான சுகாதாரத்துறையிலிருந்து வருவதாக எங்களிடம் கூறினார். அந்த மோசமான நோய் எப்போதோ ஒழிக்கப்பட்டுவிட்டதாகவே நாம் அதுவரை நம்பிக்கொண்டிருந்தேன். அதற்காக நான் ஆப்பிரிக்க நாடுகளுக்குப் போவதற்கு முன் தடுப்பூசி போட்டுக்கொள்ள வேண்டிய அவசியம் இல்லை என்று நினைத்தேன். இது எனக்கு ஆத்திரமூட்டியது. ஒருவேளை அந்தக் கொடுமையான நோய் ஏற்படக்கூடிய ஆபத்து இருந்திருந்தால், நைஜீரியன் எம்பசியில் எங்கள் விசாவை ஏற்றுக்கொள்வதற்கு முன்பாக எங்களை எச்சரித்திருப்பார்கள்.

நாங்கள் ஏற்கெனவே மஞ்சள் காமாலை நோய்க்கான தடுப்பூசி போட்டிருக்கிறோம் என்பதை நிரூபிப்பதற்கான எந்த ஆவணமும் இல்லை என்பதால் எங்களை மும்பை நகரைவிட்டு எங்கோ தொலைதூரத்தில் உள்ள ஒரு தனிமையான இடத்தில் ஐந்து நாட்கள் வைத்திருந்தனர். எங்களால் நடப்பதை நம்பவே முடியவில்லை. நானும் என் அம்மாவும் யாரோ முகம் தெரியாத நபர்களால் ஒரு விசேஷ கார் மூலம் மிகப் பெரிய பழமையான நினைவுச் சின்னம் போன்ற ஒரு இடத்திற்கு அழைத்துச்செல்லப்பட்டோம். மஞ்சள் காமாலை நோய்த் தடுப்பு பிரிவினர் எங்களை அழைத்து வந்த கட்டிடத்தின் கதவுகள், ஜன்னல்கள், சுவர்கள், படுக்கை எல்லாமே மஞ்சள் நிறத்தில் இருந்தன!

அம்மா, இங்கு நடப்பதையும் உள்ள சூழலையும் குறித்து ஹைதராபாத்தில் இருந்த அப்பாவைத் தொடர்புகொண்டு பேசினார். அப்பா உடனடியாக மும்பைக்கு விமானத்தில் வந்தார். தங்களுடைய குறைந்த பட்ஜெட்டிலும் எங்களை முடிந்தளவு சௌகரியமாகவே அங்கு தங்கவைத்திருந்தனர் என்பதை இங்கே சொல்லித்தான் ஆக வேண்டும். என் அம்மாவோ, 'நைஜீரியாவுக்குச் செல்ல விமானம் ஏறும்போதே ஏன் பயணிகள் சோதிக்கப்படுவதில்லை? அப்படி தொற்று ஏற்படக்கூடிய அபாயம் இருக்கும் என்றால், அவர்கள் அனைவரும் தடுப்பூசி போட்டிருக்கிறார்கள் என்ற சான்றிதழ் வைத்திருக்கிறார்கள் என்பதை உறுதி செய்துகொள்ளாமல் அந்த நாட்டிற்கு அவர்களை ஏன் செல்ல விடுகிறீர்கள்?' என்று எங்களை கவனித்துக்கொள்ள நியமிக்கப்பட்ட மருத்துவரிடம் கேட்டார்.

'எங்கள் துறை பல ஆண்டுகளாக செயல்பட்டு வருகிறது. குறிப்பாக, இந்த நோக்கத்திற்காகவே நாங்கள் பணியில் அமர்த்தப்பட்டுள்ளோம் என்பதால். நாங்கள் விதிமுறைகளின்படிதான் செயல்பட்டாக வேண்டும். என்று நம்பவே முடியாத, எங்களால் ஒப்புக்கொள்ள முடியாத ஏதோ காரணத்தை சொன்னார். மேலும் அவர், 'மேடம், நாங்கள் நிறைய பிரபலங்களை இவ்வாறு தங்கவைத்திருக்கிறோம் தெரியுமா? மேலும் நாங்கள் இந்த மோசமான நோயிலிருந்து அனைவரையும் பாதுகாக்க விரும்புகிறோம்' என்றும் கூறினார். எங்களுக்கு என்ன சொல்வது என்றே தெரியவில்லை!

அடுத்த ஐந்து நாட்களை விசேஷமாக எதுவுமே செய்யாமல் கழித்தோம். நாங்கள் இவ்வாறு தங்கவைக்கப்பட்டிருப்பது எப்படியோ ஊடகங்களுக்குத் தெரிந்துவிட்டது. எங்கள் போன்கள் இடைவிடாமல் தொடர்ந்து அடித்துக்கொண்டே இருந்தன. என் உடல்நலம் குறித்து ஊடகங்கள் கண்காணிக்கத் தொடங்கிவிட்டன. நாங்கள் அந்த 'மஞ்சள் வீட்டில்' சீட்டு, கேரம் விளையாடி பொழுதைக் கழித்தோம். நான் பெரும்பாலும் புத்தகங்கள், பத்திரிகைகளைப் படித்தேன். அங்கே தொலைகாட்சிப் பெட்டி கிடையாது நாட்கள் நகர்வது ஏதோ வாரக்கணக்கில் ஆனது போலத் தோன்றியது. எங்கள் மூலம் மஞ்சள் காமாலை நோய் யாருக்கும் வரும் ஆபத்து இல்லை என்பதை இறுதியில் உறுதிசெய்து கொண்ட அவர்கள் ஒருவழியாக எங்களை வீட்டிற்குப் போக அனுமதித்தார்கள்.

9

நட்சத்திர அந்தஸ்தின் முதல் ஸ்பரிசம்

புகழ்பெற்ற விம்பிள்டன் மைதானத்தில் முதன்முதலாக களம் இறங்கிய பிறகு இரண்டு குளிர்காலங்கள் கடந்தன.

18 வயதிற்கு உட்பட்ட அளவில் அடிக்கடி வெற்றிகளை ஈட்டிக்கொண்டிருந்தேன். ஒற்றையர் மற்றும் இரட்டையர் ஐ.டி.எஃப். போட்டிகளில் நான் நன்றாக விளையாடிக்கொண்டிருந்தேன். ஆனால், ஜூனியர் கிராண்ட் ஸ்லாம் போட்டிகளைத் தவிர மேற்கொண்டு பெரிதாக எதையும் சாதிக்கத் தவறினேன். 2003ஆம் ஆண்டு ஜூன் மாதம் விம்பிள்டன் போட்டிகளுக்குத் தயாராவதற்காக லண்டன் சென்றடைந்தபோது என்னிடமிருந்து பெரிதாக எதுவும் எதிர்பார்க்கப்படவில்லை. உண்மையில், நான் எனது இரட்டையர் போட்டிகளுக்கான இணையைத் தேடிக்கொண்டிருந்தேன்.

அந்தச் சுற்றுப்பயணத்தின்போது மிகவும் தனிமையாக உணர்ந்தேன். நானோ இளம் வயதுடைய கூச்ச சுபாவம் கொண்ட பெண். அந்த சர்க்யூட்டில் எனக்கு நிறைய பேரைத் தெரியாது என்பதோடு தானாக வலியச் சென்று நட்பு ஏற்படுத்திக்கொள்ளும் ரகம் அல்ல நான். ஜூனியர் லெவலில் ஆட்டக்காரர்கள் பொதுவாக தங்களது நாட்டைச் சேர்ந்த சக வீரர்களுடன் வருவார்கள். ஒரே மொழி பேசி, ஒரே கலாசாரத்தைப் பின்பற்றுபவர்கள் அவர்கள். எனவே அவர்களோடு நட்பு கொள்வது என்பது மிகவும் கடினம்.

நான் எப்போதுமே கனவு கண்டு வந்த – வெற்றிகரமாக முன்னேறிவரும் உலகின் தலைசிறந்த ஜூனியர் கிராண்ட் ஸ்லாம் வீராங்கனைகளுடன் விளையாட வேண்டும் – எதிர்கால டென்னிஸ் ஸ்டார்களை உருவாக்கும் அந்த மைதானத்தில் அத்தனைக் கூட்டத்தில் தன்னந்தனியாக உணர்ந்தேன். நாளைய

வெற்றிவீரர்களுக்கு மத்தியில் நான் இருந்தேன் என்பதை நான் அறிந்திருந்தேன். ஆனால் அந்த சர்க்யூட்டில் இருந்த யாருக்குமே என்னையோ இந்தியாவைப் பற்றியோ தெரியவில்லை. இதற்கு முன் அந்த நிலையை எட்டிய நிறைய இந்தியப் பெண்களை அவர்கள் பார்த்ததில்லை என்பதோடு அனைவருமே சற்று எச்சரிக்கை உணர்வோடு நடந்துகொண்டனர். நான் பிரபலமாகாத, யாருக்கும் தெரியாத ஒருத்தி.

மிகவும் கூச்ச சுபாவம் உடைய நான், என் வயதுடைய மற்ற பெண்களோடு போய் கலந்து பேசி நண்பர்களை ஏற்படுத்திக்கொள்ளாதது ஓரளவு என் தவறுதான். என் பெற்றோர் அவ்வப்போது மற்றவர்களோடு போய், பேசி நட்பு ஏற்படுத்திக்கொள் என்று வற்புறுத்துவார்கள். ஆனால், நானோ என் மூலையை விட்டு நகரமாட்டேன்.

இப்போது முதல் முதலில் நான் செய்ய வேண்டிய விஷயம், எனக்கு ஒரு இணையைத் தேர்ந்தெடுப்பது. ஒரு மாதத்திற்கு முன்பாக இந்தியாவின் சானா பாம்ரியோடு ஃபிரெஞ்ச் ஓபன் போட்டிகளில் கலந்து கொண்டு அரையிறுதி வரை முன்னேறினோம். அந்த போட்டியைப் பார்க்க மகேஷ் பூபதி வந்திருந்தார். அரையிறுதியில் நாங்கள் தோற்ற பிறகு அவர் என்னிடம், 'விம்பிள்டனிலும் நீங்கள் இருவரும் சேர்ந்து விளையாடமாட்டீர்கள் என்று நம்புகிறேன்,' என்று கூறினார். எனக்கோ கோபம் வந்துவிட்டது. ஒரு கிராண்ட் ஸ்லாம் போட்டியின் அரையிறுதி வரை நாங்கள் வந்திருந்தோம் இதுவே பெரிய வெற்றிதான். ஆனால், இந்த மனிதரோ என் இணையுடன் விளையாட வேண்டாம் என்கிறாரே.

'ஏன்' என்று அவரிடம் எரிச்சலுடன் கேட்டேன்.

'நீ அவளுடன் சேர்ந்து விளையாட வேண்டாம் என்று நான் நினைக்கிறேன்' என்று கூறிவிட்டு நடையைக் கட்டினார்.

அதன் பிறகு நாங்கள் இதுகுறித்து மீண்டும் பேசியபோது அவர் என்னிடம் நான் ஏன் வேறு ஒருவரோடு விளையாட வேண்டும், குறிப்பாக, புல் தரையில் என்று தான் நினைக்கிறேன் என்பதற்கான தொழில்நுட்ப காரணங்களை விளக்கிக்கூறினார். நான் அவருடைய அறிவுரையின்படி நடக்க முடிவு செய்தேன். நான் என் முடிவைப் பற்றி சானாவிடம் கூறியபோது அவர் ஆச்சரியமடைந்தார்.

விம்பிள்டன் மைதானத்தில் நான் நுழைந்தபோது, ஏற்கெனவே இணையை முடிவு செய்துவிட்ட ஆசுவாசத்துடன்

நான் இல்லை. அதுவும் வேறு எதையும்விட மிகப் பெரிய போட்டியான கிரான்ட் ஸ்லாம் போட்டிகளில். இந்த அறிகுறிகள் என்னை சோர்வடைய வைத்தன.

அதற்கு அடுத்த நாள், ரஷ்யாவைச் சேர்ந்த அலிசா க்ளெபனோவா பயிற்சியில் ஈடுபட்டிருப்பதை நான் கண்டேன். நல்ல ஆற்றல் மிக்க ஈஸி – ப்ளோ பாக்ஹான்ட் ஸ்ட்ரோக்குகளை விளாசிக்கொண்டிருந்தார். நான் ஆற்றல்மிக்க முன்னங்கை ஸ்ட்ரோக் அடிப்பவள். எனவே இருவருக்கும் பொருத்தமாக இருக்கும் என்றே எனக்குத் தோன்றியது. நேரமோ மிகவும் குறைவாக இருந்தது. எனது கூச்ச சுபாவத்தையும் மீறி நான் நேராக அவரிடம் நடந்துசென்று என்னோடு இணையாக இருக்க முடியுமா என்று கேட்டேவிட்டேன்.

முதலில் அலிசா இரட்டையர் ஆட்டம் ஆடுவதில் மிகுந்த தயக்கம் காட்டினார். ஒற்றையர் போட்டிகளில் கவனம் செலுத்தவே நான் விரும்புகிறேன் என்று என்னிடம் கூறினார். நானும் சரி என்று கூறிவிட்டு வேறு இணையைத் தேடுவதில் இறங்கிவிட்டேன். அடுத்த நாள் காலை, நான் பயிற்சி செய்துகொண்டிருந்த இடத்திற்கு வந்த அவர் மிகவும் சாதாரணமாக, ‘சானியா, நீ வேறு யாரையும் உன் இணையாக இதுவரை தேர்ந்தெடுக்காவிட்டால், நான் உன்னுடன் ஆடத் தயார்’ என்று கூறினார்.

அதுவரை ஒற்றையர் ஆட்டத்தில் மட்டுமே கவனம் செலுத்தி வந்த அலிசாவின் இரட்டையர் ஆட்ட தரவரிசை சொல்லிக்கொள்ளும்படியாக இருந்ததில்லை. ஆனாலும் நாங்கள் நல்லமுறையில் விளையாடுவோம் என்ற நம்பிக்கை எனக்கு இருந்தது. ஆனால், பெண்கள் டென்னிசில் மிகவும் கௌரவம் வாய்ந்த ஒரு பட்டத்துக்கான போட்டிகளில் கடைசியாக நாங்கள் நுழைவதற்கு முன்பு பலவிதமானச் சிக்கல்களை சந்திக்க வேண்டியிருந்தது.

~

அது ஒரு கோடைக்காலம், ஆனால் அடிக்கடி மழைபெய்து கொண்டிருந்தது. அந்த ஆண்டுக்காகத் திட்டமிடப்பட்டிருந்த போட்டிகளில் இது மிகப்பெரிய மாற்றங்களை உண்டாக்கியது. அவ்வப்போது போட்டிகள் தாமதப்படுத்தப்பட்டன. இறுதியாக, போட்டிகளை குறிப்பிட்ட நேரத்திற்குள் முடித்தாக வேண்டும் என்ற கட்டாயத்தினால், ஏற்பாட்டு கமிட்டி பெண்கள் இரட்டையர் போட்டி டிராவை பாதியாகக் குறைத்துவிட்டது!

முப்பத்தி இரண்டு டிராவை பதினாறாக குறைத்தனர். இது எங்களுக்குப் பிரச்சினையாக இருக்கப்போகிறது.

அலிசாவின் குறைந்த இரட்டையர் தரவரிசையுடன் நாங்கள் இப்போது முன்னேறுவதற்குச் சிரமப்பட்டோம். அவர் வேறு யாராவது முதல் தரவரிசை வீராங்கனையுடன் என்னை ஆடச்சொல்லி தான் விலகிக்கொள்வதாகக் கூறினாள். ஆனால், அந்த இளம் ரஷ்ய நாட்டு வீராங்கனையுடன் சேர்ந்து விளையாடுவது என்று நான் முடிவு செய்தேன். நாங்கள் இருவரும் குறைக்கப்பட்ட டிரா போட்டியில் தகுதிபெற்ற இறுதி இணை.

எங்களுக்கான வாய்ப்புகள் பெரிதாக ஊக்கப்படுத்துவதாக இல்லை. ஜர்மிலா கஜடோசோவா மற்றம் அன்ட்ரே ஹ்லாவாகோவா இணையுடன் முதல் போட்டியில் ஆடினோம். இதுவரையில் நாங்கள் நினைத்தாற்போல எதுவுமே நடைபெறவில்லை.

என் அப்பா என்னிடம் 'சானியா இது ஒரு மகத்தான வாய்ப்பு. நீ முதல் சுற்றில் ஜெயித்துவிட்டால் போதும் பட்டத்தை வெல்லும் வாய்ப்பு உள்ளது என்று நினைக்கிறேன், அப்படி நீ செய்துவிட்டால், நீதான் உலகில் பெண்கள் இரட்டையர் தரவரிசையில் நம்பர் ஒன்' என்று ஊக்கப்படுத்தி பேசினார். வருங்காலத்தைக் கணித்துச் சொன்னது போல இருந்தது.

ஆனால், விளையாட்டு சில நேரங்களில் எதிர்பாராத திருப்பங்களைக் கொண்டு வரும். அசாதாரணமான நிகழ்வுகள் ஏறக்குறைய அடிக்கடி நடைபெறும். நாங்கள் புள்ளி விவரங்கள், ஃபார்ம், அனுபவம் இவை அனைத்தையும் கணக்குப்போட்டுப் பார்த்து நிறைய நேரம் செலவிட்டோம். ஆனால், எவ்வளவுதான் நாம் கணக்குப்போட்டாலும் கடைசியில் சீட்டுக் கட்டுபோல கலைந்துவிழுந்துவிடும். எனவே, எதையுமே துல்லியமாகக் கணக்கிடுவது என்பது மிகவும் கடினமானது. முதல் வரிசையில் உள்ளவர்கள் தோற்பார்கள், வரிசையில் எங்கோ இருப்பவர்கள் நன்றாக முன்னேறி வெற்றிபெறுகிறார்கள், சாம்பியன்கள் தோற்கடிக்கப்படுவார்கள். எந்த விளையாட்டையும்விட டென்னிஸ்தான் கணிக்கவே முடியாத ஒரு விளையாட்டு.

நானும் அலிசாவும் முதல் போட்டியை ஒன்றாக மிகச் சிறப்பாக விளையாடி முதல்தர வீராங்கனைகளை 7–6, 6–4 என்ற செட் கணக்கில் தோற்கடித்தோம். இந்த வெற்றி தந்த உற்சாகத்தில் தொடர்ந்து வெற்றிகளை ஈட்டினோம். எம்மா

லைனி மற்றும் நட்ஜா பாவிக் இருவரையும் 6–1, 6–2 என்ற செட் கணக்கில் சுலபமாகத் தோற்கடித்தோம். ஆலிசான் பேக்கர் மற்றும் ஐரிஷ் இச்சிமையும் 6–3, 5–7, 6–4 என்ற செட் கணக்கில் அமெரிக்க அணியையும் அரையிறுதியில் வென்றோம். ஏறக்குறைய அற்புதம் போலவே நாங்கள் திடீரென்று இறுதிச் சுற்றில் நுழைந்தோம். என் அப்பா கணித்ததைப் போலவே ஆனது. இது எங்களால் நம்பவே முடியாத ஒன்றாக இருந்தது. இந்த இறுதிச் சுற்றில் நுழையும் வரை எங்களது ஆட்டம் எல்லாமே மிகவும் விரைவாக நடந்து முடிந்ததால் எங்களால் என்ன நடக்கிறது என்றே நிதானமாகப் பார்க்க முடியவில்லை.

நாங்கள் முன்னேறிக்கொண்டே வந்தபோது, பல முதல் தடவை சௌகரியங்களை நாங்கள் அனுபவிக்கத் தொடங்கினோம். நிறைய விஷயங்கள் அதுவரைப் பழக்கமில்லாமல் இருந்தன. விம்பிள்டன் அதன் பாரம்பர்யத்திற்குப் புகழ்பெற்றது. அதை நாங்கள் விரைவாக பழக்கப்படுத்திக்கொள்ள வேண்டியிருந்தது. அவர்கள் அரையிறுதிக்கு முன்னேறும்வரை விம்பிள்டனில் ஜூனியர்களுக்கு தனியாக லாக்கர் அறைகள் வழங்கப்படும். சீனியர்களுக்கு ரிசர்வ் செய்யப்பட்டிருந்த விசேஷ இடத்தை நாங்கள் பயன்படுத்தியது மறக்க முடியாத தருணமாக இருந்தது.

கடைசி நான்கு பேரில் ஒருத்தியாக முன்னேறி பெரிய பெண்கள் போல விளையாட வேண்டும். அரையிறுதிக்கு முன்னால், நாங்கள் எங்கள் போட்டிக்காக எங்களைத் தயார்படுத்திக் கொண்டிருந்தோம். நாங்கள் ஒரே இடத்தில், ஒரு சுற்றுச்சுவருக்குள் இருந்தோம், அதே படங்கள், அதே தரை, எங்கள் முன்மாதிரிகள் நடந்து உட்கார்ந்து பயிற்சி செய்த அதே இடத்தில் நாங்கள் இருந்தோம். இது வர்ணிக்கவே முடியாத ஒரு உணர்வை எனக்குக் கொடுத்தது. எதிர்காலத்தில் மிகப் பெரிய அளவில் நாம் முன்னேறும்போது நமக்கு என்ன காத்திருக்கிறது என்பதை இப்போதே எட்டிப் பார்க்கும் ஒரு வாய்ப்பாக இது எனக்குத் தோன்றியது.

அரையிறுதியில் வெற்றிபெற்ற பின் இறுதிப்போட்டிகளின் முதல் நாள் நடைபெற இருக்கும் மாபெரும் நடன விருந்து நிகழ்ச்சிகளில் கலந்துகொள்வதற்காக எங்களுக்கு வேண்டிய உடைகளைத் தேர்ந்தெடுத்துக்கொள்ளும்படி கூறப்பட்டது. சரித்திரப் புகழ்வாய்ந்த சாம்பியன்களின் விருந்து நிகழ்ச்சி அது. மிக அபாரமாகத் தேர்ந்தெடுக்கப்பட்ட ஆடைகள் நிறைந்த அலமாரி லாக்கர் அறைக்குக் கொண்டு வரப்பட்டது. அலமாரி முழுவதும் பிரமிக்க வைக்கும் ஆடைகள், ஷூக்கள், கைப்பைகள் எல்லாம்

இருந்தன. நான் விம்பிள்டன் பார்ட்டியில் விளையாட்டு வீரர்கள் தங்கள் தலைமுடியை விரித்துப் போட்டுக்கொண்டு நடனம் ஆடுவார்கள் என்று கேள்விப்பட்டிருக்கிறேன். மறுநாள் தங்கள் வாழ்வின் முக்கியமான போட்டியை எதிர்கொள்ளவிருக்கும் விளையாட்டு வீரர்களுக்கு முந்திய தினம் இவ்வாறான பார்ட்டி வைப்பது எனக்கு சரியாகப்படவில்லை. நாங்கள் எங்கள் உடைகளைத் தேர்ந்தெடுத்துவிட்டு எங்கள் வாழ்வின் மிகவும் விசேஷமான நாளை எண்ணியவாறே தூங்கச் சென்றோம்.

அந்த ஆண்டு தொடக்கத்தில் ஃபிரெஞ்ச் ஓபன் போட்டிகளில் அரையிறுதியில் நான் தோற்ற கத்ரினா போஹ்மோவா மற்றும் மிக்காய்லா கிரெஜிசெக் என்ற அதே இணையை இங்கே இறுதிச் சுற்றில் சந்தித்தேன். இந்த விம்பிள்டன் பட்டம் போட்டி உண்மையில் எனக்கு ஒரு பழிவாங்கும் போட்டியாக அமைந்தது.

மைதானத்திற்குள் நுழையும்போது அதீத பதற்றமாக உணர்ந்தோம். என் இணை அலிசா இதுவரை மிக அற்புதமாகவே ஆடிவருகிறார். ஆனால், அவள் என்னைவிட வயதில் சிறியவர். விம்பிள்டன் இறுதிப்போட்டிக்குள் நுழையும் எண்ணம் அவளுக்கு அதிகப் பதற்றத்தைக் கொடுத்தது. எனவே, எனக்கும் இதுதான் முதல் கிரான்ட் ஸ்லாம் போட்டி என்றாலும்கூட நான்தான் நிதானமாக விஷயங்களைக் கையாள வேண்டிய இணை என்பது எனக்குத் தெரிந்தது. அப்படியே செய்வது என்று உறுதிபூண்டேன். அது மிகச் சரியாக வேலை செய்தது. துல்லியமாக முன்னேறி இறுதிகட்டத்திற்கு வந்துவிட்டோம்.

சாம்பியன்ஷிப் புள்ளியைப் பெற்றுத்தந்த அந்தக் கடைசி பந்து இன்றும் எனக்கு நன்றாக நினைவில் உள்ளது. எந்தவிதமான தவறுகளுக்கும் இடம் தரவேகூடாது என்று உறுதி எடுத்துக்கொண்டேன். பேஸ்லைனிலேயே பந்தைத் தக்கவைத்துக்கொள்வதில் அதிக கவனம் செலுத்தினேன். அவளுக்கு மிகவும் தோதாகப் பந்து வரும்படியாக சர்வ் செய்தேன். எதிர் பக்கத்திலிருந்து நான் நினைத்தபடியே பந்தும் திருப்பி அடிக்கப்பட்டது.

உடனடியாக அதை விளாசித் தள்ள அலிசா முடிவெடுத்தாள், ஆனால், அதிகப் பதற்றத்தில் அந்த ஸ்ட்ரோக்கை தவறான நேரத்தில் அடித்தாள். பந்த அவளுடைய ராக்கெட்டின் மேல் பக்க ஃப்ரேமில் மோதி, வெற்றி எட்டாக் கனியாகிவிடுவோ என்பதுபோல எதிரணியினரின் தலைக்கு மேலாகப் பறந்தது. ஆனால் பேஸ்லைனின் உட்புறமாக பந்து விழுந்தது.

அவ்வளவுதான், கேம், செட், போட்டி! மிஸ் சானியா மிர்ஸா மற்றும் மிஸ் அலிசா க்ளெபொனோவா இருவதும் விம்பிள்டன் சாம்பின்யன்களாகிவிட்டனர்!

இந்தியா முழுவதும் மகிழ்ச்சிக்கூத்தாடியது. ஒரு இந்தியப் பெண் விம்பிள்டனில் வெற்றி பெற்றது அதுதான் முதன் முறை என்பதால் நாடு முழுவதும் இந்த வெற்றி ஏதோ தேசிய விழா போல கொண்டாடப்பட்டது.

ஹைதராபாத்தில் நான் வந்து இறங்கியபோது எனக்கு தடபுடலான வரவேற்பு அளிக்கப்பட்டது. திறந்த ஜீப்பில் நான் விமான நிலையத்திலிருந்து ஊர்வலம்போல அழைத்து வரப்பட்டேன். முதலமைச்சர் சந்திரபாபு நாயுடு அவரது வீட்டிலும் ஆளுனர் சுர்ஜீத் சிங் பர்னாலா, ராஜ் பவனிலும் எனக்கு வாழ்த்து கூறினர். ஆயிரக்கணக்கான ரசிகர்களும், டஜன் கணக்கில் ஊடக நண்பர்களும் பல அதிகாரிகளும் அந்த ஊர்வலத்தில் கூடியிருந்தனர். ஹைதராபாத் முழுவதும் பெருமிதத்தில் மிளிர்ந்தது.

அடுத்த சில மாதங்களுக்கு ஊடகங்கள் என்னைப் பற்றிய செய்திகளை சலிப்பே இல்லாமல் திரும்பத் திரும்பக் காட்டிக்கொண்டே இருந்தனர். நான் எங்கு சென்றாலும் அவர்களும் பின்தொடர்ந்தனர். அதில் ஒருசில செய்தியாளர்கள் ஏறக்குறைய எங்கள் வீட்டில் முகாமிட்டு அங்கேயே தங்கி என்னை எந்தெந்த விதங்களில் எப்படியெல்லாம் ஊடகங்களில் காட்டலாம் என்பது குறித்து புதிது புதிதாக முயற்சிகளை மேற்கொண்டனர். ஒரு வசீகரமான, விருந்துகளில் கலந்துகொள்ளும் ஆர்வமுடைய இளம்பெண் டென்னிசும் ஆடுகிறார் என்பது போன்ற பிம்பத்தைக்கூட அங்கிருந்த ஒரு ஊடகம் எனக்குத் தந்தது. குழந்தைப் பருவத்திலிருந்தே நன்றாக ஆடை அணிந்துகொள்வது எனக்கு மிகவும் பிடிக்கும். நான் பார்ப்பதற்கு ஓரளவு நன்றாக இருக்கிறேன் என்பது எனக்குத் தெரிந்திருந்ததால் எனக்குப் பொருத்தமாக இருக்கும் என்று கருதும் ஆடைகளை அணிவதில் ஆனந்தம் கொள்வேன். ஆனால் எப்போதுமே வெளியே சுற்றும் நபர் அல்ல நான். என்னை ஒரு ஃபேஷன் பித்து பிடித்தவள்போலக் காட்டுவது எனக்குப் பிடிக்கவில்லை.

ஆனால், இது என்னைப் பெரிதாக பாதிக்கவில்லை. அடுத்த சில வாரங்களில் நான் செல்லும் இடங்களில் எல்லாம் என்னைப் பார்க்கும் என் சக இந்தியர்களின் முகத்தில் தோன்றும் பெருமித புன்னகையில் மூழ்கி மிகவும் பிசியாக இருந்தேன். என்னை

கௌரவிக்கும் விதமாக ஹைதராபாத்தில் நடைபெறவிருந்த ஒரு விழாவில் ஜூபிளி ஹில்ஸ் சங்கம் எனக்கு ஃபியட் பாலியோ காரை பரிசாக வழங்கவிருந்தது. அந்த விழாவிற்கு சச்சின் டெண்டுல்கர் வருவதாக இருந்தது. ஆனால் சில காரணங்களால் அவரால் அதில் கலந்துகொள்ள முடியவில்லை. ஆனால் விழா நடைபெற்ற அந்த சரியான தருணத்தில் அவரிடமிருந்து எனக்கு தொலைபேசி அழைப்பு வந்தது. என்னை அவர் எனது சாதனைக்காக வாழ்த்தினார். பரிசாக வழங்கப்பட்ட கார் சாவியைப் பெற்றதைவிட அவரிடமிருந்து வந்து அழைப்பே எனக்கு அதிக மகிழ்ச்சி அளித்தது.

அந்த விழாவிற்கு ஏராளமான கூட்டம் வந்திருந்தது. பல முக்கியமானவர்கள் கலந்துகொண்ட மேலும் பல விழாக்கள் என் சொந்த ஊரில் ஏற்பாடுசெய்யப்பட்டன. அங்கு மட்டுமல்லாமல் இந்தியாவின் பல இடங்களில், தெருக்களில், விமான நிலையங்களில் மட்டுமல்லாமல் ஏறக்குறைய அத்தனை இடங்களிலும் என்னை கௌரவித்தனர். நாட்டில் ஒரு பெண் விளையாட்டு வீராங்கனைக்காக பல காலம் காத்திருந்தது, அந்த வெற்றிடம் என்னால் பூர்த்தி செய்யப்பட்டுள்ளதோ என எனக்குத் தோன்றியது. ஸ்டார் அந்தஸ்தின் முதல் ஸ்பரிசம் எனக்குக் கிடைத்தது. இந்த அனுபவம் எனக்குப் பணிவைத் தந்தது.

10

தங்க வேட்டையும் அதற்கு மேலும்

ஜூனியர் சர்க்யூட்டில் நான் விரும்பினால் இன்னும் ஒரு ஆண்டுகாலம் விளையாடலாம். ஆனால் ஏற்கெனவே சிறுமிகள் இரட்டையரில் உலகளவில் விம்பிள்டனில் முதலிடத்தை அடைந்து விட்டேன் என்பதால், இனியும் ஜூனியர் அளவில் ஆட வேண்டாம் என்று முடிவு செய்தேன். ஒற்றையர் ஆட்டங்களிலும் தரவரிசையில் பத்தாவதாக இருந்தேன். எனவே ஒரு தீர்மானமான முடிவு எடுக்க வேண்டிய நேரம் வந்துவிட்டது. ஜூனியர் போட்டிகளில் விளையாடுவதை நிறுத்திக்கொள்வது என்றும் செப்டம்பருக்குப் பின் தொழில்முறை பெண்கள் சர்க்யூட்டில் என் முழு கவனத்தையும் செலுத்த வேண்டும் என்றும் நான் முடிவு செய்துவிட்டேன்.

ஹைதராபாத்தில் 2003 அக்டோபரில் ஆஃப்ரோ–ஏஷியன் விளையாட்டுகள் நடைபெற இருந்தன. நாடு முழுவதும் இது உற்சாக அலையைக் கிளப்பிக் கொண்டிருந்தது. இங்கு சென்ற ஆண்டு நடைபெற்ற தேசிய விளையாட்டுகளின் வெற்றிகள் ஹைதராபாத் விளையாட்டுத் துறைக்கு ஊக்கம் தந்ததோடு விளையாட்டுகளைப் பொறுத்தவரை அந்நகரைக் குறித்த எதிர்பார்ப்புகளையும் அதிகரித்தது. தேசிய விளையாட்டுகளுக்காக மிகவும் கவனத்துடன் உருவாக்கப்பட்டிருந்த அரங்கம் சர்வதேச தரங்களுக்கு சமமாக சீர்செய்யப்பட்டது.

நான் விளையாட்டுகள் தொடங்குவதற்கு சிறிது நாட்களுக்கு முன்பு முதலமைச்சர் சந்திரபாபு நாயுடுவை சந்தித்தேன். 'இந்த நாடு உன்னிடம் நிறைய எதிர்பார்க்கிறது சானியா' என்று அவர் என்னிடம் கூறினார். எனக்கு முதலமைச்சர் ஆந்திர பிரதேச விளையாட்டு ஆணையத்தின் மூலம் நிறைய ஆதரவு வழங்கியிருந்தார். எனவே அவரும் அவரது குழுவினரும் என் மேல் வைத்திருக்கும் நம்பிக்கையை நிரூபிப்பதற்கு இதுதான் நல்ல சந்தர்ப்பம் என்று நான் நினைத்தேன். நானும் அவரிடம்,

'எனது அதிகபட்சத் திறனை வெளிப்படுத்துவேன் சார்' என்று அவரிடம் நான் உறுதியளித்தேன்.

உண்மையில் அதற்கும் மேலே நான் செய்துகாட்டினேன். ஆஃப்ரோ – ஏஷியன் விளையாட்டுப் போட்டிகள் வாரம் எனக்கு அற்புதமான வாரமாக அமைந்துவிட்டது. நான் ஒரே ஒரு போட்டியில்கூட தோற்கவில்லை. நான் பங்கேற்ற அனைத்து போட்டிகளிலும் வெற்றி பெற்று தங்கம் நான்கு தங்கப் பதக்கங்களை வென்றேன்.

ரஷ்மி சக்ரவர்த்தியும் நானும் குழு போட்டிகளில் இந்தியா சார்பாக ஆடினோம். நைஜீரியாவுக்கு எதிராக சுலபமான டை செய்த பிறகு நாங்கள் இருவரும் இந்தோனேஷியா வீரர்களுக்கு எதிராக மிகவும் பரபரப்பான வெற்றிகளை ஈட்டினோம். அதோடு இரட்டையர் போட்டிகளிலும் வென்றோம். மூன்றாவது செட் டை–பிரேக்கர் மூலமாக நாங்கள் இருவரும் எங்கள் ஒற்றையர் போட்டிகளில் வென்று இந்தியாவுக்கு தங்கம் பெற்றுத் தந்தோம். செப்டி மெண்டேயை ரஷ்மி வென்றார். சான்டி குமிலியாவை 7–5 என்ற மிகவும் பரபரப்பை ஏற்படுத்திய ஒரு போட்டியில் நான் வென்றேன்.

பெண்கள் ஒற்றையர் தனிநபர் போட்டியில், நான் மிகவும் எளிதாக வெற்றிகளை ஈட்டத் தொடங்கினேன். ஜிம்பாப்வே நாட்டின் ஃபாட்சாய் மாவிசையரை வென்று பிலிப்பைன்ஸ் நாட்டின் ஜாரீனா அரெவாலோவை அரையிறுதியில் தோற்கடித்தேன். இறுதிச் சுற்றில் நாங்கள் இருவருமே இந்தியர்கள். ரஷ்மியை நான் நேர் செட்டில் தோற்கடித்து தங்கம் வென்றேன்.

நானும் ரஷ்மியும் பெண்கள் இரட்டையர் போட்டியை வென்றோம், மேலும் நான் மகேஷ் பூபதியுடன் கலப்பு இரட்டையர் போட்டியில் இந்திவுக்கான எனது நான்காவது தங்கத்தையும் வென்றேன். ஒட்டுமொத்தமாக அந்த வாரம் முழுவதும் எனக்கு மறக்கவே முடியாத வாரமாக மாறியது. அங்கு நடைபெற்ற அத்தனை ஆட்டங்களிலும் சேர்த்து அதிக தங்கம் வென்ற வீராங்கனை என்ற பெருமையும் பெற்றோன். எனது சொந்த ஊரில் நான் பெற்ற வெற்றியின் மகிழ்ச்சியை அங்கிருந்த உற்சாகக் கூட்டம் இரட்டிப்பாக்கியது.

விம்பிள்டன் ஜூனியர் இரட்டையர் போட்டி பட்டம் வென்ற பிறகு நடைபெற்ற முதல் போட்டி அதுவும் என் சொந்த மண்ணில் நடைபெறும் போட்டிகள் என்பதால் இந்தியாவில்

என் மேல் ஏற்பட்டிருந்த அதீத எதிர்பார்ப்புகளை நிறைவேற்றும் வகையில் எனது வெற்றிகள் இருந்தது எனக்கு அற்புத உணர்வைக் கொடுத்தன. போட்டிகளின் இறுதியில் நடைபெற்ற விழாவில் பேசும்போது, முதலமைச்சர் போட்டிகள் நடைபெறுவதற்கு முன்பாக தங்கள் வெல்வதற்கு 'எனது அதிகபட்சத் திறனை வெளிப்படுத்த முயற்சிசெய்வேன்' என நான் அவருக்கு அளித்த வாக்கை நினைவுகூர்ந்த அவர், அதை நான் நிறைவேற்றியதை குறித்துப் பெருமிதம் கொள்வதாகவும் குறிப்பிட்டார்.

எனது தொழில் முறை பெண்கங் தரவரிசை எண்ணை மேம்படுத்திக்கொள்ள 2004இல் உலகம் முழுவதும் பல்வேறு நாடுகளில் நடைபெற்ற ஐ.டி.எஃப். பட்டங்கள் $ 10,000 லெவல் போட்டிகளில் பங்கேற்று தொடர்ந்து வெற்றிகளை ஈட்டினேன். போகா ராடனில் (அமெரிக்கா), அதன் பிறகு ராபாத் (மொராக்கோ), கேம்போபாஸ்ஸோ (இத்தாலி), ரெக்ஹாம் மற்றும் ஹாம்ஸ்டெட் (இங்கிலாந்து) ஆகிய இடங்களிலும் நான் சாம்பியன் பட்டங்களை வென்றேன். ஆகஸ்ட் மாதத்தில் புதுதில்லியில் நடைபெற்ற எனது முதல் $25,000 பட்டத்தையும் வென்றேன்.

இதற்கு இரண்டு மாதங்கள் கழித்து நைஜீரியா பயணமானேன், அங்க நான் சந்தித்த ஒன்றிரண்டு சவால்கள் எனக்கு அங்கு மறக்க முடியாத அனுபவங்களைத் தந்தன. லாகோசில் நடைபெற்ற $25,000 இரண்டு பட்டங்களையும் வென்றேன். ஆனால் அங்கிருந்த நிலை மிகவும் மோசமாக இருந்தது. அங்கே ஆட்டம் நடைபெற்ற இடத்திற்கு அருகில் துப்பாக்கி சூடுகள் நடைபெற்றதாக உறுதிசெய்யப்படாத அறிக்கைகள் வந்தன. எத்தனை நேரம் முடியுமோ அவ்வளவு நேரம் எங்கள் விடுதி அறையில் இருப்பதையே நான் விரும்பினேன். அங்கு நிலவிய பதற்றமான சூழ்நிலையில் பாதுகாப்புதான் மிகப் பெரிய சவாலாக இருந்த நிலையில் வெளியில் விடுதிகளுக்குச் சென்று சாப்பிடுவது பாதுகாப்பானது அல்ல. என் அம்மா ஆயுதம் ஏந்திய இரண்டு பாதுகாவலர்களுடன் மார்க்கெட் சென்று மளிகை சாமான் வாங்கி வந்து எங்கள் அறைக்கு வெளியே எங்களுக்கான உணவை சமைத்தார். இது சிக்கனமானதாகவும் பாதுகாப்பானதாகவும் இருந்ததோடு, அங்கு எங்களைப் போலவே அதே ஊரில் இந்த சாலஞ்ச் போட்டிகளில் விளையாட வந்திருந்த பெண்கள், ஆண்கள் மத்தியில் மிகவும் பிரபலமடைந்தது. பாகிஸ்தானின் தலைசிறந்த வீரர் அய்சம்–உல்–ஹக் குரேஷி மற்றும் அவரது பயிற்சியாளர் ராபர்ட் டேவிஸ் இன்றும்கூட என் அம்மா அந்த அசாதாரண சூழலில் சமைத்த உணவை நினைவுகூர்வதுண்டு.

உலகத் தொழில்முறை டென்னிஸ் விளையாட்டுப் போட்டிகளின் ஏணியின் ஒவ்வொரு படியும் ஒரு மிகப் பெரிய பாடத்தைக் கற்றுக்கொடுத்தன. மேலும் உலகின் பல்வேறு இடங்களுக்கு நாம் பயணம் செய்யும்போது நிறைய கற்றுக்கொள்கிறோம். போட்டிகளுக்காக நிறைய பயணம் செய்வதால் நான் வரலாறு, பூகோளம் ஆகியவற்றை புத்தகங்களில் நிறைய படித்ததில்லை. ஆனால், எகித்தின் பிரமிடுகளைப் பார்த்தவாறு நான் டென்னிஸ் மைதானத்தில விளையாடியுள்ளேன், மேலும் உலகம் முழுவதும் உள்ள வரலாற்று சிறப்பு மிக்க பல இடங்களுக்குச் செல்லும் வாய்ப்பையும் பெற்றேன். இவ்வளவு மாறுபட்ட பல்வேறு கலாசாரங்களை நேரில் கண்டு அனுபவிப்பதையும் பல்வேறு நாடுகளைச் சேர்ந்த அனைத்து விதமான மனிதர்களை சந்திப்பதை நினைத்தும் பெருமிதம் கொள்கிறேன். வகுப்பறையில் அமர்ந்து எவ்வளவுதான் படித்தாலும் இந்தளவு அறிவை நான் ஈட்டியிருக்க முடியாது.

11

பயிற்சியாளர்களும் விமர்சகர்களும்

2003ஆம் ஆண்டிலேயே நான் தொழில்முறை வீராங்கனையாக மாறினேன் என்றாலும்கூட நான் அதை முறையாக எட்டியது 2005இல்தான். அப்போது ஆஸ்திரேலியன் ஓபன் டென்னிஸ் போட்டியில் எனது முதல் கிராண்ட் ஸ்லாம் பட்டம் வென்றதோடு விரைவில் ஹைதராபாத்தில் நடைபெற்ற பெண்கள் டென்னிஸ் சங்கத்தின் ஒற்றையர் போட்டி பட்டத்தையும் வென்றேன். அதோடு துபாயில் நடைபெற்ற அமெரிக்க ஓபன் சாம்பியன்ஷிப்பையும் வென்றேன். இந்தக் குறிப்பிட்ட ஆண்டில் நான் ஈட்டிய தொடர் வெற்றிகள் எனது வாழ்க்கையை ஒரேயடியாக மாற்றின.

நான் ஈட்டிய வெற்றிகள் அனைத்திற்கும் நான் மட்டுமே காரணம் என்று கூறமாட்டேன். எனது பயிற்சியாளர்களையும் அவர்களுடைய கடும் உழைப்பையும் நினைவுகூற என்றுமே நான் மறந்ததில்லை. அவர்கள் இந்தியாவிலும் வெளிநாடுகளிலும் நான் நன்கு அறியப்படுவதற்கு முன்னரே எனக்கு பயிற்சியளித்தவர்கள்.

பின்னால் திரும்பிப் பார்க்கும்போது, உலகின் தலைசிறந்த மற்றும் மரியாதைக்குரிய சில பயிற்சியாளர்களால் பயிற்றுவிக்கப்படும் அதிர்ஷ்டம் எனக்கு வாய்த்தது. எனது ஆரம்பகால தொழில்வாழ்க்கையில் இவர்களால் பயிற்றுவிக்கப் படும் வாய்ப்பு கிடைக்காமல் போனது துரதிர்ஷ்டமே. அப்படி இவர்கள் எனக்குக் கிடைத்திருந்தால், என்னிடம் உள்ள சில தொழில்நுட்ப தவறுகளை நான் தவிர்த்திருக்கலாம். இவற்றை அவர்கள் பல்வேறு நிலைகளில் ஒட்டு மொத்தமாக இல்லாவிட்டாலும் பெரும்பாலும் சரிசெய்துவிட்டனர்.

மகேஷ் பூபதியின் அப்பா சி.ஜி.கே. பூபதி, சிறிது காலமே என்றாலும்கூட எனக்கு பயிற்சி அளித்த முதல் சீனியர் பயிற்சியாளர். நான் 2001 விம்பிள்டன் போட்டியில் முதன் முதலாக விளையாடுவதைப் பார்த்திருக்கிறார். எனது ஆட்டத்தையும்

எனது அணுகுமுறையும் அவரை மிகவும் கவர்ந்தன. ஆனால் எனது பாக்ஹான்ட் உத்தியில் நிறைய மாற்றங்கள் கொண்டு வரவேண்டும் என்று நினைத்தார். நான் சர்வ் செய்யும்போது எனது முழங்கையை கீழே இறக்கும், ஆனால் உடனடியாக சரிசெய்யப்பட வேண்டிய உத்தியைப் பற்றி கூறிய முதல் பயிற்சியாளர்.

இந்த எனது குறிப்பிட்ட விளையாடும் அம்சத்தை சரிசெய்துகொள்வதற்காக நான் பதினைந்து நாட்களுக்கு பெங்களூருவில் இருந்த பூபதி டென்னிஸ் கிராமத்திற்குச் சென்றேன். அவர் எனக்கு எனது பாக்ஹான்ட் உத்தியை மேம்படுத்திக்கொள்ள உதவினார். எனது முழங்கை பிரச்சினையை சரிசெய்ய ஒரு வாரம் முயன்ற பிறகு இவ்வளவு காலம் கடந்த பிறகு இந்தக் குறிப்பிட்ட குறையைப் போக்குவது சிரமம் என்று கூறினார். அவர் கூறியது மிகவும் சரி என்பது பின்னாளில் உலகின் மிகச் சிறந்த பயிற்சியாளர்களிடம் பயிற்சி பெற்றபோது அவர்களும் இந்தப் பிரச்சினைக்கு முழுமையான தீர்வு காண முடியாமல் சமரசம் செய்துகொண்ட போது நிரூபணமானது.

சி.ஜி.கே. பூபதிதான் என்னை புகழ்பெற்ற பயிற்சியாளர் பாப் பிரெட்டிடம் சேருமாறு ஆலோசனை கூறினார். வடக்கு இத்தாலியில் சான் ரேமோவில் கடற்கரை ஓரமாக இருந்த ரெசார்டில் இருந்த அந்த ஆஸ்திரேலியன் மாஸ்ட்ரோவின் அகாதமியில் நான் சேர்ந்தேன். இஷா லகானியும் மேகா வக்காரியாவும்கூட பாப் பெரெட்டின் டென்னிஸ் அகாதெமியில் என்னோடு சேர்ந்துகொண்டனர். என் வாழ்க்கையில் முதன் முறையாக தலைசிறந்த சர்வதேச பயிற்சியாளர் செயபடும் முறையைக் கண்டேன்.

எல்லாம் மிகவும் நேர்த்தியாக இருக்கவேண்டும் என்று நினைக்கும் வேலையை மட்டுமே முதன்மையாக நினைக்கும் ஒரு நபர்தான் பாப் பிரெட். பந்து வீசும் யுத்தி என்று வரும்போது அதில் துல்லியமாக இருக்க வேண்டும் என்று எதிர்பார்ப்பவர். இந்த விஷயத்தில் இவ்வளவு கவனம் செலுத்துபவரை நான் அதுவரைக் கண்டதில்லை. நாங்கள் அங்கு ஐந்து மணி நேரம் டென்னிஸ் விளையாடுவோம், பின்னர் மேலும் ஒன்றிரண்டு மணி நேரம் கடுமையாக பயிற்சிகள் மேற்கொள்வோம். இந்தப் பயிற்சிகள் முறைப்படியும் உடலுக்கு அதீத சோர்வு அளிப்பதாகவும் இருந்தன. ஒரு வார இறுதிக்குள் எங்கள் உடலெல்லாம் புண்ணாகிவிட்டது போல வலி பின்னியெடுத்தது.

இவரது குரோஷியன் நண்பரான வேட்ரன் மாட்ரிக் நான் பயிற்சி செய்துகொண்டிருந்த சமயத்தில் அங்கு வந்தார். கோரன் ஐவனிஸ்விக்கின் சுற்றுப்பயண அணியில் ஒரு அங்கமாக ஒன்றாகப் பணிபுரிந்துள்ளனர். டென்னிஸ் பயிற்சியைப் பொறுத்தவரை வேட்ரன் ஒரு மேதை என்றே நான் நினைக்கிறேன். ஒரு வார காலத்திற்குள் எனது பாக்ஹான்ட் குறைபாட்டை அவர் போக்கிவிட்டார். உடனடியாக எனது விளையாட்டுத் தரம் ஒரு சில படிகள் உயர்ந்தது. எனது சர்வில் உள்ள குறைபாட்டையும் நீக்குவதற்கு நிறைய நடவடிக்கைகளை எடுத்தார். நான் சர்வ் செய்வதை ஸ்லோமோஷனில் படம் பிடித்து அதை ஆராய்வதற்கு முன்பாக என்ன பிரச்சினை என்பதைப் புரிந்துகொண்டார்.

பந்து தரையைத் தொடுவதற்கு முன்பாக அதை அடித்து விளாச *(volley)* நான் கற்றுக்கொண்டேன். பாப்–க்கு இது முழுத் திருப்தியை அளிக்கவில்லை என்றாலும்கூட குறைந்தது எனது ஆட்டத் தரம் மேம்பட்டது. பாப், வேட்ரன் இருவரும் சர்வில் எனது முழங்கை பொசிஷன் உத்தி குறைபாட்டை மேம்படுத்தக் கடுமையாகப் போராடினார்கள். ஆனால், சிறிது காலத்திற்குப் பின் இருவரும் இந்த முயற்சியைக் கைவிட்டனர். எனது தொழில் வாழ்க்கை முழுவதும் என்னைத் தொந்தரவு செய்யப்போகும் இந்தப் பிழையை இந்த சந்தர்ப்பத்தில் மாற்றுவது கடினம் என்று அவர்கள் நினைத்தனர். ‘நீ ஒரு வருட காலமாவது போட்டிகளில் கலந்துகொள்வதை நிறுத்திக்கொண்டு உனது சர்வை மறுகட்டமைப்பு செய்வதற்கான பயிற்சிகளை மேற்கொள்ள வேண்டியிருக்கும். ஒரு வருட காலப் பயிற்சிக்கும் பின்னரும்கூட நீ புதிதாகக் கற்றுக்கொள்ளும் சர்வ்செய்யும் முறை இப்போது இருப்பதைவிட சிறப்பாக இருக்கும் என்பதற்கான எந்தவிதமான உத்திரவாதமும் இல்லை’ என்று பாப் என்னிடம் விளக்கிக்கூறினார். நான் மிகவும் இளம் வயதில் விளையாடக் கற்றுக்கொண்டிந்த அந்த சமயத்தில் இந்த எனது சாதாரணமான குறை கண்டறியப்பட்டுக் களையப்பட்டிருந்தால், எனது சர்வ் இன்னமும் சிறப்பானதாக இருந்திருக்கும்.

14 வயதுக்குப் பின் சர்வீஸ்செய்யும்போது முழங்கையைக் கீழே போடும் இந்தக் குறைபாட்டைப் போக்குவது மிகவும் கடினமாகிவிடும் என்பது உலகின் தலைசிறந்த பயிற்சியாளர்களின் நம்பிக்கை. எனக்கு இந்தத் தவறு இருப்பது சுட்டிக்காட்டப்பட்ட என் 16ஆவது வயதிலிருந்து நான் இதைச் சரிசெய்துகொள்ள முயற்சி செய்துகொண்டுதான் இருக்கிறேன். அதைத் தவிர என்னால் வேறு எதுவும் செய்ய முடியாது.

‘சானியாவிடம் திறமை இருக்கிறது என்பதில் எந்த சந்தேகமும் இல்லை, ஆனால் அதே சமயத்தில் நிறைய குறைபாடுகளும் பலகீனங்களும்கூட உள்ளன,’ என்று பாப் என் அப்பாவிடம் நான் ஜுனியர் போட்டிகளில் விளையாடிக்கொண்டிருந்த நாட்களிலேயே விளக்கிக் கூறினார். ‘அவள் இந்த பலகீனங்களை போக்கிக்கொள்ள முயன்றால், மற்ற சில அம்சங்களும் கூடி வந்தால் அதிகபட்சமாக உலகப் பெண்கள் டென்னிஸ் தரவரிசையில் அவளால் அதிகபட்சமாக 30ஆவது தரவரிசையைப் பெற முடியலாம்,’ என்று அவர் மேலும் கூறினார். அப்போது உலகப் பெண்கள் டென்னிஸ் தரவரிசையின் மந்திர எண் 100ஆவதை எட்டுவதுகூட எனக்கு சிரமம் என்று என் அப்பா என் பலகீனத்தைப் பற்றி கூறிய அனைவரும் சொன்னார்கள். ஆனால் பாப் இவ்வளவு சிறந்த பயிற்சியாளராகப் புகழ்பெற்றிருப்பது ஒன்றும் எதேச்சையாக நடந்த ஒன்றல்ல. அவர் கூறியது ஏறக்குறைய அப்படியே பலித்தது, அவர் கூறியதைவிட ஒன்றிரண்டு அடிகள் அதிகப்படியாக நான் முன்னேறியுள்ளேன் என்பதைக் குறித்து நான் மிகவும் மகிழ்ச்சியடைகிறேன். ஆம், எனது ஒற்றையர் தொழில்முறை விளையாட்டுப் போட்டிகளில் உலகத் தரவரிசையில் நான் 27ஆவது இடத்தைப் பிடித்தேன்.

ஆஸ்திரேலிய டென்னிஸ் ஜாம்பவானான டோனி ரோச், பஹாமாசின் ஜான் ஃபேரிங்டன், ஸ்பானியார்ட் காப்ரியல் உர்பி, டச்சு நாட்டின் ஸ்வென் குரோயன்வெல்ட் கனடாவைச் சேர்ந்த ராப் ஸ்டெக்லி உள்ளிட்ட பல பயிற்சியாளர்களுடன் பணிபுரியும் வாய்ப்பை பின்னாளில் நான் பெற்றேன். எனக்குத் தேவைப்படும் ஆலோசனைகளையும் ஊக்கமும் எப்போதும் அளித்து வரும் இந்தியாவின் முன்னாள் டேவிஸ் கப் பயிற்சியாளர், அக்தர் அலி, ஃபிரெஞ்ச் நாட்டின் கிறிஸ்டியன் ஃபில்ஹோல் ஆகியோரையும் நான் குறிப்பிட்டாக வேண்டும்.

உலக டென்னிஸ் போட்டியில் முதன் முதலாக நான் தலைப்புச்செய்திகளில் இடம்பெறத் தொடங்கியபோது, எனது எதிராக விளையாடுபவர்களை எனது பயங்கரமான முன்னங்கை ஸ்ட்ரோக்குகளால் அதிர வைத்து தாற்காலிகமாக என்னிடம் தோற்றுப்போக வைத்தேன் என்று நினைக்கிறேன். ஆனாலும் ஒரு நம்பகத்தன்மை வாய்ந்த, வலுவான சர்வை செய்யும் திறனை நான் பெற்றிருக்கவில்லை. எனது பின்னங்கை செயல்பாடு பிழையானது. கீழ் நோக்கி வரும் பந்தை அடித்து விளாசும் திறன் என்னிடம் ஏறக்குறைய இல்லை. எனது செயல்பாடு மந்தமாக இருந்தது, தலைசிறந்த விளையாட்டு

வீராங்கனைகளோடு விளையாடும் அளவுக்கு நான் போதுமான உடலுறுதி பெற்றிருக்கவில்லை. மேலும் அர்த்தமுள்ள, எனக்குப் பொருத்தமான ஒரு திட்டத்தை நான் வகுத்திருக்கவில்லை.

ஆனால், இந்த விளையாட்டில் நான் ஏறுமுகமாக இருந்தேன், குறிப்பாக நான் தலைசிறந்த வீராங்கனைகளின் தரவரிசைப் பட்டியலில் 100க்குள் நுழைந்தது எனது முன்னங்கை ஸ்ட்ரோக் வலுவால் மட்டுமே. எனது பல்வேறு பலகீனங்களை தகர்ப்பதற்கான முயற்சிகளை நான் பொதுமக்கள் முன்னிலையில் நான் அடைந்திருந்த அந்த இடத்தைத் தக்கவைத்துக் கொள்வதற்காக மேற்கொள்ள வேண்டிய தர்மசங்கடத்தை சந்தித்தேன். நான் எனது விளையாட்டில் இந்த மாற்றங்களையும் மேம்பாடுகளையும் உலகத்தரம் வாய்ந்த திறன் கொண்ட எனது எதிராளிகள் என்னை கிராண்ட் ஸ்லாம் அந்தஸ்து என்ற இடத்திலிருந்து அழித்து என்னைக் காணாமல் செய்வதைத் தடுப்பதற்காக பெரிய இடைவெளிகள் இல்லாமலும் விரைவாக வும், கொண்டுவரவேண்டும்.

எனது தொழில் வாழ்க்கையின் பல்வேறு நிலைகளில் என்னை நெருக்கமாக கவனித்து வந்த அனைத்து தொழில்முறை பயிற்சியாளர்களும் தொழில்நுட்ட மற்றும் உடல்ரீதியான எனது வரையறைகளைப் புரிந்துகொண்டிருந்தனர். எனவே தாங்களுடைய அனைத்து அனுபவம், நிபுணத்துவத்தையும் பயன்படுத்தி அவற்றுக்கான மாற்றுத் தீர்வுகளைக் கண்டறியும் முனைப்பில் ஈடுபட்டனர். ஆனாலும் நான் பயிற்சிபெற்ற பெரும்பாலான அனுபவம் இல்லாத, என்னை தொலைவிலிருந்து பார்த்துவந்த கிளப் – அளவிலான பயிற்சியாளர்கள், எனது தீவிர ஆதரவாளர்கள் மற்றும் மதிப்பிற்குரிய ஆதரவாளர்கள் எல்லாருமே என்னால் ஒற்றையர் போட்டிகளில் ‘முதல் 10’ வரிசைக்குள் வரமுடியவில்லை என்பதை நினைத்து – அந்தளவு நான் திறன் பெற்றுள்ளேன் என்று அவர்கள் நம்பியதால் – விரக்தி அடைந்தனர்.

எனது ரசிகர்கள் எனது பிரச்சினைகள் குறித்து முழுமையாகப் புரிந்துகொள்ள வேண்டும் என்று என்னால் எதிர்பார்க்க முடியாது. ஆனாலும் எனது தொழில் வாழ்க்கை முழுவதும் அவர்கள் எனக்கு அளித்து வரும் நேசத்திற்காகவும் மதிப்பிற்காகவும் நான் மிகவும் நன்றியுள்ளவளாக இருக்கிறேன். என் வரையறைகளையும் மீறி விளையாட்டில் முன்னேற என்னை நானே எந்தளவு அதிகபட்சமாக சிரமப்படுத்திக்கொள்கிறேன் என்பது அவர்களுக்குத் தெரியாது.

கடும் உழைப்பிற்கு நான் என்றுமே பின்வாங்கியது கிடையாது. மதிப்பு வாய்ந்த இந்த வட்டத்திற்குள் நான் நுழைந்தபோது எனது அனைத்து வகையான பலகீனங்களையும் நான் பாடுபட்டு சரிசெய்துகொண்டிருக்காவிட்டால், ஒரு சில வாரங்களுக்குள்ளாகவே ‘முதல் 100’ தரவரிசைக்கு வெளியே நான் போடப்பட்டிருப்பேன். ஆனால், சில விமர்சகர்கள் நான் ஒற்றையர் கிரான் ஸ்லாம் போட்டிகளில் வெற்றிபெறும்படியான சர்வ் செய்யும் உத்தியை என்னால் மேம்படுத்திக்கொள்ள முடியவில்லை என்றும் எலெனா டெமெண்டிவா மாதிரியான இயல்பான உடல்வலிமையை வளர்த்துக்கொள்ள முடியவில்லை என்றும் குற்றம் சாட்டும்போது எனக்கு அது ஏமாற்றம் அளிக்கிறது. இலக்கு நிர்ணயித்துக் கொள்ளாமல் இருப்பதும் முயற்சி செய்யாமல் இருப்பதும்தான் இவற்றுக்குக் காரணம் என்றும் அவர்கள் கூறுகின்றனர். இதில் எந்த உண்மையும் கிடையாது. மேலும் எனது நலம் விரும்பிகள் என்று கூறிக்கொள்ளும் சிலர், என் வாழ்க்கை விளையாட்டுதான் என்று முடிவு செய்துவிட்ட எனது அர்ப்பண உணர்வையே அதில் அடங்கியுள்ள போராட்டங்கள் குறித்து எதையும் புரிந்துகொள்ளாமலேயே இவர்கள் கேள்விக்குள்ளாக்குகிறார்கள்.

வேறு சில விமர்சகர்கள் நான் இவ்வளவு அதிகமாக பயிற்சியாளர்களை மாற்றியிருக்கக் கூடாது என்றும் ஒரே ஒரு பயிற்சியாளருடனே பணியாற்றியிருக்க வேண்டும் என்றும் கூறுகிறார்கள். இதை என்னால் ஒப்புக்கொள்ள முடியாது. ஒரு வெற்றிகரமான தொழில்முறை டென்னிஸ் விளையாட்டு வீரராக உருவாகுவதற்காவே எழுதப்பட்டுள்ள எந்தவிதமான தெளிவான விதிமுறைகளும் கிடையவே கிடையாது. எனக்கு சரிபட்டு வரும் ஒரு விதிமுறை மற்றவருக்கு பொருத்தமானதாக இல்லாமல் போகலாம். பல ஆண்டுகள் ஒரே பயிற்சியாளருடன் இணைந்து பயிற்சி பெற்று நிறைய சாதித்துள்ளனர் என்பதற்கு நிறைய உதாரணங்கள் உள்ளன என்பதைப்போலவே வெவ்வேறு சமயங்களில் வெவ்வேறு பயிற்சியாளர்களோடு பணிபுரிந்து வெற்றிகரமாகத் திகழும் பல வீரர்களும் உள்ளனர். உதாரணத்திற்கு ரோஜர் பெடரரை கூறலாம். அவர் டோனி ரோச்சி, ஸ்டீஃபன் எட்பர்க், லுபிசிக் உள்ளிட்ட பல பயிற்சியாளர்களோடு பணிபுரிந்துள்ளார். ரஃபேல் நடால் தனது டென்னிஸ் வாழ்க்கை முழுவதும், இதுவரை தனது தனித்தன்மை வாய்ந்த மருமகனைத் தவிர வேறு ஒரு தொழில்முறை வீரர் யாரையும் உருவாக்கியிராத தனது மாமா டோனியுடன் மட்டுமே பணிபுரிந்துள்ளார். வில்லியம் சகோதரிகள், வெகு

காலம் விளாசித் தள்ளும் முழு நேர பயிற்சியாளர்களை விரும்பினார்கள், உலகின் முன்னாள் முதல்நிலை வீராங்கனை கரோலின் வோஸ்நியாஸ்கி, கால்பந்தாட்ட வீரரும் தன் வாழ்க்கையில் இதுவரை டென்னிஸ் விளையாடியே இல்லாத தனது அப்பா பியாட்டின் சர்வீஸ்களையே விரும்பினார். விம்பிள்டன் சாம்பியன் மாரியன் பர்ட்டோலி எந்த முறையையும் பின்பற்றாத, ஒரு மருத்துவரான தன் அப்பாவிடம்தான் தனது தொழில்வாழ்க்கையின் பெரும்பாலான காலகட்டத்திற்கு பயிற்சிபெற்றார்.

நான் அவ்வப்போது பயிற்சியாளர்களை மாற்றிக்கொண்டே இருந்தாலும் எந்த தொழில்முறை பயிற்சியாளர்களோடு நான் பயிற்சிபெற்றாலும் எப்போதும் என்னுடன் சேர்ந்து விளையாடி வந்தது என் அப்பாதான். பல்வேறு பயிற்சியாளர்கள் மாறி மாறி வந்தாலும் அவற்றில் ஒரு தொடர்ச்சியும், சமநிலையுடனே எனக்கு இந்த விளையாட்டு கற்றுக்கொடுக்கப்பட்டு வருவதாகவும் ஒவ்வொருவரும் அவரவர் வழியில் மிகச் சிறப்பானவர்கள்தான் என்று அவர் என்னிடம் உறுதி கூறி வந்தார்.

எனது அனைத்து பயிற்சியாளர்களுடனும் நான் சகஜமாகப் பழகி வந்ததோடு அவர்கள் ஒவ்வொருவருடனும் விசேஷ ஒருங்கிணைப்பும் இருந்தது. சி.ஜி.கே. பூபதி மைதானத்தில் மிகவும் கண்டிப்பானவர் என்று அவரது மாணவர்கள் கூறுவார்கள். ஆனால் நான் அவருடன் கலகலப்பாக ஜோக் அடித்துப் பேசுவேன். (என் மற்ற பயிற்சியாளர்களோடும் இப்படித்தான் பழகுவேன்.) அந்த அகாதமியில் இருந்த விளையாட்டு வீரர்கள், வீராங்கனைகளுக்கு இது அதிர்ச்சியளித்தது. ஆனால், நான் எப்போதுமே எல்லை மீறியதே கிடையாது.

அவர் ஒரு பத்திரிகையில் எனக்குப் பயிற்சியளித்தது எந்தளவு மகிழ்ச்சிகரமாக இருந்தது என்பது குறித்து இவ்வாறு கூறியிருந்ததைப் படித்தது எனக்கு நினைவுக்கு வருகிறது, 'சானியா மிகவும் சீரியசாக பயிற்சி பெறும் சமயத்தில்கூட மைதானத்தில் ஒரு மகிழ்ச்சி அலையைப் பரப்புவார். அவர் குறும்புத்தனமானவர் ஆனால் மரியாதையாக நடந்துகொள்வார், என்னிடம் ஜோக் அடிக்கும் அளவு துணிச்சல் மிக்கவர். மைதானத்தில் சுறுசுறுப்பானவர், பயிற்சியாளர் – பயிற்சிபெறுபவருக்கு இடையேயான உறவை மேலான நிலைக்குக் கொண்டு செல்பவர் இதை நான் வேறு எந்த மாணவரிடமும் உணர்ந்ததில்லை!'

பாப் பிரெட்டும் நானும் இதே மாதிரியான தொடர்புதான் கொண்டிருந்தோம். என்னுடன் பணிபுரிவதில் அவர் மகிழ்ச்சி

யடைந்தார் என்றே நான் நம்புகிறேன். அவரது அகாதமியில் பயிற்சி பெற்ற சமயத்தில் ஒரு முறை நான் ஐரோப்பாவில் காம்போபாஸோ போட்டிக்குச் சென்றிருந்தேன். அங்கு நான் எனது முதல் ஐ.டி.எஸ். களிமண் மைதானப் போட்டி பட்டத்தை வென்றேன். வெற்றியுடன் திரும்பி வந்த பிறகு வழக்கம் போலவே எனது சக வீரர்களுடன் சேர்ந்து ஜாலியாக ஜோக்கடித்து பேசி சிரித்துக்கொண்டிருந்ததைப் பார்த்தார். உடனே போலிக் கோபத்துடன் மற்றவர்களைப் பார்த்து, 'எல்லாரும் கேளுங்க, தன்னோட ஜோக்சால சானியா உங்க எல்லாரையும் திசைதிருப்பறதுக்கு அனுமதிக்காதீங்க. உங்கள பேச்சில திசைதிருப்பி முட்டாளாக்கிட்டு நீங்க முதல் சுற்றிலேயே தோத்துட்டு நிக்கறப்போ அவங்க பாட்டுக்கு டைட்டில வின் பண்ணிட்டு போயிட்டே இருப்பாங்க, ஜாக்கிரத' என்று அவர்களை எச்சரிப்பார்.

சிரிப்பு, குதூகலம் தரும் உத்வேகமே தனி. நான் மிகவும் கடுமையாக பயிற்சி செய்து கொண்டிருக்கும்போதுகூட இது எனக்குத் தேவைப்படும். என்னுடைய அனைத்து பயிற்சியாளர்களும் எனது மனநிலையை நன்றாகப் புரிந்து கொண்டிருப்பது எனது அதிர்ஷ்டமே. அவர்கள் ஒவ்வொருவருடனும் பயிற்சிபெற்றதை நான் அனுபவித்து மகிழ்ந்தேன்.

12

எனது முதல் கிராண்ட் ஸ்லாம்

2004இல் தொழில்முறை பெண்கள் தரவரிசையில் என் இடம் அதிரடியாக முன்னேறியது. நான் பெண்கள் கிராண்ட் ஸ்லாம் பிரிவில் விளையாடும் வாய்ப்பைப் பெறுவதற்கு 'முதல் 100'ஐ எட்ட வேண்டும். ஆனால் அதற்குக் கொஞ்சம் பின்னால் இருந்தேன். எனது செயற்பாட்டைத் துரிதப்படுத்துவதற்காக தாஷ்கண்டில் நடைபெற்ற ஆசிய சாம்பியன்ஷிப் போட்டிகளில் விளையாடினேன். அதில் வெற்றிபெறுபவர் ஆஸ்திரேலியன் ஓபன் டென்னில் மெயின் டிராவில் ஒயில்ட் கார்ட் வாய்ப்பைப் பெறுவார். இதன் இறுதிச்சுற்றுவரை முன்னேறிவிட்டேன். ஆனால் சீனாவைச் சேர்ந்த லி நாவிடம் இறுதிச் சுற்றில் தோற்றுவிட்டேன். இத்தனை அருமையான வாய்ப்பைத் தவற விட்டதை எண்ணி எனக்கு ஏமாற்றமாக இருந்தது.

அதன் பிறகு விஷயங்கள் ஏதேதோ நடைபெற்றன. லி நா தனது தொழில் வாழ்க்கையின் உச்சத்தில் இருந்ததால் தனக்கு எதிராக விளையாடிய அத்தனை பேரையும் வெற்றிகொண்டார். விரைவில் தனது தரவரிசையை மேம்படுத்திக்கொண்டார். அதைத் தொடர்ந்து ஆஸ்திரேலியா ஓபன் மெயின் டிராவில் விளையாட நேரடியாகத் தகுதி பெற்றுவிட்டார். இது எனக்கு வாய்ப்புக்கான கதவைத் திறந்துவிட்டது. அவர் நேரடித் தகுதி பெற்றுவிட்டதால் இறுதிச்சுற்றில் தோற்று அடுத்த இடத்தில் இருந்த நான் ஆஸ்திரேலியா ஓபன் சாம்பியன்ஷிப் ஒயில்கார்ட் வாய்ப்பு பெற்றேன். விதியின் விசித்திர விளையாட்டால் நான் ஆஸ்திரேலியா ஓபன் மெயின் டிராவில் விளையாடத் தகுதிபெற்றுவிட்டேன்.

~

2004 செப்டம்பர் மாதம் அம்மாவும் அப்பாவும் மெக்காவிற்கு டிசம்பர் – ஜனவரி மாத காலகட்டத்தில் ஹஜ் புனிதப் பயணம் மேற்கொள்வது என முடிவு செய்தனர். ஆஸ்திரேலிய ஓபன் டென்னிஸ் போட்டி தேதிகளும் என் பெற்றோரின் புனிதப்பயண

தேதிகளும் ஒன்றாக இருந்தன. என் அம்மாவின் நெருங்கி தோழியான நீலா ஆன்டி, என்னுடைய தோழியும் அவருடைய மகளுமான அனுஜாவுடன் சேர்ந்து எனது முதல் தொழில்முறை கிராண்ட் ஸ்லாம் போட்டிகளுக்கு என்னோடு செல்வதாக என் அம்மாவிடம் வாக்களித்தார். என் பெற்றோர் மெக்காவில் எனக்காகப் பிரார்த்தனை செய்ய நான் அங்கே அந்த 2005 கோடையில் ஒரு புதிய அலையை உருவாக்கினேன்.

ஆஸ்திரேலியாவின் சின்டி வாட்சன்தான் பெண்களுக்கான எனது முதல் ஆஸ்திரேலியன் ஓபன் கிராண்ட் ஸ்லாம் போட்டிகளில் எனக்கு எதிராக முதலில் விளையாடினார். மிகவும் பதற்றமாக இருந்த நான் முதல் செட்டில் சுலபமாகத் தோற்றேன். இரண்டாவது சுற்றிலும்கூட தோற்பதுபோல இருந்த நான் சமாளித்துக்கொண்டு நல்ல ஃபார்முக்கு வந்தேன். அந்தப் புள்ளியில் சின்டியைவிட நன்றாக விளையாடியது மட்டுமல்லாமல் பெட்ரா மான்டுலாவை இரண்டாவது சுற்றில் 6–2, 6–1 என்ற செட் கணக்கில் தோற்கடித்தேன். அதற்கு முன்னதாக அவர் தனது முந்திய போட்டியில் ஃபிளாவிய பென்னட்டாவைத் தோற்கடித்திருந்தார்.

இதனால் மூன்றாவது சுற்றுப் போட்டியில் செரீனா வில்லியம்சுக்கு எதிராக விளையாட வேண்டி வந்தது. இந்தியாவில் அனைவரும் உற்சாகமடையத் தொடங்கினார்கள். செரீனா தரத்தில் உள்ள ஒருவருடன் நான் விளையாடப்போவதை நினைத்து எனக்கு சிலிர்ப்பாக இருந்தாலும் கவலையாகவும் இருந்தது. போட்டி தொடங்குவதற்கு முன்பாக மகேஷ் பூபதி என்னிடம் வந்து, ‘சான், அங்கே போய் ஜாலியாக விளையாடு, உன்னுடைய சிறப்பான ஆட்டத்தை வெளிப்படுத்து. ஒருவேளை பெண்கள் டென்னிசின் தலைசிறந்த வீராங்கனையிடம் நீ தோற்றாலும்கூட இன்றைய டென்னிஸ் வரலாறில் செரீனா வில்லியம்சிடம் தோற்ற முதல் பெண் அல்லது கடைசி பெண்ணாக நீ இருக்கப்போவதில்லை என்பதை நினைவில் வைத்துக்கொள்!’ என்று கூறினார்.

இந்திய ஊடகங்கள் முழுவதும் இதில் கவனம் செலுத்தத் தொடங்கிவிட்டன. என் போன் ஓய்வே இல்லாமல் ஒலித்துக்கொண்டே இருந்தது. என் பெற்றோரோ மெல்போர்னில் என்ன நடக்கிறது என்பதைப் பற்றிய எந்தத் தகவலும் தெரிந்துகொள்ள முடியாத தங்களது புனிதப் பயணத்தின் நடுவில் இருந்தனர். நான் ஆஸ்திரேலிய ஓபன் டென்னிசில் இரண்டாவது சுற்றில் வெற்றிபெற்றேன் என்பதும் என் வாழ்க்கையின் மிக முக்கியமான ஒரு போட்டியை நான் சந்திக்கவுள்ளேன் என்பதும் அவர்களுக்குத் தெரியாது.

அப்பா செல்போனை சைலன்ட் மோடில் வைத்திருந்தார். ஒரு கூடாரத்தில் தன் குழுவினருடன் மதிய வேளை உணவு உண்ணும்போது எதேச்சையாக மொபைலைப் பார்த்த அவர் அதிர்ந்து போய்விட்டார். இந்தியா முழுவதிலும் இருந்து அவருக்கு நூற்றுக்கணக்கான மிஸ்ட் கால்கள் வந்திருந்தன. ஆனம் ஹைதராபாத்தில் வீட்டில் தனியாக இருந்தாள் என்பதால் எச்சரிக்கை உணர்வுடன் உடனடியாக அடுத்த போன் காலுக்கு பதிலளித்தார். ஒரு தொலைகாட்சி நிருபர் அழைத்திருந்தார். அப்பா போனை எடுத்தவுடனே படு உற்சாகமாப் பேசத்தொடங்கினார். செய்த போன் கால் அது. நான் ஆஸ்திரேலியன் ஓபன் போட்டியின் இரண்டு சுற்றுகளில் வெற்றி பெற்று செரீனா வில்லியம்சுடன் நேருக்கு நேர் மோதப்போகிறேன் என்ற விஷயத்தை அவரிடம் கூறிய அந்த நிருபர் இதைப் பற்றி அவர் என்ன நினைக்கிறார் என்று கேட்டார்.

என் அப்பா அவரிடம், ‘எனக்கு இந்தச் செய்தியைக் கூறியதற்கு நன்றி, ஆனால் நான் சவுதி அரேபிய பாலைவனத்தின் லட்சக்கணக்கான யாத்திரிகர்களின் நடுவில் ஹஜ் புனிதப் பயணத்தில் இருக்கிறேன், என்னை உங்களால் இங்கே சந்திக்க முடியாது’ என்று கூறினார். ஆனால் அந்த நிருபர் விடுவதாக இல்லை, எங்கள் நிருபரில் ஒருவர்கூட இந்தப் புனித யாத்திரையில் பங்கேற்றுள்ளார். நீங்கள் எங்கே இருக்கிறீர்கள் என்ற தகவலைச் சொன்னால் அவர் உங்களை வந்து பார்த்து உங்கள் பதிலை லைவாக பதிவு செய்வார்!’ என்று கூறினார்.

ஆனால், என் அப்பா, ‘ஐ யாம் சாரி, இந்த ஒருமுறை நீங்கள் என்னை மன்னித்து விடுங்கள் சார். இப்போது என் மனம் ஆஸ்திரேலியன் ஓபன் போட்டிகளைவிட இந்தத் தருணத்தில்தான் அதிகம் கவனம் செலுத்துகிறது’ என்று கூறிவிட்டார்.

~

செரீனா வில்லியம்சுக்கு எதிராக ஒரே மைதானத்தில் விளையாடுவதற்காக நின்று கொண்டிருந்த என் தோள்களில் ஒட்டுமொத்த நாட்டின் அதீதமான எதிர்பார்ப்புகளை சுமந்து கொண்டிருந்தேன். புயல்போல பாய்ந்து விளையாடிய செரீனாவுக்கு முன் மிகவும் சிரமப்பட்டேன். என்ன நடக்கிறது என்பதைத் தெரிந்துகொள்வதற்கு முன்பாகவே 0–5 என்று இறங்கிவிட்டேன். அப்போதுதான் சற்றே விழித்துக்கொண்டு ஒரே புள்ளி பெற்றேன். ஸ்கோர்போர்டைப் பார்த்து சற்றே ஆசுவாசமடைந்தேன். மிகவும் அதளபாதாளத்தில் இல்லை என்று

நினைத்து எனக்கு நானே சிரித்துக்கொண்டேன். என்னை நானே உற்சாகப்படுத்தக் கொண்டேன். பார்வையாளர்களின் பக்கம் பார்த்தேன் நீலா ஆன்டியும் என் உறவுக்காரர்கள் ஹீனா, ஹஸ்னா அனைவரும் என்னை கவலையுடன் பார்த்துக்கொண்டிருந்தனர்.

இப்போது நான் ஓரளவு சமாளித்துக்கொண்டுவிட்டேன். கால்களை நன்றாக ஊன்றி தன்னம்பிக்கையை வெளிப்படுத்தி நன்றாக விளையாடினேன். ரசிகர்கள் என்னை நன்றாக உற்சாகப்படுத்தினார்கள். என் திறனை வெளிப்படுத்தியது எனக்கு மகிழ்ச்சியாக இருந்தது. நான் நன்றாக விளையாடினேன் என்றுதான் நினைக்கிறேன். இரண்டாவது செட்டில் 4–6 என்ற செட் கணக்கில் தோற்றேன். தோல்விதான் என்றாலும் அவமானகரமான தோல்வி அல்ல. அற்புத சாம்பியனான செரீனா நாங்கள் இறுதியில் கைகுலுக்கிக் கொண்டபோது என்னை ஊக்கப்படுத்தும் சில வார்த்தைகளைக் கூறினார். அது எனக்கு மிகவும் பெரிய விஷயமாகப்பட்டது.

எனது முதல் கிராண்ட் ஸ்லாம் போட்டியிலேயே மூன்றாவது சுற்றுக்கு முன்னேறியது குறித்து நான் மகிழ்ச்சியடைந்தேன். அதிலும் உலகின் தலைசிறந்த வீராங்கனையிடம்தான் தோற்றேன். ஆனால் நாடு திரும்பியதும் எனக்குக் கிடைத்த வரவேற்பை என்னால் கற்பனை செய்துகூட பார்க்கவில்லை. ஊடகம் மற்றும் பொதுமக்களின் மத்தியில் என் வாழ்க்கைப் புதிதாகத் தொடங்கியது போல ஆகிவிட்டது.

மற்றொரு முறை எனக்கு ஹீரோ போன்ற தடபுடலான வரவேற்பு அளிக்கப்பட்டது. நான் கற்பனை செய்து பார்த்ததைவிட மிக அதிக அளவில் பிரம்மாண்டமான வரவேற்பாக அது இருந்தது. கிராண்ட் ஸ்லாம் போட்டிகளில் மூன்றாவது சுற்றில் முன்னேறியதற்காக என்னை வரவேற்க வந்திருந்த மக்கள் கூட்டத்தையும் ஊடகங்களையும் நான் எதிர்பார்க்கவேயில்லை. அனைத்து ஊடகங்களும் மகிழ்ச்சிக் கொண்டாட்டத்துடன் நாடு முழுவதும் எனது வெற்றிக் கதையை ஒளிபரப்பின.

நான் வந்த விமானம் ஹைதராபாத் விமான நிலையத்தில் வந்து இறங்குவதற்கு சில மணி நேரம் முன்புதான் எனது பெற்றோர் மெக்காவிலிருந்து வந்திருந்தனர். அவர்களும்கூட இந்தக் கொண்டாட்டங்களில் கலந்துகொண்டனர். விமான நிலையத்திலிருந்து என் வீடுவரை வழிநெடுகிலும் பல பெரிய பெரிய பானர்கள் வைக்கப்பட்டிருந்தன. செரீனா வில்லியம் போன்ற தலைசிறந்த வீராங்கனையை நான் ஏறக்குறைய சம பலத்துடன் எதிர்கொண்டது மக்களை உற்சாகம் கொள்ளச் செய்துவிட்டது. ஒரு சாம்பியனுக்கு கொடுக்க வேண்டிய

மரியாதையையும் அன்பையும் அவர்கள் என் மேல் பொழிந்ததைக் கண்டு நான் நெகிழ்ந்து போனேன்.

2005 ஆஸ்திரேலியன் ஓபன் டென்னிஸ் போட்டி என் வாழ்க்கையில் மிகப்பெரிய அதிரடி மாற்றத்தைக் கொடுத்தது. அது நம்பிக்கை, எதிர்பார்ப்பு மற்றும் மகத்தான வாய்ப்புகளை வாரி வழங்கியது. இன்று வரையில் குறைவில்லாமல் என்னைத் தொடர்ந்து வரும் பொது மக்கள் ஆதரவையும் அவர்களின் அன்பையும் அள்ளித் தந்தது. அடுத்த இரண்டு வாரங்கள் கொண்டாட்டங்களிலேயே கழிந்தன. எந்தக் குறிப்பிட்ட நிகழ்வும் என் நினைவில் இல்லை. பேட்டிக்கு மேல் பேட்டி என்று கொடுத்துக்கொண்டே இருந்தேன், வீட்டிலிருந்து வெளியே காலடி எடுத்து வைப்பது முதல் நான் செல்லும் இடங்களில் எல்லாம் பின்தொடரப்பட்டேன் என்பதை மட்டும் மறக்கவில்லை. என்ன நடக்கிறது என்பதை நான் புரிந்துகொள்ளும் முன்பாக என் வாழ்க்கையில் பெரிய பெரிய திருப்பங்கள் ஏற்பட்டன. எனது உலகின் மிகப் பெரிய சாதனையாக ஆஸ்திரேலியன் ஓபன் போட்டி இருந்தது என்றால், அடுத்த நிகழ்வு எனது வளர்ந்து, விரிவடைந்து வரும் கதையின் முதல் திருப்புமுனையாக அமைந்தது.

13

சொந்த மண்ணில் சாம்பியன்

ஹைதராபாத்தில் நடைபெறவுள்ள மூன்றாவது டபிள்யு.டி.ஏ. போட்டிதான் எனது அடுத்த இலக்கு. கடந்த இரண்டு ஆண்டுகள் நான் ஒயில்ட் கார்ட் வாய்ப்பு பெற்றேன். ஆனால் ஒற்றையர் போட்டிகளில் ஒரு சுற்று வெற்றிபெறத் தவறிவிட்டேன். அந்த இரண்டு சந்தப்பங்களிலும் நான் நன்றாக விளையாடியதாகவே நான் நினைத்தேன். ஆனால் இரண்டு சந்தப்பங்களிலுமே ஆஸ்திரேலிய விராங்கனைகளிடம் 2003ஆம் ஆண்டு இவா டொமினிகோவிக்கிடம் மூன்று செட்டில் தோற்றேன். 2004இன் வெற்றியாளரான நிக்கோலே பிராட்டிடமும் தோற்றேன். ஆனால் அப்போது இரட்டையர் போட்டிகளில் லியாசெல் ஹப்பருடனான விளையாட்டில் நான் வெற்றிபெற்றேன். இதுவும் இந்திய பெண்கள் டென்னிசில் முதன்முறையாக நிகழ்த்திய சாதனை.

ஆனால் ஒற்றையர் டென்னிஸ் போட்டிகளில் சிறப்பாக ஆடவேண்டும் என்று நான் மனதார விரும்பினேன். சென்ற முறையைவிட இந்த முறை குறிப்பிடத்தக்க அளவில் என் திறமை மேம்பட்டுள்ளதாக நம்பியதோடு திறன் வாய்ந்த நிறைய எதிராளிகளை கொஞ்சம் அதிர்ஷ்டமும் இருந்தால் என்னால் வீழ்த்த முடியும் என்றும் நம்பினேன். அது வரையில் ஹைதராபாத்தில் எனது தொழில்வாழ்க்கைப் பயணம் அபாரமாக இருந்தது. இங்கு நான் பல ஏ.ஐ.டி.ஏ. போட்டிகள், $10,000 ஐ.டி.எஃப். நிகழ்ச்சிகள், சென்ற ஆண்டு நடைபெற்ற ஹைதராபாத் ஓபன் ஒற்றையர் பட்டம் ஆகியவற்றில் வென்றுள்ளேன். எனவே ஹைதராபாத் ஒற்றையர் கோப்பையை வெல்வது இவற்றுக்கெல்லாம் மகுடம் வைத்தாற்போலவும் என் சொந்த மண்ணில், இத்தனை ஆண்டு களாக எனக்கு அளவற்ற ஆதரவு அளித்து வரும் டென்னிஸ் ரசிகர்களும் என் நன்றியை தெரிவித்தாற்போல இருக்கும்.

டென்னிஸ் ஜாம்பவான் மார்டினா நவரத்திலோவா இங்கு வந்து இரட்டையர் போட்டிகளில் கலந்துகொள்வதாக இருந்தது இதன் சிறப்பம்சமாக இருந்தது. ஆனால் துரதிர்ஷ்டவசமாக அவரது ஜெர்மன் இணை, ஆனா–லெனா குசோயென்ஃபீல்ட்டுக்கு இந்தப் போட்டிகளின் ஆரம்பகட்டத்திலேயே காயம் பட்டதால் மார்டினா இதில் கலந்துகொள்வதைக் கைவிட வேணடியிருந்தது.

ஒற்றையர் போட்டித் தரவரிசையில் 131ஆவது இடத்தில் இருந்த எனக்கு மெயின் டிராவில் விளையாட ஒயில் கார்ட் தேவைப்பட்டது. போட்டிகளில் மேல் நிலையை அடைவதற்கு நான் சந்திக்கப்போகும் அத்தனை பேரையும் தோற்கடித்தாக வேண்டும். அவர்கள் எல்லாருமே என்னைவிட தரவரிசையில் உயர்ந்தவர்கள். முதல் சுற்றில் ருமேனியா நாட்டைச் சேர்ந்த டெலியா செஸியோரியானுவோடு மோதி என் ஊக்கத்தை அதிகரிக்கச்செய்யும் வகையில் 6–2, 7–5 என்ற செட் கணக்கில் வென்றேன். என் ஆட்டத்தின் ஒவ்வொரு நிமிடத்தையும் என் ஊர் மக்கள் ரசித்துப் பார்த்து, ஆட்டம் முழுவதும் என்னை உற்சாகப்படுத்தியவாறே இருந்தனர்.

எனது அடுத்த போட்டியாளர், சீனாவைச் சேர்ந்த ஜெங் ஜீ. தொடர்ந்து மிக நன்றாக விளையாடி வரும் இந்தப் பெண்ணை என்னால் எதிர்கொள்ள முடியுமா என்று பலர் சந்தேகித்தனர். ஆனால், ஏற்கெனவே பெற்ற வெற்றி தந்த நம்பிக்கையுடன் களம் இறங்கிய நான் உடனடியாக அதிரடி ஆட்டத்தைத் தொடங்கிவிட்டேன். என்ன நடக்கிறது என்பதை உணர்ந்து ஜெங் உணரும் முன்பாக முதல் செட்டை வென்றுவிட்டேன்.

இரண்டாவது சுற்றில் சுதாரித்துக்கொண்டு அவர் தனது அனுபவத்தைப் பயன்படுத்தி ஆட்டத்தின் வேகத்தைக் குறைத்தார். நானும் அதிகம் அதிகமாகத் தவறு செய்ய ஆரம்பித்தேன். இது அவரை போட்டியில் சம நிலைக்கு வரவைத்தது. ஆனால், முடிவு தீர்மானிக்கப்படும் நிலை வந்ததும், இதை விட்டுவிடக்கூடாது என்று நான் தீர்மானித்துக் கொண்டான். எனது அதிரடி டென்னிஸ் பிரான்ட் விளையாட்டை நான் தொடர்ந்தேன். அது நல்ல பலனைத் தந்தது. ரசிகர் கூட்டத்தின் ஆரவாரக் கூச்சல்களுக்கு இடையே நான் அந்த ஆட்டத்தை வென்று காலிறுதிக்குத் தகுதி பெற்றேன்.

அந்தப் போட்டி குறித்து, பரவலாக பரபரப்பாகப் பேசப்பட்டது. இந்த இரண்டு வெற்றிகள் நாடு முழுவதும் குறிப்பிடத்தக்க அளவு எண்ணிக்கையிலான மக்கள் இந்தப்

போட்டிகளை கூர்ந்து கவனிக் தொடங்கினர். மூத்த இஸ்ரேலிய வீரங்கனை, ஜிபோரா ஒப்ஸைலரை எதிர்த்து நான் ஆடிய காலிறுதிப் போட்டி விளையாட்டைப் பார்ப்பதற்காக நாடு முழுவதிலுமிருந்து வந்திருந்த ரசிகர்களால் மைதானம் நிரம்பி வழிந்தது. அந்த சந்தர்ப்பத்தில் இந்தியாவில் முதல்தர டென்னிஸ் போட்டிகள் நடப்பது அரிதான விஷயமாக இருந்தது; இந்தியா அப்போதுதான் மூன்றாவது முறையாக பெண்கள் டென்னிஸ் சங்கம் போட்டிகளை நடத்துகிறது. இதில் இன்னும் உற்சாகம் தந்த விஷயம், ஒரு இந்தியப் பெண் அபார வெற்றிகளை ஈட்டி முன்னேறி வருகிறாள் என்பதுதான்.

என்னைவிட ஏறத்தாழ பத்து வயது மூத்த ஜிபோராவுடன் ஆடுவது என்பது கற்பனை செய்து பார்க்க முடியாத விஷயமாக இருந்தது. மிக அற்புத வீராங்கனையான இவர், நாள் முழுவதும் விளையாடச் சொன்னாலும் சளைக்காமல் ஆடக்கூடிய நம்பமுடியாத உடல் வலிமை பெற்றிருந்தார். எப்போதாவது எதேச்சையாகத்தான் தவறுகள் செய்தார். ஒரு லயத்திற்குள் நீங்கள் வருவதை அனுமதிக்காத அளவு தந்திரமான அணுகுமுறையைக் கொண்டவர். மெதுவாகவும் சீராகவும் தனது எதிராளியைத் தவறு செய்யத் தூண்டுவார். இப்படிப்பட்ட வீராங்கனைக்கு எதிராக விளையாடுவதை, அதுவும் குறிப்பாக எனது தொழில் வாழ்வின் இந்த நிலையில் நான் வெறுத்தேன். முதல் செட்டில் 4–6 என்ற செட் கணக்கில் தோற்றேன்.

ஆரம்பகட்ட தோல்வியால் அதிர்ந்த நான் உடனே ஒருசில அதிரடி ஷாட்களை அடித்தேன். எனது முன்னங்கை ஆட்டத் திறனில் தடுமாறினார். விரைவில் அந்த செட்டை வென்று ஆட்டத்தை சமமாக்கினேன். அடுத்து பரபரப்பை உண்டாக்கிய மூன்றாவது செட் தொடங்கியது. மூன்று மணி நேர ஆட்டத்திற்குப் பிறகு 7–5 என்ற செட் கணக்கில் நான் வெற்றிகொண்டு காலிறுதியை வென்றேன். என் வெற்றியைக் கொண்டாடும் வகையில் என் ரசிகர்களை நோக்கி கைகளை உயர்த்திபோது என் உடலின் ஒவ்வொரு தசையிலும் ஆசுவாசம் பரவுவதை உணர்ந்தேன்.

ஜிபோரா திகைப்படைந்துவிட்டார். மோசமான தோல்வியை சந்தித்த பிறகு அழுதுகொண்டே அந்த இடத்திலிருந்து சென்றுவிட்டார். இரண்டு ஆட்டக்காரர்களும் தங்களது அனைத்து திறன்களையுமே மொத்தமாக வெளிப்படுத்திய அந்த போட்டியில் வெற்றிபெறுவது என்பது உங்கள் நம்பிக்கையை இனிவரும் காலங்களுக்கும் பெரிய அளவில் தேக்கி வைத்துக்கொள்ளும்

அதே நேரத்தில் தோல்வி என்பது உங்களை சுக்குநூறாக உடைத்துவிடும். இந்த வெற்றி அதுவும் குறிப்பாக, மிக அதிகமான எதிர்ப்பார்ப்புடன் ஆட்டத்தைப் பார்த்துக்கொண்டிருந்த மிகப் பெரிய கூட்டத்திற்கு முன்பாக பெற்ற இந்த வெற்றி என்னை உடல் ரீதியாகவும் மனரீதியாகவும் மேலும் அதிக வலுவாக உணரச் செய்தது. ஆனால் ஜிபோராவோ தடுமாற்றம் அடைந்துவிட்டார். அவரது ஒட்டுமொத்த திறன்களையும் மிஞ்சியிருந்த கடைசி ஆற்றலையும்கூட செலுத்தி ஆடியும் தோற்றுவிட்டார். சமாளித்துக்கொண்டு மீண்டும் எழுந்து வரும் அளவு ஒருவர் மிகவும் அதிக மனஉறுதி கொண்டிருந்தால் ஒழிய இந்த மாதிரியான தோல்விகள் உங்களை நொறுங்கச்செய்துவிடும்.

நாங்கள் இருவரும் லாக்கர் அறையில் இருந்தபோது, 'நீ விரைவில் தோற்று வெளியேறிவிடுவாய் என்றுதான் நான் நினைத்தேன், ஆனால் நீ வெளியேறவில்லை' என்று தான் மனதில் நினைத்திருந்ததைக் கூறினார்.

உயர் தரம் வாய்ந்த சர்க்யூட்டில் பத்தாண்டுகளுக்கும் மேலாக சிறப்பான வீராங்கனையாக இருந்த வந்தாலும் ஒரு டூர் பட்டத்தைக்கூட வெல்லாத சில துரதிர்ஷ்ம் வாய்ந்தவர்களுள் ஒருவர், ஜிபோரா. பல ஆண்டுகளுக்குப் பிறகு, என்னிடம் அவர், இந்த ஹைதராபாத் தோல்வி அவரை எந்தளவு பாதித்தது என்று கூறினார். எப்படியும் நாம்தான் வெல்லப்போகிறோம் என்ற அதீத நம்பிக்கையில் இருந்த அவரை அந்தத் தோல்வி தொடர்ந்து துன்புறுத்தி வந்ததாக கூறினார்.

இப்போது நான் அரையிறுதிப் போட்டியில் நுழைந்து விட்டேன். இது இந்திய டென்னிசுக்கு முதல் முறை. தேசியத் தொலைக்காட்சியில் போட்டி நேரடியாக ஒளிபரப்பப்பட்டது. நம் நாட்டு வீராங்கனையின் தொடர்வெற்றிகள் நாடு முழுவதும் உற்சாக அலையைப் பரப்பியது. மைதானத்தில் நுழைவுச்சீட்டுக்குத் தேவை அதிகரித்தது, நுழைவுச்சீட்டு வாங்க கடும் போட்டி நிலவியது. போட்டிகள் தொடங்குவதற்கு பல மணி நேரம் முன்பாகவே அனைத்து இருக்கைகளும் நிரம்பி வழிந்தன. கவர்ச்சியான ரஷ்ய விளையாட்டு வீராங்கனை மரியா கிரிலெங்கோவுடன்தான் எனது அடுத்த போட்டி.

அழகிய மரியா இந்தியாவிலும் பிரபலமானவர், சென்ற ஆண்டு இந்தப் போட்டிகளில் ரன்னராக இருந்தவர். தலைசிறந்த சீன வீராங்கனை லி நாவை காலிறுதியில் நேரடி செட்களில் தோற்கடித்து கேமில் அபாரத் திறனை இவர்

வெளிப்படுத்தியிருந்தார். நாங்கள் அருமையாக விளையாடினோம். உள்ளூர் ரசிகர்களின் உற்சாகத்தை கரைபுரண்டோடச் செய்யும் வகையில் நான் இரண்டாவது செட் டை–பிரேக்கரில் வெற்றிகொண்டு, எனது முதலாவது டபிள்யு. டி.ஏ. இறுதிச்சுற்றில் நுழைந்தேன்.

ரசிகர்களின் எதிர்ப்பார்ப்புகளும் குதூகலக்களிப்பும் வானத்தைத் தொட்டன. இது எந்தளவு இருந்தன என்பதைப் பார்த்தால் மட்டுமே புரிந்துகொள்ள முடியும். போட்டி காலை 9 மணிக்குத் தொடங்க இருந்தது. அதற்கு 6 மணி நேரத்திற்கு முன்பாகவே மைதானம் நிரம்பிவிட்டது. ஆயிரக்கணக்கானோர் உள்ளே நுழைய முயன்றவாறே தொடர்ந்து வெளியே காத்திருந்தனர். அவர்களைக் கட்டுப்படுத்துவது போலீசாருக்குப் பெரும் சவாலாக இருந்தது. ஐந்து, பத்து நிமிடங்களுக்கு ஒருமுறை கதவுகள் தள்ளித் திறக்கப்பட்டு ஆண்கள், பெண்கள், குழந்தைகள் உள்ளே வர முயற்சிசெய்த வண்ணம் இருந்தன. எல்லா இடங்களிலும் தள்ளுமுள்ளு காணப்பட்டது. மனேஷ் பூபதியின் குளோபோஸ்போர்ட் நிறுவனம்தான் இந்த டோர்னமன்ட்டை ஆர்கனைசஸ் செய்கிறது. அவரால் உள்ளே வரமுடியவில்லை. கடைசியில், பின்னால் காம்பவுண்ட் சுவர் ஏறிகுதித்து அவர் உள்ளே வந்தார்.

அரங்கத்தில் ஸ்டான்டில் இருந்த இளைஞர்கள் குழு ஒன்று 'சானியா நீங்கள் எங்களைக் கிரிக்கெட்டிலிருந்து டென்னிசுக்கு கூட்டி வந்துவிட்டீர்கள்' என்ற பானரை தூக்கிப் பிடித்துக்கொண்டிருந்தனர். உயர் தரம் வாய்ந்த ஒரு போட்டியின் இறுதிச் சுற்றில் அதுவும் உங்களது சொந்த ஊரில் விளையாடுவது என்பதே ஒரு கனவுபோன்றதுதான். ஆனால் நான் அந்தக் கனவையே நிஜத்தில் காண்கிறேன். 'சானியா மிர்ஸா என்குளோசர்' என்றொரு விசேஷப் பகுதி அரங்கத்தின் ஒரு பகுதியில் அமைக்கப்பட்டிருந்தது. அங்கு எனது நூற்றுக்கணக்கான குடும்ப உறுப்பினர்கள், நண்பர்கள், நெருங்கிய சகாக்கள் இருந்தனர். எனது உறவினர்கள், நண்பர்களில் பலர் நுழைவுச்சீட்டுகளைக் கையில் வைத்திருந்தும் உள்ளே நுழைய முடியாமல் போனது. அவர்கள் உடனடியாக வீட்டிற்குச் சென்று இந்தப் போட்டியைத் தொலைக்காட்சியில் பார்க்கலாம் என்று முடிவுசெய்தனர்.

டென்னிஸ் போட்டிகள் நடைபெறவுள்ள மைதானத்துக்குப் போகும் அனைத்துப் பாதைகளும் அடைபட்டுவிட்டன. எனவே இறுதியில், ஏற்பாட்டாளர்கள் உள்ளூர்த் தொலைக்காட்சி

நிறுவனங்கள் மூலமாக இந்தப் போட்டியைத் தங்கள் தொலைக் காட்சியில் பார்க்குமாறும், ஏற்கெனவே கூட்டம் அலைமோதும் மைதானத்திற்குள் நுழைய முயற்சி செய்ய வேண்டாம் என்றும் வேண்டுகோள் விடுக்கும்படி ஆனது.

அவசர அவசரமாக ஒரு பெரிய தொலைக்காட்சித் திரை ஒன்று உள்ளரங்க மைதானத்திற்கு அருகே பொருத்தப்பட்டது. மத்திய மைதானத்தை அடைய முடியாத பல ரசிகர்கள் அங்கே கூடினார்கள். உடனடியாக விளையாட்டு நடைபெறும் இடத்திற்கு அருகில் வரும் முயற்சியில் அந்த இடம் ஆயிரக் கணக்கானவர்களால் சூழப்பட்டுவிட்டது.

உக்ரேன் நாட்டு வீராங்கனை அலியோனா போண்டறேங்கோவை எதிர்த்து இறுதிச் சுற்றில் நான் போட்டியிட்டேன். அந்த முக்கியத்துவம் வாய்ந்த நிகழ்வுக்கு ஏற்றாற்போலவே அந்தப் போட்டியும் நடைபெற்றது. நாங்கள் இறுதிவரை ரசிகர்களை அடுத்து என்ன நடக்குமோ என்ற பதைபதைப்புடனே வைத்திருந்தோம். நாங்கள் முதலில் சாதாரணமாகத்தான் விளையாடத் தொடங்கினோம். ஆனால் நேரம் செல்லச் செல்ல ஆட்டம் சூடுபிடித்தது. முதல் செட்டில் நான் 6–4 செட் கணக்கில் வென்றேன். இரண்டாவது செட்டில் அலியோனா 7–5 என்ற செட் கணக்கில் அடித்து ஆடி இழந்ததைப் பெற்றார். விரைவில் போட்டியை முடித்துவைக்கும் புள்ளி என்ற நிலைக்கு நான் வந்தேன்.

சாம்பின்ஷிப்புக்கான புள்ளிக்காக நான் சர்வ் செய்தபோது என்னால் வேறு எதையுமே கேட்கவோ பார்க்கவோ முடியவில்லை. மைதானமே அதிர்வது போல சத்தம் எழும்பியது. அலியோனா எனது இரண்டாவது சர்வை ரிட்டர்ன் செய்யத் தவறிவிட்டார். மகிழ்ச்சிக் குதூகலத்தில் நான் அப்படியே தரையில் விழுந்துவிட்டேன். நான் இதை சாதித்தே விட்டேன். எனது முதல் பெண்கள் டென்னிஸ் பட்டத்தை நான் வெற்றுவிட்டேன்!

ஆனால் ஆட்டம் இன்னமும் முடியவில்லை. ஒரு சில வினாடிகள் கழிந்தன. அம்பயர் இன்னமும் ‘கேம், செட் அன்ட் மாட்ச்’ என்ற மந்திரச் சொற்களை உதிர்க்கவில்லை என்பதை நான் உணர்ந்தேன். தரையில் விழுந்த நான் எழுந்து அம்பயரைப் பார்த்தேன். அவர் ரீ–சர்வ் செய்ய வேண்டும் என்று அழைத்தைக் கேட்டேன். அவரைப் பொறுத்தவரை பந்து நெட்டில் பட்டுவிட்டது.

மைதானம் முழுவதும் அதிர்ச்சியில் தத்தளித்தது. நடப்பதை நம்ப முடியாத ரசிகர்கள் மறுக்கும் விதத்தில் தலையை ஆட்டினர். இதுவரை நான் செய்ய வேண்டி வந்த விஷயங்களிலேயே இதுதான் மிகவும் கடினமாக செயலாக இருக்கப்போகிறது. போட்டியில் வெற்றிபெற்றுவிட்டேன் என்று நான் நினைத்த பிறகு மீண்டும் சர்வ் செய்யப்போகிறேன். என் மனதில் நான் இரண்டாவது முறையாக வெற்றிபெற்றாக வேண்டும் என்று நினைத்தேன். அந்த சர்வீசை நான் சரியாக அடிக்கவில்லை. ஆனால் உடனடியாக அதிர்ச்சியிலிருந்து விடுபட்டு, மீண்டும் வலுவான ஷாட் அடித்தேன். எனக்கு வேண்டியது என்ன என்பதில் எந்த சந்தேகமும் இல்லை. அடுத்த கேமில் நான் அலியோனாவை வீழ்த்தி என் சொந்த மண்ணில் அந்த மகத்தான வெற்றியை ஈட்டினேன்.

நான் ஏற்கெனவே வெற்றிபெற்றுவிட்டேன் என்று நினைத்து மகிழ்ச்சிக்கொண்டாட்டத்தில் இருந்த சமயத்தில் மீண்டும் விளையாட நேர்ந்த அந்த பலகீனத் தருணத்தை நான் வெற்றிகொண்டேன் என்பதை நினைத்தும் கிடைத்த வெற்றியை நழுவவிடாமல் அந்த மோசமான தருணத்தை எனது மனவலிமையால் வென்றதை எண்ணியும் நான் பெருமிதம் கொண்டேன். இரட்டையர் போட்டிகளில் பட்டத்தை வென்று ஒரு வருடம் கழித்து என் சொந்த ஊரில் வென்றது என்னைப் பொறுத்தவரை நம்ப முடியாத சாதனை.

அரங்கமே மகிழ்ச்சி குதூகலத்தில் அதிர்ந்தது. ரசிகர்களின் பலத்த ஆரவாரங்களுக்கு இடைய முதலமைச்சர் ஒய். எஸ். ராஜசேகர ரெட்டி எனக்கு அந்த கோப்பையை வழங்கினார்.

~

எல்லாமே நல்லபடியாக நடைபெற்றது. நான் விம்பிள்டன் ஜூனியர் போட்டி பட்டத்தை வென்றுவிட்டேன், அதோடு ஆஸ்திரேலிய ஓபன் டென்னிஸ் கிராண்ட் ஸ்லாம் என்ற உயர் அளவிலான டென்னிஸ் போட்டிகளிலும் என் இருப்பை உலகிற்கு அறிவித்துவிட்டேன். இப்போது டபிள்யு.டி.ஏ. பட்டத்தையும் வென்றுள்ளேன். இவற்றை சாதித்த முதல் இந்தியப் பெண் என்ற பெருமையும் பெற்ற நான், பெண்கள் டென்னிசில் உலகத் தர வரிசையின் தலைசிறந்த 100 பேர்களில் ஒருத்தியாகவும் இடம்பெற்றேன். எனக்குப் பதினைந்து வயது ஆனதிலிருந்து நாட்டில் ஏராளமானோர் நான் எப்படி இந்திய டென்னிஸ் களத்தில் இதுவரையிலான வீராங்கனைகள் யாருமே சாதிக்க விஷயங்களை சாதிக்கப்போகிறேன் என்றே பேசி வருகின்றனர்.

இப்படிப்பட்ட பேச்சுகளைக் கேட்ட எனக்கு அப்போது இவற்றால் பெரிய உத்வேகம் ஏற்படவில்லை. பொதுவாக, இத்தகைய வானளாவிய எதிர்பார்ப்புகள் என்னைப் போன்ற வளர்ந்து வரும் ஒரு வீரருக்கு அதிகமான மன அழுத்தத்தைத்தான் கொடுக்கும். ஆனால், இப்போதோ, 'கடவுளே, உண்மையில் நான் அவர்களுடைய எதிர்பார்ப்புகளை நிறைவேற்றி வருகிறேன்.' என்ற எண்ணம் தோன்றி என்னைத் திகைப்படைய வைத்தது. யாரோ ஒரு எழுத்தாளர் அருமையாக எழுதிய தேவதைக் கதை போலவே என் வாழ்க்கையில் எல்லாம் நடைபெற்று வந்தன.

நாங்கள் அந்த அரங்கத்திலேயே என் வெற்றியைக் கொண்டாடினோம். அதன் பிறகு வீட்டிலும் என் அம்மாவின் தங்கையுடன் சேர்ந்து கொண்டாடினோம். இந்தச் சித்தி எனக்கு மிகவும் பிரியமானவர். இவரை என் இரண்டாவது அம்மா என்று நான் கூறுவேன். நான் வெற்றி பெற்றதில் அவர் எல்லையில்லா மகிழ்ச்சியடைந்தார். இறுதியாக, ஏ.ஐ.டி.ஏ. அமைப்பின் துணைத் தலைவரும் என் தொழில் வாழ்வு முழுவதும் என் மீது நம்பிக்கை வைத்து எனக்கு ஆதரவு அளித்து வந்த ராஜா நரசிம்ம ராவ் ஏற்பாடு செய்திருந்த பார்ட்டிக்குச் சென்றேன். அந்த அமைப்பின் ஊழியர்கள் அனைவர் முகங்களிலும் பெருமிதக் களிப்பு காணப்பட்டது. ஏ.ஐ.டி.ஏ. அமைப்பின் தலைவர், ஆர்.கே. கிருஷ்ணாவும் அங்கிருந்தார். அவரும் மகிழ்ச்சிப் பெருமிதத்துடன் காணப்பட்டார்.

அவர் என்னை அருகே அழைத்து, 'கடவுள் உன்னை ஆசிர்வாதிக்கட்டும், சானியா. இன்று எனக்கு நீ மாபெரும் மகிழ்ச்சியை அளித்திருக்கிறாய். அரங்கம் நிறைந்த பெருமை மிக்க டென்னிஸ் போட்டி ஆடுகளத்தில் ஒரு இந்தியர் பட்டத்தை வெல்ல வேண்டும் என்று நான் எப்போதுமே கனவு கண்டு வந்தேன். மை சைல்ட், நீ பட்டத்தை வென்றதோடு அரங்கையும் நிரப்பிவிட்டாய்' என்று உணர்ச்சி வசப்பட்டு என்னை வாழ்த்தினார். 'நான் என் வீட்டில் தொலைக்காட்சியல் உன் ஆட்டத்தைக் கண்டேன். அரங்கில் உன் ஆட்டத்தைக் காண வந்த ஏராளமான கூட்டத்தால் என்னால் அரங்கத்தின் உள்ளே நுழைய முடியவில்லை. இதுதான் என் வாழ்வின் மிகவும் மகிழ்ச்சியான நாள்!" என்று அவர் மேலும் கூறினார்.

உணர்ச்சிவசத்தில் என் கண்களில் கண்ணீர் வரத் தொடங்கியது. கஷ்டப்பட்டு என்னைக் கட்டுப்படுத்திக்கொண்டு அவரை நான் ஆதரவுடன் அணைத்தேன் அவர் என் நெற்றியில் முத்தமிட்டார். இந்திய டென்னிசின் வயது முதிர்ந்த அந்த

வீரருடனான எனது கடைசி சந்திப்பு அது. அதன் பிறகு ஒரு சில மாதங்களில் அவர் மரணமடைந்தார். ஆனாலும் அவருடைய மகன் அனில் கன்னாவுடன் நான் இன்னமும் தொடர்பு கொண்டுள்ளேன். இது ஒரு வித்தியாசமான உறவு, காரணம் அவர் என்னைவிட வயதில் மிகவும் குறைந்தவர், அவர் தன் அப்பாவின் அடிச்சுவட்டில் பயணம் தொடங்கிய சமயத்தில் நான் புகழ்பெற்ற டென்னிஸ் வீராங்கனையாக உயர்ந்திருந்தேன். ஆனாலும் நாங்கள் இருவரும் ஒருவரை ஒருவர் மரியாதையுடன் பழகி வருகிறோம். எங்களுக்குள் சில கருத்து வேறுபாடுகளும் இருந்தன ஆனால் எதுவுமே நிலைத்து நின்றதில்லை.

14

புதிய பொறுப்புகளைக் கற்றல்

ஹைதராபாத்தில் நடைபெற்ற பெண்கள் டென்னிஸ் சங்கம் போட்டி பட்டத்தை வென்ற உடனே இந்தியா முழுவதிலுமிருந்து பல்வேறு அமைப்புகள் மற்றும் தனிநபர்களிடமிருந்து சிறப்பு விருந்தினராகப் பங்கேற்கும்படி ஏகப்பட்ட அழைப்புகள் வந்து குவிந்த வண்ணம் இருந்தன. அனைத்திலும் பங்கேற்பது என்பது சாத்தியமே இல்லை. ஆனால் சிலிகுரி என்ற இடத்திலிருந்து வந்த அழைப்பு போன்ற ஒருசிலவற்றை மட்டும் என்னால் தவிர்க்க முடியவில்லை. அது டிசம்பர் 2004இல் நிகழ்ந்த, உலகையே அதிர்ச்சியடையச் செய்த சுனாமிப் பேரழிவில் பாதிக்கப்பட்டவர்களுக்கு நிவாரணம் வழங்க நிதி திரட்டுவதற்காக ஏற்பாடு செய்யப்பட்ட ஒரு நிகழ்ச்சி.

கிழக்கு வங்கத்தின் அன்றைய ஊரக வளர்ச்சித் துறை அமைச்சர் பட்டாச்சார்யா விளையாட்டை நேசிக்கும் ஒரு நபர். அவர் தனது தொகுதிக்கு இந்திய கிரிகெட்டி கேப்டன் சவுரவ் கங்குலி, கால்பந்து ஸ்டார் பைசுங் பூட்டியா மற்றும் என்னையும் அழைத்திருந்தார். நாங்கள் மூவரும் எங்களது சொந்த உடைமைகளை சுனாமியால் பாதிக்கப்பட்டவர்களுக்கு நிதி திரட்ட ஏலத்தில் விட வேண்டும். விளையாட்டு வீரர்களுக்கு அந்தப் பகுதி மக்கள் காட்டிய மரியாதையையும் நேசத்தையும் பார்த்து நான் அசந்துபோய்விட்டேன். அது எனக்கு ஒரு மறக்க முடியாத நிகழ்வாகிவிட்டது.

டென்னிஸ் விளையாட்டின் நுணுக்கங்களை அங்கே நிறைய பேர் அறியாமல் இருக்கலாம். கிழக்கு வங்காளத்தில் கால்பந்துதான் ஆதிக்கம் செலுத்தி வந்தது. ஆனால், இப்போதுதான் ஹைதராபாத்தில் சர்வதேச அளவில் பெருமைமிக்க ஒரு டென்னிஸ் பட்டத்தை வென்றுள்ள, அதுவும் அதற்கு முன்பாக ஆஸ்திரேலிய ஓபனில் இறுதிச் சுற்றுவரை முன்னேறி, செரீனா வில்லியம்சோடு சம பலத்துடன் போட்டியிட்ட வீரங்கனையை எப்படியாவது பார்த்துவிட வேண்டும் என்று நாங்கள் வரும்

வழிநெடு பெரும் எண்ணிக்கையில் மக்கள் அந்த ஊரின் நடைபாதைகளில் திரண்டு காத்திருந்ததற்கு இவை எதுவுமே தடையாக இல்லை. அந்த அழகிய சிறிய ஊரில் என் காரைக் கண்டவுடன் மக்கள் ஆரவாரத்துடன் எழுந்து நின்று கைதட்டி என்னை வரவேற்றனர்.

ஏலம் நடைபெறவுள்ள கஞ்சன்செங்கா மைதானத்தை அடைய நாங்கள் சென்ற வழி நெடுக அந்த ஊர்க் கட்டடங்களின் பால்கனிகளிலும், மொட்டை மாடிகளிலும் மக்கள் கூட்டம் நிரம்பி வழிந்தன. சிலிகுரி நகர் வழியாக நான் மேற்கொண்ட அரை மணி நேர பயணத்தில் ஆண்கள், பெண்கள், குழந்தைகள் ஆயிரக்கணக்கில் தெருக்களில் கூடி, என்னை நோக்கி உற்சாகமாக கையசைத்த வண்ணம் இருந்தனர். அதில் சிலர் எனது சாதனைகளை கொண்டாடும் வகையில் எழுதப்பட்ட பானர்களையும் வாழ்த்து அட்டைகளையும் தூக்கிப்பிடித்தவாறு என்னை வரவேற்றனர். அந்த அனுபவத்தை என்னால் மறக்கவே முடியாது. நாட்டின் எங்கோ கோடியில் இருக்கும் இடங்களில் டென்னிசை இந்தளவு பின்பற்றும் ரசிகர்கள் இருப்பது, அதிலும், நான் எங்கு சென்றாலும் எனது வெற்றிகளின் தாக்கம் அதிகமாக காணப்பட்டது என்னை உணர்ச்சிவசப்படச் செய்தது. நான் எங்கு விளையாடினாலும், எப்போது விளையாடினாலும் – நான் விளையாடுவது என் நாட்டு மக்களிடையே மகிழ்ச்சியைப் பரப்புவதற்காக மட்டுமே என்றாலும்கூட மேலும் சிறப்பாக விளையாட வேண்டும் என்ற என் தீர்மானம் இதனால் மேலும் உறுதிப்பட்டது.

கஞ்சன்ஜங்கா மைதானம் நிரம்பியது. நானும் சவுரவ் கங்குலி, பைசுங் பூட்டியா நன்கொடையாகத் தந்த பொருள்கள் ஒருசில நிமிடங்களில் விற்றன. ஆஸ்திரேலியன் ஓபனில் செரீனா வில்லியம்சுடன் விளையாடியபோது நான் அணிந்திருந்த ஆடை 2 லட்சம் ரூபாய்க்கு விற்றது. சுனாமியால் சின்னாபின்னாமாகிப் போன ஆயிரக்கணக்கானவர்களின் வாழ்க்கைக்கு உதவ திரட்டப்படும் நிதிக்கு ஏதோ என்னால் ஆன ஒரு சின்ன சிறிய உதவியாக இது அமைந்திருக்கும்.

அந்த நிகழ்ச்சி முடிந்த பிறகு நாங்கள் கொல்கத்தா செல்ல ரயிலைப் பிடிக்க வேண்டும். ஆனால் சிலிகுரி கூட்டம் எங்களை விடுவதாக இல்லை. பாதுகாப்புப் படையில் இருந்த ஒரு டஜன் பெண்கள் கூட்டாக நின்றுகொண்டு அந்த அரங்கிலிருந்து நாங்கள் 'தப்பித்துச் செல்ல' உதவினர். ரயில்நிலையத்தை நோக்கி நான் காரில் விரைந்தபோதும் வழியெல்லாம் மக்கள் கூட்டம். நடைபாதையைக் கடந்துசெல்லவும் பாதுகாப்புடன் நான்

அழைத்துச் செல்லப்பட்டேன். எனக்கு முன்பாகவே ரயில் ஏறிவிட்ட சவுரவும், பைசுங் பூட்டியாவும் என்னை நோக்கிக் கையசைத்தனர். ஒருவழியாக ரயிலில் ஏறி ரயில் கிளம்பிய பிறகு எனக்கு அப்பாடா என்று இருந்தது.

பெற்றோரும் தங்கையும் என்னுடன் வந்திருந்தனர். அஷோக் அண்ணா, சவுரவ் இருவருடன் ஒரே பெட்டியில் நாங்கள் ஜாலியாகப் பேசிக்கொண்டும், அந்த விவசாயிகள் வீட்டில் விசேஷமாகத் தயாரித்துத் தந்தனுப்பிய உணவை உண்டும் அந்தப் பயணத்தை அனுபவித்து மகிழ்ந்தோம். அந்த ரயில் கொல்கத்தா திரும்பிக்கொண்டிருந்தபோது, இனிமேல் நான் விளையாடும்போது பல்வேறு மாறுபட்ட பாத்திரங்களை ஏற்க வேண்டியிருக்கும் அதை நான் நினைவில் கொள்ள வேண்டும். முதலில் நான் ஒரு டென்னிஸ் வீராங்கனை, ஆனால் களத்தில் நான் ஈட்டிய வெற்றிகள் என் நாட்டு மக்களுக்கு உண்மையிலேயே துயரம் தரும் விஷயங்களில் உதவ முக்கியமான பங்களிப்பை நான் வழங்க வேண்டும் என்ற அந்தஸ்தையும் எனக்கு அளித்துள்ளது. இந்த எண்ணம் திடீரென்று நான் பெரிய பெண்ணாக மாறிவிட்டது போன்ற உணர்வையும் என்னைப் போன்ற பதினெட்டு வயதுடைய என் தோழிகள், சகாக்களைவிட நான் முதிர்ச்சி அடைந்துவிட்டதாகவும் உணர்ந்தேன்.

15

என் வாழ்வின் தலைசிறந்த போட்டி

என் வாழ்க்கையில் மிகச் சிறந்த ஒற்றையர் ஆட்டத்தைத் தேர்ந்தெடுக்க வேண்டும் என்று யாராவது கேட்டால் நான் தேர்ந்தெடுப்பது மார்ச், 2005இல் நடைபெற்ற துபாய் ட்யுட்டி ஃப்ரீ சாம்பியன்ஷிப் போட்டிகளின் இரண்டாவது சுற்று என்றுதான் சொல்வேன். அமெரிக்க ஓபன் டென்னிஸ் போட்டிகளில் நான் விளையாடித் தோற்ற ஸ்வெட்லானா கன்செட்சோவாவுடனான எனது விளையாட்டில் நான் வென்ற போட்டிதான் அது. நம்பிக்கையே இல்லாத நிலையிலிருந்து நான் மீண்டு சமாளித்து எழுந்துவந்து விளையாடிய போட்டி என்பதைவிட அது ஒரு தனித்துவம் வாய்ந்த சூழலில் நடைபெற்றது என்பதால் என் தொழில் வாழ்க்கையில் மிகச் சிறந்த வெற்றிகளில் ஒன்றாக நான் அதை நினைக்கிறேன்.

உயர் தரம் வாய்ந்த போட்டியில் எனக்கு ஒயில்ட் கார்ட் வாய்ப்பு கிடைத்தது. சமீபத்தில்தான் நான் டபிள்யு.டி.ஏ. பட்டத்தை வென்று உலகத் தர வரிசையில் 100 தரவரிசைக்குள் நுழைந்திருந்தாலும் இதில் நான் என்னைவிட தர வரிசையில் முன்னேறியுள்ள நிறைய சாதித்துள்ள வீராங்கனைகளைவிட பெரிய அளவில் தாக்கத்தை ஏற்படுத்துவேன் என்று நிறைய பேர் எதிர்பார்க்கவில்லை. என் ஆட்டத்தைப் பார்ப்பதற்காகவே மிகுந்த எதிர்பார்ப்புடன் துபாய்க்கு வந்திருந்தவர்கள் மகிழ்ச்சியடையும்படி நான் ஜெலனா கோஸ்டானிக்கை முதல் சுற்றில் தோற்கடித்தேன். அடுத்து அமெரிக்க ஓபன் டென்னிஸ் சாம்பியனுடன் இரண்டாவது சுற்று விளையாட இருந்தேன்.

ஹைதராபாத்தில் நடைபெற்ற டபிள்யு.டி.ஏ. போட்டிகளில் என் கணுக்கால் பாதிப்படைந்திருந்தது. இந்த காயம் இன்னமும் முழுமையாக சரியாகவில்லை. அதோடு முதல் சுற்றில் ஜெலனா கோஸ்டானிக்குடன் விளையாடும்போது

அதை மேலும் மோசமாகிவிட்டது. ஆனால், தலைசிறந்த டென்னில் வீராங்கனைகளில் ஒருத்தியாக இருக்கும் இவருடன் விளையாடும்போது எனது தலைசிறந்த ஆட்டத்தை வெளிப்படுத்த இது நிச்சயம் என்னைத் தடுக்கப்போவதில்லை.

குஸி பிரமாதமாக விளையாடத் தொடங்கினார். திரும்பத் திரும்ப வெற்றியை ஈட்டினார். முதல் நான்கு கேம்களில் ஒரு சில புள்ளிகளைப் பெறுவதற்கே நான் கஷ்டப்பட்டேன். 0–4, 15–30 எடுத்தபோது நான் ஏற்கெனவே காயம்பட்டு மோசமாக இருந்த என் கணுக்கால் தடுக்கி உருண்டு விழுந்தேன்.

தாங்கமுடியாத வலி ஏற்பட்டது. என்னைப் பொறுத்த வரை போட்டியே முடிந்துவிட்டது போல இருந்தது. முற்றிலுமாக விரக்தியடைந்தேன். மைதானத்திற்குள் வந்த ஃபிசியோதெரஃபிஸ்ட் வீங்கிப் போயிருந்த என் கணுக்காலை சோதித்துப் பார்த்துவிட்டு தலையை பலமாக ஆட்டினார்.

‘சானியா நீங்கள் விளையாடக்கூடாது, உங்கள் கணுக்காலில் நல்ல அடிபட்டுள்ளது அதற்கு சிகிச்சை அளிக்க வேண்டும்’ என்று கூறினார்.

நான் பின்னால் திரும்பி ஸ்டான்டில் அமர்ந்து கவலையுடன் பார்த்துக்கொண்டிருக்கும் என் குடும்பம் மற்றும் ஆதரவாளர்களைப் பார்த்தேன். கண்களில் தண்ணீருடன் அவர்களைப் பார்த்து ‘நான் வெளியேறப்போகிறேன்’ என்று கூறினேன்.

‘இந்த செட்டை மட்டுமாவது முடிக்க முடியுமா என்று பார் சானியா. உன் விளையாட்டைப் பார்ப்பதற்காகவே நிறைய இந்தியர்கள் கூட்டமாக வந்துள்ளனர். எப்படியாவது முயன்று அவர்கள் கொஞ்சம் உற்சாகம் கொள்ள எதாவது செய்’ என்று என் பெற்றோர் கூறினர்.

அவர்களுடைய வார்த்தைகள் எனக்கு உத்வேகமூட்டின. அந்த ஃபிசியோதெரபிஸ்ட் கொடுத்த பெயின் கில்லர்களை போட்டுக்கொண்டேன். அவர் என் காலுக்கு பேண்டேஜ் போடும்போது பல்லைக் கடித்துக்கொண்டு வலியைப் பொறுத்துக் கொண்டேன். பத்து நிமிடங்கள் கழித்து மீண்டும் களத்தில் இறங்கினோம்.

மைதானம் முழுவதும் சுற்றி சுற்றி அடித்து ஆடி நிறையப் புள்ளிகளைப் பெறுவது, அதுவும் உலகத் தர வரிசையில் 7ஆவது இடத்தில் இருக்கும் வீராங்கனைக்கு எதிராக, என்பதைப் பற்றி என்னால் கற்பனை செய்துகூடப் பார்க்க முடியாது, அதோடு

அவர் தொடர்ந்து வெற்றிபெற்றுக் கொண்டும் இருக்கிறார் என்பதால் அதிரடியாக ஸ்ட்ரோக் அடித்து ஆடுவது என்று முடிவு செய்தேன். ஐந்தாவது கேமில் நான் வெற்றிபெற்றபோது எனக்கு ஆசுவாசமாக இருந்தது.

ஒரு சில நிமிடங்களில் நான் உட்கொண்டிருந்த மருந்து வேலை செய்யத் தொடங்கியதால், வலி கொஞ்சம் சமாளிக்கும்படி இருந்தது. திடீரென்று எனது முன்னங்கை, பின்னங்கை ஸ்ட்ரோக்குகளைப் பயன்படுத்தி வென்ற போட்டிகள் நினைவுக்கு வந்தன. இது எனக்கு உத்வேகத்தைத் தந்தன. என்னை அறியாமலேயே என் பாட்டிலிருந்து மந்திர ஸ்ட்ரோக்குகள் பறந்தன. கூட்டம் மகிழ்ச்சிக் கூக்குரலை வெளிப்படுத்தின. நான் ஏதோ மயக்க நிலையில் இருப்பது போல உணர்ந்தேன். என் ஸ்ட்ரோக்குகள் ஒருவித லயத்துடன் வெளிப்பட்டன.

தொலைக்காட்சி வர்ணனையாளர், ‘இந்த அமெரிக்க ஓபன் டென்னிஸ் போட்டி நமக்கு ஒரு பாடம் கற்றுக்கொடுத்துள்ளது’ என்று கூறினார். மேலும் அவர், ‘முதலில் சானியா 0–4 என்று தத்தளித்துக் கொண்டிருந்தார். இப்போது டென்னிஸ் விளையாட்டு என்பது ‘கேம், செட் அன்ட் மாட்ச்’ என்று சொல்லி முடிக்கும் வரை முடியக்கூடிய ஒன்றல்ல என்று எனக்குப் புரிந்துவிட்டது. என்று கூறி முடித்த அவர், தாராள மனதுடன், திடீரென்று மிர்ஸா தனது ராக்கெட்டை ஏதோ மந்திரக் கோல் போல பயன்படுத்தத் தொடங்கியுள்ளார், அவருடைய மட்டையிலிருந்து நம்பவே முடியாத வெற்றி ஸ்ட்ரோக்குகள் வெளிப்படுகின்றன!’ என்றும் அவர் கூறினார்.

இந்தப் போட்டியின் வீடியோ ரெகார்டிங்கை நான் பிறகு பல முறை பார்த்தேன். ஒவ்வொரு முறையும் அந்த துபாய்ப் போட்டியில் நான் அடித்து ஆடிய ஸ்ட்ரோக்குகளின் அபாரத் தரம் என்னை வியக்க வைத்தன. ஒவ்வொரு முறையும் என் ராக்கெட்டிலிருந்து எங்கே போய் விழவேண்டும் என்ற நோக்கத்தில் பந்து வீசப்பட்டதோ மிகவும் துல்லியமாக அதே இடத்தில் போய் பந்துகள் விழுந்தன.

போட்டி நடைபெற்றுக்கொண்டிருந்த சமயத்தில் வர்ணனையாளர் பெட்டிக்கு அழைக்கப்பட்டிருந்த டேனியலா ஹண்டுகோவா நான் மிகச் சிறந்த முறையில் விளையாடிக் கொண்டிருக்கிறேன் என்று கருத்து கூறினார். ஆனால், இதே போல இறுதி வரைத் தாக்குப்பிடித்து அமெரிக்க ஓபன் டென்னிஸ் சாம்பியனை என்னால் வீழ்த்த முடியாது என்றும் கூறினார். ஆனால் உண்மையில் நடந்தது என்னவோ அதுதான்.

நான் தாக்குபிடித்தது மட்டுமல்லாமல், அந்தப் போட்டியில் நான் விளையாடிய தனிச்சிறப்பான பாணியால் அது எனது தலைசிறந்த 10 வெற்றிகளில் ஒன்றாகவும் திகழ்ந்தது. என் கணுக்கால் முறுக்கிக்கொண்ட அந்த சந்தர்ப்பத்தில் 0–4 என்ற மோசமான நிலையில் தத்தளித்துக்கொண்டிருந்தேன். ஆனால், மீண்டும் உத்வேகத்துடன் எழுந்து இரண்டே இரண்டு கேம்களிலேயே என் சமகால தலைசிறந்த வீராங்கனைகளில் ஒருவரை எதிர்த்து ஆடி, 6–4, 6–2 என்ற செட் கணக்கில் தோற்கடித்தேன்.

ஆனால், குஸியுடன் நான் விளையாடிய மறக்க முடியாத போட்டி இது மட்டுமல்ல. இதற்கு சில மாதங்கள் கழித்து நாங்கள் இருவரும் கௌரவம் மக்க விம்பிள்டனின் மத்திய மைதானத்தில் விளையாடினோம். இந்த முறை நான் தோற்றேன் என்றாலும் அதுவும்கூட முழுக்க முழுக்க மிக அதிகமான பரபரப்பை ஏற்படுத்திய, அந்தப் பெருமை மிகு இடத்திற்குப் பொருத்தமான போட்டியாக அமைந்தது.

எங்களது போட்டி விம்பிள்டனின் மத்திய மைதானத்தில் நடைபெற உள்ளது என்பதைக் கேட்ட உடனேயே எனக்கு மிகவும் மகிழ்ச்சியாக இருந்தது. இதுவும் இன்று நிஜமாகப் போகும் எனது குழந்தைப் பருவ கனவுகளில் ஒன்று. பல ஆண்டுகளுக்கு முன்பாக தன் அப்பா எவ்வாறு தன் அப்பா, இங்கிலாந்தில் மாணவராக இருந்தபோது கஷ்டப்பட்டு சேமித்து வைத்து இந்த விம்பிள்டன் மத்திய மைதானத்தில் நடைபெறும் போட்டியைப் பார்த்தார் என்பதை எவ்வளவு பெருமையுடன் தன்னிடம் கூறினார் என்பதை என் அப்பா என்னிடம் கூறியிருக்கிறார். அவரது சொந்த பேத்தியே இந்த மைதானத்தில் விளையாடப்போகிறாள் என்பது தெரிந்தால் அவர் எவ்வளவு பெருமிதம் கொண்டிருப்பார்? நான் பார்த்தேயிராத என் தாத்தாவுக்கும் எனக்கும் அன்று அந்த மைதானம் கண்ணுக்குத் தெரியாத ஒரு விசித்திரமான பிணைப்பை ஏற்படுத்தியதாகவே நான் உணர்ந்தேன்.

நான் அகியோ மாரிகாமியை மூன்று டைட் செட்களில் தோற்கடித்து விம்பிள்டனில் எனது முதல் தொழில்முறை வெற்றியைப் பதிவு செய்தேன். இரண்டாவது சுற்றில் எனக்கு எதிராக விளையாது ஸ்வெட்லானா. அவர் என்னைப் பழிவாங்க காத்திருந்ததாவே எனக்குத் தோன்றியது. முதல் செட்டில் 4–2 என்ற செட்டில் நாட் முன்னணியில் இருந்தேன். ஆனால், மீண்டும் வலுவுடன் திரும்பி வந்த அவர் அடுத்த நான்கு ஆட்டங்களிலும் தொடர்ச்சியாக வென்றார். அடுத்த சுற்றில்

3–0 என்று நான் வென்றேன். இரண்டாவது சுற்றில் 5–3 என்ற செட் புள்ளியில் பின்னுக்குத் தள்ளப்பட்டேன். அந்தப் போட்டியை நான் டை–பிரேக்கரில் சமன் செய்வதற்கு முன்பாக ஸ்வெட்லானா, 6–5 என்ற கணக்கில் முன்னேறினார்.

முடிவு தீர்மானிக்கப்படும் புள்ளியில் அவர் என்னை மூன்றாவது கேமில் வென்றார். நான் கஷ்டப்பட்டு சர்வ் செய்தபோது, 5–2 என்ற லீடில் இருந்தார். மீண்டும் நான் வென்று 4–5 என்று கொண்டு வந்தேன். ஸ்கோரை லெவல் செய்யும் வாய்ப்பும் பெற்றேன். ஆனால், ஸ்வெட்லானா ஒரு அபாரமான ஆங்கிளில் அடித்து வீசிய பந்தை போட்டியின் மிக முக்கியமான புள்ளியில் நான் தவறவிட்டேன்.

அரங்கமே எழுந்து நின்று என்னைக் கைதட்டிப் பாராட்டியது. ஏமாற்றமாக இருந்தாலும் நான் மனமுடைந்து போகவில்லை. அன்றைய எனது ஆட்டத்தைப் பார்த்திருந்தால் என் தாத்தா நிச்சயம் பெருமிதம் கொண்டிருப்பார் என்பது எனக்குத் தெரியும்.

16

2005 அமெரிக்க ஓபன் போட்டியில்

நான் மைதானத்திற்குள் காலடி எடுத்து வைக்கும் ஒவ்வொரு முறையும் இறைவன் அருளால் பெரிய, சிறந்த விஷயங்கள் நடைபெறுகின்றன. எனது முன்னேற்றத்தின் மகத்தான ஒரு பகுதி அது. எனது முன்னேற்றம் திடீரென்று நடைபெற்றது. ஆஸ்திரேலியன் ஓபனில் மூன்றாவது சுற்று வரை முன்னேறினேன், அதையடுத்து விரைவில் சொந்த மண்ணில் ஒரு போட்டியில் வென்றேன். அமெரிக்க ஓபன் சாம்பியனை வென்றேன். விம்பிள்டனில் மறக்க முடியாத ஒரு ஆட்டத்தை ஆடினேன். நான் அடைந்திருக்கும் உயரத்தை அடைய பொதுவாகப் பலருக்கு பல காலம் பிடிக்கும். ஆனால் என்னைப் பொறுத்தவரை ஒரு வெற்றியை ஈட்டிய பிறகு அதை நினைத்து சந்தோஷப்படுவதற்குக்கூட எனக்கு நேரம் இருக்கது. இந்த 2005 அமெரிக்க ஓபன் போட்டி இன்னம் அதிக அளவு உயரத்தை எனக்கு வழங்க இருந்தது.

கடினமாக மைதானம் உள்ள தரைகளில் விளையாடுவது எனக்கு எப்போதுமே சௌகரியமானதாக இருந்தன. அதன் உண்மையான, பந்தை எகிறச்செய்யும் தன்மை எனக்கு பந்தை உயரமாக அடித்து ஆடுவதற்கு உதவின. வேகமான தரைகளும்கூட எனக்கு உதவியாக இருந்தன. எனது விசேஷ பிரான்டான வலுவான ஸ்ட்ரோக்குகளை அடித்து ஆட உதவும். கடினமான ஆடுகளங்களில் நான் பெற்ற எனது வெற்றிகளே இவற்றுக்கு ஆதாரம்.

அமெரிக்க ஓபன் போட்டிகளில் விளையாடுவதற்கு முன்பாகவே நான் பல வெற்றிகளை ஈட்டியிருந்தேன். ஜான் ஃபாரிங்டன் 2005 அமெரிக்க கடின மைதானப் போட்டியோடு தொடங்கிய அந்தச் சுற்றுப்பயணத்தில் என்னுடன் வந்திருந்தார். ஜான் பயிற்சியளித்த முதல் பெண் டென்னிஸ் விளையாட்டு தொழில்முறை வீராங்கனை நான்தான். ஏற்கெனவே மார்க் நோவெல்ஸ் மற்றும் டேனியல் நெஸ்டோர் என்ற உலகின்

முதல்நிலை இரட்டையர் இணையோடு பணிபுரிந்தவர். அவரை மகேஷ் பூபதி எனக்குப் பரிந்துரைத்தார்.

அருமையாக வியூகம் வகுப்பவர். ஆட்டத்திற்கு முன்பும் பின்பும் பல மணி நேரங்கள் விளையாட்டின் பல்வேறு அம்சங்களை அக்குவேறு ஆணிவேறாக அலசி ஆராய்ந்து பேசுவார். அற்புதமான மனிதர், அவருக்கு ஒரு பெரிய காயம் ஏற்பட்டதால் இடுப்பு மாற்று அறுவை சிகிச்சை செய்ய வேண்டிய அவசியம் ஏற்பட்டது. அதுவும் எனது பயிற்சியாளராக அவர் நல்ல ஃபார்மிற்கு வந்த அந்த சந்தர்ப்பத்தில்.

ஜெர்மனியைச் சேர்ந்த ஏழாவது போட்டியாளர் அன்னா–லென் குரோயென்ஃபீல்ட்டை சின்சினாட்டியில் நேர் செட்டில் வெற்றிகொண்டு எனது கணக்கைத் தொடங்கினேன். பிறகு ஸ்டான்ஃபோர்ட் டபிள்யு.டி.எ. போட்டிக்கு கொஞ்சம் அதிர்ஷ்டமும் கைகொடுக்க, தகுதிபெற்றேன்.

கனடாவின் மவுரீன் ட்ரேக் மற்றம் அமெரிக்காவின் லின்சே லீ–வாட்டர் இருவரையும் நல்ல முறையில் வெற்றிகொண்டேன். ஆனால் இஸ்ரேல் நாட்டைச் சேர்ந்த ஷாஹாரிடம் இறுதி தகுதிச் சுற்றில் தோற்றாலும் அதிர்ஷ்டகரமான தோல்வியாளர் என்ற இடத்தில் இருந்தேன். அந்த அற்புத வாய்ப்பை முழுமையாகப் பயன்படுத்திக்கொண்டு கிரேக்க வீராங்கனை எல்லி தானிலிடவுவை *(Danilidou)* வெற்றிகொண்டேன். இந்த எனது வெற்றி என் வாழ்க்கையில் முதன் முதலாக வீனஸ் வில்லியம்சுடன் ஆடும் மகத்தான வாய்ப்பைப் பெற்றுத் தந்தது. அந்த அமெரிக்க டென்னிஸ் ஜாம்பவான் என்னை நேர் செட்டில் வெற்றிகொண்டார் என்றாலும்கூட அந்த அனுபவம் தந்த மகிழ்ச்சியில் திளைத்தேன்.

அடுத்து சான் டியாகோவில் கலினா வோஸ்கோ போயவா மற்றும் கேத்தர்யனா போன்டென்கோ ஆகிய இருவரையும் வென்று மெயின் டிராவுக்குத் தகுதி பெற்றேன். தர வரிசையில் 'முதல் 100' நிலையில் இருந்த மூத்த வீராங்கனை தாத்ஹினா கர்பினை 6–2, 6–2 என்ற செட் கணக்கில் சுலபமாக வென்றேன். இந்த வெற்றி மூலம் மேலும் சிறப்பான, தர வரிசையில் 9ஆவது இடத்தில் இருக்கும் நாடியா பெட்ரோவாவோடு இரண்டாவது சுற்றுப் போட்டியில் விளையாடும் வாய்ப்பைப் பெற்றேன்.

எனது தன்னம்பிக்கை உச்சத்தில் இருந்தது. மிகச் சிறப்பான ஆட்டங்களை நான் வெளிப்படுத்தியிருந்தேன். நல்ல உயரமும் உடல்வலுவோடும் காணப்பட்ட இவரது சர்வ்கள் உலக

டென்னிசின் சிறந்த சர்வ்களில் ஒன்றாக கருதப்பட்டன. ஆனால் என்னோடு அவர் ஆடியபோது அந்த ஆட்டம் முழுவதும் என் முன்னங்கை வலுவைத் தாக்குப்பிடிக்க முடியாமல் திணறினார். இது அவரை மீண்டும் மீண்டும் திகைப்படையச் செய்தது. நான் அவரை ஆசுவாசம் கொள்ளவே விடவில்லை. 6–2, 6–1 என்ற செட் கணக்கில் அதிரடி வெற்றியை ஈட்டினேன்.

இந்த வெற்றி பலவகைகளிலும் முக்கியத்துவம் பெற்றது. இது என் வாழ்வில் 'முதல் 10' வரிசைக்குள் இருப்பவர்களுடனான எனது இரண்டாவது வெற்றி என்பதோடு உலக டென்னிஸ் தர வரிசையில் 50ஆவது இடத்திற்கு உயர்த்தியது. இந்த விளையாட்டின் தலைசிறந்தவர்களில் ஒருத்தியாக முன்னேறும் எனது இன்னொரு கனவும் நிஜமாகியது.

இந்த சந்தர்ப்பத்தில் டென்னிஸ் விளையாட்டின் மாபெரும் ஜாம்பவான்களில் சிலரின் கவனத்தைக் கவர்ந்துவிட்டேன் என்பது எனக்குப் பிறகு தெரிந்தது. டியாகோவின் அக்யுரா கிளாசிக்கில் நான் விளையாடியதைப் பார்த்த எக்குவடோரில் பிறந்த டென்னிசின் ஜாம்பவான்களில் ஒருவரான பாஞ்சோ செகுரா என்ற அமெரிக்க விளையாட்டு வீரர் 1940களிலும் 1950களிலும் அமெரிக்காவை வலம் வந்தவர். அவர் எனது அதிரடி ஆட்டமும் ரோமானிய டென்னிஸ் வீராங்கனை இல்லி நாஸ்டிசெயின் விளையாட்டைப் போலவே இருந்ததாக கூறினார் என்று என்னிடம் கூறப்பட்டது.

டென்னிசின் மகத்தான வீரர் பாஞ்சோ செகுரா போன்ற ஒருவர் என்னைப் பற்றி பேசியிருப்பதே எனக்குப் பெருமையளிக்கும் ஒரு விஷயம்தான், அதுவும் அவர் என்னை இல்லி நாஸ்டிசெவோடு ஒப்பிட்டுப் பேசியது நினைத்துப் பார்க்கவே முடியாத ஒரு கௌரவம்! பயிற்சியாளர்கள் தங்களிடம் பயிற்சி பெறும் என் சக ஜூனியர் வீராங்கனைகளை என்னோடு விளையாடுவதால் எந்தப் பயனும் இருக்கப்போவதில்லை என்று கருதியதால் அவர்களை என்னோடு சேர்ந்து விளையாட அனுமதிக்காத ஒரு காலமும் இருந்தது.

சின்சினாட்டியில் இரட்டையர் போட்டியில் அரையிறுதியில் நுழைந்துவிட்டேன். ஒரு பதினைந்து – பதினேழு நாட்களுக்குள் 16 போட்டிகளில் விளையாடியது என்னைச் சோர்வடையச் செய்துவிட்டது. எனது பழைய எதிரி அகியோ மோர்காமியை சான் டியாகோவில் மூன்றாவது செட்டில் எதிர்கொண்டேன். சக்தி முழுவதையும் இழந்திருந்த நான் அவரிடம் மூன்று நீண்ட செட்களில் வீழ்ந்தேன்.

எனது உடல் சோர்ந்திருந்தது. எனக்கு ஓய்வு தேவைப்பட்டது. ஆனால் நானோ உடனடியாக லாஸ் ஏஞ்சல்சுக்குப் பறந்தேன். அங்கு ஒரு தகுதிச் சுற்று டிராவில் கலந்துகொண்டாக வேண்டும். மேலும் ஒரு டைட் த்ரீ–செட்டர் கேமில் வேறு விளையாட வேண்டும். இந்த முறை செக் குடியரசின் வீராங்கனை இவெட்டா பெனசோவாவுடனும் விளையாட வேண்டும். இந்தப் போட்டியிலும் மிக முக்கியமான கட்டத்தில் என் சக்தியை இழந்துவிட்டேன். ஆனால் இந்த ஆரம்பக்கட்டத் தோல்வி மிகக் கடுமையான விளையாட்டு அட்டவணையினால் சோர்ந்திருந்த எனக்கு அதிலிருந்து மீண்டு வர ஒரு வார கால அவகாசத்தை வழங்கியது. மீண்டும் ஃபாரஸ்ட் ஹில்லில் நடைபெறவிருந்தப் போட்டிகளில் கலந்துகொள்ள வேண்டிய நேரம் வந்தவுடன் நான் அதற்காகப் புத்தணர்ச்சியுடன் தயாராக இருந்தேன்.

வரலாற்றுப் புகழ்பெற்ற ஃபாரஸ்ட் ஹில் தனக்கே உரிய பழைய வசீகரத்தைக்கொண்டது. அமெரிக்க ஓபன் போட்டிகள் ஃபிளஷ்ஷிங் மெடோவிற்கு மாற்றப்படுவதற்கு முன் பல வருடங்களாக இங்கேதான் நடைபெற்று வந்தன.

நான் முதன் முதலாக ஷாஹருடன் விளையாடினேன். நான் ஏற்கெனவே அவரிடம் தோற்றதற்கு இந்த முறை அவரை 7–6, 6–1 என்ற அபாரக் கணக்கில் வென்று பழிவாங்கினேன். இத்தாலி நாட்டின் ரொபெர்ட்டா வின்சி மற்றும் அமெரிக்காவின் வளர்ந்து வரும் நட்சத்திரம் அலெக்சா கிளாச்சை நேரடி செட்களில் வென்றேன். இது என்னை இரண்டாவது பெண்கள் டென்னிஸ் சங்கம் (டபிள்யு.டி.ஏ.) போட்டிக்கு தகுதி பெற வைத்தன. அங்கே எனக்காக செக்கோஸ்லேவியா லூஸி சாஃபரோவா காத்திருந்தார்.

அந்த ஆட்டம் ஏறக்குறைய மூன்று மணி நேரம் நடைபெற்றது. இறுதியாக லூஸி 3–6, 7–5, மற்றும் 6–4 செட் கணக்கில் வென்றார். ரன்னர்–அப் கோப்பையுடன் நான் திருப்தியடைய வேண்டியிருந்தது. கடைசி வரையில் யார் வேண்டுமானாலும் ஜெயிக்கலாம் என்ற பரபரப்பான சூழல் நிலவியது. பட்டத்தை இழந்தது எனக்கு மிகவும் ஏமாற்றமளித்தது. ஆனால் இதைவிடப் பெரிய ஆட்டம் இன்னமும் ஆட வேண்டியிருந்தது. அமெரிக்க ஓபன் போட்டிகளில் மிக நல்ல முறையில் என் திறனை வெளிப்படுத்த வேண்டும் என்று எனக்கு நானே வாக்களித்துக்கொண்டேன். அதற்கு இன்னும் ஒரு சில நாட்களே இருந்தன. நாங்கள் ஃபிளஷ்ஷிங் மெடோவிற்கு ஒரு சில மைல்கள் தூரத்தில்தான் இருந்தோம். அந்த ஆண்டின்

கிரான்ட் ஸ்லாம் போட்டி இறுதிச் சுற்றில் நான் பெற்றிருந்த அதே உத்வேகத்தை நான் மீண்டும் வளர்த்துக்கொள்ள வேண்டும்.

எனது கணுக்கால் காயம் இன்னமும்கூட முழுமையாக குணமடையவில்லை. என் கால் நகங்களில் எட்டு பாதிப்படைந்து விட்டது. வலி என் வாழ்க்கையின் ஒரு அங்கமாகிவிட்டது. ஃபாரஸ்ட் ஹில் இறுதிச்சுற்றில் சாதாரணமாக இருந்த எனது அசௌகரியம் தாங்க முடியாத வலியாக மாறிவிட்டது. சில நேரங்களில் விளையாட்டு வீரர்கள் பேராசை கொள்கிறார்கள். எப்போது தங்கள் உடலுக்கு ஓய்வு தேவை என்பதை அவர்கள் உணர்வதில்லை. உங்கள் உடல் தன்னை கவனி என்று உங்களிடம் கதறும் ஆனால் நீங்கள் அதைக் கண்டுகொள்வதில்லை. நான் மிகவும் நன்றாக விளையாடிக்கொண்ருந்தேன். இதை நிறுத்த நான் விரும்பவில்லை. நான் சற்றே இளைப்பாறினால்கூட இது என்னைவிட்டுப் போய்விடும் என்று நான் கவலைப்பட்டேன். பெரிய பெரிய கணுக்கால் பிரேசஸ் அணிந்துகொண்டு விளையாட்டைத் தொடர்ந்தேன். இவை எனது இயக்கத்தைப் பெருமளவு தடைசெய்தன. ஆனால் இதைவிட்டால் வேறு வழியில்லை. எனது முழங்கையும் கடுமையாக வலிக்கத் தொடங்கியது. அமெரிக்க ஓபன் போட்டிகள் குறித்த பத்திரிகை, ஊடக செய்திகளில் நான் முழுவதுமாக பேண்டேஜ்களுடன் காணப்பட்டேன்.

எனது கை முழுவதும் டேப்புக்குள் இருந்தது, என் கால்களும்கூடத்தான். 3.5 செ.மீ. கிழிந்த எனது வயிற்று தசைப்பகுதியில் ஒவ்வொரு முறை நான் சர்வ் செய்யும்போது வலி உயிர்போவது போல இருந்தது. சென்ற வாரம்தான் அமெரிக்க ஓபன் என் உடலில் பயங்கர சேதங்களை உண்டுபண்ணியிருந்தது. நான் ஃபிளஷ்ஷிங் மெடோவை அடைந்தபோது பாதி நொறுங்கிப்போயிருந்தேன். பயிற்சி அறைக்கு நான் இரண்டு மணி நேரத்திற்கு முன்பாகவே போய்ச் சேர்ந்துவிடுவேன். அப்போதுதான் என்னால் உடைந்துபோன எனது கால் நகங்களை டேப் செய்துகொள்ள முடியும். என் உடலின் பிற பாகங்களில் உள்ள மற்ற பலவற்றைவிட இதுதான் அதிக வலியை எனக்குக்கொடுத்தது.

மஷோனா வாஷிங்டனுடன் எனது முதல் போட்டி. அதீத பரபரப்பை ஏற்படுத்திய விளையாட்டு அது. ஏற்ற இறக்கங்கள் மிகவும் அதிகமாகக் காணப்பட்டன. நான் விளையாடுவதைப் பார்த்ததே தங்களுக்கு மிகவும் வேதனையளித்ததாக ஜான் ஃபாரிங்கடனும் என் அப்பாவும் என்னிடம் பிறகு கூறினார்கள். நானும் வாஷிங்டனும் வெவ்வேறு காரணங்களுக்காக மிகவும்

நெர்வசா இருந்தோம். நாங்கள் இருவரும் ஆடிய ஆட்டம் அப்படி ஒன்றும் தலைசிறந்த ஆட்டம் என்று கூறிவிட முடியாது. ஆனால், ஜெயிக்க வேண்டும் என்ற எங்கள் இருவரது உறுதியும் அந்த ஆட்டத்தை த்ரில்லிங்காக மாற்றியது. முதல் செட்டில் டை–பிரேக்கரில் 8–6 என்ற செட்டில் நான் வென்றேன், இரண்டாவது செட்டில் அதே போல செட்டில் அவர் வென்றார். மூன்றாவது செட்டில் நான் வென்று அமெரிக்க ஓபனில் என் முதல் வெற்றியைப் பதிவு செய்தேன். அன்று நான் விளையாடியது மிகவும் சுமார் ரக ஆட்டம்தான் என்று எனக்குத் தெரியும், ஆனால் எப்படியோ நான் வெற்றிபெற்றதே எனக்கு திருப்தியாக இருந்தது. மிக அருமையாக விளையாடிய பல ஆட்டங்களைவிட இப்படிப்பட்ட வெற்றிகள் போட்டிகளை அழகாக்கிவிடும்.

இத்தாலி வீராங்கனை மரியா எலெனா காமரின் எனது முதல் சுற்றில் டிரா ஆட்டங்களின் ஒரு பகுதியாக இருந்த ரஷ்ய வீராங்கனை தினாசய சாஃபியாவை வென்று எனக்கு நல்லது செய்துவிட்டார். எனது முதல் போட்டியைவிட நானும் கேமரினும் ஆடிய இந்த ஆட்டம் நன்றாகவே இருந்தது. ஆனால், எனது அதிகபட்சத் திறனை வெளிப்படுத்தும் நிலையில் என் உடல்நிலை இல்லை. இன்னமும் நான் சரியாக விளையாடத் தொடங்கவில்லை. என்னை நானே அளவுக்கு அதிகமாக துரத்திக்கொண்டிருந்தேன். எப்படியோ முயன்று மற்றொரு வெற்றியையும் ஈட்டினேன்.

உடல்ரீதியாக இந்த ஆட்டங்கள் எனக்கு மிகுந்த வேதனையைக் கொடுத்தன. இதெல்லாம் மனவலிமையைப் பொறுத்தது. தொடர்ந்து விளையாடுவது ஏற்கெனவே இருக்கும் காயங்களை மேலும் அதிகரித்துக்கொள்ளும் ஆபத்தில் கொண்டுபோய்விடக்கூடும். ஆனால், பதினெட்டு வயதில் யாரும் அப்படியெல்லாம் நினைப்பதில்லை. நமது ஒரே நோக்கம் வெற்றி பெறுவதாகத்தான் இருக்கும். பின்னாளில் காயங்களை சரிசெய்துகொள்வதில் அதிக கவனம் செலுத்தினேன், எனது உடல் சொல்வதை கேட்டு அதற்குத் தேவையான ஓய்வை அளித்தேன். ஆனால், அந்த சந்தர்ப்பத்தில் நான் விளையாடிக்கொண்டே இருந்தேன். வென்றுகொண்டே இருந்தேன். எனக்கு காயங்கள் ஏற்பட்டன ஆனால் விளையாட்டை நிறுத்த விரும்பவில்லை.

அடுத்து, ஃபிரெஞ்ச் வீராங்கனை மாரியோன் பார்ட்டோலிக்கு எதிராக நான் விளையாட இருந்தேன். ஒரு இந்தியப் பெண் மிக நன்றாக விளையாடிக்கொண்டிருக்கிறாள் என்ற செய்தி அங்கு பரவியது. அங்கு இருந்த கொஞ்சம் இந்தியர்களைத் தவிர உள்ளூர் ரசிகர்களில் பலரும் என் போட்டிகளைப் பார்க்கத்

தொடங்கியிருந்தனர். அவர்கள் உற்சாகக் கூக்குரல் எழுப்பி எனக்கு ஆதரவு அளித்தை நான் மிகவும் ரசித்தேன்.

பார்ட்டோலியுடனான போட்டிக்காக நாங்கள் நிறைய திட்டங்களைத் தீட்டியிருந்தோம். அவர் மரபுகளைக் கடந்து விளையாடும் ஒரு வீராங்கனை. பெண்கள் டென்னிசின் மிகச் சிறந்த வீராங்கனைகளுள் ஒருவர் அவர். மிகவும் ஆபத்தான எதிராளி அவர். அவரது கை–கண் ஒருங்கிணைப்பு நம்பமுடியாத அற்புதம். இரண்டு பக்கங்களிலும் இரு கைகளையும் பயன்படுத்தி விளையாடி எதிராளியை திகைப்படையச் செய்துவிடக்கூடியவர்.

அவரது பலகீனம் அவரது கால்களின் சற்றே மந்தமான இயக்கம்தான். அதைத்தான் நான் அவரை மூன்றாவது சுற்றில் ஆடியபோது மிக நல்ல முறையில் பயன்படுத்திக்கொள்வது என்று திட்டமிட்டேன். ஒன்றிரண்டு அதிரடி பந்துகள் ஒன்றும் வெற்றியைத் தந்துவிடாது. இதை எதிர்பார்த்த அவர் அட்டகாசமாக அவற்றைத் தடுத்தார்.

மைதானத்தின் மூலைகளுக்குச் சென்று விழுமாறு நான் தொடர்ந்து பந்துகளை வீச வேண்டும். இதனால் இரண்டு கைகளாலும் அடித்து ஆடும் அவரது உத்தியைத் தொடர முடியவில்லை. அவரை மைதானத்தின் ஒரு பக்கத்திலிருந்து அடுத்தப் பக்கத்திற்கு போய்க்கொண்டே இருக்குமாறு செய்து தவறுகள் செய்ய வேண்டிய கட்டாயத்திற்கு ஆளாக்கினேன். வெற்றி பெறுவதற்கு ஏதாவது செய்யத்தானே வேண்டும்.

4–ஆல் என்ற டை–பிரேக்கரில், நான் இரண்டு அட்டகாசமான புள்ளிகளை எடுத்து, அந்த விளையாட்டில் அதுவரை எனக்கு இருந்துவந்த சிக்கலைத் தகர்த்தேன். அவர் ஆவேசமான ஆட்டத்தைத் தொடங்கிவிட்டார். நானும் இரண்டு பாக்ஹாண்ட் ஷாட்டைப் பிரயோகித்து அவரைத் திகைப்படையச் செய்து முதல் செட்டை வென்றேன். தொடர்ந்து இரண்டாவது செட்டையும் 6–4 என்ற கணக்கில் வென்றேன்.

தொடர்ந்து அடுத்தடுத்து போட்டி விளையாடிக்கொண்டே இருந்ததால் என் காயங்கள் மேலும் மோசமடைந்து வந்தன. வலி–நிவாரணிகளையே நம்பியிருக்கத் தொடங்கினேன். வயிற்றுத் தசையில், கணுக்காலில், முழங்கையில் இருந்த காயங்கள் என்னை மிகச் சிறப்பாக ஆட அனுமதிக்கவில்லை ஆனாலும் நான் தொடர்ந்து விளையாடி வெற்றிபெற்றுக்கொண்டு இருந்தேன். இந்தளவு தன்னம்பிக்கையுடன் நான் இதுவரை இருந்ததேயில்லை. எனது வெற்றிகளே என் நம்பிக்கையை வளர்ந்தன. அவை என்னை

அமெரிக்க ஓபன் போட்டிகளின் கடைசி 16 வீராங்கனைகளுள் ஒருத்தியாக கொண்டு வந்து நிறுத்தின.

எனது வெற்றிகள் எனக்கு எப்போதுமே ஆச்சரியம் அளித்ததில்லை, நான் எப்போதுமே என்னால் செய்ய முடியும் என்று நம்பியிருந்தேன். என்று எனது மூன்றாவது சுற்று வெற்றிக்குப் பிறகு *நியுயார்க் டைம்ஸ்* பத்திரிகையில் ஒரு டீனஜருக்கே உரித்தான, நம்பிக்கையுடன் களிப்புடன் கூறினேன்.

விம்பிள்டனில் நான் விட்ட இடத்திலிருந்து தொடர்ந்தேன். வெறும் மைதானத்தில் மட்டுமல்ல. மைதானத்திற்கு வெளியிலும்கூட, எஸ்.டபிள்யு.19 என்பதிலிருந்து தொடங்கிய அது எனக்குப் பல விஷயதங்களையும் கையாளும் அனுபவங்களைப் பெற்றுத் தந்தன.

போட்டிகள் நடைபெற்று வந்த சமயத்தில் பத்திரிகையாளர் களுடனான எனது பேட்டிகள் அதுவும் குறிப்பாக வெளிநாட்டு ஊடகங்களுடன் எனது பேட்டிகள் உற்சாகமாகவும் ஜாலியாகவும் இருந்தன. என்னிடம் உற்சாகமாக பேட்டி எடுத்தனர், எனக்கும் அவர்களுடன் பேசுவது மகிழ்ச்சியளித்தது. நான் செய்யும் அனைத்தும் நான் அணிந்திருக்கும் எல்லாமே அவர்களை வெகுவாகக் கவர்ந்தது என்னைச் சற்றே அசௌகரியப்படுத்தியது. விம்பிள்டனில் நான் அணிந்திருந்த டி ஷர்ட் குறித்து பல கேள்விகள் எழுப்பப்பட்டன என்றால், அமெரிக்க ஓபனில் நான் அணிந்திருந்த மூக்குத்தி குறித்து பல கேள்விகள் கேட்டார்கள். நான் அணிந்திருந்த அத்தனையுமே ஒரு புரட்சி சின்னங்களாகப் புரிந்துகொள்ளப்பட்டன. ஒருவேளை அதுவரை இந்த மாதிரியான ஒரு களத்தில் ஒரு இந்தியப் பெண்ணை அவர்கள் பார்த்ததில்லை என்பதனால் இருக்கலாம். ஒரு மிகச் சரியான இந்தியப் பெண் என்று அமெரிக்கர்கள் நினைத்திருந்த கற்பனை உருவத்திற்குள் நான் அடங்கவில்லை போலும்.

மிகவும் சிறிய வயது முதலே நான் அணிந்து வரும் இந்த மூக்குத்தி நான் பிறந்த இடத்தின் பாரம்பர்ய நகைகளுள் ஒன்று. ஆனால் மேற்கத்திய ஊடகங்களுக்கு இது ஒன்றும் புரியவில்லை. எனது டென்னிஸ் ஆட்டத்தைப் பற்றி மிகவும் குறைவாகவும் நான் அணிந்திருந்த மூக்குத்தி குறித்து மிக அதிகமாகவும் நான் பதில் சொல்லிக்கொண்டிருந்தது எனக்கு திடீரென்று உரைத்தது. என் அம்மாகூடத்தான் மூக்குத்தி அணிந்திருக்கிறார்கள். என்ன பேசுகிறார்கள் இவர்கள்? ஒரு இந்தியப் பெண் இப்படித்தான் நகை அணிவாள் என்று நான் எனக்குள் சொல்லிக்கொண்டேன்.

ஏதாவது அதிர்ச்சிகரமான விஷயத்தை ஒளிபரப்புவதற்காக என்றே ஊடகங்களின் ஒரு பிரிவினர் எப்போதும் தயாராக இருந்தனர். ஒரு சாதாரண சமூகப் பழக்கம் என்ற அளவில் இருந்த எனது மூக்குத்தி உலகம் முழுவதும் பிரபலமடைந்துவிட்டது. இது ஒரு பாணியாக, அடையாளமாக மாறிவிட்டது. இந்தியாவில் 'சானியா மூக்குத்தி' என்ற புதிய பாணியாக இது மாறியது. இளம் பெண்கள் இதை அணியத் தொடங்கிவிட்டார்கள்.

பல ஆண்டுகள் கழித்து காது கேளாத, வாய்ப்பேச முடியாத இளம் விளையாட்டு வீரர்களுக்கான ஒரு விருது வழங்கும் விழாவில் சிறப்பு விருந்தினராக நான் அழைக்கப்பட்டிருந்தேன். மேடையில் உள்ளவர்கள் குறித்து ஒருவர் அறிமுகம் செய்துகொண்டிருந்தார். ஒரு மொழிபெயர்ப்பாளர் சைகை மொழியில் அதை எடுத்துக் கூறிக் கொண்டிருந்தார். என் பெயர் சொல்லப்பட்டவுடன் நான் பேசுவதற்காக மைக்கிற்கு முன்னால் போய் நின்றேன். அந்த மொழிபெயர்ப்பாளர் என் பெயர் வரும் சமயத்தில் என் பெயரை விளக்கத் தன் மூக்குத்தியைத் தொட்டுக்காடினார். எனக்கு மிகவும் விசித்திரமாக இருந்தது. என் மூக்குத்தி என்னையே அடையாளம் காட்டும் சின்னமாக மாறிவிட்டிருந்தது அப்போதுதான் எனகுத் தெரிந்தது.

அமெரிக்க ஓபன் போட்டிகளுக்கு வருவோம். காலிறுதிக்கு முந்திய ஆட்டத்தில் எனக்கு எதிராக மரியா ஷரபோவா விளையாடவிருந்தார். ஆர்த்தர் ஆஷே மைதானத்தில் தலைசிறந்த ஒரு வீராங்கனையுடன் விளையாடப்போவதை நினைத்து உற்சாகமாக இருந்தேன். அந்த மைதானம் உண்மையில் பிரம்மாண்டமானது. உலகிலேயே மிக அதிக எண்ணிக்கையிலான இருக்கைகளைக் கொண்ட அரங்கம் அது. கீழே இருந்து பார்க்கும்போது மேல் வரிசையில் இருக்கும் ரசிகர்கள் நமக்கு எறும்புகள் போலத் தெரிவார்கள். விம்பிள்டனைப் போல நெட் அருகே பார்க்கும் ஆனந்தம் கிடைக்காமல் போனாலும்கூட முதன் முதலாக இந்த மைதானத்தில் நுழையும்போது, இதன் பிரம்மாண்டம் நம்மைத் திகைப்படையச் செய்துவிடும்.

இது எனக்கு மிகவும் புதிய அனுபவமாக இருந்தது – அமெரிக்க ஓபன் டென்னிசில் நான்காவது சுற்றில் நான் இருந்தேன். சரபோவா போன்ற கிராண்ட் ஸ்லாம் சாம்பியனுடன் நான் விளையாடிக்கொண்டிருக்கிறேன். நான் நன்றாகவே விளையாடினேன் என்று நம்புகிறேன். ஆனால் அந்த ரஷ்ய வீராங்கனை மற்ற அனைத்து உலகத் தரம் வாய்ந்த வீராங்கனைகளைப் போலவே ஒருசில ஸ்கோர்களில் தன்

ஆட்டத்தை உயர்த்திக்கொண்டு விட்டார். நான் முதல் செட்டின் ஆறாவது கேம்வரைத் தாக்குப்பிடித்தேன். அதன் பிறகு ஷரபோவா தனது தரத்தை வெளிப்படுத்திவிட்டார். எங்கள் இருவருக்கும் இடையே இருந்த வித்தியாசம் சர்வ்வாக இருக்கலாம். அன்றைய தினத்தில் ஷரபோவா மிகச் சிறந்த ஆட்டத்தை வெளிப்படுத்தியதோடு விளையாட்டில் ஒரு சிறிய தவறுகூட செய்யவில்லை. அவரது கிரவுண்ட் ஸ்ட்ரோக்குகளை சமபலத்தோடு நான் எதிர்கொண்டேன். ஆனால் அவரது சர்வ்கள் தலைசிறந்த தரத்துடன் இருந்தன. அவரிடம் நான் தோற்ற காலிறுதிக்கு முந்திய விளையாட்டுடன் அந்த 2005ஆம் ஆண்டின் அமெரிக்க ஓபன் டென்னிசின் மந்திரக் கதவுகள் எனக்காக மூடிக்கொண்டுவிட்டன.

17

புகழுடன் சேர்ந்தே வரும் சர்ச்சைகள்

ஹைதராபாத்தில் ஒரு வெப்பமான தென்றல் வீசிக் கொண்டிருந்த மதிகவே அது. ஒரு சில பேட்டிகள் அளித்த பிறகு நான் வீட்டில் இருந்தேன். ஒவ்வொரு டென்னிஸ் சுற்றுப்பயணத்திற்குச் சென்று வந்த பிறகும் நான் இதைச் செய்வது வழக்கமாகிவிட்டது. ஆஸ்திரேலியன் ஓபன், ஹைதராபாத்தில் பட்டம் வென்றது, துபாயில் குஸ்னெட்சோவாவுடனான எனது வெற்றி, டென்னிஸ் தர வரிசையில் 50ஆவது இடத்தில் நான் நுழைந்தது, அமெரிக்க ஓபனில் நான்காவது சுற்று வரை சென்றது இவை எல்லாம் சேர்ந்து என்னை ஊடக வெளிச்சத்தில் வைத்திருந்தது. இது எனக்குப் பிடித்திருந்தாலும் அதீத சோர்வடையச் செய்வதாகவும் இருந்தன.

என் வீட்டில் இரண்டாவது மாடியில் இருந்த என் அறைக்குச் சென்று மதிய உணவிற்கு முன்பாக சற்று நேரம் தனிமையில் ஆசுவாசமாக இருக்கலாம் எண்ணினேன். கதவை சாத்திவிட்டு படுக்கையில் விழுந்தேன். அப்போது எனது ஏஜன்ட்டும் என் அம்மாவும் என் அறைக்கதவை வேகமாகத் தட்டினார்கள். முதலில் கண்டுகொள்ளாமல் இருந்துவிடலாம் என்று நான் நினைத்தேன். ஆனால் அவர்கள் விடுவதாக இல்லை. என் அம்மா கதவுக்குப் பின்னால் இருந்துகொண்டு 'சானியா கதவைத் திறந்து வெளியே வா. உனக்காக போட்டோகிராபர் காத்துக்கொண்டிருக்கிறார்' என்று கத்தினார்.

அப்போது எனக்கு எல்லாமே போதும் போதும் என்றாகி விட்டது. இனியும் இவற்றை என்னால் பொறுத்துக்கொள்ள முடியாது. நான் கத்தி குழந்தைப் போல அழ ஆரம்பித்துவிட்டேன். நான் மிகவும் சோர்வாக இருந்தேன். ஒருசில நிமிடங்கள் மட்டுமாவது யாரோ முகம் தெரியாதவர்களிடம் பேசாமல் பத்திரிகையாளர்களுக்கு பதில் சொல்லிக் கொண்டிருக்காமல் அல்லது கேமராவைப் பார்க்காமல் தனிமையில் இருக்க விரும்பினேன். செயற்கையாகப் புன்னகைப் புரியும் தெம்போ,

போஸ் கொடுக்கவோ அல்லது மேக்-அப் செய்துகொள்ளவோ அப்போது எனக்கு இல்லை. பல நாட்களாக நான் சரியாகத் தூங்கக்கூட இல்லை. ஊடகங்கள் அல்லது என் மேனேஜர்களிடம் எப்போது பார்த்தாலும் போனில் பேசிக்கொண்டே இருந்தேன். புகழ் என்னைப் பற்றி பத்திரிகைகளில் பல பக்கங்கள் எழுதச் செய்தது, பல மணி நேரம் தொலைக்காட்சிகளில் தோன்றினேன், பல ஸ்பான்சர்ஷிப் டீல்கள், ஒப்பந்தங்களைப் பெற்றேன். ஆனால் நான் விரும்பியதெல்லாம் ஒரு சில நிமிட ஓய்வுதான். அதீத சோர்வுடன் இருந்தேன். ஒரு இதழுக்கு போட்டோஷூட்டுக்காக நேரம் ஒதுக்கி இருந்ததை அப்படியே மறந்துவிட்டேன். 'நான் அந்த போட்டோஷூட் எடுத்துக்கொள்ளப் போவதில்லை' என்று கத்திவிட்டுத் தலையணையில் முகத்தைப் புதைத்துக்கொண்டேன்.

பத்து நிமிடம் நான் அப்படியே படுத்தவாறு அழுதேன். என் குடும்பத்தாரும் என் ஏஜன்ட்டும் கதவைத் தட்டிக்கொண்டே இருந்தனர். என்னை எப்படியாவது வெளியே வரவைத்துவிட வேண்டும் என்று அவர்கள் முயற்சிசெய்தனர். 'சானியா ஏன் இப்படிச் செய்கிறாய்? அவர் விமானத்தைப் பிடிக்க வேண்டும் வெளியே வா' என்று அம்மா என்னை அழைத்தார்.

இறுதியில் அழுது முடித்தவுடன் கொஞ்சம் தளர்வாக உணர்ந்தேன். இனியும் அந்தப் புகைப்படக்காரரை காத்திருக்க வைக்க முடியாது என்பதும் அவருடனான எனது போட்டோஷூட்டைத் தவிர்க்க முடியாது என்பதும் எனக்குத் தெரியும். இது ஏற்கெனவே முடிவு செய்யப்பட்டு நான் ஒப்புக்கொண்ட ஒரு விஷயம். என்னை நானே சரிசெய்துகொண்டு கீழே சென்றேன். அந்த போட்டோ ஷூட் முடிந்த பிறகு எனக்கு மிகவும் திருப்தியாக இருந்தது. எங்கள் வீட்டின் சிறிய தோட்டத்தின் பால்கனியில் அது எடுக்கப்பட்டது. அங்கிருந்த என் நகர் மிக அழகாக காட்சியளிக்கும். ஹைதராபாத்தின் ஆபரணமான சார்மினார் - மற்றும் கோல்கொண்டாவை அங்கிருந்து பார்க்கலாம்.

சிறிது நாட்கள் கழித்து டைம் இதழை அந்தப் படங்கள் அலங்கரித்தன. அதில் என்னைப் பற்றிய விசேஷ கவர் ஸ்டோரி போட்டிருந்தார்கள். 2005 ஆசிய ஹீரோக்களில் ஒருத்தியாக நான் தேர்ந்தெடுக்கப்பட்டிருந்தேன்.

~

2005ஆம் ஆண்டில் எனது வெற்றிகளுக்குப் பிறகு என்னை தேசிய ஹீரோவாக ஆக்கியதிலும் எனது சாதனைகளுக்கான அங்கீகாரம் கிடைத்ததிலும் ஊடகங்கள் மிகப் பெரிய

பங்காற்றின என்பதை என்னால் மறுக்கவே முடியாது. ஒரு சில நேரங்களில் எனக்குக் கிடைக்கும் அதீத ஊடக கவனத்தை நேரம் இல்லாமல் சமாளிக்க முடியாமல் நான் திணறும் அதே சமயத்தில் அது ஒரு புத்துணர்ச்சியூட்டும் ஒரு அனுபவம்தான். நிறைய பத்திரிகையாளர்களுடன், குறிப்பாக விளையாட்டு செய்தியாளர்களுடன் எனக்கு நல்ல விதமான தொடர்பு இருந்தது. என் அப்பாவே ஒரு விளையாட்டு செய்தியாளராக இருந்தவர். இளம் வயதில் ஒரு சிறிய பத்திரிகையை வெளியிட்டு எடிட்டராகவும் இருந்து வந்தவர் என்பது நிறைய பேருக்குத் தெரியாது. எதிர்பாராத சூழல்கள் அவர் மிகவும் விரும்பிய தொழிலை அவரிடமிருந்து எடுத்துக்கொண்டாலும்கூட மனதளவில் அவர் ஒரு விளையாட்டு செய்திகளை எழுதும் எழுத்தாளர்தான் என்று நான் நினைக்கிறேன்.

அதனால் அவருக்கு எப்போதுமே விளையாட்டு செய்தியாளர்கள் மேல் ஒரு பாசம் உண்டு. என்னைப் பற்றி கட்டுரை எழுத வேண்டும் என்று அவர்கள் விரும்பினால் நான் அவர்களுக்கு முன்னுரிமை அளிப்பதை எப்போதுமே உறதி செய்வார். ‘நம்மைப் போலவே விளையாட்டை விரும்புவதால்தான் அவர்கள் இந்தத் தொழிலில் இருக்கிறார்கள் அதனால் நாம் அவர்களுடைய ஆர்வத்தை பகிர்ந்துகொள்ள வேண்டும்’ என்பார்.

நான் எனது ஆரம்ப காலத்தில் விளையாட்டு செய்தியாளர் களிடம் நல்ல நட்புறவு கொண்டிருந்தேன். எனது கருத்துகளை அவர்களிடம் பகிர்ந்துகொள்வதில் மகிழ்ச்சி கொண்டேன். நான் மிகவும் சுவாரஸ்யமானவள் என்று அவர்களும் கருதினார்கள். அவர்களில் சிலர் என்னை என் ஏழு வயதிலிருந்தே பார்த்து வருபவர்கள் என்பதால் அவர்களுடைய குழந்தைப் போலவே என்னிடம் பழகிவந்தார்கள். நானும் அவர்களிடம் அப்படியே இருந்து வந்தேன். அதீத சோர்வுடன் மிகவும் தாமதமாகத் தூங்கிய நான் விடியற்காலையில் எழுந்திருக்க வேண்டி வந்தாலும் சரி, மாலை வெகு நேரத்திற்குப் பிறகாக இருந்தாலும் சரி அவர்கள் முடித்தாக வேண்டும் என்று சொன்னால் அவர்களுக்கு பேட்டி கொடுப்பதற்கு நான் தயங்கியதே இல்லை.

விளையாட்டு செய்தியாளர்களைத் தவிர, ஊடகங்களிலும்கூட நிறைய பேருடன் நல்ல தொடர்பு கொண்டிருந்தேன். அவர்களில் நிறைய பேர் எனது டென்னிஸ் வாழ்க்கையில் மிக முக்கியமான பங்களிப்பை அளித்துள்ளனர். அவர்களில் சிலர் எங்கள் குடும்ப நண்பர்களாகவே மாறிவிட்டனர் இந்த எங்களது உறவு நான் டென்னிசிலிருந்து ஓய்வு பெற்ற பிறகும்கூட இதே போல இனியும் தொடரும் என்றே நம்புகிறேன்.

ஆனால் இதனால் எல்லாம் நான் இவர்களில் சிலரோடு வாக்குவாதங்களில் ஈடுபட்டதில்லை என்றோ அவர்களோடு கருத்துவேறுபாடு இல்லை என்றோ என்னால் கூற முடியாது. என் விளையாட்டை, எனது அணுகுமுறையை அல்லது உத்தியை குறிப்பாக, நான் ஒரு போட்டியில் தோற்கும்போது அவர்கள் கடுமையாக விமர்சனம் செய்து வருகின்றனர். எனக்கு அதில் ஒன்றும் ஆட்சேபணை இல்லை. ஆனால் நான் அவர்களை சந்திக்கும்போதெல்லாம் எனது கருத்தை நான் எடுத்துரைப்பேன் அதன் பிறகு எங்களுக்கு இடைய டென்னிஸ் குறித்த ஆரோக்கியமான விவாதம் நடைபெறும். விளையாட்டில் நாங்கள் கொண்டிருந்த நேசம்தான் எங்களை இணைத்திருக்கும் ஒரு விஷயம்.

ஆனால் எனது ஆரம்பக்கால தொழில்வாழ்க்கையில், ஊடகங்களுடன் தொடர்புகொள்வதே எனக்குப் பாடமாக இருந்தது. மூர்க்கத்தனமான விலங்கை சமாளிப்பது போன்ற ஒரு விஷயமாக இருந்தது. பெரும்பாலும் இவர்கள் மிகவும் செல்வாக்குப் படைத்த யாரிடமிருந்தாவது வலுவான பரிந்துரைகளுடன் வருவார்கள் அல்லது அவர்கள் எனக்கோ அல்லது எனது உறவினர்கள் யாருக்காவது தெரிந்தவர்களாகவோ இவருப்பதால் அந்தச் செய்தியாளர்களின் வேண்டுகோள்களை செவிமடுக்காமல் இருப்பது முடியாத காரியம். இதனால் எவ்வளவு முடியுமோ அவ்வளவு தூரம் அவர்களுக்கு பதில் கூறுவேன். ஆனால் அத்தனை பேருக்கும் பதில் சொல்வது சாத்தியம் இல்லாத காரியம். நிருபர்கள் அவ்வப்போது எனது முதன்மையான தொழிலும் கவனமும் டென்னிஸ்தான் என்பதை மறந்துவிடுகிறார்கள். எனது பயிற்சி மற்றும் தயாரிப்புகளை இவர்களது குறுக்கீடுகள் தடுக்கிறது என்றால் நான் அவர்கள் கோரிக்கையை மறுத்துவிடுவேன்.

ஆனால், இதனால் எனக்கு சொல்ல முடியாத மன அழுத்தம் ஏற்படும். இதுவரை எழுதப்படாத ஒரு கோணத்தில் என்னைக் குறித்து எழுத வேண்டும் என்ற ஆர்வத்தில் என்னைப் பற்றியும் என் வாழ்க்கையைப் பற்றியும் முக்கியத்துவமே இல்லாத எல்லா விவரங்களையும் பத்திரிகையாளர்கள் எழுத ஆரம்பித்துவிட்டனர். என்னை அவர்களால் தொடர்புகொள்ள முடியாவிட்டால், சில நேரங்களில் தாங்களாகவே எதையாவது கதைகட்டி விடுவார்கள்.

விளையாட்டுச் செய்தியாளர்களிடம் பேசுவதை நான் எப்போதுமே விரும்பினேன். எலக்ட்ரானிக் ஊடகத்தின் லைஃப் ஸ்டைல், ஃபேஷன் எழுத்தாளர்கள், வளர்ந்து

வரும் செய்தியாளர்கள் போன்றோரோடு மட்டும் என்னால் ஒத்துப்போக முடியவில்லை. என்னைவிட வயது வித்தியாசம் அதிகம் இல்லாத இளைஞர்கள் திடீரென்று என்னிடம் மைக்கைத் திணிப்பார்கள். என்னைத் திகைக்கவைத்து நான் எதையாவது கூறுவதை அப்படியே பரபரப்பான செய்தியாகப் போடலாம் என்பது அவர்களது எண்ணம்.

என் சொந்த வாழ்க்கையில் நேர்த்தியாக உடையணிந்து நன்றாகத் தோற்றமளிப்பதை நான் எப்போதுமே விரும்பினேன். ஆனால் கவர்ச்சிக்காக நவீன உடையணிவதை விரும்பியதில்லை. ஒருசில பத்திரிகைகள் அதில் மட்டுமே ஆர்வம் காட்டுவார்கள். இந்த ஊடக வெளிச்சத்திற்கு என்னைக் கொண்டு வந்திருக்கும் டென்னிஸ் சாதனைகள் பற்றியெல்லாம் அவர்களுக்கு ஆர்வமே கிடையாது. சினிமாவுக்குள் நுழைய விளையாட்டை ஒரு கருவியாகப் பயன்படுத்திக்கொள்ளும் கவர்ச்சிகரமான பொம்மை போன்று என்னைக் காட்டுவதில்தான் அவர்களுக்கு லாபம்.

வாசகர்களும் ரசிகர்களும் தொடர்ந்து என்னைப் பற்றி வரும் பரபரப்பான செய்திகளில் திளைத்தனர். ஏதாவதொரு பத்திரிகையின் செய்தியாளரோ, செய்தித் தொலைக்காட்சியோ என்னைக் குறித்து தெளிவே இல்லாத சர்ச்சைக்குரிய எதையாவது சொன்னால் போதும் மற்றவர்களும் உடனே களம் இறங்கிவிடுவார்கள். உடனடியாக என்னைப் பற்றி கிசுகிசுக்களைக் கிளப்பிவிடுவார்கள், ஏறக்குறைய சாடிஸ்ட் போன்ற கட்டுரைகள் வெளிவரத் தொடங்கிவிடும். ஒரு நிகழ்ச்சி அல்லது கட்டுரை மக்களைச் சென்று அடைந்த உடனே மற்றொரு செய்தியாளர் வேறு ஒரு கட்டுக்கதையுடன் தயாராக இருப்பார், இது அப்படியே தொடர்ந்தது.

இந்தத் தவறான குரல்கள் மேலும் மேலும் அதிகரித்து ஒரு கட்டத்தில் இந்த ஒட்டுமொத்த உலகமே எனக்கு எதிராக இருப்பதாகத் தோன்றியது. அனைவரது கவனத்தைக் கவர வேண்டும் என்பதற்காகவே செயல்படும் வெறும் ஒரு டஜன் பேருக்கும் மேல் தேறாத சிலர் முட்டாள்தனமான காரணங்களுக்காக என் கொடும்பாவியை எரித்த அந்தக் காட்சியை பல தொலைக்காட்சி கேமராக்கள் லட்சக்கணக்கான மக்களிடம் கொண்டு சேர்த்தது. என் ஊடக நண்பர்களில் ஒருவர் ஒருநாள் என்னிடம் ‘சானியா, இப்போதைக்கு உங்களைப் பற்றிய செய்திகளுக்கு ஏகப்பட்ட வரவேற்பு உள்ளது. நாங்கள் தவறவிட்ட எந்தச் செய்தியையாவது எங்கள் எதிரி பத்திரிகை போட்டுவிட்டால் அவ்வளவுதான், எனக்கு வேலையே போய்விடும். அதனால் தயவுசெய்து எனக்குத் தொடர்ந்து தகவல்

கொடுங்கள். என் வேலையை இழக்க நான் விரும்பவில்லை' என்று வெளிப்படையாக ஒப்புக்கொண்டார்.

நான் அவருக்காகப் பரிதாபப்படுவதைத் தவிர வேறு ஒன்றும் செய்ய முடியாது. ஆனால் வெகு சிலரே என் மனநிலை எப்படி இருக்கிறது என்பதைப் புரிந்துகொண்டிருக்கிறார்கள். இவை என்னையும் என் குடும்பத்தாரையும் வாட்டி வதைத்துக்கொண்டிருந்தது. பொறுப்பே இல்லாமல் உப்புசப்பு பெறாத ஆனால், மிகவும் நாசூக்கான பிரச்சினைகளை பரபரப்பை விரும்பும் சில செய்தியாளர்கள் அப்படியே திரித்து மோசமான சூழலை உருவாக்கிக் கொண்டிருந்தனர். ஒரு சந்தர்ப்பத்தில் எனது பாதுகாப்பே கேள்விக்குறியாகிவிட்டது.

என் வாழ்வின் மிகப் பெரிய யுத்தத்தை டென்னிஸ் மைதானத்துக்கு வெளியே நான் சந்தித்துக்கொண்டிருந்தேன். குஸ்நெட்சோவா அல்லது வில்லியம்ஸ் மட்டுமே எனது போட்டியாளர்கள் இல்லை – அவர்களைவிட மோசமான எதிரிகளை என் வீட்டிற்குப் பின்பக்கமே நான் சந்திக்க நேர்ந்தது. அவர்களுடைய மிகப் பெரிய ஆயுதம் வெறும் காற்று!

என் தொழில்வாழ்க்கையின் மிகவும் கடினமான அந்தத் தருணத்தில் ஒரு சில மூத்த ஊடகவியலாளர்கள் என்னைப் பாதுகாக்க முன்வந்தனர். இந்தியப் பத்திரிகையுலகின் மிகப் பெரிய சில புள்ளிகள் எனக்குத் தங்களுடைய ஆதரவைத் தெரிவித்தனர். பத்திரிகை உலகில் சில பிரிவினர் நிதானம் இல்லாமல் நடந்துகொள்வது அதிர்ச்சி அளிப்பதாகவும் இவர்கள் கவலை தெரிவித்தனர்.

பத்திரிகைகள் மூலமாகவும் தனிப்பட்ட முறையிலும் இந்தப் பத்திரிகையாளர்கள் அளித்த ஆதரவு எனக்கு இமாலயத் தெம்பை அளித்தது. தனக்காகவும் தன் நாட்டுக்காகவும் மாபெரும் கனவை சுமந்து அதற்காகப் போராடி வரும் ஒரு இளம், சாதாரண இந்தியப் பெண் ஒருத்தியின் தகர்த்தெறியப்பட்ட நம்பிக்கையை கொஞ்சம் மீட்டெடுத்தது.

~

எனது வாழ்வின் திசையையே மாற்றி அமைத்த நிகழ்ச்சிகள் நடைபெற்ற 2005 செப்டம்பர் 8ஆம் தேதி என் நினைவில் எப்போதுமே நிலைத்திருக்கும் ஒரு தேதியாகிவிட்டது. அன்றுதான் நான் டென்னிஸ் மைதானங்களில் அணியும் ஆடைகளுக்காக எனக்கு எதிராக 'பத்வா' அறிவிக்கப்பட்டதாகத் தெரிவிக்கப்பட்டது. என்னைக் குறித்த உலகின் எண்ணம் ஒரே நாளில் மாறிவிட்டது.

எனது ஊடக நண்பர் ஒருவரிடமிருந்து இதற்கு எனது பதில் என்ன என்று கேட்டு எனக்கு உற்சாகப் போன்கால் ஒன்று வந்தது. ஒரு முஸ்லிம் அமைப்பைச் சேர்ந்த கிளர்க் ஒருவர் எனக்கு எதிராக ஃபத்வா அறிவிக்கப்பட்டுள்ள செய்தியை ஒரு தேசிய பத்திரிகை ஒன்றின் செய்தியாளருக்கு பேட்டி அளித்துள்ளார். செய்தியாளர் கேட்ட கேள்விக்கு அவர், பொது இடங்களில் இஸ்லாமியப் பெண்கள் குட்டைப் பாவாடை, அரைக்கால் சட்டை, கை இல்லாத மேல் சட்டை அணிவதற்கு அனுமதி இல்லை என்று கூறியுள்ளார். நான் அவ்வாறு ஆடை அணிந்ததற்காக என்னைத் தாக்கப்போவதாகக்கூட அவர் மிரட்டியதாக செய்திகள் வெளிவந்தன.

செய்தி நிறுவனமொன்றால் திரிக்கப்பட்ட இச்செய்தி காட்டுத் தீ போல நாடெங்கும் பரவியது. ஒருசில மணி நேரத்திற்குள் நாடு முழுவதும் இதைப் பற்றியே பேச்சு. நான் அதிர்ச்சியும் திகைப்பும் அடைந்தேன். அன்று என் பெயருடன் இணைக்கப்பட்ட ஃபத்வா மற்றும் அறிவார்ந்த வர்ணனையாளர்கள் இந்த விஷயத்தின் உண்மை நிலவரம் குறித்து முழுமையாகப் புரிந்து கொள்ளாமலும் சரிபார்க்காமலும் அனைவரும் அவசர அவசரமாக ஒரு முடிவுக்கு வந்துவிட்ட நிலவரம் என்னை வெகுகாலம் குழப்பத்தில் ஆழ்த்தியது.

ஃபத்வா என்பது மிகப் பெரிய செய்தி, அதுவும் ஒரு சர்வதேச டென்னிஸ் விளையாட்டு வீராங்கனை சம்பந்தப்பட்டது என்றால் அது மிகப் பெரிய செய்தி. அதுவும் குறிப்பாக அமெரிக்க ஓபன் போட்டிகளில் யாரும் எதிர்பாராத அளவு வெற்றிகளை ஈட்டி அனைத்து ஊடகங்களிலும் முக்கியச் செய்தியாக வந்துகொண்டிருந்த அந்த சமயத்தில். பெரும்பாலான மக்கள் ஃபத்வா என்றால், இஸ்லாமிய விதிமுறைகளை மீறும் ஒருவருக்கு தண்டனை வழங்கும் விதமாக அவரைக் கொல்வதற்கான ஆணை அல்லது அறிவிப்பு வெளியிடுவது என்று நினைத்துக்கொண்டிருந்தார்கள் என்றே நான் நினைக்கிறேன். இந்தத் தவறான எண்ணத்தால்தான் இந்த விஷயம் அந்தளவு பெரிதுபடுத்தப்பட்டு பரவிவிட்டது.

அகராதிப்படி ஃபத்வா என்றால், ஒரு இஸ்லாம் மத அறிஞர் (முஃப்டி) ஒரு குறிப்பிட்ட பிரச்சினை குறித்து இஸ்லாம் நெறிமுறைகளை அடிப்படையாகக் கொண்டு மேற்கொள்ளும் ஒரு சட்ட அறிவிப்பு. இது அராபிய வார்த்தை. இதன் உண்மையான அர்த்தம் 'கருத்து'. இஸ்லாமிய போதனைகளின்படி ஒரு குறிப்பிட்ட விஷயங்களில் இன்னும் சிறந்த இஸ்லாமியராக இருப்பது எப்படி என்ற அறிவுரையாகக்கூட ஃபத்வா இருக்கலாம்.

எப்படி சாப்பிடுவது: உங்கள் வலது கையால் அல்லது இடது கையால் சாப்பிட வேண்டும் என்பது போன்ற மிக எளிமையான விஷயமாகக்கூட ஃபத்வா இருக்கலாம்.

ஒரு சாதாரண எழுத்தரிடம் சர்ச்சையை தூண்டி விடுவது போன்ற பதிலைப் பெறுவதற்கான கேள்விகளைக் கேட்பதும் அதன் பிறகு அவர் கூறும் அவரது 'கருத்தை' பொதுமக்களைத் தூண்டிவிடுவது போல வெளியிடுவதும் சாத்தியமான ஒன்றுதான். ஒரு அறிஞரிடம் நான் டென்னிஸ் விளையாட்டுகளில் அணியும் ஆடைகள் இஸ்லாம் நெறிகளுக்குப் புறம்பானது என் நினைக்கிறாரா என்று கேட்கப்பட்டால், பழமைவாத, மதநம்பிக்கை உள்ள ஒருவர் மத போதனைகளின்படி இதற்கு எதிர்மறையாக எவ்வாறு பதில் கூறுவார் என்று எனக்குத் தெரியவில்லை.

இதே போல தொலைக்காட்சியில் திரைப்படம் பார்க்கும் ஒரு இஸ்லாமியர் அதில் ஒரு பெண் நடனமாடுவதைப் பார்ப்பதற்கு அனுமதி உண்டா என்று ஒரு மதநம்பிக்கை கொண்ட அறிஞரிடம் கேட்கப்பட்டால், அதற்கு அவரது தீர்ப்பு இல்லை என்றுதான் இருக்கும் என்பது நிச்சயம். ஆனால், அதற்காக அவர் சினிமா ஹீரோயினின் ரசிகராக இருக்கும் அத்தனை முஸ்லீம் ஆண்களின் பேருக்கும் ஃபத்வா அறிவித்துவிட்டார் என்று அர்த்தமாகிவிடாது. என்றும் அவருடைய ஆணையை மீறும் அத்தனை பேரையும் அவர் கொல்லப்போகிறார் என்றும் அர்த்தமல்ல.

இப்படி ஒரு கேள்வியை எழுப்பவது மிகவும் முக்கியம் என்று நினைத்த அந்த நபர், இது ஒரு சர்ச்சைக்குரிய பிரச்சினையாக இது மாறலாம் என்று அறிந்திருக்கக்கூடும். எனவே அந்த கிளார்க்கின் பதிலுக்குத் தன் கட்டுரையில் பெரிதாக முக்கியத்துவம் அளிக்க வேண்டாம் என்று அவர் முடிவெடுத்திருக்கலாம். ஆனால், அவர் அப்படிச் செய்யாமல் அதை பிரதான செய்தியாக போட்டுவிட்டார். ஃபத்வா என்பதற்கான உண்மையான அர்த்தம் அவருக்குப் புரிந்திருந்தால், கொஞ்சமாவது பக்குவத்துடன், நாசூக்காக இதைக் கையாண்டிருப்பார். என் தொழில்வாழ்க்கையில் பெரும்பாலான காலகட்டத்தில் நானும் இதைக் குறித்த தவறான கண்ணோட்டத்துடன் கழித்திருக்கமாட்டேன்.

மிகச் சரியான முறையில் மத நம்பிக்கைகளை நான் பின்பற்றி வந்தேன் என்று சொல்லிக்கொள்ளமாட்டேன். அதே சமயத்தில் என் செயல்கள் தவறு என்று சுட்டிக்காட்டப்படும்போது அதை நியாயப்படுத்த முயற்சி செய்ததும் கிடையாது. இன்றைய

உலகில் தங்கள் மதம் (அவர் எந்த மதத்தைச் சேர்ந்தவராக இருந்தாலும் சரி) கூறுவதை யாராவது ஒருவர் அட்சரம் பிசகாமல் பின்பற்றுகிறார் என்றால் நான் அவரைச் சந்திக்க ஆவலோடு இருக்கிறேன். ஆனால், என் மதம் போதிக்கும் அனைத்து விஷயங்களிலும் நான் முழுமையான நம்பிக்கை கொண்டிருக்கிறேன். அது சொல்லும் அத்தனை விஷயங்களையும் ஆடை அணிய வேண்டிய முறை குறித்த விஷயம் உட்பட— நான் ஏற்றுக்கொள்கிறேன்.

இந்த சம்பவம் நிகழ்ந்து பதினைந்து நாட்களில் கொல்கத்தாவில் சன்ஃபீஸ்ட் ஓபன் டபிள்யு.டி.ஏ. டென்னிஸ் போட்டி நடைபெறவிருந்தது. ஒரு சர்வதேச போட்டி நடைபெறும் சமயத்தில் சர்சையைக் கிளப்பிவிட்டு அனைவரது கவனத்தையும் தங்கள் மேல் திரும்பவைப்பதும்கூட இதன் நோக்கமாக இருந்திருக்கலாம். செய்தித் தொலைக்காட்சிகளும் மற்ற பத்திரிகையாளர்களும் உடனடியாக என் உயிருக்குள்ள அச்சுறுத்தல் குறித்த செய்திக்காகக் குறிப்பிடத்தக்க நேரமும் இடமும் தர வேண்டும் என்று முடிவுசெய்துவிட்டனர். அந்த இடம் முழுவதும் ஃபத்வா குறித்த விவாதம் அதன் உச்சத்தில் இருந்தது.

2005 செம்படம் 15ஆம் தேதி நான் கொல்கத்தா, டம் டம் விமான நிலையத்தில் என் அம்மாவுடன் வந்து இறங்கியபோது அங்கு என் பாதுகாப்புக்காகத் திரண்டிருந்த காவல் துறையைப் பார்த்து திகைப்படைந்துவிட்டேன். போட்டிகள் ஆரம்பிக்க இரண்டு நாட்கள் இருந்தன. 24 மணி நேரமும் என்னைப் பாதுகாப்பதற்காக ஆயுதம் ஏந்திய காவலர்கள் நியமிக்கப்பட்டிருந்தனர். என்னைச் சுற்றி பாதுகாப்பு வளையம் அமைக்கப்பட்டிருந்ததால் அந்த உள்ளரங்க மைதானம் யுத்த மண்டலம் போலக் காட்சியளித்தது.

திடீரென்று நான் பலகீனமாகவும் பாதுகாப்பில்லாதது போலவும் உணர்ந்தேன். உடனே அமெரிக்கச் சுற்றுப்பயணத்தை முடித்துக்கொண்டு ஒரு வாரம் ஓய்வில் இருந்த என் அப்பாவைத் தொடர்பு கொண்டு அவரை இங்கு வருமாறு கூப்பிட்டேன். அவர் ஆனமையும் அழைத்துக்கொண்டு ஒரு சில மணி நேரத்திற்குள் விமானத்தில் ஏறி வந்துவிட்டார். அந்த விடுதி அறையில் என் மொத்த குடும்பத்தாருடன் இருந்தபோதுதான் கொஞ்சம் பாதுகாப்பாக உணர்ந்தேன்.

இந்த அத்தனை நிகழ்ச்சிகளையும் எதிர்கொண்டு மோசமான மனநிலையில் இருந்த என்னால் சிறப்பாக விளையாட முடியவில்லை என்பதில் எந்த ஆச்சரியமும்

ஏற்படவில்லை. அந்தப் போட்டி பல ஏற்ற இறக்கங்களுடன் இருந்தது. இரண்டாவது சுற்றில் முதல் செட்டில் வென்றேன் பிறகு அந்தப் போட்டியில் தோற்றேன்.

ஒருவழியாக இந்த அத்தனை ஆரவார, பரபரப்புகளும் ஓய்ந்த பிறகு, இவை அனைத்துமே மிகைப்படுத்தப்பட்டவை என்றும் என் உயிருக்கு எந்த வகையிலும் அச்சுறுத்தல் இல்லை என்பதும் தெளிவானது. மத அமைப்பைப் சேர்ந்த உறுப்பினர் ஒருவர் பத்திரிகையாளர்களிடம் மேலும் மரபை மீறாத நாகரிகமான ஆடையை அணிந்து விளையாடும்படி எனக்கு அறிவுறுத்த முயற்சி செய்யப்போவதாகத் தெரிவித்ததாக செய்திகள் வெளிவந்தன. இது என் உயிருக்கு அச்சுறுத்தல் என்பதைவிட எனக்கு அறிவுரை கூறுவதாகவே தெரிகிறது.

கொல்கத்தாவில் நடைபெற்ற டபிள்யு.டி.ஏ. போட்டிகளுக்கு பல மாதங்களுக்குப் பின் ஒரு நாள் நான் தொலைக்காட்சி நிகழ்ச்சி ஒன்றைப் பார்க்க நேர்ந்தது. அதில் மத அமைப்பைச் சேர்ந்த ஒருவரை நேயர்கள் தொலைபேசி மூலம் தொடர்பு கொண்டு கேள்விகள் கேட்க அவர் அதற்கு பதில் சொல்லிக்கொண்டிருந்தார். அப்போது நேயல் ஒருவர் என்னைத் துன்புறுத்துவதற்கான அச்சுறுத்தலை அவர் எவ்வாறு நியாயப்படுத்துகிறார் என்று கேட்டார்.

அதற்கு பதில்சொல்லிக்கொண்டிருந்தவர் என்னைத் துன்புறுத்துவதற்கு இஸ்லாம் எந்த அதிகாரத்தையும் தனக்கு அளிக்கவில்லை என்றும் அத்தகைய மிரட்டல் எப்போதுமே விடப்படவில்லை என்றும் திட்டவட்டமாக மறுத்துக் கூறினார். மத போதனைகளின்படி என்ன கூறப்பட்டுள்ள விஷயங்களைக் குறிப்பிடுவதுதான் ஃபத்வா, யாரையும் துன்புறுத்துவதற்கும் அதற்கும் எந்தத் தொடர்பும் இல்லை. இவ்வாறான எந்த ஃபத்வாவும் எனக்கு எதிராக வெளியிடப்படவில்லை என்பதையும் பத்திரிகை செய்தி அறிக்கை மூலம் இந்தத் தவறான எண்ணத்தை தெளிவுபடுத்துவதற்கும் தான் பல முறை முயன்றதாக அவர் மேலும் தெரிவித்தார். துரதிர்ஷ்டவசமாக, இவரது விளக்கம் வெகு சிலரைத் தவிர அனைவரையும் சென்றடையவில்லை.

இந்த உலகத்தில் உள்ள ஒவ்வொருவருடைய நடந்துகொள்ளும் முறைக்கும் ஏதாவது குறிப்பிட்ட காரணங்களும் நிர்பந்தங்களும் இருக்கும். இந்த ஃபாத்வா கதையை எல்லா இடங்களிலும் பரபரப்பான முறையில் ஊரே பேசுமாறு கிளப்பிவிட்ட பத்திரிகையாளருக்கும்கூட ஏதாவது காரணம் இருந்திருக்கும். தனக்கு சரி என்று பட்டதை அவர் செய்திருக்கிறார். உலகில்

வேறு எந்த பத்திரிகையாளரும் இதைத்தான் செய்திருப்பார் என்றே நான் நினைக்கிறேன்.

நான் அணியும் ஆடைகளைப் பற்றி அவரிடம் கேள்வி கேட்கப்படும்போது மதத்தைப் பற்றி நிறைய தெரியாத அந்த கிளார்க் தனக்கு சரி என்று பட்டதால், தானாகவே எனக்கு எதிராக ஃபத்வா அறிவித்துவிட்டிருக்கலாம். ஒரு முஃப்தியாக தன்னிடம் கேட்கப்பட்ட கேள்விக்கு அவர் பதில் சொல்ல நிர்பந்திக்கப்பட்டிருக்கலாம். இஸ்லாம் போதனைகளின்படி நடக்கும் ஒருவராக அவரது வார்த்தைகளில் உள்ள உண்மையை யாராலும் மறுக்க முடியாது.

நான் ஏற்கெனவே சொன்னபடி ஒவ்வொரு தனிப்பட்ட மனிதரும் தனக்கு சரி என்று பட்டதை செய்கிறார்கள். நான் விதியிலும் இறைவனின் விருப்பத்திலும் நம்பிக்கை கொண்டவள். இந்த விஷயங்களால் பொதுவாகவும் தனிப்பட்ட முறையிலும் மிகவும் மோசமாக பாதிக்கப்பட்டவள் நான்தான். இது இறைவனின் விருப்பம் என்று நான் நம்புகிறேன், எனது பாவங்களுக்கான பரிகாரமாகக்கூட இருக்கலாம்.

~

ஃபத்வா என்னை ஒருசில பத்திரிகையாளர்களின் கண்களில் ஒரு சர்ச்சைக்குரிய ஒரு நபராக மாற்றிவிட்டது. இதை அவர்கள் என்னை அணுகுவதற்கான புதிய பிடிமானமாக கருதினார்கள். நான் இன்னும் ஒரு டீனேஜர்தான். எனது தொழில்வாழ்க்கையில் பல்வேறு உத்திகளை கற்றுக்கொண்டேதான் இருந்தேன். நான் நிம்மதியாக இருக்க வேண்டும் என்றால், நான் சொல்லும், செய்யும் ஒவ்வொன்றிலும் நல்ல சாதுர்யமாகவும் சாமர்த்தியமாகவும் இருக்கும் திறனை வளர்த்துக்கொள்ள வேண்டும் என்பதையும் உணர்ந்தேன்.

இந்திய பத்திரிகைத்துறையும்கூட அந்த நாட்களில் முன்னேறி வந்தன. நம் நாட்டைப் பொறுத்தவரை சற்றே அரிதான ஒரு பெண் விளையாட்டு ஐகானை எவ்வாறு கையாள வேண்டும் என்பதை அறியும் முனைப்பில் இருந்தனர். ‘புதிதாகத் தொடங்கியிருந்த ஆவேச ஊடக அணுகுமுறை’ (*தி நியுயார்க் டைம்ஸ்* நம் நாட்டில் தனது எதிரணியினரைக் குறிப்பிடுவதுபோல) பத்திரிகை உலகிற்கு எலக்ட்ரானிக் ஊடகம் வழங்கியுள்ள திடீரென்று ஏற்பட்டுள்ள உத்வேக பாணியைத் தக்கவைத்துக்கொள்ளும் முனைப்பில் இருந்தனர் (பக் 93).

இந்த நிலையில்தான் புது தில்லியில் *இந்துஸ்தான் டைம்ஸ்* ஏற்பாடு செய்திருந்த கௌரவம் மிக்க லீடர்ஷிப்

சம்மிட் நிகழ்ச்சிக்கு நான் பேச அழைக்கப்பட்டிருந்தேன். 2005ஆம் ஆண்டு மிஸ் யுனிவர்ஸ் நாடலி கிளெபோவா மற்றும் ஃபார்முலா 1 ரேஸ் வீரர் நரேன் கார்த்திகேயன் ஆகியோருடன் நான் மேடையில் ஒன்றாக அமர்ந்திருந்தேன். ஆசிரியர் வீர் சங்வி நடுவராக இருந்தார். அந்த நிகழ்ச்சி நல்ல முறையில் இருந்ததாகவே நான் நினைத்தேன்.

மேடையிலிருந்து கீழே இறங்கி நடந்து சென்றபோது நிம்மதியாக இருந்தது, ஆனால் திடீரென்று ஒரு ஊடக நண்பர் நரேன் கார்த்திகேயன் மற்றும் நாடலி கிளெபோவாவுடன் சேர்த்து என்னையும் ஒரு அறைக்கு அழைத்துச் சென்றார். அங்க ஒருசில பத்திரிகையாளர்கள் எங்களுக்காக அங்கே காத்திருந்தனர். எங்கள் மூவரில் குறிப்பாக, நாடலி தன் மீது கவனம் செலுத்தப்படுவதை மிகவும் அனுபவித்து மகிழ்ந்ததாகத் தோன்றியது. தொடர்ச்சியாக வந்து விழுந்தவண்ணம் இருந்த கேள்விகள் அனைத்திற்கும் ஒரு பிரபஞ்ச அழகிக்கே உரித்தான தன்நம்பிக்கையுடன் பதில் சொல்லிக்கொண்டே இருந்தார்.

திடீரென்று யாருமே எதிர்பாராத விதமாக, திருமணத்துக்கு முந்திய செக்ஸ் பற்றி நடிகை குஷ்பு தெரிவித்திருந்த கருத்தைப் பற்றி எங்களது கருத்தைக் கேட்டார்கள். அவர் சமீபத்தில்தான் இந்திய ஆண்கள் தங்கள் மனைவிமார்கள் கன்னிப்பெண்களாக இருக்க வேண்டும் என்று எதிர்பார்க்கக்கூடாது என்று அதிரடியான கருத்தை வெளியிட்டு பெரிய அளவிலான சர்சையைக் கிளப்பிவிட்டிருந்தார். நடிகை கூறியதற்கு நரேன் கார்த்திகேயன் மற்றும் நாடலி கிளெபோவா சற்றே ஆவேசத்தோடு ஆதரவு தெரிவித்து கருத்து கூறிக்கொண்டிருந்தனர், நானும் – எனது அனுபவமின்மை காரணமாக இருக்கலாம் – அவர்கள் பேசுப்போது ஒதுங்கியிருக்காமல், என் பங்குக்கு ‘பாதுகாப்பான செக்கின் முக்கியத்துவம் குறித்து வலியுறுத்திக் கூறிக்கொண்டிருந்தது எனக்கு நினைவுக்கு வருகிறது. திருமணத்துக்குப் பிந்திய செக்ஸ் என்ற அர்த்தத்தில்தான் நான் கூறினேன், ஆனால் அதை நான் சரியாக விளக்கிக் கூறவில்லை. சரியான வார்த்தைகளைப் பயன்படுத்தாமல் நான் கூறிய கருத்து சில பத்திரிகையாளர்கள் தவறாகப் புரிந்துகொள்ளும்படி ஆகிவிட்டது. அடுத்த நாள் ஒருசிலர் தங்கள் கட்டுரைகளில் நான் ஒரேயடியாக பாய்ந்து பாய்ந்த குஷ்புவின் அறிக்கைக்கு ஆதரவு தெரிவித்ததாக எழுதப்பட்டிருந்தது. உண்மையில் அந்த சந்தர்ப்பத்தில் அவர் கூறியதற்கான அர்த்தம் எனக்கு ஏதோ தோராயமாகத்தான் தெரியும். அந்த நிகழ்ச்சியைக் குறித்த அடுத்த நாள் காலையில் வெளிவந்த அத்தனை செய்திகளும் நேர்மறையாகவே இருந்தன. ஒரே ஒரு தேசிய பத்திரிகையில் மட்டும் கொட்டை எழுத்துக்களில்

முதல் பக்கத் தலைப்புச் செய்தியாக, திருமணத்துக்கு முந்திய உடலுறவை சானியா ஆதரிக்கிறார் என்று வெளிவந்தது. இது எனக்கு என் வாழ்நாளிலேயே மிகப் பெரிய அதிர்ச்சியை அளித்தது.

என்னுடைய முதல் கவலையே என் பெற்றோரும் குடும்பத்தில் உள்ள மற்ற பெரியவர்களும் இந்தச் செய்தியைப் படித்துவிட்டு எப்படி உணர்வார்களோ என்பதைப்பற்றித்தான். குறைந்த பட்சம் அந்தக் கூட்டத்திற்கு என்னோடு வந்திருந்த என் அம்மாவுக்கு நான் அங்கு என்ன சொன்னேன் என்பது தெரியும் என்ற எண்ணம் எனக்கு மகிழ்ச்சியைத் தந்தது.

அந்தக் கட்டுரை பெரிதாக எந்தத் தகவலையும் சொல்லவில்லை ஆனால் அந்த தலைப்புச் செய்தியே போதும் போதும் என்கிற அளவுக்கு பாதிப்பு உண்டாக்கிவிட்டது. சமூக மத அமைப்புகள் ஒன்றாக கைகோர்த்துக்கொண்டு என்னை எதிர்த்தனர். ஒரு தேசிய செய்தித்தாள் இப்படி ஒரு பரபரப்பான முதல் பக்கத் தலைப்புச் செய்தியை வெளியிடுவதற்கு முன் என்னைத் தொடர்புகொண்டு இது என் கருத்துதானா என்பதை சரிபார்க்கும் பொறுப்புணர்வுகூட இல்லாமல் நடந்துகொண்டது என்னைக் கோபமடையச்செய்தது.

என் அப்பா அவ்வளவு கோபப்பட்டு நான் பார்த்ததேயில்லை. அந்தப் பத்திரிகையில் வேலை பார்க்கும் தன் நண்பருக்கு போன் செய்து, ‘உங்கள் பத்திரிகை செய்தி நீங்களாகவே விஷயத்தைத் திரித்து அனுமானம் செய்துகொண்ட ஒன்று, சானியா அப்படிக் கூறவேயில்லை! ஒருவேளை பத்திரிகையாளர்கள் அவள் வாயிலிருந்து எதையாவது வரவழைப்பதற்காக கேட்ட குறுக்குக் கேள்விகளுக்கு அவள் பதிலாக அப்படித் தவறாக கூறியிருந்தாலும்கூட, இப்படிப்பட்ட ஒரு கேள்வியை ஒரு டீன் ஏஜ் இந்தியப் பெண்ணிடம் பகிரங்கமாக் கேட்டே இருக்கக்கூடாது. மேலும் இந்தளவு மோசமான பாதிப்பை உண்டாக்கும் முன் பக்கத் தலைப்புச் செய்தியாகவா இதைப் போடுவார்கள்? நீங்கள் பொறுப்புள்ள ஒரு பத்திரிகையில் வேலை பார்க்கிறீர்கள், இந்த விஷயம் எவ்வளவு நாசூக்கானது என்பது உங்களுக்குத் தெரியும்,’ என்று படபடப்பாக பேசிக்கொண்டே போனார்.

ஆனால் ஏற்கெனவே மோசமான பாதிப்பை இது உண்டாக்கிவிட்டது. இது கட்டுப்படுத்தப்பட்டாக வேண்டும். நான் உடனடியாக ஒரு செய்தி அறிக்கையை வெளியிட்டேன். அதில் நான், ‘நான் திருமணத்துக்கு முந்திய செக்ஸ் பற்றி பேசியிருக்க வாய்ப்பே இல்லை. இந்த முட்டாள்தனமான

தலைப்புச் செய்தியாலும் ஒருசில பத்திரிகையாளர்கள் எழுதியுள்ள சந்தர்ப்பவாத கட்டுரைகளாலும் எனது பெயர் மோசமாகப் பாதிக்கப்பட்டுவிட்டது. பிரச்சினையே இல்லாத ஒரு விஷயத்தைப் பரபரப்பாக்கி நான் கூறியதைத் திரித்துக்கூறி உள்ளனர். நான் கூறியதாக வந்த செய்திகளில் சில விஷயங்கள் இந்த சந்தர்ப்பத்துக்குச் சற்றும் பொருத்தமில்லாதவை' என்று நான் கூறினேன். 'என் நம்பிக்கைக்கும் கண்ணோட்டத்திற்கும் முற்றிலும் முரணாண கருத்தை எனது கருத்தாக கூறியுள்ளது வெறும் பரபரப்பை ஏற்படுத்தும் நோக்கத்திலானது. நான் வார்த்தைகளை சரியாகப் பயன்படுத்தாமல் இருந்ததால் நான் என்ன அர்த்தத்தில் கூறினேன் என்பதற்கு முற்றிலும் மாறாக அர்த்தம் கொள்ளப்பட்டிருக்கலாம். ஆனால், இப்படிப் பட்ட நாசூக்கான விஷயத்தில் உடனடியாகத் தவறாக உருவகப்படுத்திக்கொள்வதற்கு முன்பாக சம்பந்தப்பட்ட நபரிடம் விளக்கம் கேட்டு உறுதிப்படுத்தப்பட்டிருக்க வேண்டும்' என்றும் நான் அதில் தெரிவித்திருந்தேன்.

ஒரு பிரபலம் என்ற முறையில் நான் எப்படி நடந்துகொள்ள வேண்டும் என்பது குறித்து தொடர்ந்து நான் கற்றுக்கொண்டே இருந்தேன். இந்த நிகழ்ச்சி என் கண்களைத் திறந்து விட்டது போல இருந்தது. என் நாட்டிற்குப் பெருமை சேர்க்க வேண்டும் என்ற விருப்பத்தோடு இருந்து வரும் ஒரு டீன் ஏஜ் பெண் நான். தனிப்பட்ட, உள்ளூர், தேசிய, அல்லது சர்வதேச விஷயங்கள் குறித்து கேட்கப்படும் கேள்விகளுக்கு நான் என் கருத்தைக் கூறியாக வேண்டும் என்பதோடு அவை தவறாகப் புரிந்துகொள்ளப்பட்டு, அதன் விளைவுகள் என்னை பாதிக்கக்கூடியவையாக மாறலாம் என்ற உண்மை என்னைத் திகைப்படைய வைத்தது.

இந்துஸ்தான் டைம்சின் எடிட்டர், வீர் சங்வி ஒரு தலையங்கம் எழுதி இந்தப் பிரச்சினைக்கு முடிவுகட்டி என்னைக் காப்பாற்றிவிட்டார். அவர் தனது தலையங்கத்தில் எழுதியதன் சுருக்கம்:

புதன்கிழமை நண்பகலில், சானியா மிர்ஸா தில்லியில் நடைபெற்ற *இந்துஸ்தான் டைம்ஸ் சம்மிட்* அமர்வு ஒன்றில் பங்கேற்றார். அந்த நிகழ்ச்சியில் மிஸ் யுனிவர்ஸ் நாடலி கிளெபோவா மற்றும் ஃபார்முலா 1 ரேஸ் வீரர் நரேன் கார்த்திகேயன் ஆகியோரும் பங்கேற்றனர். நான் நடுவராக இருந்தேன்.

வெள்ளிக்கிழமை மாலை, ஒரு தொலைக்காட்சியில் ஹெச்.டி. சம்மிட்டில் குஷ்பு கிளப்பிய சர்சை குறித்து சானியாவின் கருத்தாக ஒளிபரப்பப்பட்ட செய்தி, மதகுருமார்களை கோபப்படுத்தியதாக

வெளிவந்த செய்தியைக் கேட்டு நான் அதிர்ந்துவிட்டேன். சனிக்கிழமை இந்தச் செய்தியை பத்திரிகை வெளியிட்டது.

இதில் பிரச்சினை என்னவென்றால்: குஷ்புவைப் பற்றியோ அல்லது திருமணத்துக்கு முந்திய செக்ஸ் பற்றியோ சானியா எங்களது நிகழ்ச்சியின்போது எதுவுமே சொல்லவில்லை. நான்தான் அங்கு நடுவராக அமர்ந்திருந்தேன் என்பதால், அவர் அப்படிச் சொல்லியிருந்தால் அது எனக்குத் தெரிந்திருக்கும்.

எங்கள் கூட்டம் முடிந்த பிறகு, சில ஆர்வம் மிக்க செய்தியாளர்களில் சிலர் சானியாவையும் நரேன் மற்றும் நடாலியாவையும் அழைத்துச்சென்று சர்ச்சைக்குரிய ஒரு விஷயத்தில் வாயைப் பிடுங்கி வார்த்தைகளை வரவழைக்கும்படியான ஒரு சில கேள்விகளைக் கேட்டபோது இது நிகழ்ந்திருக்கலாமோ?

அப்படித்தான் இருக்கும் என்று எனக்குத் தோன்றுகிறது. ஆனால் அந்தச் செய்தியாளர்கள் எங்களது ஹெச்.டி. சம்மிட் நிகழ்ச்சி நடைபெற்றுக்கொண்டிருந்த சமயத்தில் சானியா அவ்வாறு சொன்னார் என்று தங்கள் பத்திரிகையில் குறிப்பாகத் தெரிவித்துள்ளனர். ஆனால் அவர்அவ்வாறு எதுவும் கூறவில்லை என்பது எனக்கு நன்றாகத் தெரியும்.

ஒருவேளை குட்டைப் பாவாடை குறித்த சர்ச்சையில் தனக்கு நேர்ந்தது மறுபடியும் நடந்துவிடுமோ என்ற பயத்தில் அவர் கூறியதாக வந்துள்ள செய்தியை மறுத்து பொது அறிக்கையை வெளியிட்டுள்ளார். அதோடு, அவர் திருமணத்துக்கு முந்திய உடலுறவை எதிர்ப்பதாகவும் கூறியுள்ளார்.

சானியாவின் புகைப்படங்களை எரித்த மக்கள் ஒன்றும் அவர்களாகவே சானியா மீது கோபம் கொண்டு அதைத் செய்யவில்லை. அவர்களை யாரோ அழைத்து வந்து இதை எப்படிச் செய்ய வேண்டும் என்று சொல்லிக்கொடுத்து புகைப்படங்களையும் கொடுத்திருக்கிறார்கள்.

செய்தித்தாள் வியாபாரத்தின் குணாம்சங்களில் ஒன்று – ஹெச்.டி. மாநாட்டில் இருந்த கோனியா காந்தி குறிப்பிட்டுள்ளதைப் போல – நாம் சச்சரவுகளில்தான் ஆதாயம் தேடுகிறோம். ஆர்ப்பாட்டங்களைக் குறித்த செய்தியை வெளியிடுவது நமக்குப் பிடிக்கும். போராட்டங்கள் – குறிப்பாக புகைப்படங்கள் எரிக்கப்படுவது அல்லது செருப்பு வீசப்படுவது – ஆகியவற்றைப் பற்றிய செய்திகளைப் படங்களுடன் வெளியிடுவதும் நமக்குப் பிடிக்கும். சர்ச்சைக்குரிய விஷயங்கள் இடம்பெறும் பத்திரிகைகள்தான் அதிகம் விற்பனையாகும். அதுவும் அவை நட்சத்திர அந்தஸ்து பெற்றவர்களைப் பற்றி என்றால் டி.ஆர்.பி. எண்ணிக்கையும் கூடும்.

இந்த மாதிரியான விஷயங்கள் தவறு என்று கூறவோ அல்லது பத்திரிகைதர்மத்தின் அடிப்படை அம்சங்கள் மாற்றப்பட வேண்டும் என்றோ நான் கூறவில்லை. ஆனால், விளம்பரம் தேடிக்கொள்ள விரும்பும் யார் வேண்டுமானாலும் ஒரு சர்ச்சையை அல்லது ஒரு மோதலை உண்டாக்கப்போகிறோம் என்று வெகு சுலபமாக நம்மைத் திசை திருப்ப முடியும் என்ற நிலைக்கு இந்திய ஊடக உலகம் மாறிவிட்டது.

சானியா மிர்ஸாவின் புகைப்படத்தை எரிக்க ஒரு ஐம்பது பேர் கூடியிருக்கிறார்கள் என்று ஒரு தொலைக்காட்சி நிறுவனத்துக்குத் தகவல் சொல்லுங்கள். ஒரு மணி நேரத்துக்குள் உடனடியாக ஆறு கேமரா குழுக்கள் வந்து நின்றுவிடுவார்கள்.

தேசிய அளவில் புகழ்பெற வேண்டும் என்று விரும்பும் எந்த ஒரு நிறுவனமும் செய்ய வேண்டியதெல்லாம் ஒன்றே ஒன்றுதான். மிகவும் பிரபலமான ஒருவரைத் தேர்ந்தெடுத்துக் கொள்வது அல்லது ஒரு மதத்தை தவறாகப் பயன்படுத்துவதுதான், உடனே அந்த அமைப்பு இந்தியா முழுவதும் ஊடகங்கள் மூலம் பிரபலமடைந்துவிடும் என்று நிலை தற்போது வந்துவிட்டது.

ஆனால், ஊடகத் துறையைச் சேர்ந்த நாம் நம்மையே உள்நோக்கிப் பார்த்துக்கொள்ள வேண்டிய அவசியம் வந்துவிட்டது என்று நான் நினைக்கிறேன். நாம் வெகு சுலபமாக திசைதிருப்பப்படுகிறோமா?

சர்ச்சைகளைத் தேடிச் செல்லும் நமது தேடல் விரோதப் போக்குடனும் நியாயமற்ற முறையிலும் நடந்துகொள்ளும் யாராக இருந்தாலும் செய்திகளில் இடம்பெறுவது உறுதி என்ற திசையை நோக்கிப் போய்க்கொண்டிருக்கிறதா?

ஃபத்வாவைக் குறிப்பிடுவதற்கு பயந்துகொண்டு, அவர் தெரிவிக்கவே இல்லாத ஒரு விஷயத்தை ஒருவர் ஆட்சேபித்திருக்கிறார் என்பதற்காக திருமணத்துக்கு முந்திய உடலுறவுக்கு கண்டனம் தெரிவித்து சானியா மிர்ஸா ஒரு செய்தி அறிக்கையை வெளியிட வேண்டிய கட்டாயத்தில் இருந்திருக்கிறார் என்றால், நம் அமைப்பில் எங்கோ ஏதோ மிகப் பெரிய தவறு உள்ளது என்று நான் நினைக்கிறேன்.

~

இந்த விஷயத்தில் பிரச்சினை முழுவதுமாக அடங்குவதற்குள் என் ஏஜன்ட் வர்த்தக ஒப்பந்தம் ஒன்றிற்காக நான் கொச்சி செல்ல வேண்டும் என்று என்னிடம் தெரிவித்தார்.

இந்த தில்லி சம்பவம் என்னை தொந்திரவுக்குள்ளாக்கிவிட்டது. மேலும் எந்தவகையான விரோத மனப்பான்மையையும், அதுவும் குறிப்பாக எனக்கு மிகவும் அந்நியமான ஒரு நகரில், எதிர்கொள்ளும் மனநிலையில் நான் இல்லை. ஆனால், அந்த அமைப்பு என்னிடம் இதுவொரு வெளிப்படையான நிகழ்ச்சி என்றும் சில தேர்ந்தெடுக்கப்பட்ட ஊடக நபர்கள் மட்டுமே வருவார்கள் என்றும் அதுவும் அறிமுகப்படுத்தப்போகும் பொருள் குறித்த கேள்விகளுக்கு மட்டுமே அனுமதி என ஏற்கெனவே தெரிவித்துவிட்டதாகக் கூறினர். நான் ஒப்பந்தம் செய்திருந்த பொருளுக்குரிய நிறுவனத் தூதரான மலையாள நடிகர் மோகன்லாலுடன் சேர்ந்து மேடையில் அமர்ந்திருந்தேன்.

என்னிடம் கேட்கப்பட்ட முதல் கேள்வியே திருமணத்துக்கு முந்திய செக்ஸ் பிரச்சினை பற்றித்தான். நான் மிகவும் அமைதியாக அந்த நிருபரிடம், இப்போது அறிமுகம் செய்யவிருக்கும் பொருளைப் பற்றிய கேள்விகள் ஏதாவது இருந்தால் கேளுங்கள், அதற்காகத்தான் இந்த பத்திரிகையாளர் சந்திப்புக்கு ஏற்பாடு செய்யப்பட்டுள்ளது என்று கூறினேன். ஆனால் அங்கே வந்திருந்த ஊடக நபர்களில் சிலர் கலகத்தை ஏற்படுத்த வேண்டும் என்பதற்காகவே வந்திருப்பதாகத் தோன்றியது. எதற்காகவும் பின்வாங்கத் தயாராக இல்லை, அவர்கள். அங்கே ஏறக்குறைய பெண் பத்திரிகையாளர்களே இல்லை என்று சொல்லிவிடுமளவுக்கு அந்தக் கூட்டம் ஆண்களால் நிரம்பியிருந்தது.

'திருமணத்துக்கு முந்திய செக்ஸ் என்பதை ஆதரிக்கும் உங்கள் நிலைப்பாட்டிலிருந்து நீங்கள் பின்வாங்கியது ஏன்?' என்று ஒரு சில நாட்களுக்கு முன்பு வந்திருந்த பத்திரிகைத் தலைப்புச் செய்தியை சுட்டிக்காட்டி ஒரு நிருபர் என்னிடம் கேட்டார். 'நாங்கள் எல்லாரும் தார்மிக நெறிகளைக் காப்பவர்கள், திருமணத்துக்கு முந்திய செக்ஸ் குறித்து நீங்கள் ஏற்கெனவே கூறிய உங்கள் கருத்தை இப்போது கூறுங்கள்,' என்று மற்றொருவர் உரத்த குரலில் கேட்டு எனக்கு பதில் சொல்ல நிர்பந்தித்தார்.

'நீங்கள் நேர்மையானவர் இல்லை, சானியா – நீங்கள் சொன்ன கருத்திலிருந்து நீங்கள் பின்வாங்கிவிட்டீர்கள்' என்று மேலும் கிடுக்கிப்பிடிப் போட்டார், இன்னொருவர்.

அந்த அறையில் கூடியிருந்தவர்கள் அன்று என்னிடமிருந்து என்ன கேட்க விரும்புகிறார்கள் என்பதைக் கண்டுபிடிக்க எந்த ஆராய்ச்சியாளரும் தேவையில்லை. அவர்கள் ஏற்கெனவே

ஒரு முடிவோடுதான் வந்துள்ளனர். அந்த அறை முழுவதும் சர்ச்சைகளால் நிரம்பியிருந்தது, இவர்கள் இப்போது கிடைத்த வாய்ப்பை வீணாக்க விரும்பவில்லை.

என் வாயைப் பிடுங்கி எதையாவது சர்ச்சைக்குரிய பதிலைப் பெறுவது என்று கங்கணம் கட்டிக்கொண்டு வந்து அதற்கான தீவிர முயற்சியில் இவர்கள் இறங்கிவிட்டது எனக்குப் புரிந்தது. எங்கோ அடைக்கப்பட்டிருப்பது போல உணர்ந்தேன். டென்னிசோ அல்லது இங்கே நான் விளம்பரம் செய்ய வந்திருக்கும் பொருளைப் பற்றியோ இவர்களில் பெரும்பாலானோருக்குக் கவலையில்லை. மேலும் எனக்கோ என் உணர்வுகளுக்கோ மரியாதை கொடுக்க இவர்கள் தயாராக இல்லை என்பதும் வெட்டவெளிச்சமாகப் புரிந்தது.

எனது ஏஜன்ட்களும் நல்ல நண்பர்களுமான மேகா ஜாதவ் மற்றும் கவிதா பூபதியும் அதீத ஆவேசமாகத் தோற்றமளித்த ஊடக ஊழியர்களை அமைதிப்படுத்த முயன்றனர். அவர்களிடம் ஏற்கெனவே கூறியிருந்தபடி பொருளைப் பற்றி மட்டும் கேள்விகள் கேட்குமாறு கோரினர். 'எங்கள் விருப்பப்படி நாங்கள் பேசுவோம்... நீங்கள் இதில் தலையிடாதீர்கள், வாயை மூடுங்கள்' என்று கடுமையான வார்த்தைகள்தான் அவர்களுக்குக் கிடைத்த பதில். அடிப்படை நாகரிகத்தைக்கூட இவர்கள் காற்றில் பறக்க விட்டுவிட்டனர். இதில் மேலும் சிலரும் சேர்ந்து கொண்டு ஏற்கெனவே இருந்த கொந்தளிப்பு நிலவரத்தை ஆபத்தான அளவுக்கு கொண்டு சென்றனர்.

எனக்குப் பொறுத்தது போதும் என்றாகிவிட்டது. இனியும் இவர்கள் என்னையும் தங்கள் பணியைச் செய்ய முயற்சி செய்யும் என்னைச்சேர்ந்தவர்களையும் அவமரியாதையுடன் நடத்துவதை நான் ஏற்றுக்கொள்ள முடியாது. நான் என்னையோ, என்னுடன் பணிபுரிபவர்களையோ அல்லது எனது விளையாட்டையோ அவமானப்படுத்துவதை அனுமதிக்கமாட்டேன். அவர்கள் தங்கள் எண்ணங்களை என் வாயிலிருந்து வரவழைக்க முயற்சி செய்கிறார்கள் அதை என்னால் அனுமதிக்க முடியாது. மேடையில் என்னுடன் அமர்ந்திருந்த ஆண்கள் யாருமே எனக்கு ஆதரவாக ஒரு வார்த்தை சொல்லவோ அல்லது நிலைமையின் தீவிரத்தன்மையைக் குறைக்கவோ முயற்சிகூட செய்யவில்லை.

இவ்வளவு மோசமான நடத்தைக்கு எதிராக நான் நடந்துகொள்ளப்போவதை எவ்வளவு கொழுத்த விளம்பரத் தொகையும் நிறுத்த முடியாது. நான் மேடையிலிருந்து எழுந்து

அந்த செய்தியாளர் கூட்டத்திலிருந்து வெளியே நடையை கட்டினேன்.

இதுவும் மிகப் பெரிய செய்தியாக வெளிவந்தது என்பதில் சந்தேகம் இல்லை. நான் செய்ததுபோல வேறு யாரும் விளைவுகளைப் பற்றி சிந்திக்காமல் அவ்வாறு செய்தியாளர் கூட்டத்தைவிட்டு வெளியேறியிருக்கமாட்டார்கள். ஆனால், நான் அப்போது ஒரு டீன் ஏஜர், என் மனம் என்ன கூறியதோ அப்படியே நடந்துகொண்டேன். இது சிலருக்குப் பிடிக்கவில்லை. அவசரபுத்திக்காரி, திமிர்பிடித்தவள் என்று அவர்களால் முத்திரை குத்தப்பட்டேன். அவர்களில் சிலர் அவர்களுக்குத்தான் அவமானம் என்பதால், நடந்த சம்பங்களைப் பற்றி எதுவுமே எழுதவில்லை.

அடுத்தநாள், நான் அங்கிருந்து வெளியேறிய செய்தி பரவியது, மிகப் பெரிய விளையாட்டு வீரர்கள், பிரபலங்கள் ஆகியோரிடமிருந்து என்னைப் பாராட்டி நிறைய செய்திகள் வந்தன. ஒட்டுமொத்த விளையாட்டு வீரர்களின் மரியாதையைத் தூக்கி நிறுத்தியதற்காக நன்றி தெரிவித்திருந்தனர், அவர்கள் அனைவரும் ஒருமனதாக என்னைப் பாராட்டியிருந்தார்கள். மேலும் தாங்கள் தங்கள் தொழில் வாழ்க்கை முழுவதும் செய்ய விரும்பியதை ஆனால், அதற்கான துணிச்சல் இல்லாமல் இருந்ததை நான் செய்து காட்டியது தங்களுக்கு எவ்வளவு மகிழ்ச்சியை அளிக்கிறது என்பதையும் வெளிப்படுத்தியிருந்தனர்.

அன்று அவ்வாறு வெளியேறியதற்கு நான் கொஞ்சமும் வருத்தப்படவேயில்லை. சாதாரண சந்தர்ப்பங்களில் நான் அவ்வாறு நடந்துகொண்டிருக்கமாட்டேன். செய்தியாளர் கூட்டத்தில் எனக்குப் பிடிக்காத கேள்விகளை எதிர்கொள்ளும் போது இவ்வாறு வெளியேறாமல் பதில்கூறும் ஒரு பொறுப்புள்ள பெண்தான். ஆனால், என்னை ஒரேயடியாக நிர்பந்தித்து அவர்கள் விரும்பும் பதிலை எதிர்பார்க்கிறார்கள் என்றால், அவர்கள் அவ்வாறு செய்வதை என்னால் அனுமதிக்க முடியாது.

புகழ் பற்றி நான் கற்றுக்கொண்ட மிகவும் முக்கியமான பாடம், இது பலரும் நினைப்பது போல அவ்வளவு அற்புதமான விஷயம் அல்ல, அது அவ்வளவு சுலபமாக நம்மை நிம்மதியாக வாழவிடுவதும் இல்லை. நீங்கள் பிரபலமானவர் என்பதால், நீங்கள் விரும்பும் அனைத்தும் உங்களுக்குச் சுலபமாகக் கிடைத்துவிடும் மக்கள் பொதுவாக நினைக்கிறார்கள். இதில் ஒரு பாதி உண்மையாக இருக்கலாம். ஆனால் எல்லாவற்றிற்குமே ஒரு

இருண்ட பகுதி உண்டு. நான் ஒன்றும் பிரபலமாக இருப்பதற்காக வருத்தப்படவோ உலகில் வேறு எதற்காகவும் அதை மாற்ற விரும்பவும் இல்லை. ஆனால், நான் மற்றவர்களைப் போல ஒரு காபி ஷாப்புக்கு நடந்து சென்று நண்பர்களுடன் பேசிக்கொண்டே காபி சாப்பிட முடியாது என்பன போன்ற விஷயங்களை நான் மிஸ் செய்கிறேன்தான். பாதுகாப்பு பிரச்சினை காரணமாக என் தோழிகள் வீட்டிற்குச் சென்று தோழியரோடு நேரம் செலவு செய்வதையோ அவர்கள் வீட்டில் தங்குவதோ முடியாத காரியம். ஆனால், இந்தப் பிரச்சினைக் கையாளக் கற்றுக்கொள்ளத்தான் வேண்டும். எனது முன்னுரிமைகள் தெளிவானவை – நான் எனது தொழில் வாழ்க்கையில் கவனம் செலுத்த விரும்புகிறேன், நான் மிகவும் நேசிக்கும் தொழிலில் வெற்றிகரமாக விளங்குவதற்காக ஒரு சில 'சாதாரண' விஷயங்களைத் தியாகம் செய்ய நான் தயாராக இருந்தேன்.

18

சர்க்யூட்டில் எனது இரண்டாம் ஆண்டு – 2006

சர்க்யூட்டில் எப்போதுமே இரண்டாவது வருடம் ஒருவருக்கு மிகவும் சிரமமாகத்தான் இருக்கும், காரணம் உங்கள் எதிராளிகளும் அவர்களுடைய பயிற்சியாளர்களும் உங்கள் ஆட்டத்தை சுலபமாக கணித்துவிடுவார்கள். நீங்கள் ஒரு டார்கெட்டாக மாறிவிடுவீர்கள். சென்ற முறை நீங்கள் நன்றாக ஆடியிருந்தீர்கள் என்றால், முதல் வருடத்தில் பெற்ற புள்ளிகளை நீங்கள் காப்பாற்றிக்கொள்ள வேண்டிய நிர்பந்தத்தில் இருப்பீர்கள் என்பதால் உங்கள் ஒவ்வொரு தோல்வியிலும் இது கூடிக்கொண்டே போய் உங்கள் மன அழுத்தத்தை மேலும் அதிகரிக்கச் செய்யும். நான் சீனியர் சர்க்யூட்டில் ஓராண்டு காலம் முழுவதும் 31ஆவது தரவரிசையை எட்டியிருந்தேன். அதைத் தக்கவைத்துக்கொள்வதும் அதைவிடச் சிறப்பாக ஆடுவதும் அவ்வளவு சுலபமாக இருக்கப்போவதில்லை.

ஒரு இளம் டென்னிஸ் வீராங்கனை அதிரடி வெற்றிகளை ஈட்டி தரவரிசையில் ஏறுமுகம் காட்டியிருக்கிறார் என்றால், அப்போது அவர் யாருக்கும் தெரியாத ஒருவர், அவரது பலம் மற்றவர்களுக்கு எதிர்பாராத ஆச்சரியமான ஒன்றாக இருக்கும். அவரது பலகீனங்கள் இன்னமும் கண்டுபிடிக்கப்பட்டு ஆராயப்படவில்லை, அப்படி எல்லாம் நடப்பதற்கு முன்பாகவே அந்த விளையாட்டு வீரர் அதி விரைவாக மேலேறிச் செல்கிறார், மேலும் அவர் திறமையானவராகவும் இருந்துவிட்டால், விரைவாக தரவரிசையில் முன்னேறிவிடுவார்.

இரண்டாவது ஆண்டில், எதிரணி பயிற்சியாளர்கள் உங்கள் ஆட்டத்தை பார்த்திருப்பார்கள், வீடியோக்களை கவனித்திருப்பார்கள். உங்கள் பலம் மற்றும் பலகீனங்களை அலசி ஆராய்ந்திருப்பார்கள். எனவே தன்னிடம் பயிற்சிபெறும் பெண்களுக்கு புதிதாகக் களம் இறங்கியுள்ள இந்த இளம்

பெண்ணை எவ்வாறு சமாளிக்க வேண்டும் என்று கற்றுக் கொடுத்து விடுவார்கள். இப்போது, ஆட்டம் மிகவும் கஷ்டமானதாகிவிடும், தொழில்முறை நிபுணத்துவம், உத்தி, இயல்பு மற்றும் திறன்கள் அனைத்தும் சோதிக்கப்படும்.

முதல் வருடத்தில் ஒரு விளையாட்டு வீரர் இந்தக் களத்தில் தனது அடையாளத்தை ஏற்படுத்தத் தொடங்கியுள்ளார் என்றால் அவரிடமிருந்து மிகவும் குறைவான எதிர்பார்ப்புகளே இருக்கும். ஆனால், நீங்கள் குறிப்பிடத்தக்க முறையில் மிகச் சிறப்பாக செயல்பட்டிருந்தால், இந்த எதிர்பார்ப்புகள் மலை போல அதிகரிக்கும். நான் ஏற்கெனவே குறிப்பிட்டபடி நமது வெற்றிகளை தக்கவைத்துக்கொள்வது அவற்றை மேலும் அதிகரிப்பது என்பது மிகுந்த மன அழுத்தம் கொடுக்கும் விஷயம். இது எதிரிகளுக்கு சாதகமாக அமைந்து ஒருவர் ஒரேயடியாக நம்பிக்கையை இழந்துவிடுவது ஒன்றும் அரிதான விஷயமல்ல.

2005 செப்டம்பர் மாதம் நாங்கள் கொல்கத்தாவில் நடைபெற்ற சன்ஃபீஸ்ட் ஓபன் டென்னிஸ் போட்டிகளில் கலந்துகொண்டபோது, இந்தியாவின் டேவிஸ் கப் ஜாம்பவான் ஜெயதீப் முகர்ஜி டோனி ரோச்சியிடம் தொலைபேசியில் பேசியுள்ளார். அந்த முன்னாள் கிராண்ட் ஸ்லாம் சாம்பியன் எனது ஆட்டத்தில் அற்புதங்களை நிகழவைக்க முடியும் என்று அவர் கூறியுள்ளார். டோனி வாலி (volley) உத்தியில் தலைசிறந்தவர் மற்றும் மிகவும் மரியாதைக்குரிய பயிற்சியாளர் ஒருவர் எனது டென்னிஸ் விளையாட்டுக்கு குறிப்பிடத்தக்க அளவு பங்களிப்பை அவரால் வழங்க முடியும் என்றும் கூறினார். ரோச்சி ஒரு வாழும் அற்புதம். 2005 டிசம்பரில் சிட்டினியில் ரோச்சியிடம் மூன்று வார கால பயிற்சியை ஜெய்தீப் ஏற்பாடு செய்த போது நான் மிகவும் உற்சாகமடைந்தேன். நான் விளையாடுவதைப் பார்த்த அவர், மற்றவர்களைப்போலவே எனது முழங்கையை கீழே போடும் பிரச்சினை திருத்த முடியாத நிலையில் உள்ளதை ஒப்புக்கொண்டார். ஆனால் அவர் எனது சர்வ் போடும் திறனையும் வாலெயையும் மேம்படுத்த கடும் முயற்சிகளை மேற்கொண்டார்.

டொனி செயல்படும் விதம் கண்டு நான் மிகவும் கவரப் பட்டேன். மிகவும் கண்டிப்பானவர், நிறைய விஷயங்களை மாற்ற வேண்டும் என்று நினைப்பதைவிட வீரர்களின் இயல்பான திறன்களையும் உள்ளுணர்வுகளையும் அதிகரித்து அதை மேம்படுத்துவதில் நம்பிக்கை கொண்டவர். அவர் அனுபவமும், நிபுணத்துவமும் பெற்றிருந்தார். இன்றும்கூட அவரது வாலெயிங் திறன்கள் பார்ப்பதற்கு பரபரப்பை உண்டாக்கக்கூடியவை.

ஒன்றிரண்டு நாட்கள் நான் விளையாடுவதை கவனித்துப் பார்த்த பிறகு, எனது சர்வ் மிகவும் நன்றாக இல்லை என்று உணர்ந்தார். ஆனால் எனது பயங்கரமான கிரவுண்ட் ஸ்ட்ரோக்குகளோடு இயைந்துபோகக்கூடிய, திறன் வாய்ந்த, நம்பகத்தன்மைகொண்ட சர்வ் போடும் திறனை வளர்த்துக் கொள்வதைநோக்கி நான் செயல்படலாம் என்று அவர் நினைத்தார். எனக்கு அவர் புதிய சர்வ் செய்யும் முறையைக் கற்றுக்கொடுத்தார். எப்போதும் நான் செய்து வந்ததைப் போல பந்தை எவ்வளவு முடியுமோ அவ்வளவு ஃபிளாட்டாக அடிப்பதற்கு பதில் பிரஷ்ஷிங் செய்தேன். அப்போது ஏற்படும் ஸ்பின்னிங் எனது சர்வ் மேலும் நம்பகத்தன்மை வாய்ந்ததாக மாற்றியது, நான் பந்தை பிரஷ் செய்தவற்காக என் தலைக்கு மேலே கைகளைக் கொண்டு சென்றபோது, அது தானாகவே எனது முழங்கையைக் கீழே போடுவதால் எற்படும் வழக்கமான எதிர்மறை தாக்கத்தை வெகுவாகக் குறைத்துவிட்டது.

தங்கள் வாழ்க்கையில் எதையாவது சாதிக்க வேண்டும் என்று விரும்பும் அனைவருக்கும் ரோச்சியின் நிபுணத்துவம் ஒரு நல்ல பாடம். விளையாட்டைப் பற்றிய இவரது அறிவு சக பயிற்சியாளர்களாலும் இன்றைய தலைமுறையின் மிகச் சிறந்த வீரர்களாலும் மதித்துப் போற்றப்பட்டது. நான் தங்கியிருந்த விடுதி அறையிலிருந்து தினமும் காலை 9 மணிக்கு பிக் அப் செய்வார். நான் மைதானத்தில் 11:30 வரை பயிற்சி செய்வேன். மீண்டும் 3 மணிக்குப் பயிற்சியைத் தொடங்கி இரண்டரை மணி நேரம் பயிற்சி செய்வோம். ஆஸ்திரேலிய வீராங்கனை சோஃபி ஃபெர்கூசனோடுதான் நான் பயிற்சி மேற்கொண்டேன். சில சமயங்களில் டோனியும் என்னோடு விளையாடுவார். அவரோடு நான் செலவழித்த அந்த மூன்று வார காலம் எனது விளையாட்டுத் தரத்தைக் குறிப்பிடத்தக்க அளவு முன்னேற்றியது.

அந்த சந்தர்ப்பத்தில் டோனி ரோச்சி ரோஜர் ஃபெடரருடனும் பணியாற்றி வந்தார். அவர் ஆஸ்திரேலிய ஓபனுக்காகத் தயாராகிக் கொண்டிருந்தார். டோனி ஒருநாள் என்னை அவர் வீட்டிற்கு அழைத்தார். அங்கு இருந்த ரோஜர் ஃபெடரருடன் என்னை அவர்கள் வீட்டுப் பின்பக்கத்தில் இருந்த டென்னிஸ் மைதானத்தில் விளையாட வைத்தார். என்னை அதிர்ஷ்டத்தை என்னால் நம்பவே முடியவில்லை. அந்த சுவிட்சர்லாந்து நாட்டின் மேதை எவ்வளவு எளிமையாகவும் அடக்கமாகவும் இருந்தார் என்பதுதான் என்னை உடனடியாக ஆச்சரியம்கொள்ளவைத்த விஷயம். என்னால் சுலபமாக அவருடன் மிக இயல்பாகப் பழக முடிந்தது.

அன்று நண்பகலில், எங்களுக்காக திருமதி ரோச்சி தேநீர் தயாரித்தார், அப்போது அவரது வீட்டின் பின்புறம் இருந்த டென்னிஸ் மைதானத்திற்கு மகத்தான டென்னிஸ் வீரர் கென் ரோஸ்வால் வந்தார். அங்கே இந்த மூன்று மாபெரும் மனிதர்களுடன் இருந்ததை எண்ணி நான் பெருமிதம் கொண்டேன். இன்றும் அந்த நாளை நினைத்துப் பார்க்கும்போது எனக்கு அந்த மூன்று டென்னிஸ் ஜாம்பவான்களில் எளிமைதான் உடனடியாக நினைவுக்கு வருகிறது.

ரோஜர் ஃபெடரரின் அலட்டிக்கொள்ளாத இயல்பால் நான் பெரிதும் கவரப்பட்டேன். இதுதான் டென்னிஸ் விளையாட்டில் அவரது அசாதாரண திறமையுடன் சேர்த்து அவரது நம்பவே முடியாத வெற்றிகளின் ரகசியமாக இருக்கலாம் என்று தோன்றியது. நான் அவரை அறிந்திருந்த அத்தனை வருடங்களில் உலகம் இதுவரை அறிந்திராத தலைசிறந்த டென்னிஸ் வீரராக அவர் உயர்ந்தார். ஆனால் இவரது பணிவு என்னை அவரை நான் முதன் முதலாக சந்தித்தபோது மிகவும் ஆச்சரியம் கொள்ள வைத்தது, அதே ஆச்சரியம் இன்றுவரை தொடர்கிறது. அவரது பெயருக்குப் பின்னால் இருக்கும் சாதனைகள், முறியடிக்கப்பட்ட ரெகார்டுகளின் பட்டியல் மிகவும் நீளமானது, உலகம் முழுவதும் புகழ்பெற்றவர். ஆனால் அன்று நான் எவ்வளவு விரும்பத்தக்க ஒரு நபர் அவர் என்பதைக் கண்டறிந்தேன். நம் பக்கத்து வீட்டில் இருக்கும் நல்ல பையன் போன்ற தோற்றம் கொண்டவர். தான் பெற்றுள்ள வெற்றிகளும் பெருமைகளும் தன்னைத் தலைக்கனம் கொள்ள வைக்காத அளவு பக்குவம் வாய்த்தவர்.

சர்க்யூட்டில் எனது இரண்டாவது வருடம் மிகவும் சிரமமானதாக இருந்தது. மிக மோசமான ஒன்று என்றும் சொல்லிவிட முடியாது. ஆனால் முக்கியமான, தொடர்ச்சியான வெற்றிகளை நான் ஈட்டவில்லை. முதல் வருடத்தில் தொடர்ச்சியாக முன்னேறிச் சென்ற நான் சற்றே பின்னுக் வரத்தான் வேண்டும் எனத் தோன்றியது. ஆனால், ஒருசில முக்கியத்துவம் வாய்ந்த, நினைவில் நிற்கும் வெற்றிகளையும் நான் அந்த வருடம் ஈட்டினேன். என் காலத்தின் தலைசிறந்த சில வீராங்கனைகளுடனான கடுமையான போட்டிகளில் தோற்று மிக வேகமாக கீழே சரிந்துகொண்டிருந்தேன்.

ஆஸ்திரேலிய ஓபன் போட்டிகளில் மிகவும் திறன் வாய்ந்த விக்டோரியா அஸெரெங்காவை வென்றேன். பாரீசில், ஃபிளாவியா பென்னட்டாவை வென்றேன், சான் டியாகோவில் மேகன் ஷோனெஸ்சியையும் கத்ரினா ஸ்ரெபோனிக்கையும் அமெரிக்க ஓபனில் கரோலினா ஸ்பெர்மையும் கொல்கத்தாவில்

அராவனே ரெஸாயையும் வென்றேன். தலைசிறந்த வீராங்கனை மார்டினா ஹிங்கிசை சியோலில் வென்று, எனது தொழில் வாழ்க்கையின் மிக முக்கியமான வெற்றிகளில் ஒன்றான வெற்றியை ஈட்டினேன். எனது தொழில் வாழ்க்கையின் மூன்றாவது 'முதல் 10' வீராங்கனைகளுடனான வெற்றி அது.

அந்த செஷனில் எனக்கு மிகவும் கஷ்டமான சில டிராக்கள் கிடைத்தன, அவற்றின் மூலம் உலகின் தலைசிறந்த வீராங்கனைகளுடன் மிகவும் ஆரம்ப நிலையிலேயே விளையாடும் நிலை ஏற்பட்டுவிட்டது. நான் மிக நன்றாக விளையாடிய சில ஆட்டங்களில்கூட ஒரு டீசன்டான டிராகூட கிடைக்கவில்லை. எலெனா டெமென்டிவா (மூன்றுமுறை), அனஸ்தாசியா மிஸ்கினா, ஜெலனா ஜாங்கோவிக், டானியெலா ஹான்டுசோவா, ஃபிரான்செஸ்கா ஷியவோனா, டாடியானா கொலோவின், பேட்டி ஷின்டர் மற்றும் மர்டினா ஹிங்கிஸ். ஆனால் துபாயில் மார்டினா என்னைத் தோற்கடித்தார்.

விம்பிள்டனில் எலெனா டெமென்டிவாவிடம் ஒற்றையர் ஆட்டத்தில் தோற்பதற்கு சில நாட்களுக்கு முன்பு எனது முதல் பயிற்சியாளர் ஸ்ரீகாந்தின் திடீரென்ற அகால மரணம் பற்றிய செய்தி எனக்குக் கிடைத்தது. ஆறு வயதில் அவரிடம் நான் டென்னிஸ் கற்றுக்கொள்ள ஆரம்பித்தேன். அதன் பிறகு நிறைய பயிற்சியாளர்களிடம் நான் பயிற்சிபெற்றாலும்கூட 'ஸ்ரீகாந்த் சார்' என்று நான் அழைத்து வந்த அவர்தான் எனது மிகப்பெரிய நலம்விரும்பியாகவும் எங்கள் குடும்பத்தின் நெருங்கிய நண்பராகவும் இருந்து வந்தார்.

ஒரு பொறியியலாளரான அவர், டென்னிஸ்மீது கொண்டிருந்த நேசத்தால் பயிற்சி செய்யத் தொடங்கினார். அவரது மரணத்திற்கு சில ஆண்டுகளாகவே அவர் மகிழ்ச்சியற்று காணப்பட்டார். உரிய மரியாதையை இந்த உலகம் அவருக்கு வழங்கவில்லை என்பதும் காரணமாக இருக்கலாம். வாழ்க்கையில் விரக்தியடைந்தவர்போல அவர் காணப்பட்டார். எங்கள் குடும்ப நண்பராகவும் எனது நலம் விரும்பியாகவும் அவரது ஆதரவு எனக்கு எப்போதுமே கிடைத்து வந்தது. அவர் என் அப்பாவுடன் ஒரு சில மாநில அளவிலான இரட்டையர் தரவரிசைப் போட்டிகளில் இணைந்து விளையாடியுள்ளார். ஒரு சில உள்ளூர்ப் போட்டிகளில் வென்றபோது அவரது உற்சாகப் புன்சிரிப்பு எனக்கு இன்னமும் தெளிவாக நினைவில் உள்ளது.

ஸ்ரீகாந்த் எப்போதுமே யாரையுமே புண்படுத்தியதே இல்லை, அதைவிட தன்னைத் தானே காயப்படுத்திக்கொள்ளக்கூடும். ஒரு வகையில் அவரது ஒழுங்கற்ற வாழ்க்கை முறையினால்

அவருக்கு விரக்தி ஏற்படத் தொடங்கிவிட்டது போலும். அவர் அவ்வப்போது கடும் மன அழுத்தத்திற்கு ஆளானாலும்கூட அதைத் தனது புன்னகையால் மறைப்பதற்கு பெரிதும் முயற்சி செய்வார். அவர் இறப்பதற்கு சில மாதங்களுக்கு முன்பு எனது ஸ்பார்சர் ஜி.வி.கே. ரெட்டி என் அனைத்து இந்தியக் பயிற்சியாளர்களையும் கௌரவிக்க ஏற்பாடு செய்திருந்த ஒரு விழாவில்தான் அவரை நான் கடைசியாக சந்தித்தேன். அன்று வழக்கம் போலவே அவர் என்னை வாழ்த்தினார்.

அவரது மரணம் எனக்கு அதிர்ச்சியைக் கொடுத்தது. உணர்வுபூர்வமாக அதைக் கையாள்வது எனக்கு சிரமமாக இருந்தது. அவர் எனக்கு முதல் பயிற்சியாளர் என்பதோடு என் அம்மா, அப்பா இருவருமே அவரைத் தம்பி போல நினைத்திருந்தனர். அவர் நம்பியிருந்ததைப் போலவே நான் ஓரளவு பெரிய வெற்றிகளை ஈட்டியதைப் பார்த்துவிட்டார். ஆனாலும் சியோலில் நான் மார்டினாவை வென்றதை அவர் பார்த்திருக்க வேண்டும் என்று நான் ஆசைப்பட்டேன். நிச்சயம் அவர் என்னைக் குறித்து மிகவும் பெருமிதம் கொண்டிருப்பார்.

பெரும்பாலான சமயங்களில் போராட்டமாக இருந்த 2006ஆம் ஆண்டை ஒருவழியாக வலுவான நிலையில் முடித்துவைத்தேன். ஃபாரஸ்ட் ஹில்லில் நடைபெற்ற போட்டிகளின் காலிறுதி வரை முன்னேறினேன், சியோல் மற்றும் தாஷ்கண்ட் மற்றும் கொல்கத்தாவில் அரையிறுதி வரை முன்னேறினேன். அந்த ஆண்டு ஒற்றையர் போட்டிகளைவிட இரட்டையர் போட்டிகளில் சிறப்பாக இருந்தன. லைஸல் ஹப்பருடன் பெங்களூருவிலும் கொல்கத்தாவிலும் இரண்டு பட்டங்களையும் அமெலியா தீவில் (ஹப்பருடன்), இஸ்தான்புல்லில் (அலிசியா மோலிக்) மற்றும் சின்சினாட்டியிலும் (மார்த்தா டொமசோவ்ஸ்கா) இறுதிச்சுற்று வரையிலும் முன்னேறினேன்.

அந்த ஆண்டின் இரண்டாவது பாதியில் ஓரளவு வெற்றிகளை ஈட்டியிருந்தேன் என்றாலும் விமர்சகர்களில் நிறைய பேர் நான் மோசமாக விளையாடினேன் என்று எழுத ஆரம்பித்திருந்தனர். இவை 2006 தோஹா ஆசிய விளையாட்டுப் போட்டிகளில் இதற்கெல்லாம் சரியான பதில் கூற வேண்டும் என்ற வெறியை எனக்கு உண்டாக்கிவிட்டன. நான்காண்டுகளுக்கு முன்பு ஒரு டீன் ஏஜராக நான் இருந்தபோது எனது முதல் ஆசிய விளையாட்டுப் போட்டியில் கலப்பு இரட்டையர் பிரிவில் பதக்கம் வாங்கினேன். இப்போது நான் ஒரு தொழில்முறை ஆட்ட வீராங்கனை என்பதால் என் நாட்டிற்கு எனது பொறுப்பும் அதனால் ஏற்படும் சுமையும் அதிகரித்துவிட்டது.

சியோலில் வெண்கலப் பதக்கம் வென்ற லியான்டர் பயசும் நானும் கலப்பு இரட்டையர் பிரிவில் தோஹாவில் தங்கம் வென்றோம். அதில் ஷிகா ஓபராயுடன் இணைந்து வெள்ளிப் பதக்கம் பெற உதவிய நான் பெண்கள் ஒற்றையர் போட்டியில் மற்றொரு வெள்ளிப் பதக்கமும் வென்றேன். சீனாவின் ஜெங் ஜீயுடனான கடுமையான மூன்று செட் போட்டிகளில் மயிரிழையில் தங்கத்தைக் கோட்டைவிட்டேன். அதற்கு மிகச் சிறந்த போட்டியாளரான லீ நா வை 6–1, 6–2 என்ற கணக்கில் அனாயசமாக வீழ்த்தினேன். இவ்வாறான எனது தரமுள்ள வெற்றிகள் என் நம்பிக்கையை அதிகரித்தன.

2005இல் மிகவும் முன்னேறியிருந்த எனது தரவரிசை அடுத்த ஆண்டு சரிந்துவிட்டாலும் ‘முதல் 100’ வரிசைக்குள் தொடர்ந்தேன். இதனால் தொடர்ச்சியாக இரண்டு ஆண்டுகள் ‘முதல் 100’க்குள் இருந்தேன். இதுவே என்னைப் பொறுத்தவரை ஒரு சாதனைதான். இதுதான் என் நிலை குறித்து உறுதியாக இருந்தேன். மேலும் இந்த நிலவரம் இனி ஏறுமுகமாகத்தான் இருக்கப் போகிறது என்பதும் எனக்குத் தெரியும்.

2006ஆம் ஆண்டில் இந்தியாவின் முன்னாள் டேவி கப் சாம்பியன் ஆசிஃப் இஸ்மாயில் என்னுடன் சுற்றுப்பயணத்தில் இடம்பெற்றிருந்தார். எனது ஜூனியர் நாட்களிலிருந்தே அவரை எனக்குத் தெரியும். அவர் அப்போது தனது மகாராஷ்டிர மாநில வீரர்களுக்கான அதிகாரபூர்வ பயிற்சியாளராக இருந்தார். அதற்குப் பிறகு அவர் ஹாங்க் காங்கில் செட்டில் ஆகிவிட்டார். அங்குதான் அவரை நான் ஏழு ஆண்டுகளுக்குப் பிறகு எதேச்சையாக சந்தித்தேன். நான் அங்கு ஹை–புரொஃபைல் எக்சிபிஷன் போட்டிகளில் விளையாடிக்கொண்டிருந்தேன். வில்லியம்ஸ் சகோதரிகளும் கிம் கிளிஜ்ஸ்டர்சும் அழைக்கப்பட்டிருந்தனர். நான் அங்கு கிம்முடன் இணைந்து வாட்சன்ஸ் வாட்டர் சாம்பியன்ஸ் சாலன்ஞ் கப்பில் செரீனாவையும் வீனசையும் என் தொழில் வாழ்க்கையில் ஒரே தடவை தோற்கடித்தேன். அந்த சந்தர்ப்பத்தில் ஆசிஃபுடன் நான் நன்றாக பழகி வந்தேன். அவர் எனக்குத் தன் அறிவாற்றல், அனுபவம் மூலம் குறிப்பாக புல் தரை மைதானத்தில் – இதில்தான் தான் விளையாடிக்கொண்டிருந்த காலகட்டத்தில் அவர் மிகச் சிறப்பாக விளையாடினார் – உதவ முடியம் என்பதை நான் உணர்ந்தேன்.

புல்தரை மைதானத்தில் என்னோடு சேர்ந்து விளையாடிய அவர் எனது யுத்தி, திறன்களை மேம்படுத்திக்கொள்ளவும் உதவினார். ஆனால், டென்னிஸ் ஒரு விசித்திரமான விளையாட்டு. நீங்கள் மிகச் சிறப்பாக விளையாடிக்கொண்டிருப்பீர்கள், ஆனால்

வெற்றிகள் அரிதாகவே வரும். முன்னேறிச் சென்றுகொண்டே இருக்க அதிர்ஷ்டமும் வேண்டும். அந்த ஆண்டு பிரமிங்ஹாம், நெதர்லாந்தின் சிறப்பு நகரம் எஸ் – ஹெர்டோஜென்போஷ் மற்றும் விம்பிள்டன் போட்டிகளில் நான் விளையாடியபோது அது என்னிடம் இல்லை போலும். ஆனால் 2005 டிசம்பரில் நான் டோனியிடம் பயிற்சிபெற்றது, ஆசிஃப் இஸ்மாயிடம் 2006இல் பெற்ற பயிற்சிகள் எனது அடுத்தடுத்த ஆண்டுகளில் என் தொழில்வாழ்க்கையில் மிகவும் பயனுள்ளதாக நிரூபணமாயிற்று.

அந்தளவு பல விஷயங்கள் சிறப்பாக நடைபெறவில்லை என்று தோன்றிய அந்த ஆண்டில், மார்டினா ஹிங்கிசுடனான எனது போட்டி அதை அப்படியே மாற்றிவிட்டது. சில நேரங்களில் ஒரே ஒரு முறை யாரையாவது நாம் சந்திப்பது நம் வாழ்க்கையையே புரட்டிப் போடும் சம்பவமாக மாறிவிடக்கூடும். ஆனால், நான் அந்த ஸ்விட்சர்லாந்து வீராங்கனையுடன் போட்டியிட்டு வென்ற போட்டியில் அல்ல, அதற்கு ஒரு வாரத்திற்கு முன் அவரிடம் தோற்ற ஒரு போட்டியின்போது, அதிலிருந்து நான் கற்றுக்கொண்டதும்தான் என்னைச் சுற்றிலும் பல விஷயங்களை தலைகீழாக மாற்றின.

19

மார்டினா ஹிங்கிசுடன் சந்திப்பு

என் சமகால விளையாட்டு வீராங்கனைகளுள் டென்னிஸ் விளையாட்டு சரித்திரத்தின் மிகச் சிறந்த வீராங்கனை களுள் ஒருவராக மார்டினா ஹிங்கிஸ் கருதப்படுவார். பல ஆண்டுகள் பெண்கள் டென்னிசின் முகமாக அவர் இருந்துவந்தார். நான் டென்னிஸ் விளையாடத் தொடங்கிய ஆரம்பகட்டத்தில் நான் விளையாடுவதை ஆதரித்து ஊக்குவித்து வளர்த்து வந்த என் பெற்றோரை எங்கள் குடும்ப நண்பர்கள் இவருடைய பெயரைச் சொல்லி கேலியாகப் பேசுதுண்டு. 'நீங்கள் என்ன, இன்னொரு மார்டினா ஹிங்கிசை உருவாக்குவதாக எண்ணமோ' என்று கேட்டது எனக்கு நினைவுக்கு வருகிறது.

2002இல்தான் நான் முதன் முதலாக மார்டினாவை சந்தித்தேன். ஜூனியர் ஆஸ்திரேலியன் ஓபன் போட்டிகளில் விளையாடுவதற்காக நான் மெல்போர்ன் சென்றிருந்தேன். ஜூனியர்களுக்கு என்று குறிப்பிட்ட எல்லை வரையறுக்கப் பட்டிருந்தது. சீனியர்கள் யாராவது அந்தப் பக்கம் வந்தால் அவர்களைத் தொந்தரவு செய்யக்கூடாது என்று எங்களிடம் கண்டிப்பாக கூறப்பட்டிருந்தது. மார்டினாவையும் அவரது இரட்டையர் போட்டி இணையான கவர்ச்சியான அன்னா கவுர்நிகோவாவையும் நான் அங்கு பார்த்தேன். அவர்களை நட்சத்திரங்களைப் பார்ப்பது போன்ற பிரபிப்புடன் பார்த்துக்கொண்டே இருந்தேன்.

அதற்கு நான்காண்டுகளுக்குப் பிறகு மார்டினாவுடன் விளையாடும் வாய்ப்பு எனக்குக் கிடைத்தது. துபாயில் நான் தோற்றேன் பிறகு அதே வருடத்தில் கொல்கத்தாவில் நான் அவருடன் சன்ஃபீஸ்ட் ஓபனின் அரையிறுதியில் விளையாடினேன். அங்குதான் எனது மாற்றங்கள் தொடங்கின என்று நினைக்கிறேன். பெரிய வெற்றிகளுக்காக நான் போராடிய அந்த சமயத்தில் நான் அரையிறுதியில் இருந்தேன். என் விளையாட்டு குறித்து மிகவும் நம்பிக்கையுடன் இருந்தேன்.

மைதானம் முழுவதும் நிறைந்திருந்தது. இந்திய கிரிகெட் காப்டன் சவுரவ் கங்குலி ஆட்டத்தைப் பார்க்க வந்திருந்தார். நான் அந்த வாரம் நல்ல ஃபார்மில்தான் இருந்தேன். ஆனால் என்னை மார்டினா அனாயசமாக 6–1, 6–0 என்ற கணக்கில் வீழ்த்திவிட்டார்.

என் நாட்டில் நான் அவ்வாறு தோற்றது ரசிகர்களை இயல்பாகவே ஏமாற்றமடையச் செய்தது. ஆனால், ஏற்கெனவே விரக்தியடைந்திருந்த என்னை பத்திரிகையாளர்களின் எதிர்மறை விமர்சனங்கள் மேலும் நொந்துபோகச் செய்தன. மார்டினா அசாதாரண விளையாட்டை வெளிப்படுத்தினார் என்பதில் எந்த சந்தேகமும் இல்லை. மிகப் பிரமாதமாக விளையாடினார், அட்டகாசமாக சர்வ் செய்தார், அவர் முயற்சி செய்த அத்தனை உத்திகளிலும் வெற்றிபெற்றார். ஆனால் உண்மையிலேயே நானும் மோசமாக விளையாடவில்லை என்றே நம்புகிறேன். நான் மைதானத்தைவிட்டு வெளியே வந்து, என்னிடமும் என்னைச் சுற்றிலும் உள்ளவர்களிடமும் சேர்த்து, கூறிக்கொண்டேன். "நான் என்ன அவ்வளவு மோசமாகவா விளையாடினேன்? ஏன் என்றால் எனக்கு அப்படித் தோன்றவேயில்லையே?" என்றேன். பிறகு கங்குலி, 'அதனால் பரவாயில்லை, விளையாட்டில் இப்படி நடப்பது சகஜம்தான்' என்று எனக்கு ஒரு மெஸேஜ் அனுப்பியிருந்தார்.

ஆனால், அடுத்த நாள் காலை பேப்பர்களில் அந்தப் போட்டியை யாருமே இவ்வாறு எடுத்துக் கொள்ளவில்லை என்பது தெரிந்தது. 'மார்டினா ஹிங்கிசுக்கு இணையாக சானியாவால் எப்போதுமே வரமுடியாது' என்பதுதான் இந்திய விளையாட்டு நிபுணர்களின் கருத்தாக இருந்தது. ஒருசிலர் 'ஹிங்கிசின் விளையாட்டுத்தரம் வேறுமாதிரியானது' என்று குறிப்பிட்டிருந்தனர். நான் இவர்களது கருத்துகளை ஏற்கவில்லை. அந்தக் குறிப்பிட்ட நாளன்று மார்டினா மிகச் சிறப்பாக விளையாடினார் அவருடன் இன்னொரு முறை ஆடும் சந்தர்ப்பம் கிடைத்தால் எனது கருத்தை நிரூபிப்பேன். அதுவரை நான் காத்திருப்பேன்.

அப்படி ஒரு சந்தர்ப்பம் ஒரே வாரத்திற்குள் – சியோலில் நடைபெற்ற கொரியன் ஓபன் போட்டிகளின் இரண்டாவது சுற்றில் – எனக்குக் கிடைத்தது. போட்டி தொடங்குவதற்கு முன் என் அப்பாவுடன் நீண்ட நேரம் தொலைபேசியில் எனது திட்டம் பற்றி விவாதித்தேன். அப்பா கொல்காத்தாவில் நாங்கள் விளையாடிய போட்டியைப் பார்த்திருந்தார். ஒரே பக்கத்தில் ஸ்கோர்கள் உயர்ந்துகொண்டே போனாலும்கூட விளையாட்டு

வெளியிலிருந்து பார்ப்பதற்கு எப்படி இருந்ததோ அப்படி இல்லை, என்று நான் நினைத்ததைப் போலவே நினைத்த ஒரு சிலரில் என் அப்பாவும் ஒருவர். நாங்கள் இந்த பழிவாங்கும் ஆட்டத்திற்காக ஒரு திட்டம் வகுத்தோம்.

கொல்கத்தாவில் நடைபெற்ற விளையாட்டில் ஹிங்கிஸ் எனது முன்னங்கையை விட்டு வெகு அகலமாக ட்யுஸ் மைதானத்திலும் *(deuce)* பாக்ஹாண்டில் ஆட் மைதானத்திலும் *(ad)* சர்வ் செய்வதிலேயே முழு கவனத்தையும் செலுத்தினார். இதனால் நான் பந்தை ஆடுவதற்கு அதிக சிரமம் எடுத்துக்கொள்ள வேண்டியிருந்ததால், வின்னிங் ஷாட்களை அடிக்க முடியாமல் என் கவனம் சிதறிப்போனது. இந்தப் பரவலாக சர்வ் செய்யும் கோணத்தை இந்த ஆட்டத்தில் ஆதிக்கம் செலுத்தும் உத்தியாக அவர் அற்புதமான டவுன்–தி–லைன் முதல் மைதானத்தில் வெகு தொலைவு மூலை வரை பந்தை அடித்து சர்வ் செய்தார்.

சியோலில், மைதானத்தில் இரட்டையர் ஆட்டக்களத்தை நோக்கி ஒரு அடி முன்னே போய் நின்று கொண்டு அவருடைய அகல சர்வ்களை அங்கிருந்தபடி சமாளித்து, அவருடைய இந்த உத்தியை முறியடிக்க முடிவுசெய்தேன். அப்போதுதான் நான் மிகவும் வலுவாக அவருடைய சர்வ்களை ரிடர்ன் செய்யும் பொசிஷனில் இருப்பேன், எனது வலுவான ஆயுதமே ரிட்டர் சர்வில்தான் என்பதால் அங்கிருந்தபடி நான் புள்ளிகளை ஆதிக்கம் செலுத்த முடியும். இதனால் நான் 'ஜி' பொசிஷனை அப்படியே விட்டுவிட்டேன், இப்போது என்னைத் தவறு செய்ய வைக்க, அவரால் நடுப்பகுதியில் சர்வ் செய்ய முடியும் ஆனால், அதற்கு ஏற்கெனவே கேம் பிளான் வகுக்கப்பட்டிருக்க வேண்டும்.

மார்டினாவின் பாக்ஹாண்ட் எந்தக் குறையும் கூறமுடியாத வலுவான நிலையில் இருந்த அதே சமயத்தில் அவரது முன்னங்கை மிகவும் நெருக்கடியான நேரங்களில் திறன் சற்றே குறைந்து காணப்பட்டதை நாங்கள் கண்டோம். எனவே, நான் ஒப்பீட்டளவில் பலகீனமாக அவரது இந்தப் பக்கத்தைக் குறிவைத்து எனது முன்னங்கை ஆற்றலை முழுமையாகப் பயன்படுத்தித் தாக்க முடிவு செய்தேன்.

கொல்கத்தாவில் மார்டினாவைப் போன்ற ஒரு தலைசிறந்த ஆட்டக்காரார் ஒரு சீரான ஆற்றல் மிக்க விளையாட்டை சந்தித்தால் ஒழிய எந்தத் தவறுகளும் செய்ய வாய்ப்பே இல்லை என்று நினைத்து சற்று செயலற்ற இருந்துவிட்டேன். சியோலில் என் தவறிலிருந்து பாடம் கற்றுக்கொண்ட நாங்கள் எதிர்த்துத் தாக்குவது என்று முடிவு செய்தோம்.

முதல் சுற்றில் நான் அவரோடு சமமாக விளையாடினாலும் ஒரு முக்கியமான இடத்தில் அவர் எனது சர்வை முறியடித்தார். ஆனால், அவருக்கு எதிராக மிகவும் கவனமாக நான் வகுத்திருந்த திட்டத்தை செயல்படுத்தினால் என்னால் சாதிக்க முடியும் என்ற நம்பிக்கை எனக்கு வந்துவிட்டது. நான் என் கேம் பிளானில் உறுதியாக நின்று, இரண்டாவது செட்டில் மேலும் ஆக்ரோஷமாக ஆடினேன். அதில் நான் அவரைப் புள்ளியே எடுக்கவிடாமல் வென்றேன். போட்டியின் இந்த சந்தர்ப்பத்திற்காகத்தான் நான் காத்திருந்தேன். அதை நான் இழக்கவில்லை.

2006 செப்டம்பர் மாதம் 27ஆம் தேதி எனக்கு மிகவும் விசேஷமான நாளாக உருவெடுத்தது. மிக அருமையாக 4–6, 6–0, 6–4 என்ற செட் கணக்கில் என்னால் வெல்லவே முடியாது என்று விளையாட்டு நிபுணர்கள் கணித்திருந்த அதே மார்டினாவை வென்றேன். இதில் விசேஷம் என்னவென்றால், நான் அவரைத் தோற்கடிப்பதற்கு நான்கு நாட்களுக்கு முன்புதான் இந்த அறிக்கையை அவர்கள் வெளியிட்டிருந்தார்கள். இப்படித்தான் சில நேரங்களில் ஊடகங்கள் யதார்த்தத்திலிருந்து வெகுதூரம் விலகி இருக்கும். நான் வெற்றிபெற்ற அடுத்த நாள் காலை திடீரென்று நான் விமர்சகர்களின் கண்களில் மார்டினா ஹிங்கிஸ் போலவே நல்ல விளையாட்டு வீராங்கனையாகத் தெரிந்தேன். என்னைப் பொறுத்தவரை, இது விளையாட்டு உணர்வின், தோல்வி உணர்விலிருந்து விரைவில் மீண்டு வருவதற்கான, மிக நெருக்கடியான நேரங்களில் ஒருவருக்கு உள்ள தன்நம்பிக்கை ஆகியவற்றின் வெற்றியாகவே நான் கருதுகிறேன்.

மார்டினாவைத் தோற்கடித்தது தனிப்பட்ட முறையில் எனக்கு ஊக்கத்தைக் கொடுத்தது, அதோடு எனக்கு விளையாட்டைப் பற்றி இது நிறைய கற்றுத்தந்தது. மிகப் பெரிய அளவு உயர்வான வெற்றி, மேலும் இன்றோடு எதுவும் முடிந்துவிடாது நாளை என்று ஒன்று உண்டு – அதை நோக்கி நீங்கள் பாடுபட வேண்டும். இத்தனை வருடங்களாக என்னை முன்னேறிச் செல்ல வைப்பது இந்தப் பாடங்கள்தான். ஒரு தோல்வி என்பது வாழ்க்கையின் அல்லது ஒரு தொழிலின் முடிவு அல்ல. உங்களுக்கு மற்றொரு வாய்ப்பு வேண்டும் என்றால், அது உங்களுக்குக் கிடைக்கும். ஒருங்கிணைந்த கவனத்தோடும் பொறுமையாகவும் இருப்பதோடு அதற்காக கடுமையாக உழைக்க வேண்டும். இதுதான் வாழ்க்கை குறித்த எனது மனோபாவமாக இருந்து வருகிறது.

ஹிங்கிசை நான் தோற்கடித்த உடனே என் போன் முழுவதும் ஆயிரக்கணக்கான குறுஞ்செய்திகளால் நிறைந்துவிட்டது. மிகவும்

குறிப்பாக சவுரவ் கங்குலியிடமிருந்து மிகவும் நெகிழ்ச்சியான செய்தி வந்திருந்தது. கொல்கத்தாவில் நான் தோற்றபோது அவர் அந்த விளையாட்டைப் பார்த்தார். இப்போது நிலைமை தலைகீழாக, இவ்வளவு குறுகிய காலத்தில் அதுவும் இந்தளவு சொல்லிக் கொள்ளும்படியாக நான் வெற்றிபெற்றதற்கு என்னை முதலில் பாராட்டியவர் அவர்தான். 'இதுதான் விளையாட்டு, வாழ்த்துக்கள்' என்று மெசேஜ் அனுப்பியிருந்தார்.

நான் ஒரு வருடம் கழித்து மீண்டும் லாஸ் ஏஞ்சல்சில் ஹிங்கிசைத் தோற்கடித்தேன். அந்தப் போட்டியின் இரண்டாவது சுற்று அது இந்த முறையும் நான் மூன்று செட்களில் அவரைத் தோற்கடித்தேன். இது அவருடனான எனது நான்காவது சந்திப்பு. நாங்கள் இருவரும் பரஸ்பரம் இரண்டிரண்டு போட்டிகளில் வென்றிருந்தோம். அதுதான் ஒற்றையர் போட்டிகளில் அவருடன் நான் விளையாடிய கடைசி போட்டி.

ஒரு மிகவும் முக்கியமான தருணத்தில் எனது ஃபோர்ஹான்ட் பலத்தால் அடித்து ஆடி வென்றேன். அதைப் பார்த்த மார்டினா திகைத்துப்போய் நின்றார். 'அது மணிக்கட்டுதானா வேறு ஏதாவதா?' என்று போலியாக அங்கலாய்த்தவாறு புன்னகைத்தார்.

அவரது காலத்தில் இருந்த மிகச் சிறந்த வீராங்கனைகளுள் ஒருவர் இவர் என்பதில் சந்தேகமே இல்லை. சியோலிலும் லாஸ் ஏன்ஞல்சிலும் அவரை வெற்றிகொண்ட தருணத்தை நான் எப்போது நினைத்துப் பார்த்தாலும் பெருமிதமும் திருப்தியும் கொள்வேன். நான் சந்தித்த வீராங்கனைகளிலேயே மிகவும் சூட்சும புத்தி கொண்டவர்களில் இவரும் ஒருவர்.

வாழ்க்கை நம்மால் கணிக்க முடியாத விஷயங்களை உள்ளடக்கியது. அவரோடு நான் ஒற்றையர் ஆட்டங்களில் விளையாடிக்கொண்டிருந்தபோது நாங்கள் இருவரும் உலகம் முழுவதும் உள்ள டென்னிஸ் மைதானங்களில் ஒன்றிணைந்து வரலாறு படைக்கப் பிறந்தவர்கள் என்பதைப் பற்றி கற்பனைகூட செய்து பார்த்ததில்லை. நாங்கள் இருவரும் மிக விரைவில் நண்பர்களாகிவிட்டோம்; உண்மையான இந்த நட்பு எங்கள் வாழ்க்கை முழுவதும் தொடரும் என்றே நான் நம்புகிறேன்.

20

ஹோப்மேன் கப் சாகசம்

தொலைக்காட்சியில் நான் ஹோப்மேன் கப் விளையாட்டைப் பார்த்து அது நடைபெறும் விதம் குறித்து கவரப்பட்டேன். ஒரு டென்னிஸ் வீரருக்கு இது முற்றிலும் வித்தியாசமான ஒரு அனுபவம். வேறு எதுவும் போல அல்லாத ஒரு கலப்பு குழு விளையாட்டுப் போட்டி நிகழ்வு இது. உலகம் முழுவதும் உள்ள அபாரத் திறன் படைத்த டென்னிஸ் வீரர்கள் இங்குப் போட்டியில் கலந்துகொள்ள அழைக்கப்படுவார்கள். இதில் ஒரு நாட்டின் மிகச் சிறந்த ஆண், பெண் விளையாட்டு வீரர்கள் பிற நாட்டு சிறந்த வீரர்களுடன் போட்டியிட வேண்டும். இந்தியாவில் சிறந்த கலப்பு குழுக்கள் உள்ளன என்பதால் இந்தியா இந்தப் போட்டியில் கலந்துகொள்ளும் தகுதி பெற்றுள்ளதாக நான் உணர்ந்தேன். இதில் கலந்துகொள்வதில் மிகவும் ஆர்வத்தோடு இருந்தேன். ஆனால் இதில் பங்கேற்பது என்பது அந்த அங்கிருந்து வரும் அழைப்பின் அடிப்படையில் மட்டுமே என்பதால் எனது இந்த விருப்பம் எட்டாத உயரத்தில் இருப்பது போலத் தோன்றியது.

உலகின் முன்னாள் முதல்நிலை இரட்டையர் டென்னிஸ் வீரர் பால் மெக்நெமி மற்றும் ஹோப்மேன் கப் போட்டிகளின் அன்றைய தலைவர் ஆசியாவைச் சேர்ந்த ஒரு நாட்டிற்கு ஒரு ஒயில்ட் கார்ட் வாய்ப்பை அளித்தார். அது இந்தப் போட்டியின் ஆசியத் தூணாக வெற்றிபெற்று எழுச்சிபெற இருந்தது. முதல் ஆசிய ஹோப்மேன் கப் எனது சொந்த ஊர் ஹைதராபாத்தில் விளையாடப்பட்டது. மைதானத்தில் கூட்டம் அலைமோதியது. காயம் பட்டிருந்த லியாண்டர் பயசுக்கு பதிலாக எனது குழுவின் சக உறுப்பினர் ரோஹன் பூபண்ணா விளையாட வந்தார். நானும் அவரும் ஒன்றிணைந்து ஒரு செட்டை கூட கோட்டைவிடாமல் தொடக்கப் போட்டிகளில் தொடர் வெற்றிகளை ஈட்டினோம். இதன் மூலம் பெர்த்தில் *(Perth)*

நடைபெற உள்ள உலகின் தலைசிறந்த டென்னிஸ் வீரர்கள் கொண்ட எட்டு நாடுகளோடு ஹோப்மேன் கோப்பையின் உலகக் குழுவில் போட்டியிடுவதற்கான தகுதியைப் பெற்றுவிட்டோம்.

அந்த நாட்களின் அதிரடி ஆட்ட நாயகன் பால் மெக்நெமி அந்தப் போட்டியின் இதயமும் ஆன்மாவுமாக இருந்தார். இதனால் மிகக் கடுமையான உலகத் தரம் வாய்ந்த போட்டி, அவரவர் நாட்டுக்காக ஆடுவதால் பகைமை உணர்வுகளோடு எக்கச்சக்கமான கேளிக்கையும் கொண்டாட்டமும் இருக்கும். ஒரு வார காலம் அங்கு தங்கி விளையாட்டைப் பார்க்க வந்திருக்கும் வெறித்தனமான ரசிகர்கள் அந்த புது வருடத்தில் தங்கள் அபிமான நட்சத்திர விளையாட்டு வீரர்களோடு நெருங்கிப் பழகி பொழுதுபோக்குவார்கள். அங்கு நடைபெற்ற போட்டிகள் ஆஸ்திரேலியா முழுவதும் மற்றும் வேறு பல நாடுகளிலும் தொலைகாட்சியில் நேரடியாக ஒளிபரப்பாயின. இந்தப் போட்டி நடைபெற்ற காலகட்டமும் – விடுமுறை நாட்களானதால், கிறிஸ்துமஸ் முடிந்த ஒருசில நாட்களில் – மிக அதிகமாகப் பார்க்கப்படும் நிகழ்ச்சியாக இதை மாற்றிவிட்டது. இது ரசிகர்களுக்கு அந்த ஆண்டை நல்ல முறையில் தொடங்குவதற்கான வாய்ப்பை அளித்ததால், அவர்கள் மீண்டும் மீண்டும் வந்தவண்ணம் உள்ளனர்.

ஒயில்ட் – கார்ட் வாய்ப்பு மூலம் இந்தப் போட்டியில் நுழைந்த எங்களிடமிருந்து கடுமையான போட்டிகளை யாருமே எதிர்பார்க்கவில்லை. நாங்கள் எங்கள் ஆட்டத்தை செக் குடியரசின் சிறந்த ஆட்டக்காரர்களான தாமஸ் பெர்டிச் மற்றும் லூசி சஃபாரோவா ஆகியோருடன் தொடங்கினோம். நான் பந்தை அபாரமான டைமிங்கில் அந்த உள்ளரங்க மைதானத்தில் அடித்து விளாசி, லூசிக்கு எதிராக ஆடி வெறும் ஐம்பத்தி ஐந்து நிமிடங்களில் 6–2, 6–2 என்ற வலுவான செட் கணக்கில் வெற்றி ஈட்டி பிரமாதமான ஒரு தொடக்கத்தை என் குழுவினருக்கு கொடுத்தேன். ரோஹன் தாமுசுடனான ஆண்கள் ஒற்றையர் போட்டியில் இதே போன்ற ஸ்கோர் கணக்கில் தோற்றார். ஆனால் நாங்கள் இருவரும் இணைந்து கலப்பு இரட்டையர் போட்டிகளில் அபார 6–3, 5–7, 10–5 என்ற செட் கணக்கில் அவர்களை வீழ்த்தி வெற்றிபெற்றோம். இந்த வெற்றி அதுவரை எங்களைப் பெரிதாக நினைக்காத அனைவரையும் நிமிர்ந்து உட்கார்ந்து இந்தியக் குழுவின் ஆட்டத்தைப் பார்க்க வைத்தது. அடுத்த போட்டி மற்றொரு ‘முதல் 10’ விளையாட்டு வீரரான மாரியோ அன்சிக் தலைமையிலான குரேஷியன் அணியுடன் எங்களது அடுத்த ஆட்டம் நடைபெற்றது.

மாரியோவின் தங்கை சாஞ்சாபிடன் ஒற்றையர் போட்டியில் மீண்டும் ஒருமுறை 6–2, 6–2 என்ற செட் கணக்கில் வெற்றேன். ரோஹன் மிக நன்றாக விளையாடியும் துரதிர்ஷ்டவசமாக இரண்டு வலுவான டை–பிரேக்கர்களில் தோற்றார். ஆனால் கலப்பு இரட்டையர் போட்டிகளில் நாங்கள் இருவரும் எங்களது வெற்றியைத் தொடர்ந்தோம். இருவரும் ஒன்றிணைந்து அன்சிக் சகோதர மற்றும் சகோதரி குழுவினரை 3–6, 6–3, 10–8 என்ற அபாரமான டை–பிரேக்கரில் வெற்றிபெற்றோம்.

மரியோ ரோஹனின் ஆட்டத்தால் மிகவும் கவரப்பட்டார். ‘இவ்வளவு வலுவான சர்வ் செய்யத் தெரிந்த அபாரமாக விளையாடும் இவரைப் போன்ற ஒருவர் ஆண்கள் டென்னிசில் ‘முதல் 50’க்குள் ஏன் வரமுடியவில்லை என்பது எனக்கு ஆச்சரியமாக உள்ளது’ என்று அவர் என்னிடம் கூறினார்.

பெர்த்தில் எங்களோடு மகேஷ் பூபதி வந்து சேர்ந்து கொண்டார். எங்கள் அணிக்கு ‘சீனியர் ஆலோசகரைக செயல்பட்டதை அவர் மகிழ்ச்சியோடு அனுபவித்தார் என்று தோன்றியது. ஆக்ரோஷமாக கத்தி ஆர்ப்பாட்டத்துடன் இந்தியக் குழுவை அவர் உற்சாகப்படுத்தினார். பயிற்சியாளர் ஹெத் மாத்யூஸ் மற்றும் என் அப்பா இருவரும்தான் எங்களது மீதி குழுவினர். ஹோப்மேன் கப் போட்டி மிகவும் கடுமையானதாக இருந்த அதே நேரத்தில் மைதானத்திலும் அதற்கு வெளியேயும் கேளிக்கை கொண்டாட்டங்களுக்கும் பஞ்சமில்லாமல் இருந்தது.

எங்கள் விடுதியின் கீழ்த்தளத்தில் இருந்த காஸினோ தான் இந்தப் போட்டிகளில் பங்கேற்கும் அணிகளுக்கு பொழுதுபோக்குமிடம். எனவே நாங்களும் அங்கே போய்ப் பார்க்கலாம் என்று முடிவு செய்து, மகேஷ், ரோஹன், ஹெத், அப்பா ஆகியோருடன் நானும் அங்கே சென்றோம். அங்கிருந்து செக்யூரிட்டி மகேஷ் பூபதியைத் தவிர எங்கள் அனைவரையும் உள்ளே அனுமதித்தார். அவர் எங்களுடைய ‘சீனியர் கன்சல்டன்ட்’ பதினெட்டு வயதுக்கு உட்பட்டவர் என்பதால் அவர் உள்ளே நுழைய அனுமதியில்லை என்றார்!

பள்ளிச் சிறுவனைப் போன்ற தோற்றம் கொண்ட முப்பத்தி இரண்டு வயதான மகேஷிடம் தன் வயதை நிரூபிப்பதற்கான எந்த ஆவணமும் கையில் இல்லை, எனவே நாங்கள் வேறு வாசல் வழியாக உள்ளே போக முயற்சி செய்தோம், ஆனால் அங்கேயும் மீண்டும் அவர் தடுத்து நிறுத்தப்பட்டார்.

'நீங்கள் உள்ளே போகலாம்' என்று என்னைப் பார்த்து ஆறு அடி உயரமிருந்த அந்த செக்யூரிட்டி நபர் சொன்னார். 'ஆனால், உங்களுடைய இந்த நண்பர் மிகவும் இளம் வயது என்பதால் இந்த காஸினோவுக்குள் நுழைய முடியாது.' என்று சொன்னவுடன் நாங்கள் அனைவருக்கும் சிரித்து சிரித்து வயிறு புண்ணாகிவிட்டது.

இப்படி நடந்த ஒரே ஒரு சந்தர்ப்பம் இது என்று கூறிவிட முடியாது. பொதுவாக கவர்ச்சியான மகேஷ் அந்த வாரத்தில் மீண்டும் ஒருமுறை பிரச்சினையை சந்தித்தார். முன்னணி டென்னிஸ் வீராங்கனை ஒருவர் பிளேயர்ஸ் பார்ட்டியில், இந்த அழகிய இந்தியர்தான் தனது கனவு நாயகன் என்று முடிவு செய்து அவரைப் பின்தொடர்ந்து வந்தார். எப்படியோ எங்கள் அனைவரது உதவியோடு அவரை விட்டு நழுவிவிட்டார்.

செக் குடியரசு மற்றும் குரோஷிய அணியை நாங்கள் வென்றுவிட்டோம். ஸ்பெய் அணியுடன் விளையாடி வென்று விட்டால், அது எங்களை இறுதிச் சுற்றுக்கு கொண்டுபோய்விடும். அனபெல் மெடினா காரிகுயஸ் உடனான போட்டியில் நான் முதல் செட்டில் வென்றேன் ஆனால் அந்த ஆண்டில் இதற்குப் பிறகு நடைபெறவிருந்த ஆஸ்திரேலியன் ஓபன் போட்டிகளில் எனக்கு இணையாக ஆடவிருந்த ஸ்பானியார்ட் நன்றாக ஆடி அடுத்த இரண்டு செட்களை வென்றார். எதிர்பார்த்தபடியே ரோஹன் டோமி ரோபெர்டோவுக்கு எதிராக போராடித் தோற்றார். நாங்கள் அந்த டையில் தோற்றாலும், ஸ்பானியார்ட்களுடன் ஆடிய கலப்பு இரட்டையர் போட்டிகளில் 6–7, 6–2, 10–8 என்ற செட் கணக்கில் நாங்கள் அவர்களைத் தோற்கடித்தோம். அங்கே இறுதிச்சுற்றுக்கு முன்னேற முடியாவிட்டாலும் கலப்பு இரட்டையரில் இந்திய டென்னிசுக்கு நல்ல வலுவான அணி என்ற பெயரைப் பெற்றுக்கொடுத்தோம்.

~

2007இல் ஹொப்மேன் கப்புடன் தொடங்கி அந்த பன்னிரண்டு மாத காலத்தில், என் டென்னிஸ் வாழ்வில் மிகச் சிறந்த விளையாட்டை வெளிப்படுத்தியிருந்தேன். பல விதங்களில், அந்த ஆண்டு எனக்கு ஒரு மறுபிரவேசம் போலவே அமைந்திருந்தது. எனது முழங்கால் காயத்திற்கு அறுவை சிகிச்சை செய்துகொள்ள வேண்டியிருந்தது. ஆனாலும் நான் ஆடுவதை நிறுத்தாமல் தொடர்ந்தேன். சர்க்யூட்டில் இரண்டாவது ஆண்டு மிகவும் கடினமானது என்றால், மூன்றாவது ஆண்டுதான் உண்மையிலேயே உங்களுக்கான ஓரிடத்தை நீங்கள் தக்கவைத்துக்கொள்ளும்

ஆண்டு. நீங்கள் இங்கு நிறைய காலம் இருந்துவிட்டீர்கள், லாக்கர் அறைகளில் உங்களுக்கு மரியாதை கிடைக்கும், எது எப்படி என்பது நன்றாகத் தெரிந்திருக்கும்.

எனது தொழில்வாழ்க்கை நல்ல முறையில் முன்னேறி வரும் ஒவ்வொரு சமயமும் மிகவும் கடுமையான காயங்களால் நான் அவதிப்படுவது வாடிக்கையாகிவிட்டது. பல முறை நான் களிமண் மைதானங்களில் நடைபெற்ற பெரிய போட்டிகளில் விளையாட முடியாமல் போனது. நான் மீண்டும் திரும்பியது ஃபிரெஞ்ச் ஓபன் போட்டிகளுக்கு ஒரு வார காலம் இருந்தபோதுதான். ஒரு கிராண்ட் ஸ்லாம் போட்டியில் நுழைய தயாரிப்புகளை மேற்கொள்வதற்கு இந்தக் கால அவகாசம் மிகவும் குறைவு. எனவே 2007ஆம் ஆண்டு ஒரு ஏமாற்றம் நிறைந்த ஆண்டாக இருந்தது.

எனக்கு ஒரு நல்ல தொடக்கமாக அமைந்திருந்த டாஸ்மேனியாவில் நடைபெற்ற ஹோப்மேன் போட்டிகளுக்குப் பிறகு டபிள்யு.டி.ஏ. தொடரின் அரையிறுதிவரை முன்னேறினேன். ஆனா சக்வேடட்செவிடம் தோற்பதற்கு முன்பு மாரியா கிரிலெங்கோ, ரோமானியா ஓப்ராண்டி மற்றும் முன்னாள் ‘முதல் 10’ வீராங்கனை ஆலிசியா மோலிக் ஆகியோருடனான வெற்றி எனக்கு தார்மிக ஊக்கத்தை அளித்தன.

2003இல் பெண்கள் விம்பிள்டன் பெண்களில் பிரிவில் நான் வென்றபோது, ஒற்றையர் ஆட்டத்தில் தகுதிச்சுற்று டிரா மூலம் இறுதிச்சுற்றை அடைந்தார், சாம்பியன்ஷிப் புள்ளியை ஹோல்ட் செய்த பிறகு தோற்றார். விம்பிள்டன் ஆட்டத்திற்கு பிறகு உடனடியாக, நாங்கள் இருவரும் மாண்ரீலுக்கு அருகே உள்ள ரிபென்டினியில் கனடியன் ஓபன் டென்னிஸ் போட்டியில் இரட்டையர் ஆட்டத்தில் ஒன்றாக விளையாடினோம். அப்போது முதல் நாங்கள் இருவரும் நல்ல முறையில் பழகி வந்தோம். ஆனால், இந்த முறை எனது மறுபிரவேச ஆண்டில் இந்த ரஷ்ய வீராங்கனை என்னைத் தொடர்ந்து நான்கு சந்தர்ப்பங்களை என்னைத் தோற்கடித்தார். நான் அவரை இரட்டையர் போட்டியில் வென்றேன், ஆனால் ஒற்றையர் போட்டிகளில் அவர் எனக்கு மிகவும் வலுவான எதிராளியாகவே உணர்ந்தேன். 2007ஆம் ஆண்டின் பல மிகவும் நெருக்கடியான காலகட்டங்களில் அவர் எனக்குக் குறுக்கே நின்றார்.

ஆஸ்திரேலிய ஓபனின் முதல் சுற்றில், ஓல்கா சாவ்சக்கை நான் வென்றதும் ஏற்கெனவே நான் வென்ற அய்கோ நகாமுராவுடனான எனது இரண்டாவது சுற்றைப் பற்றி

மிகவும் நம்பிக்கையுடன் இருநதேன். ஆனால் நான் நினைத்தது போல நடக்கவில்லை. மிக நல்ல முறையில் பயிற்சி செய்தேன், பந்தை அடிக்கும் எனது டைமிங் குறித்தும் திருப்தியாகவே உணர்ந்தேன். அப்போது வெயில் அடித்துக்கொண்டிருந்தது. ஆனால், நாங்கள் மைதானத்திற்குள் நுழைந்து போட்டிக்காக வார்ம் அப் செய்தபோது மழை பெய்ய ஆரம்பித்துவிட்டது. பல மணி நேரம் கழித்து மீண்டும் மைதானத்திற்குத் திரும்பி வந்தோம், அதற்குள் வானிலை மாறி ஒரே மேகமூட்டமாக இருந்தது.

பயிற்சியின்போது நான் செய்ததுபோல என்னால் பந்தை சரியான டைமிங்கில் ஆட முடியவில்லை. அந்த ஆட்டம் முழுவதும் நான் கடுமையாகப் போராடினேன். நகாமுரா என்னை நேரடி செட்டில் வென்றார். நான் விளையாடிய விதம் குறித்து எனக்கு மிகவும் ஏமாற்றமாக இருந்தது. அடுத்த நாள் அந்தப் போட்டியைக் குறித்து விவாதித்த சமயத்தில் டோனி ரோச்சி என்ன நடைபெற்றது என்பதைப் பற்றி என்னிடம் கூறினார்.

மெல்பர்ன் பார்க்கில், சூரிய வெளிச்சம் இருக்கும் சமயங்களில் உள்ளது போல அல்லாமல் மேக மூட்டமாக இருக்கும் சமயங்களில் பந்து எவ்வாறு நம் கணிப்புக்கு மாறான திசைகளில் செல்லும் என்பதை அவர் எனக்கு விளக்கிக் கூறினார். அதற்குத் தகுந்தாற்போல ஒருவர் தன் டைமிங்கையும் மாற்றிக்கொள்ள வேண்டும் என்றும் அவர் கூறினார். மேக மூட்டமாக இருக்கும் சமயங்களில் பந்து தளத்தை ஒட்டியே இருக்கும். பந்து எகிறிய பிறகு ஒரு நொடி நேரம் அப்படியே நிற்கும் அந்த சமயத்தில் நாம் வழக்கமான ஸ்ட்ரோக் அடித்தால் எதிர்பார்க்கும் விளைவை அது உண்டாக்காது. இவ்வாறு அவர் சொல்லிக்கொண்டிருந்த சமயத்தில் என்னால் மண்டையை ஆட்டிக்கேட்டுக்கொள்வதைத் தவிர வேறு ஒன்றும் செய்ய முடியவில்லை. இந்தத் தகவல்களை வருங்காலத்தில் இப்படிப்பட்ட சூழலை எதிர்கொள்ள நேரும்போது பயன்படுத்திக்கொள்வதற்காக என் மனதில் பதிய வைத்துக்கொண்டேன்.

டபிள்யு.டி.ஏ. போட்டிகளில் பட்டாயாவில் அரை இறுதிக்கும்பெங்களூருவில் காலிறுதிக்கும் முன்னேறினேன். ஆனால் யாரொஸ்லவாவிடம் மூன்று கடினமான செட்களில் அந்தப் போட்டியில் துரதிர்ஷ்டவசமாகத் தோற்றேன். அந்த கசகஸ்தான் பெண் அப்போது நல்ல ஃபார்மில் இருந்தாள்,

அபாரமான விளையாடி தனது முதல் டபிள்யு.டி.ஏ. பட்டத்தை வென்றாள்.

தோஹாவில் நான் ரொமினா ஓப்ரான்டிக்கு எதிராக விளையாடிக்கொண்டிருந்தேன். ஆறு வார கால இடைவெளியில் நான் இரண்டாவது முறையாக இவருக்கு எதிராக விளையாடினேன். அப்போதுதான் எனது பலது முழங்காலில் அடிபட்டது. நான் ஆடும் திசையை மாற்றிக்கொள்ள முயற்சி செய்தபோது என் முழங்கால் தரையில் பலமாக மோதியது. முன்பக்க குருசியேட்லிகமன்ட் (ஏ.சி.எல்) மிக மோசமாக காயமடைந்தாற்போலத் தோன்றியது. ஆனால், நான் அதிசயிக்கத்தக்க முறையில் அந்தப் போட்டியில் வென்றேன். ஆனால், அடுத்த சுற்று என்னால் விளையாட முடியவில்லை. மைதானத்தை விட்டு வெளியே வந்தபோது மிக மோசமாக அடிப்பட்டதுபோல எனக்குத் தெரியவில்லை. நான் என் பிசியோதரபி மருத்துவரிடம், 'மிக மோசமாக இருப்பதாகத் தோன்றவில்லை' என்றேன். ஆனால், அவரோ பரிசோதிக்க வேண்டும் என்று வற்புறுத்தினார்.

அந்த மோசமான காயம் பட்ட 24 மணி நேரம் கழித்து நான் ஹைதராபாத் திரும்பினேன். நான் அறுவைசிகிச்சை செய்துகொள்ள வேண்டி வந்தது. விளையாட்டில் ஒரு சரியான லயத்திற்கு அப்போதுதான் நான் வரத் தொடங்கி நல்ல ஃபார்மை நெருங்கிக்கொண்டிருந்தேன் என்பதால், இது எனக்கு மிகப் பெரிய ஒரு பின்னடைவாக அமைந்தது. நான் மீண்டும் சர்க்யூட் திரும்புவதற்கு 10 வார காலம் ஆகிவிட்டது.

அந்த அறுவைசிகிச்சையை அவ்வளவு அமைதியாக நான் ஏற்றுக்கொண்டதை இப்போது நினைத்துப் பார்க்கும்போது எனக்கே ஆச்சரியமாக இருக்கிறது. அந்த சந்தர்ப்பத்தில் நான் இதெல்லாம் முடிந்து எப்போது என்னால் விளையாட்டுக்குத் திரும்ப முடியும் என்ற எண்ணம் மட்டுமே அதிகம் இருந்தது. நான் மிக நன்றாக விளையாடத் தொடங்கியிருந்த அந்த சமயத்தில் இந்த எதிர்பாராமல் நிகழ்ந்த இந்தத் திடீர் திருப்பம் எனது இலக்குகளுக்கு பெரும் தடையாக அமைந்தது. எனக்கு மருத்துவர் இரண்டு தெரிவுகளைச் சொன்னார். ஒன்று டென்னிசுக்குத் தற்காலிகமாக விடை கொடுத்துவிட்டு மூன்று மாதங்கள் ஓய்வெடுக்கச் சொன்னார். கால் தானாகவே சரியாகப் போவதற்கு வாய்ப்புகள் உள்ளன. அல்லது உடனடியாக அறுவை சிகிச்சை செய்துகொண்டு இரண்டு மாத கால ஓய்வு, பயிற்சிகளுக்குப் பிறகு மீண்டும் மிகச் சரியான உடல்நிலையோடு டென்னிசைத்

தொடரலாம், என அவர் சொல்லி முடிப்பதற்கு முன்பாகவே நான் அவரிடம் சர்ஜரியே செய்துவிடுங்கள் என்று கூறிவிட்டேன். மூன்று மாத காலத்திற்குப் பிறகு நான் டென்னிஸ் விளையாட முடியாமல் போகும் வாய்ப்பு இருக்கலாம் என் ரிஸ்க்கை என்னால் எடுத்துக்கொள்ளவே முடியாது.

என்னை அறுவை சிகிச்சைக்கு அழைத்துக்கொண்டு போகும்வரை யாருக்குமே எனது ஏ.எல்.சி. முழுமையாக அல்லது ஒரு பகுதி மட்டுமே கிழிந்துள்ளதா என்பது தெரியாது என்பதுதான் ஒரே பிரச்சினை. ஒரு வேளை அந்தப் பகுதி முழுமையாக பாதிக்கப்பட்டிருந்தால் டென்னிஸ் போட்டிகளில் நான் மீண்டும் விளையாட ஒன்பது மாதங்களாகிவிடும். என்னை வீல் சேரில் உள்ளே கொண்டு செல்லும்போது எனது மிகப் பெரிய கவலையே அதுவாகத்தான் இருந்தது. அறுவை சிகிச்சை செயல்பாடுகள் தொடங்கியவுடன் என்னை பத்திலிருந்து தலைகீழாக எண்ணச் சொன்னார்கள். எட்டு சொல்லும்போதே எனக்கு நினைவு தப்பிவிட்டது. நான் கண் விழித்துப் பார்க்கும்போதும் மயக்கம் முழுமையாகத் தெளியவில்லை. மருத்துவரிடம் நான் கேட்ட முதல் கேள்வி, ‘ஒன்பது மாதமா அல்லது இரண்டு மாதமா?’ என்றுதான். மருத்துவர் என்னிடம் இரண்டு மாதம் என்றார், மீண்டும் மயக்கத்தில் ஆழ்ந்துவிட்டேன்.

அனஸ்தீஷியா கொடுக்கப்பட்ட பிறகு நீங்கள் முதல் முறையாக நடக்க முயற்சி செய்யும்போது மிக அதிகமான தலை சுற்றல் இருக்கும். நான் வாஷ்ரூமில் ஏறக்குறைய மயங்கி விழ இருந்தேன். நல்லவேளையாக என் அம்மா நான் தரையில் விழுவதற்கு முன்பாக சரியான நேரத்தில் என்னைப் பார்த்து தாங்கிப் பிடித்துக் கொண்டார்கள். அறுவைசிகிச்சையைவிட இந்த விஷயங்கள் மிகவும் பயமூட்டுபவை என்று நினைக்கிறேன். ஒரு விளையாட்டு வீரராக இருப்பதால் நாம் என்னமோ எதையும் தாங்குபவர்கள் என்றும் நமக்கு அடிபடவோ அல்லது உடல்நிலை சரியில்லாமல் போகவோ முடியாது என்றும் நினைத்துக்கொள்கிறோம். இதனால் பலகீனமாக இருப்பதையோ பிறர் உதவியை எதிர்பார்க்க வேண்டும் என்பதையும் நம்மால் ஜீரணித்துக்கொள்ளவே முடியாது. ஆனால் உண்மை நிலவரமோ வேறு மாதிரியானது. நாம் நம் உடலை மிக அதிகமாக வருத்திக்கொள்கிறோம் என்பதால், அறுவை சிகிச்சைத் தேவைப்படுவதற்கான வாய்ப்புகளும் மிக அதிகம் என்பதால், சாதாரண மக்களைவிட விளையாட்டு வீரர்கள்தான் மிக எளிதாக பாதிக்கப்படுவார்கள்.

வீல்சேரில் இருப்பதற்கு எனக்குப் பிடிக்கவில்லை. அதில் இருப்பதை யாராவது பார்ப்பதும் எனக்குப் பிடிக்காது. நானே நடந்து மருத்துவமனையிலிருந்து வெளியே போக வேண்டும் என்று விரும்பினேன். ஆனால், மருத்துவர்கள் கண்டிப்பாக மறுத்துவிட்டார்கள். என் அம்மா வீல் சேரைத் தள்ளிக்கொண்டு வெளியே போன அந்த நேரத்தில் அங்கிருந்து தூணில் மணிக்கணக்காக மறைந்து நின்றுகொண்டிருந்த ஒரு பத்திரிகையாளர் இதை முதல் பக்க செய்தியாக போடுவதற்காக, குதித்து வெளியே வந்து என்னை அந்த நிலையில் புகைப்படம் எடுத்து, அங்கிருந்த காவலர்கள் தடுப்பதற்கு முன்பே மின்னல் வேகத்தில் மறைந்துவிட்டார். அதன் பிறகு சிறிது நேரம் கழித்து கேமரா இல்லாமல் வந்து என்னிடம் மன்னிப்புக் கேட்டார்.

‘சாரி சானியா, இந்தப் படம் எடுக்க வேண்டும் என்று எனது முதலாளியிடமிருந்து பயங்கர பிரஷ்ஷர். இதைச் செய்ய எனக்குப் பிடிக்கவில்லை. ஆனால் நான் இதைச் செய்தாக வேண்டியிருந்தது. இதுதான் என் வேலை, உங்களுக்கு புரியும் என்று நான் நினைக்கிறேன்’ என்று கூறி மன்னிப்புக் கேட்டார்.

நல்லவேளையாக நான் நல்ல முறையில் குணமடைந்தேன். மூன்றாவது நாளே நான் நடக்கத் தொடங்கிவிட்டேன். ஆனால், மைதானத்திற்குச் செல்ல இன்னும் நிறைய கட்டங்களைக் கடக்க வேண்டியிருந்தது. எனது வலது காலின் தசைகளை என்னால் பயன்படுத்தவே முடியவில்லை என்பது போல இருந்தது. எக்கச்சக்கமாக வலி நிவாரணிகளை விழுங்கினேன். நம் உடலில் ஒரு பாகம் வெட்டப்படும்போது பொதுவான நம் உடல் வலிமை குறைகிறது. என் தொடையின் முன்பக்க தசையை இறுக்க முடிகிறதா என்று கேட்டார், என் பிசியோதரபி மருத்துவர். என்னால் அந்த தசை இருப்பதையே உணர முடியவில்லை. இந்த நிலை என்னை மிகவும் மோசமாக உணரவைத்தது. நான் ஊனமுற்றவள் போல உணர்ந்தேன். ஒரு விளையாட்டு வீராங்கனையாக இருப்பதற்காக நான் உறுதியான கட்டுடலுடன் இருக்க வேண்டும் என்பதற்காக நான் கடுமையாக உழைத்து வந்தேன். எனக்கு காயம் பட்ட சமயத்தில் மிகச் சிறந்த உடலுறுதியைப் பெற்றிருந்தேன்.

ஆனால், எதிர்பார்த்ததைவிட இந்த விஷயம் மிக நல்ல முறையிலேயே முடிந்தது. இரண்டாவது நாளே, இரண்டாவது மாடியில் இருந்த என் என் அறைக்கு நான் நடந்து சென்றேன். கடுமையான வலி இருந்தது, ஆனாலும் அதைப் பொறுத்துக்கொண்டு மெல்ல மெல்ல நானே ஏறிச் சென்றேன்.

அதற்கு எனக்கு இருபது நிமிடங்கள் ஆனது. ஆனால், என்னை இரண்டு மூன்று பேராகச் சேர்ந்து சேரில் உட்கார வைத்து தூக்கிச் செல்வதை என்னால் ஒருபோதும் அனுமதிக்க முடியாது.

காயம் பட்டு சிகிச்சையடைந்து குணமாகி, மீண்டும் களத்திற்குத் திரும்புவது எப்போதுமே சவாலான ஒரு விஷயம்தான். ஆனால், அதுவும் அறுவை சிகிச்சை முடிந்து மூன்று மாதங்கள்கூட முடிந்திராத அந்த சந்தர்ப்பத்தில் அல்பெர்டா பிரியான்டியை 6–1, 6–1 என்ற கணக்கில் அபாரமாக வென்று, ஃபிரெஞ்ச் ஓபனில் எனது முதல் ஒற்றையர் போட்டி வெற்றியை பதிவு செய்து, அதை மிக மகிழ்ச்சியான வகையில் எதிர்கொண்டேன். அறுவைசிகிச்சைக்குப் பிறகு நான் என்னுடைய பிசியோ தெரபி நிபுணரின் வழிகாட்டுதல், கண்காணிப்பின் கீழ் மேற்கொண்ட சிகிச்சைக்குப் பிந்திய பயிற்சிகளால்தான் இது சாத்தியமானது. தினமும் ஐந்து மணி நேரம் பயிற்சி செய்தேன். நிறைய சுமைகளை சுமந்தவாறு மலை ஏறினேன். குறுகிய இடத்தில் அதி வேகமாக ஓடும் பயிற்சி, படிகட்டுகளில் வேகமாக ஏறி இறங்குவது உள்ளிட்ட பல பயிற்சிகளை மேற்கொண்டேன். இவற்றோடு, டென்னிஸ் பயிற்சியுடன் ஜிம் சென்றேன். ஒட்டுமொத்தமாக பல வாரங்கள் பத்து மணி நேரம் இதற்காக உழைத்தேன். ஆனால் இந்தக் கடும் உழைப்பின் பலனாக நான் எனது டென்னிஸ் போட்டிகளை வெறும் இரண்டரை மாத காலம் மட்டுமே தவறவிட்டேன்.

என்னுடைய ஸ்ட்ரோக்குகளில் ஆற்றலைக் குறைத்துவிடும் என்பதால் களிமண் தலையில் விளையாடுவது எனக்கு எப்போதுமே பிடித்தமாக இருந்ததில்லை. எனது ஆரம்பகட்ட ஆண்டுகளில் ஐரோப்பாவில் செம்மண் தரையில் விளையாடிய போது என் செயல்பாடுகள் மந்தமாகவும், ஆற்றல் குறைந்தும் (குறைந்தபட்சம் ஒற்றையர் ஆட்டங்களில்), தண்ணீரிலிருந்து வெளியே விழுந்த மீன் போலவும் இருக்கும். மண் தலையில் ஐ.டி.எஃப். போட்டிகளில் நான் நன்றாகவே விளையாடினேன், ஆனால் கிராண்ட் ஸ்லாம்கள் கதையே வேறாக இருந்தன.

2007ஆம் ஆண்டு ஸ்பானிய பயிற்சியாளர் கேப்ரியல் உர்பி எனக்குப் பயிற்சி அளித்தார். என் ஆட்டத்தில் புதிய பரிணாமத்தைக் கொண்டுவந்தார். முன்னாள் கிராண்ட் ஸ்லாம் வெற்றியாளர்கள் அரான்ட்ஸா சாஞ்செவ் விகாரியோ மற்றும் காஞ்சிதா மார்டெனெஸ் ஆகியோருக்குப் பயிற்சி அளித்தவர் இவர். எனது நெருங்கிய தோழியான இத்தாலி நாட்டு ஃபிளாவியா பென்னட்டாவிற்கும் நீண்ட காலமாக இவர் பயிற்சி அளித்து வந்துள்ளார்.

மைதானத்திற்கு வெளியே மிகவும் சகஜமாக பழகும் அவரது சுபாவத்திற்கும் ஒரு பயிற்சியாளராக அவர் மைதானத்தில் நடந்துகொள்வதற்கும் சம்பந்தமே இல்லை. ஆட்டத்தைப் பற்றிய இவரது அறிவு அசாதாரணமானது. சர்க்யூட்தான் இவரது உலகமே. காபியே ஒரு நல்ல தொழில்முறை ஆட்டக்காரர், ஒருமுறை ஃபிரெஞ்ச் ஓபனில் ஜிம்மி கானர்சை ஒரு செட்டில் வென்றுள்ளார். இவர் ஐரோப்பிய செம்மண் ஆட்டத்தில் நிபுணர். காயம்பட்டிருந்தாலும்கூட, அவரோடு சேர்ந்து பயிற்சி பெற்றது எனக்கு சிறப்பான முறையில் உதவியாக அமைந்தது.

என்னை பெங்களூருவில் வென்ற யரோஸ்லாவா ஷெவோடாவை விம்பிள்டனில் பழிவாங்கும் வகையில் 6–0, 6–3 என்ற திருப்திகரமான செட் கணக்கில் வென்றேன். என் பள்ளி நாட்களில் இருந்தே எனது மிகச் சிறந்த தோழியாக இருந்துவரும் ருசா நாயக், இங்கிலாந்தில் புல் மைதானத்தில் விளையாட்டுப் போட்டிகளைப் பார்ப்பதற்காக என்னோடு வந்திருந்தாள். அவள் பக்கத்தில் இருப்பது எனக்கு எப்போதுமே ஜாலியாக இருக்கும். லாங்கெஸ்டர் பல்கலைக்கழகத்தில் ஃபேஷன் மார்க்கெட்டிங்கில் பட்டப்படிப்பு படித்துக்கொண்டிருந்தாள். அவள் விளையாட்டு ரசிகை கிடையாது என்பதோடு டென்னிஸ் பற்றி தெரிந்துகொள்வதில் எந்த ஆர்வமும் காட்ட மாட்டாள், ஆனால் அவள் என் தோழி; நான் அவளை மிகவும் நேசித்தேன், அவளிடம் அக்கறை கொண்டிருந்தேன். ஒருவேளை இதனால்தான் அவள் எனது மிகச் சிறந்த தோழியாக இருக்கிறாளோ என்னமோ. விம்பிள்டன் மைதானத்தில் விளையாட்டு வீரர்களின் ஓய்வறைக்கு முதல் முறையாக அவள் வந்திருந்த நாளை என்னால் மறக்கவே முடியாது. நாங்கள் அமர்ந்திருந்த மேஜை அருகே வந்த ரோஜர் ஃபெடரர் என்னிடம் ஏதோ பேசி ஜோக்கடித்துவிட்டுச் சென்றார்.

அவர் அங்கிருந்து சென்ற உடனே, 'இந்த ஆள் பேர் என்ன, தன்ன பத்தி என்னதான் நெனச்சிட்டு இருக்காரு?' என்று ருசா என்னிடம் கோபமாகக் கேட்டாள்.

நானும் ஒன்றும் தெரியாதவள் போல 'அவர் ஒரு நல்ல மனுஷன், எப்பவும் போட்டிகள் நடக்கிற எடத்துக்கு வந்து போயிட்டு இருக்கறதோடு கொஞ்சம் டென்னிசும் விளையாடுவாறு' என்று கூறினேன்.

உலகின் முதல்நிலை வீராங்கனையாக செர்பிய நாட்டு தொழில் முறை வீராங்கனை, ஜெலனா ஜான்கோவிக் இருந்த ஒரு சந்தர்ப்பத்தில் விளையாட்டு வீரர்களின் காஃபிடேரியா

பகுயில் அவருடன் அவர் யார் என்றே தெரியாமல், ருசா அவரிடம் பல விஷயங்களைப் பற்றிப் பேசிக்கொண்டிருந்தாள். கொஞ்ச நேரம் அதையும் இதையும் பேசிவிட்டு, அவரிம், ‘நீங்கள் என்ன செய்துகொண்டிருக்கிறீர்கள்?’ என்று கேட்டார்!

அதற்கு அவர் தன் தனி முத்திரைச் சிரிப்புடன் ‘நான்தான் உலகின் முதல்நிலை டென்னிஸ் வீராங்கனை’ என்று சர்வ சாதாரணமாக கூறினார். என் தோழிக்கு தர்ம சங்கடமாகிவிட்டது.

வெற்றிகள் மிகவும் மெதுவாக ஆனால் நிச்சயமாக வந்துகொண்டிருந்தது. ஆனால் நானோ அமெரிக்க, கடின தரை மைதான போட்டிகளில் கலந்துகொள்ள தயாரானத் சமயத்தில் ஒற்றையர் ஆட்டங்களில் ஒரு நிலைத்தன்மை பெற வேண்டும் என்பதற்காக போராடி வந்தேன். இங்குதான் என்னை விட்டு விலகியிருந்த ஆட்ட லயத்தை நான் திரும்பவும் கண்டறிந்தேன். ஒற்றையர் மற்றும் இரட்டையர்போட்டிகளில் நல்ல முனைப்புகளுடன் மீண்டும் நல்ல ஃபார்மிற்குத் திரும்பினேன்.

அரையிறுதிவரைப் போராடி முன்னேறிய பிறகு நன்றாகப் போய்க்கொண்டிருந்த என் ஆட்டம் ஆனா சக்வெடட்சேயுடனான சின்சினாட்டியில் மிகவும் நெருக்கமான மூன்று செட் போட்டி தோல்வி மூலம் தடைபட்டது. பெத்தானி மட்டேக்குடனான எனது இரட்டையர் போட்டி வெற்றி ஒற்றையர் போட்டித் தோல்விக்கு ஆறுதலாக அமைந்தது.

ஸ்டான்ஃபோர்டில், நினைவில் நிற்கும்படியான போட்டி ஒன்றில் வென்றதை அங்கிருந்த அதிகளவிலான இந்தியர்கள் மிகவும் மகிழ்ந்து கொண்டாடினர். எனது பழைய எதிரியும் அந்த சந்தர்ப்பத்தில் உலகத் தரவரிசையில் 44ஆவது இடத்தில் இருந்தவருமான அகியோ மோரிகாமிக்கு எதிராக விளையாடி மூன்றாவது செட் டை–பிரேக்கரில் மிகவும் பரபரப்பான வெற்றியை ஈட்டியதன் மூலம் என் வெற்றிக்கணக்கைத் தொடங்கினேன். அதன் பிறகு உலகத் தரவரிசையில் ‘முதல் 20’க்குள் இருந்த டாட்டியானா கோலோவின் மற்றும் பாட்டி ஷ்னைடர் இவருவரையும் நேர் செட்டில் தோற்கடித்து, பின்னர் 22ஆவது இடத்தில் இருக்கும் வீராங்கனை சிபில்லி பாமரையும் தோற்கடித்தேன். நான் ‘முதல் 50’க்குள் இருக்கும் வீராங்கனைகளை வரிசையாகத் தோற்கடித்து வந்தேன். ஆனால், இந்த முறையும்கூட அதே சக்வெடட்சே என்னை இறுதிச்சுற்றில் தோற்கடித்து என் வெற்றிச் சங்கிலியை உடைத்தார். ஆனால், ஆனாவையும் அவரது இணை விக்டோரியா அஸரெங்காவையும்

நானும் ஷாஹர் பீரும் சேர்ந்து இரட்டையர் போட்டிகளில் மிக வலுவான விதத்தில் வெற்றிகொண்டோம்.

சான் டியாகோவிலும் நான் நல்ல ஃபார்மில் இருந்தேன். 18ஆவது தரவரிசையில் இருந்த பீரையும் 44ஆவது தரவரிசையில் இருந்த எலெனி டானிலிடோவையும் தோற்கடித்தேன். 14ஆவது தரவரிசையில் இருந்த ரஷ்யாவைச் சேர்ந்த டையனாரா சஃபீனாவை 6–1, 6–2 என் அதிரடி செட் கணக்கில் தோற்கடித்தேன். இவ்வாறு கடின மைதானத்தில் உறுதியாக என் இடத்தைப் பதிவு செய்தேன். இதற்குச் சில மாதங்கள் கழித்து அவர் நன்கு முன்னேறி உலகின் முதலிடத்தைப் பிடித்தார் என்பதால், சஃபீனாவை வென்றது என் தொழில் வாழ்க்கையின் முக்கியமான இடத்தைப் பிடித்தது.

மரியா ஷரபோவாவிடம் நான் காலிறுதியில் தோற்றாலும் கூட, அடுத்த பதினைந்து நாட்களுக்குள் நான் 'முதல் 20' வரிசையில் உள்ள நான்கு பேரையும் 'முதல் 50' வரிசையில் உள்ள மூன்று வீராங்கனைகளையும் தோற்கடித்தேன். அறுவை சிகிச்சை நடைபெற்ற ஒரு சில மாதங்களுக்குள் எனது இந்த வெற்றிகள் உண்மையில் குறிப்பிடத்தக்கவைதான்.

அலெக்சான்டரா வோஸ்னிகாவை லாஸ் ஏஞ்சல்சில் நேரடி செட்களில் வென்றது எனக்கு மார்டினா ஹிங்கிசுடன் போட்டியிடும் வாய்ப்பைப் பெற்றுத் தந்தது. இந்த வாய்ப்பு அந்த காலகட்டத்தின் 5ஆவது 'முதல் 20' வீரங்கனையை வெல்லும் வாய்ப்பை வழங்கியது. நான் விரிஜினி ரஸ்ஸாவிடம் நான் தோற்றேன், ஆனால், இன்னொரு 'முதல் 50'க்கு உட்பட்ட அனபெல் மெடினா காரிகசை (33ஆவது தரவரிசை) நியு ஹாவனில் அபாரமாக வெற்றிகொண்டு, மிக முக்கியத்துவம் வாய்ந்த அமெரிக்க ஓபனில் கய்யா மனேபியை (44ஆவது தரவரிசை) வென்றேன். கிராண்ட் ஸ்லாமின் மூன்றாவது சுற்றில் புக தகுதிபெற மூத்த வீராங்கனை லாரா கிராவில்லேயை வென்றேன் ஆனால், இங்கும் எனக்கும் என் கனவு வெற்றிக்கும் குறுக்கே நின்றது அதே ஆனா சக்வெடட்சேதான். அதே ஆண்டில் அவர் நான்காவது முறையாக எனது முன்னேற்றத்தைத் தடுத்துவிட்டார்.

சக்கி 2007ஆம் ஆண்டில் தன் வாழ்வின் தொழில்முறை ஆட்டத்தின் மிகச் சிறப்பான காலகட்டத்தை எட்டியிருந்தார். இந்த சந்தர்ப்பத்தில் உலகத் தர வரிசையின் 6 இடத்தை அவர் கைப்பற்றியிருந்தார். மரபுகளை சாராத ஒரு விளையாட்டு முறையை அவர் பின்பற்றினார். பக்கவாட்டுகளில் கடைசி

நேரத்தில் மணிக்கட்டை மிக நுட்பமாக சட்டென்று ட்விஸ்ட் செய்து பந்தை அடித்து ஸ்ட்ரோக் செய்வார். இதனால் அவரது ஷாட்களை காலம் கடப்பதற்கு முன் கணிப்பது மிகவும் கடினமாக இருக்கும். அவரது ஆட்டத்தின் இந்த தனித்துவம் வாய்ந்த, இயல்பான அம்சம் அவரை ஒரு கடினமான எதிரியாக மாற்றியது.

ஒருவேளை ஆனா சக்வெடட்சேவின் உத்தியை முறியடிக்கும் நுட்பம் எனக்கு ஏற்கெனவே தெரிந்திருந்தால், தர வரிசையில் நான் எவ்வளவோ முன்னேறியிருப்பேன். ஆனாலும்கூட 2007ஆம் ஆண்டு ஆகஸ் மாதம் 27ஆம் தேதி அன்று உலகின் ஒற்றையர் தர வரிசையில் 27ஆவது இடத்தை என்னால் பிடிக்க முடிந்தது. இவ்வாறு 2 மற்றும் 7 எண்கள் இத்தனை முறை வருவதைக் கண்டு எண் கணித ஜோதிடர் என்ன சொல்லியிருப்பார் என்று நான் எண்ணிப் பார்ப்பதுண்டு.

அந்த ஆண்டு செப்டம்பர் மாதம் இரட்டையர் போட்டிகளில் நான் உலகத் தரவரிசையில் 18ஆவது இடத்திற்கு முன்னேறியிருந்தேன். அதுவரை எதற்காக நான் முயற்சி செய்து வந்தேனோ அந்த ஆண்டும் வந்தது.

21

இரட்டிப்புக் கொண்டாட்டம்

இரட்டையர் போட்டிகளில் பெரும்பாலான இந்திய டென்னிஸ் வீரர்களைப் நான் மிகவும் இயல்பாக சிறப்பாக ஆடினேன். சர்வதேசப் டென்னிஸ் போட்டிகளில் யாருக்குமே தெரியாதவளாக இருந்த அந்த நிலையிலும்கூட நான் ஜுனியர் விம்பிள்டன் டென்னில் போட்டி பட்டத்தை வென்றேன். இரட்டையர் போட்டிகளில் நம் நாட்டு வீரர்கள் எவ்வளவு சிறப்பானவர்கள் என்பதற்கு மகேஷ் பூபதி– லியாண்டர் பயஸ் இணையின் சாதனைகளே சாட்சி கூறும்.

எனது ஆரம்பகால தொழில்வாழ்க்கையில் நான் ஒற்றையர் போட்டிகளை விட்டுவிட்டு இரட்டையர் போட்டிகளில் மட்டுமே கவனம் செலுத்தியிருந்தால் இன்னமும் சிறப்பான இடத்தை அடைந்திருக்கலாம் என்று எனது நலம் விரும்பிகள் நினைத்தார்கள். ஆனால், என்னைப் பொறுத்தவரையில் ஒற்றையர் போட்டிகள் அதிக சவாலானவை என்றே நினைக்கிறேன். எனக்கு காயம் ஏற்பட்டு டென்னிசிலிருந்து சிறிது காலம் விலகியிருக்கும் கட்டாய சூழலுக்குத் தள்ளப்படும்வரை உலகின் தலைசிறந்த ஒற்றையர் ஆட்ட வீராங்கனைகளை எதிர்த்து ஆடும் வாய்ப்புகளை நழுவ விடுவதைப் பற்றி நான் யோசித்திருக்கவேமாட்டேன்.

வேறு சிலரோ இரட்டையர் போட்டிகளுக்காக என் உடலை நான் அதிகம் வருத்திக் கொள்ளாமல் இருந்திருந்தால் ஒற்றையர் போட்டிகளில் இன்னமும் நிறைய சாதித்திருக்கலாம் என்று நினைத்தார்கள். 2007 முதல் நான் தொடர்ச்சியாக இரட்டையர் போட்டிகளில் கலந்து கொள்ளத் தொடங்கினேன். அதே சமயத்தில் ஒற்றையர் ஆட்ட வெற்றிகளையும் இலக்காக வைத்துக் கொண்டு விளையாடி 'முதல் 30'க்குள் நுழைந்தேன். ஒருவேளை இவர்கள் நினைப்பது சரியாக இருக்கலாம். ஆனாலும் இரட்டையர் போட்டி வெற்றிகள் எனக்கு அதிக

மகிழ்ச்சியையும் மனநிறைவையும் அளித்தன. இந்த இரண்டு வகை விளையாட்டிலும் சமநிலையைப் பராமரிப்பதே எனது இலக்காக இருந்தன.

2007இல் குறிப்பிடத்தக்க அளவு, இரட்டையர் போட்டிகளில் வெற்றிகளை ஈட்டினேன். வெவ்வேறு இணைகளுடன் இணைந்து நான்கு பட்டங்களை வென்றேன். மொராக்கோவில் ஃபெஸ் மைதானத்தில் வனியா கிங்குடன் இணைந்து களிமண் மைதானத்தில் வெற்றி பெற்றேன். சின்சினாட்டியில் பெத்தானி மட்டேக்குடன் இணைந்து கடின மைதானத்திலும், ஸ்டான்ஃபோர்டில் ஷாஹர் பீருடனும் நியு ஹாவனில் மாரா சான்டாங்கிலோவுடனும் இணைந்து வெற்றிகள் பெற்றேன். இஸ்தான்புல்லில் மிகவும் போராடி தாய்வான் நாட்டைச் சேர்ந்த யங்–ஜான் சானுடன் இணைந்து ரன்னர் ஆப்பாக வந்தேன்.

இந்த சந்தர்ப்பத்தில் இரட்டையல் மைதானங்களில் மிகக் கடுமையான பல போட்டிகளை நான் எதிர்கொண்டேன். 2007இல் அமெரிக்க கடின மைதானப் போட்டிகளில் நான் வெற்றிபெற்ற ஒரு சில வெற்றிகள் என்றும் நினைவில் நிற்கும் போட்டிகளில் ஒன்றாக மாறியது. இந்தப் போட்டிகளில் நாங்கள் வெளிப்படுத்திய விளையாட்டுத் தரம் அற்புதமானது. தவிர, இந்த இரண்டு சந்தர்ப்பங்களிலும் நாங்கள் எதிர்கொண்ட எங்கள் எதிராளிகளின் விளையாட்டுத் தரம் அசாதாரணமானது.

நியு ஹாவனில் நடைபெற்ற அரையிறுதியில் ஆஸி–செக் நாடுகளின் ரென்னே ஸ்டப்ஸ் மற்றும் க்வேதா பெஷ்கி இணையை நானும் இத்தாலியின் மாரா சான்டாங்கெலோவும் வென்று தலைசிறந்த வீராங்கனைகள் லீசல் ஹப்பர் மற்றும் கேரா பிளாக்குக்கு எதிராக விளையாடும் வாய்ப்பை எதிர்கொண்டோம். என்னைப் பொறுத்தவரை லீசலும் கேராவும் பெண்கள் இரட்டையர் டென்னிஸ் போட்டிகளில் அந்த நாட்களில் மிகச் சிறப்பாக ஆடிவந்ததால் தலைசிறந்த வீராங்கனைகள். பல டென்னிஸ் நிபுணர்கள் இந்திய–இத்தாலி இணையான நாங்கள் வெற்றிபெறக்கூடும் என்றுகூட நினைக்கவில்லை. ஆனால், எனக்கு வழக்கமான இணை என்று யாரும் இல்லாவிட்டாலும்கூட 2007இல் இரட்டையர் போட்டிகளைப் பொறுத்தவரை எனது மிகச் சிறந்த விளையாட்டு ஃபார்மில் நான் இருந்தேன்.

அந்தச் சுற்றுப்பயணத்தில் லீசல் எனது நல்ல நண்பர்களில் ஒருத்தி மட்டுமல்ல, ஹைதராபாத், கொல்கத்தா மற்றும் பெங்களூருவில் நடைபெற்ற மூன்று டபிள்யு.டி.ஏ. இரட்டையர் போட்டிகளை என்னுடன் இணைந்து வென்ற இணையும்கூட.

இதனால் இப்போதைய எனது இணைக்கும் எனக்கும் இந்த ஆட்டம் அவ்வளவு எளிதாக இருக்கப்போவதில்லை. ஆனால் நானும் மாராவும் அன்றைய போட்டியில் உலகின் மிகச் சிறப்பான இரட்டையர் இணைகளில் ஒன்று எனக்கூறும் அளவுக்கு மிகச் சிறப்பான ஆட்டத்தை வெளிப்படுத்தினோம். நாங்கள் எங்கள் எதிரணியினருக்கு எந்தச் சிறிய வாய்ப்பையுமே வழங்கவில்லை, நான் தொடர்ந்து அதிரடியாக விளையாடினேன், இத்தாலி வீராங்கனையும் சில அதிரடி நெட்–ப்ளே மற்றும் ஓவர்ஹெட் ஷாட்களை அடித்தார். நாங்கள் இருவருமே நன்றாக சர்வ் செய்தோம், ரிட்டன் ஷாட்கள், வாலியிங்கையும் கச்சிதமாக செய்தோம். அது முழுக்க முழுக்க ஓரணி ஆட்டமாகவே அமைந்து, உலகின் தலைசிறந்த வீராங்கனைகளை 6–1, 6–2 என்ற கணக்கில் தோற்கடித்தோம். இந்த ஆட்டம் எனக்கு அந்த ஆண்டின் நான்காவது மற்றும் அமெரிக்க கடின மைதானத் தொடரில் மூன்றாவது பட்டத்தைப் பெற்றுத் தந்தது.

அன்று இரவு வெகுநேரம் கழித்து போட்டி ஏற்பாட்டாளர்கள் ஏற்பாடு செய்திருந்த லிமோசின் காரில் மன்ஹாட்டனில் நாங்கள் தங்கியிருந்த விடுதிக்கு அந்த ஆண்டின் கடைசி கிராண்ட் ஸ்லாம் போட்டிகளில் கலந்துகொள்வதற்காகச் சென்றோம். அந்த அமெரிக்க ஓபனில் நானும் பெத்தானி மட்டேக்கும் கிராண்ட் ஸ்லாமின் எங்களது முதல் காலிறுதியை அடைய சில அற்புத ஆட்டங்களை வெளிப்படுத்தினோம். மூன்றாவது சுற்றில் உலகத் தரம் வாய்ந்த லிசா ரெமன்ட் மற்றும் சமந்தா ஸ்டோசர் அணியை வென்று மற்றுமொரு நினைவில் நிற்கும் அபார வெற்றியை ஈட்டினோம்.

இந்த இணையிடம் நான் இந்த ஆண்டு தொடக்கத்தில் ஃபிரெஞ்ச் ஓபனில் இவா பிர்நெரோவா மற்றும் விம்பிள்டனில் ஷாஹர் பீருடனும் இணை சேர்ந்து இரண்டு கிராண்ட் ஸ்லாம்களில் தோற்றேன். ஆனால், நானும் பெத்தும் பரஸ்பரம் ஒருவரின் பாணியோடு மற்றவர் நல்ல முறையில் சமன்செய்து விளையாடி நல்ல இணையாக பரிணமித்தோம். ஆரம்பத்தில் நாங்கள் சற்று மெதுவாகத் தொடங்கினோம். சமந்தா அற்புதமாக சர்வ் செய்ய, லிசா மிகச் சிறந்த இரட்டையர் இணையர் செய்யும் அத்தனை அபார ஆட்டத்தை வெளிப்படுத்தினார்.

ஒரு செட்டில் தோற்ற பிறகு மீண்டும் ஃபார்முக்கு வந்து அவர்களை இரண்டாவது செட்டில் 7–5 என்ற செட்டில் வென்று, இறுதியாக டிசைடரில் இதே போன்ற ஸ்கோரில் அவர்களை வென்றோம். வெற்றி என்பது இந்தப் பக்கமா அந்தப் பக்கமா என்று கணிக்க முடியாத விறு விறுப்பாக நடைபெற்ற அந்தப்

போட்டி ஏறக்குறைய மூன்று மணி நேரம் நீடித்தது. அந்த நாளின் முடிவில் மற்றுமொரு தலைசிறந்த இரட்டையர் இணையை வென்று நாங்கள் வெற்றியாளர்களாக வெளியேறினோம். பத்து நாட்களுக்கும் இரண்டு மிகச் சிறந்த இரட்டையர் அணிகளைத் தோற்கடித்த வெற்றி அணியில் நான் இடம்பெற்றிருந்தேன். அதிசயிக்கத்தக்க அளவில் இந்த இரண்டு வெற்றிகளிலும் என்னோடு இருவேறு இணைகள் விளையாடினர்.

ஐந்து வருட கால இடைவெளிகளில் மூன்று அறுவை சிகிச்சைகள் செய்து கொள்ள நேர்ந்ததால் எனது தொழில்வாழ்க்கையில் முழுவதுமாக ஒற்றையர் ஆட்டங்களிலிருந்து விடுபட்டு இரட்டையர் ஆட்டங்கள் மட்டுமே விளையாடுவது என்ற முடிவெடுத்தேன். இனி டென்னிசே விளையாட முடியாது என்ற நிலை ஏற்பட்ட கட்டத்தையும் எதிர்கொள்ள நேர்ந்தது. அதன் பிறகு விளையாட ஆரம்பித்து இந்த இரட்டையர் போட்டிகளில் இதுவரை இல்லாத அளவு மகத்தான வெற்றிகளை சாதித்தேன். ஒருவேளை நான் தீர்மானமாக முடிவெடுத்து இதை எனது இலக்காக மாற்றிக்கொள்வதற்கு முன்பே, 2007இல் நான் பெற்ற வெற்றிகள், என்னால் இரட்டையர் போட்டிகளில் பெரிய அளவில் சாதிக்க முடியும் என்ற நம்பிக்கையை எனக்கு அளித்திருக்கலாம். அந்த சமயத்தில் நான் ஆறு கிராண்ட் ஸ்லாம் போட்டிகளில் வெற்றி பெற்று சரித்திரம் படைப்பேன் என்றோ உலக பெண்கள் டென்னிசின் இரட்டையர் போட்டி தரவரிசையில் நான் முதலிடத்தைப் பெறுவேன் என்றோ கற்பனைகூட செய்து பார்க்கவில்லை. ஆனாலும், 2007ஆம் ஆண்டில் நான் பெற்ற இந்த இரண்டு வெற்றிகள், அதுவும் ஒரு டென்னிஸ் வீராங்கனையாக நான் இன்னமும் வளர்ந்து வரும் அந்த காலகட்டத்தில், இரண்டு உலகத்தரம் வாய்ந்த இணையைத் தோற்கடித்து பெற்ற வெற்றிகள் உண்மையில் எதிர்காலத்தில் நான் பெற இருந்த சாதனைகளுக்குக் கட்டியம் கூறியது போலத் தோன்றுகிறது. டென்னிஸ் விளையாட்டிலிருந்து நான் விடைபெற்றுச் சென்ற பிறகும் இந்த வெற்றிகள் எனக்கு இனிய நினைவுகளாகவே நீடிக்கும்.

1990 டிசம்பர் மாதம்
அமெரிக்காவுக்குப்
புறப்படும்முன்
ஜுஹூ கடற்கரையில்
பெற்றோருடன்

அம்மா தைத்த
டென்னிஸ் உடைகளுள்
ஒன்றையணிந்து
ஹைதராபாத் களிமண்
மைதானத்தில்
ஏழு வயது சானியா
பயிற்சி செய்கிறார்

பள்ளியில் நடைபெற்ற
மாறுவேடப் போட்டி ஒன்றில்
பிச்சைக்காரி தோற்றத்தில்

தண்ணீர் பாட்டிலுடன்
பயிற்சி வகுப்பின்போது

அமெரிக்க ஓபன் விளையாட்டுப் போட்டிகள் ஒன்றில்
குடும்பத்தார், அத்தையுடன் (இடமிருந்து இரண்டாவதாக)

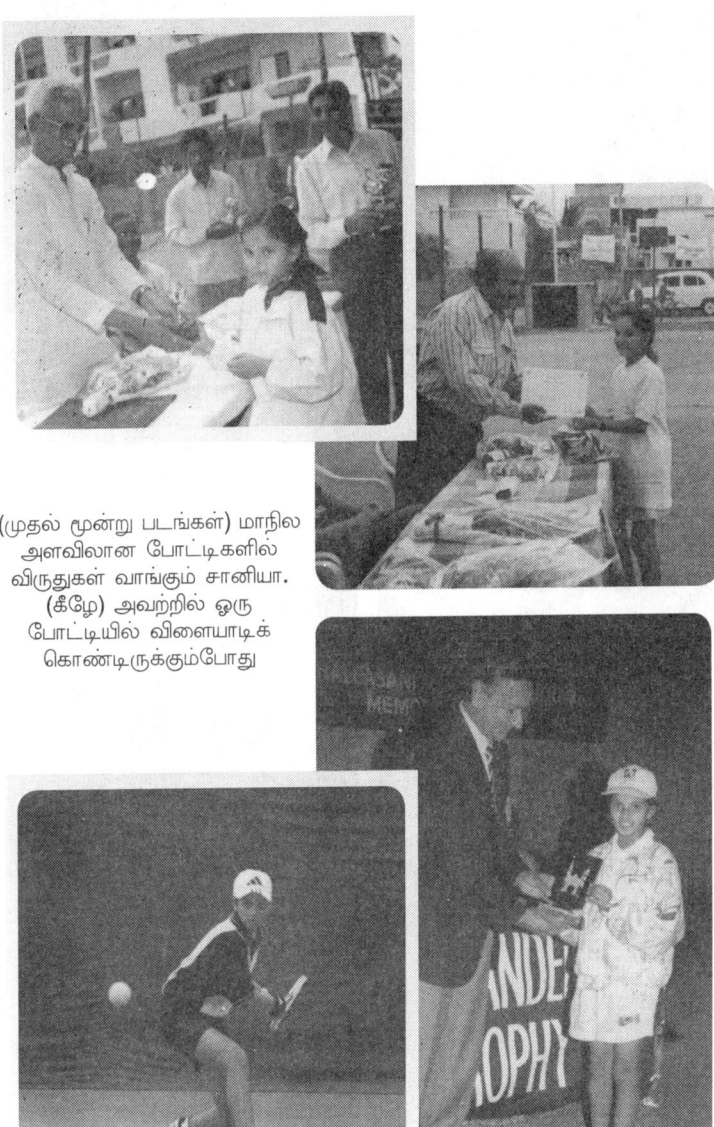

(முதல் மூன்று படங்கள்) மாநில அளவிலான போட்டிகளில் விருதுகள் வாங்கும் சானியா. (கீழே) அவற்றில் ஒரு போட்டியில் விளையாடிக் கொண்டிருக்கும்போது

பாம்பரி சகோதரிகள் அனிகா (வலதுபுறமிருந்து இரண்டாவது), சானா (நடுவில்) மற்றும் அவர்களுடைய தம்பி யுகியுடன் தில்லியில் நடைபெற்ற ஏ.ஐ.டி.ஏ. நிகழ்ச்சி ஒன்றில்

ஆரம்ப நாட்களில் முன்னங்கை ஷாட்களை கடுமையாகப் பயிற்சி செய்யும் சானியா

2005இல் ஹைதராபாத்தில் நடைபெற்ற டபிள்யு.டி.ஏ. போட்டியில் ஒற்றையர் ஆட்டத்தில் வென்ற பிறகு ரசிகர்களின் உற்சாகப் பாராட்டுகளை ஏற்கும்போது

2003 ஹைதராபாத் ஓபனில் இரட்டையர் போட்டியில் இணைந்து விளையாடுவதற்கு முன் இரண்டு கிராண்ட் ஸ்லாம்களை வென்ற மேரி பியர்சைச் சந்திக்கிறார்

பிரபல டென்னிஸ் பயிற்சியாளர், கிராண்ட் ஸ்லாம் வெற்றியாளருமான டோனி ரோசி மற்றும் பயிற்சியாளர் ஜேட் ஹாட்சனுடன் அவரது பயிற்சிக்கூடத்தில், டிசம்பர் 2005

ரஷ்ய இணை அலிசா கிளெபனோவாவுடன் 2003 ஜூனியர் விம்பிள்டன் கோப்பையைத் தூக்கிப் பிடித்தவாறு

ஆஸ்திரேலிய ஓபன் 2009 (வலது)
ஃபிரெஞ்ச் ஓபன் 2012 (மேலே)
இரண்டு கிராண்ட் ஸ்லாம்
போட்டிகளிலும் வென்ற
கோப்பைகளைத் தூக்கிப்
பிடித்தவாறு மகேஷ் பூபதியுடன்

இணை பெத்தானி
மட்டேக் சான்ட்சுடன்
'துபாய் ஓபன் டைட்டில்',
2013 கோப்பையை
வென்ற பிறகு

2005 அமெரிக்க ஓபன் டென்னிஸ் போட்டியில் புரொபஷனல் சர்க்யூட்டில் குறிப்பிடத்தக்க வெற்றிகளைப் படுவேகமாக குவித்துக்கொண்டிருந்த நேரத்தில்

அப்பாவின் செல்ல மகள்

ஆசிய விளையாட்டுப் போட்டிகள் 2006இல் வென்ற பதக்கங்களோடு ஹைதராபாத் வீட்டில் அம்மாவுடன் கொண்டாட்டத் தருணத்தில்

லாகூரில் வலிமா இரவு விருந்தில் பெற்றோர், தங்கை மற்றும் ஷோயெப் மாலிக்குடன்

ஏப்ரல் 2015 பெண்கள் இரட்டையர் போட்டிகளில் உலகின் முதல்நிலை வீராங்கனையாக மாறியதற்கான பாராட்டு 'ஜஸ்ட் டான் ஒன்' நிகழ்ச்சியில் சானியாவும் ஷோயெப்பும்

2012 ஃபார்முலா ஒன் இன்டியன் கிராண்ட் பிரிக்சில்

2015இல் தாஜ்மஹால் முன் பெற்றோர், தங்கை ஆனமுடன்

பயிற்சியாளரான அப்பாவின் கவனமான மேற்பார்வையில்

2008, பீஜிங் ஒலிம்பிக் போட்டி நேரம்
சீனப் பெருஞ்சுவரில் இரட்டையர் இணை சுனிதா ராவ் (நடுவில்)
மற்றும் குடும்பத்தாருடன்

அப்போதைய விளையாட்டுத்துறை அமைச்சர் காலஞ்சென்ற சுனில் தத், காங்கிரஸ் தலைவர் சோனியா காந்தியுடன்

2014 ஆஸ்திரேலியன் ஓபன் கலப்பு இரட்டையர் இறுதிப்போட்டிகள் நடப்பதற்குச் சற்றுமுன் தலைசிறந்த டென்னிஸ் வீரர் ராட் லேவருடன் மைத்திய மைதானத்தில். மெல்பர்ன் பூங்காவுக்கு இவரது பெயர் சூட்டப்பட்டுள்ளது

சானியா மிர்ஸா டென்னிஸ் அகாதமி (எஸ்.எம்.டி.ஏ.) மார்டினா நவரத்திலேவா
திறந்து வைக்கப்பட்டபோது மற்றும் எஸ்.எம்.டி.ஏ. பயிற்சி மாணவர்களு

2014 ஃபிரெஞ்ச் ஓபன் போட்டிகளின்போது காரா பிளாக் மற்றும் 6 அடி 11 அங்குல இவோ கார்லோவிக்குடனும்

2009 ஆஸ்திரேலியன் ஓபன் போட்டிகளில் வென்ற பிறகு (இடமிருந்து வலம்) ஸ்காட் டேவிடோஃப், ஷ்யாமல் வல்லப்ஜீ, மகேஷ் பூபதி, தந்தையுடன்

பீஜிங் ஒலிம்பிக்கில் மகேஷ் மற்றும் ஸ்காட்டியுடன்

ஆஸ்திரேலியன் கிரிக்கெட் வீரர்கள் ஷானே வாட்சன் (இடதுகோடி), மைக்கேல் ஜான்சன் (வலது) மற்றும் டென்னிஸ் வீராங்கனை அலிசியா மோலிக்குடன் ஹாபர்ட் காட்சிப் போட்டியின்போது

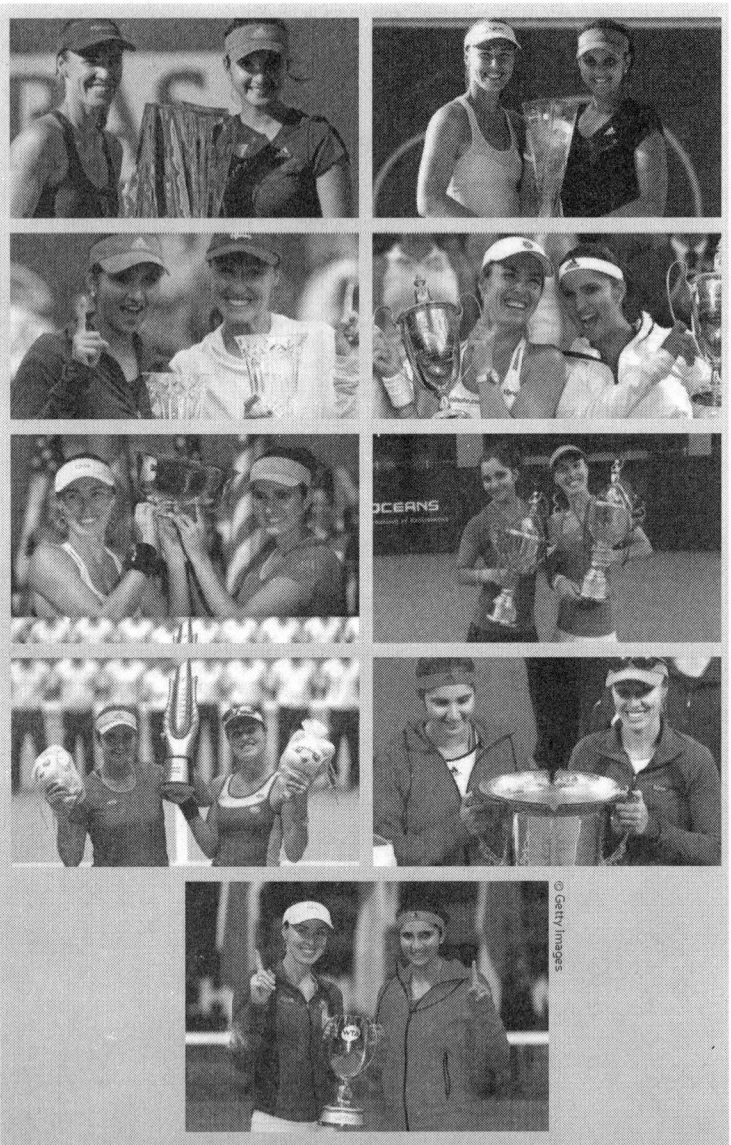

© Getty Images

கொண்டாட்டக் களிப்பில் மார்டினா ஹிங்கிசுடன்

22

சார்மினார் சர்ச்சை

2007ஆம் ஆண்டு நானும் மகேஷ் பூபதியும் ஆஸ்திரேலியா வுக்குப் புறப்படும் முன் போட்டிகள் தொடங்குவதற்கு முந்திய பயிற்சிகளில் ஈடுபடுவதற்காக பெங்களூருவில் ஒரு முகாமுக்கு ஏற்பாடு செய்திருந்தோம். அமெரிக்க பயிற்சியாளர் டேவிடோஃப் மற்றும் பயிற்சியாளர் தென் ஆப்பிரிக்காவைச் சேர்ந்த ஷ்யாமல் வல்லப்ஜீ ஆகியோரை எங்களது பயிற்சித் திட்டத்திற்கு உதவுவதற்காக அழைத்திருந்தோம்.

அப்பல்லோ டையர்ஸ் போட்டிகளுக்காகத் தேர்ந்தெடுக்கப் பட்டிருந்த பூபதி டென்னிஸ் வில்லேஜில் பயிற்சி பெறும் சில இளம் வீரர்களையும் எங்களுடன் விளையாடும் இணையாக நாங்கள் சேர்த்துக்கொண்டோம். அனைவரும் சேர்ந்து தீவிரமாக, கடுமையாக உழைக்கும் ஓரணியாக இணைந்தோம். ஏறக்குறைய ஆறு மணி நேரம் பயிற்சி, டென்னிஸ் ஆட்டத்தில் செலவிடுவோம், மாலை நேரங்களில் அந்த கார்டன் நகரில் உள்ள அருமையான விடுதிகளில் ஒன்றில் டின்னர் சாப்பிடுவோம். இரவு 10.30 மணிக்கு இவை எல்லாம் முடிவடையும்போது படுக்கையில் போய் விழுவதற்குத் தயாராக இருப்போம்.

அந்த முகாம் நடைபெற்றுக்கொண்டிருந்த சமயத்தில் இடையே ஹைதராபாத்தில் நடைபெற்ற ஒருநாள் ஷூட்டிங்கிற்காக நான் அங்கே சென்றிருந்தேன். அது ஒரு சுவாரஸ்யமான விளம்பர ஷூட்டிங். என்னை தென்னிந்தியாவின் சாதனை விளையாட்டு வீரர்களில் ஒருவராகக் காட்டும் விளம்பரம் அது. என் விடுமுறையைக் கழிப்பதோடு, எனது அழகிய நகரின் முக்கிய லான்ட்மார்கை எடுத்துக்காட்டும் அதே நேரத்தில் ஏதோ தனித்துவம் வாய்ந்த ஒரு விஷயத்தைச் செய்பவளாக நான் காட்டப்படுகிறேன்.

நான் ஹைதராபாத்தைச் சேர்ந்தவளாக இருப்பதால், இயக்குனர் சரித்திரப் புகழ்வாய்ந்த நினைவுச் சின்னத்தின் முன் அமர்ந்து அதை வரையும் முனைப்பில் ஈடுபடும் ஒரு

கலைஞகராக என்னைக் காட்டுவதற்கு திட்டமிட்டிருந்தார். அது ஒன்றும் மிகவும் கஷ்டமான ஷாட் கிடையாதுதான். ஆனால், சார்மினார் இருக்கும் அந்தப் பழைய நகருக்கு நான் வந்திருக்கும் செய்தி காட்டுத் தீ போல பரவிவிட்டதால், நான் நடிப்பதைப் பார்ப்பதற்கு மக்கள் கூட்டம் கூடிவிட்டது. நாங்கள் பார்த்துக்கொண்டே இருக்கும்போதே எங்களைச் சுற்றிலும் கூட்டம் அதிகரித்துக்கொண்டே வந்தது. கூட்டத்தைக் கட்டுப்படுத்த பாதுகாப்புக்காக வந்திருந்தவர்கள் மிகவும் சிரமப்பட்டார்கள்.

ஷூட்டிங்கிற்கு ஏற்பாடு செய்தவர்களும் அங்கிருந்த போலீசாரும் சார்மினாருக்கு நேர் எதிரில் இருந்த மெக்கா மசூதிக்கு அருகில் இருந்த ஒரு இடத்திற்கு சற்று நேரம் என்னைப் போய் இருக்கும்படி அறிவுறுத்தினார்கள். மசூதியின் ஒரு பகுதியாக இல்லாத ஒரு இடத்திற்கு நான் அழைத்துச்செல்லப்பட்டேன். அங்கே பெண்கள் உட்பட பார்வையாளர்கள் அல்லது சுற்றுலாப் பயணிகள் தங்கள் காலனிகளைக் கழற்றாமலேயே நுழைந்து புகைப்படங்கள் எடுத்துக்கொள்ள அனுமதி உள்ள இடம் அது. அது மசூதியின் புனித இடம் என்ற எல்லைக்கு வெளியே உள்ள இடம், அங்கு உரிய முன் அனுமதி பெற்றுக்கொண்டு ஷூட்டிங் எடுக்கலாம். ஆனால், இந்தப் பகுதியில் ஷூட்டிங் எடுப்பதற்காக நாங்கள் திட்டமிடவில்லை. மக்கள் கூட்டத்தைத் தவிர்க்கும் ஒரு அமைதியாக இடம் எங்களுக்குத் தேவைப்பட்டது.

ஷாட் தயாராவதற்காக நாங் அங்கே காத்துக்கொண்டிருந்த சமயத்தில், அங்கே கூட்டத்தோடு கூட்டமாக வந்திருந்த ஒரு ஃப்ரீலான்ஸ் புகைப்படக்காரர் மெக்கா மசூதி பின்னணியில் என்னைப் புகைப்படம் எடுத்துவிட்டார். அடுத்த நாள், அந்தப் புகைப்படத்துடன் புனித மசூதிக்குள் எடுக்கும் ஷூட்டிங்கில் நான் பங்கேற்கிறேன் என்ற ஒரு கட்டுரையும் உள்ளூர் செய்தித் தாளில் வெளிவந்தது.

அந்தப் பகுதியில் உள்ள சில செல்வாக்கு மிக்க நபர்களிடம் இந்தப் புகைப்படத்தை அந்த செய்தியாளர் காட்டி 'வரலாற்றுப் புகழ்பெற்ற மத நினைவுச் சின்னம் வர்த்தக நோக்கங்களுக்காகத் தவறாகப் பயன்படுத்திக்கொள்ளப்படுவது' குறித்த அவர்களது கருத்துகளைக் கேட்டார். வேண்டுமென்றே உண்மைத் தகவல்களை எதையும் தெரிவிக்காமல் அவர்களிடம் கேட்கப்பட்டக் கேள்விகளுக்கு அவர்கள் கூறிய பதில்கள் அந்தக் கட்டுரையில் விசேஷமாகக் குறிப்பிடப்பட்டிருந்தன. இதன் விளையாக இதன் உண்மை நிலவரத்தை அறியாத சில உள்ளூர் மத அமைப்பாளர்கள் இதற்கு எதிராக நடவடிக்கை எடுக்க வேண்டும் என்று தீர்மானித்தனர்.

இதில் வேடிக்கை என்னவென்றால், சார்மினாருக்கு முன்பாக எடுக்கப்பட வேண்டிய ஷூட்டிங் மிக அமைதியான முறையிலும் நன்றாகவும் நடைபெற்றது. நான் நடிப்பதைப் பார்க்க வந்திருந்த நூற்றுக்கணக்கான மக்கள் என்னை மிகவும் பாராட்டினார்கள். அவர்களின் உற்சாகப் பாராட்டுக் கூக்குரலுக்கு நான் கைகளை ஆட்டி நன்றி கூறினேன். வேலை முடிந்தவுடன் மூட்டைகட்டினேன். அடுத்தநாள் காலை வேண்டுமென்றே தான் சார்ந்த சமூகத்தின் உணர்வுகளையே புண்படுத்திவிட்ட ஒருத்தியாக நான் சித்தரிக்கப்படுவேன் என்பதை நான் அறியவில்லை.

அன்று மாலையே முகாமில் மீண்டும் இணைவதற்காக பெங்களூருக்கு பறந்தேன். இதற்கிடையே, அந்தச் செய்தியாளர், என்னை ஒரு வில்லியாக சித்தரிப்பதற்கான திட்டம் தீட்டிக்கொண்டிருந்தார். அதீத உற்சாகத்தில் அவர் தன் தொழில்தர்மத்தையே மீறிவிட்டார்.

சார்மினாருக்கு முன்பாக அந்த ஷூட்டிங் நடந்தது என்றாலும், வர்த்தக நோக்கங்களுக்காக நான் மெக்கா மசூதியைத் தவறாகப் பயன்படுத்திவிட்டேன் என்று அவர் பகிரங்கமாக பொய் கூறினார்.

ஒரு விளையாட்டு வீரர் அல்லது ஒரு பிரபலத்துக்கு எதிராக பொதுமக்களிடையே தவறான கருத்தைப் பரப்ப வேண்டும என்று அவர் ஏன் விரும்பினார் என்பதை என்னால் இப்போதும் புரிந்துகொள்ள முடியவில்லை. தனது போட்டியாளர்களுக்கு முன்பாக தான் மட்டுமே ஒரு பிரத்யேகமான செய்தியை வெளியிட்டேன் என்று தன் சீனியர்களிடம் காட்டிக்கொண்டு அவர்கள் மனதில் இடம் பிடிப்பதற்காக இருக்கலாம். என் மனம் புண்பட்டது, மிகவும் வருத்தப்பட்டேன். ஒரு சர்ச்சைக்குரிய செய்தி ஒரு பத்திரிகையில் வெளிவந்துவிட்டால் அதன் உண்மைதன்மை பற்றி உறுதிசெய்துகொள்ள வேண்டும் என்பதைப் பற்றிய எண்ணமே இல்லாமல், மற்ற பத்திரிகைகளும் அதைப் பின்தொடரும் என்பதுதான் எப்போதுமே நடைபெற்று வருகிறது.

நான் எந்தத் தவறும் செய்யவில்லை என்பதில் நான் உறுதியாக இருந்தேன். ஆனாலும் என்னால் புண்பட்டிருக்கலாம் அல்லது என்னால் அவர்களுக்குத் தலைகுனிவு ஏற்பட்டு விட்டது என்று நினைக்கும் யாராக இருந்தாலும் அவர்களிடம் மன்னிப்புக் கேட்பதில் எனக்கு எந்தத் தயக்கமும் இல்லை. எனவே உடனடியாக நான் ஒரு மன்னிப்பு கடிதம் எழுதி என் அம்மாவுக்கு ஃபாக்ஸ் செய்தேன். என் அம்மா அதை

உடனடியாக ஹைதராபாத் மெக்கா மசூதியில் இருந்த இமாமுக்கு நேரில் போய் கொடுத்தார்.

அந்தக் கடிதத்தில் நான் பின்வருமாறு எழுதியிருந்தேன்:

நம் நகரின் பாரம்பர்ய பெருமை கொண்ட வரலாற்று சின்னம் சார்மினார் பெருமையை விளம்பரப் படுத்தும் நோக்கத்தில் எடுக்கப்பட்ட விளம்பர ஷூட்டிங்கில் கலந்துகொண்டபோது என்னை அறியாமலேயே மெக்கா மசூதியின் ஒரு பகுதிக்குள் நான் நுழைந்துவிட்டேன். இந்த எனது செயலால் மனஉளைச்சலுக்கு ஆளான எனது அனைத்து சகோதர சகோதரிகளிடமும் மரியாதைக்குரிய அனைத்து பெரியவர்களிடமும் ஆழ்ந்த வருத்தத்துடன் நான் மன்னிப்புக் கேட்டுக் கொள்கிறேன். புனிதத்துவம் வாய்ந்த மசூதிக்குள் ஒரு பெண் வரக்கூடாது என்பதைப் பற்றி நான் நன்றாக அறிந்திருந்தாலும் வெளிப்பக்க கதவுப் பகுதிக்குள்கூட அதுவும் குறிப்பாக, அனுமதி இல்லாமல் நுழைவது ஆட்சேபணைக்குரியது என்பதைப் பற்றி எனக்குத் தெரியாது. ஆனால், நான் பணியாற்றிய ஏஜன்சியினர் இதற்கான அனுமதி வாங்கிவிட்டதாக என்னிடம் தெரிவித்திருந்தனர்.

இமாம் மிகவும் கருணையுடன் எனது அந்த மன்னிப்புக் கடிதத்தைப் பெற்றுக்கொண்டார். என்னையும் என் குடும்பத்தாரையும் ஆசிர்வதித்தார். எனக்காக அவர் எப்போதும் பிரார்த்தனை செய்வதாகவும் என்னை அவர் தன் சொந்தப் பெண்ணாக நினைப்பதாகவும் கூறினார். ஏற்கெனவே அனுமதி பெற்றுவிட்டதாகக் கூறிக்கொண்ட இந்த ஷூட்டிங்கை ஏற்பாடு செய்திருந்த ஏஜன்சிகாரர்கள் உண்மையில் வர்த்தக ரீதியிலான புகைப்படம் எடுப்பதற்கான அனுமதியை கமிட்டியிடமிருந்து பெறவில்லை.

ஷூட்டிங் எடுப்பதற்கு அனுமதி பெற்றாக வேண்டும் என்ற மசூதிக்கு சொந்தமான பகுதியில் உண்மையில் அந்த ஏஜன்சிகாரர்கள் ஷூட்டிங் நடத்தவில்லை என்றாலும்கூட, திடீரென்று எதிர்பாராமல் கூடிவிட்ட கூட்டத்தாரிடமிருந்து அவர்களது விலைமதிப்பு மிக்க கருவிகள் சேதமடையாமல் பாதுகாப்பதற்காக அனுமதி பெறாத அந்தப் பகுதியில் அவற்றை பாதுகாப்பாக வைத்திருந்தனர். அனுமதி இல்லாமல் அந்தப் பகுதியை அவர்கள் பயன்படுத்திக் கொண்டதால்தான் போலீசில் புகார் அளிக்க வேண்டிய அவசியம் ஏற்பட்டது என்று இமாம் விளக்கினார். அந்தக் குழுவில் நானும் இடம்பெற்றிருந்ததால், என் பெயரும் அதில் சேர்க்கப்பட்டது.

எந்தத் தவறான நோக்கமும் இல்லாத ஒரு சாதாரண அத்துமீறல் நடைபெற்றுவிட்டது. அதில் என்னை அறியாமலேயே நானும் சிக்கிக்கொண்டேன். இதை வேண்டுமென்றே நான் சார்ந்திருக்கும் என் சொந்த சமூகத்தையே இழிவுபடுத்தும் நோக்கத்தில் செயல்பட்டேன் என்பது போல கதை கட்டி விட்டார்கள்.

அந்த வெள்ளிக்கிழமை பிரார்த்தனை கூட்டத்தில் பேசி முடித்த பிறகு அந்த இமாம் என்னிடமிருந்து தனக்கு வந்த மன்னிப்புக் கடிதம் பற்றி கூறி நான் கூறிய விளக்கம் தனக்குத் திருப்தி அளிப்பதாகவும் கூறியுள்ளார். எனவே, இந்த விஷயம் முடிந்துவிட்டதாகவே கருதப்பட வேண்டும் என்றும் அவர் கூறினார். அங்கிருந்தவர்களும் இதை மனதார ஏற்றுக்கொண்டார்கள் என்றே நான் நம்புகிறேன். என் தோள்களிலிருந்து மிகப் பெரிய சுமை இறங்கிவிட்டது போல உணர்ந்தேன். ஆனால், எனது தொழில்வாழ்க்கை முழுவதும் எப்போதுமே சர்ச்சைகள் என்னைச் சுற்றி இருந்துகொண்டேதான் இருக்கிறது. இப்போதும் வேறொரு தேவையில்லாத பழிவாங்கும் நோக்கத்தில் ஒரு சர்ச்சை எனக்காகக் காத்துக்கிடந்தது.

23

விளிம்பிலிருந்து மீண்டு வருதல்

அறிமுக ஆட்டத்தில் எங்கள் அணி தன் பலத்தைக் காட்டியதன் பலனாக 2008ஆம் ஆண்டின் ஹோப்மேன் கப் எடிஷனின் உலகக் கோப்பைப் போட்டிகளில் ஆசிய தகுதிப் போட்டிகளில் விளையாட வேண்டிய அவசியம் இல்லாமல் நேரடியாக நுழையும் தகுதியைப் பெற்றோம். அதுவும் உலகின் தலைசிறந்த அணிகள் மட்டுமே அழைக்கப்படும் போட்டி என்பதால், இது மிகப் பெரிய அங்கீகாரம்.

எங்களது முதல் போட்டியில் அமெரிக்காவை எதிர்த்து விளையாடினோம். எனக்கு எதிராக விளையாடி மேகன் ஷௌக்னஸே 3–6, 6–4, 3–6 என்ற மிகவும் கடினமான செட்டில் என்னை வென்றார். மார்டி ஃபிஷ் ரோஹன் பூபண்ணாவை நேரடி செட்களில் தோற்கடித்தார். ஆனால் நாங்கள் இரட்டையர் போட்டியில் இந்த வலுவான ஃபிஷ்– ஷௌக்னஸே இணையை 6–4, 6–4 என்ற செட்களில் அதிரடியாகத் தோற்கடித்து அந்தப் போட்டியில் எங்கள் நம்பிக்கையை தக்கவைத்துக்கொண்டோம்.

ஆஸ்திரேலியாவுக்கு எதிராக நாங்கள் மோத வந்தபோது அனைவரது பார்வையும் எங்கள் மேல் விழுந்தன. சொந்த மண்ணில் தங்கள் வீராங்கனை ஜெயிக்க வேண்டும் என்று ஊக்கமளித்து ஆரவார கூச்சல் எழுப்பிய கூட்டத்திற்கு முன்னால், அலிசியா மோலிக்கை நான் 6–2, 2–6, 6–4 என்ற செட் கணக்கில் தோற்கடித்தேன். ஒரு மணி நேரம் ஐம்பது நிமிடங்கள் நீடித்த அந்த ஆட்டம் பார்வையாளர்களை அடுத்து என்ன நடக்குமோ என்ற பதைபதைப்புடன் விளையாட்டைப் பார்க்க வைத்தது. ரோஹனை நேரடி செட்டில் வென்று பீட்டர் லூசாக் எங்கள் இருவரது அணியையும் சமநிலைக்குக் கொண்டு வந்தார். எனவே நாங்கள் மீண்டும் நாடித் துடிப்பை அதிகரிக்கச் செய்யும் ஒரு கலப்பு இரட்டையர் போட்டியை சந்திக்க வேண்டிய நிலை ஏற்பட்டது.

நாங்கள் எங்கள் முதல் இரண்டு செட்களை வென்று சூப்பர் டை–பிரேக்கருக்குக் கொண்டு வந்து, 13–11 என்ற கணக்கில் வென்று, அந்த நாட்டு ரசிகர்களை அதிர்ச்சியில் ஆழ்த்தினோம். நிரம்பி வழிந்த அரங்கம் அதிர்ச்சியில் உறைந்தது. நாங்கள் போட்டியை நடத்தும் நாட்டு அணியை இறுதிச் சுற்றில் நுழையவிடாமல் செய்ததோடு போட்டியிலிருந்தே வெளியேற்றிவிட்டோம். எங்கள் அணியின் மற்ற குழுவினர் தங்கள் இறுதிப் போட்டியில் எவ்வாறு விளையாடுகிறார்கள் என்பதைப் பொறுத்து இறுதிச் சுற்றில் நுழைவதற்கான வாய்ப்பு இன்னமும் எங்களுக்கு இருந்தது.

செக் குடியரசுக்கு எதிரான போட்டியில் எங்கள் டை பிரேக்கரில் லூசி சஃபாரோவாவுடனான எனது மூன்று–செட் தோல்வி, அதோடு ரோஹனும் தாமஸ் பெர்டிச்சுடன் எப்போதுமே போராடுவார் என்ற உண்மையும் எங்களுக்கு பாதகமாக அமையப்போகிறது. ஆனால், அதிசயிக்கத்தக்க விதத்தில் இரட்டையர் போட்டிகளில் எங்கள் வெற்றிகள் தொடர்ந்தன. செக் குடியரசின் இணையை சுலபமாக நேரடி செட்டில் வென்றோம். நானும் ரோஹனும் இரண்டு ஆண்டுகளாக ஹோப்மேன் கப் போட்டிகளில் தொடர்ச்சியாக ஒன்பது கலப்பு இரட்டையர் போட்டிகளில் வென்றிருந்தோம். நாங்கள் உலகின் மிகச் சிறந்த கலப்பு இரட்டையர் இணையை வென்றோம். ஒரு சில ஆண்டுகளுக்கு முன், தொடர்ந்து நான்கு போட்டிகளில் வென்று நாங்கள் தேசிய பட்டத்தையும் வென்றிருந்தோம். இதன் மூலம் நாங்கள் டென்னிஸ் போட்டிகளில் ஒன்றாக 13–0 என்ற ரெகார்டை ஏற்படுத்தியிருந்தோம்.

தொடர்ந்து இரண்டாவது ஆண்டாக வேல்ட் க்ரூப் ஆஃப் ஹோப்மேன் கப் 2008இல் மரியாதைக்குரிய எங்கள் மூன்றாவது இடத்தை நாங்கள் பிடித்தோம். ஆனால், போட்டி முடிந்த சிறிது நாட்களுக்குள் தேவையில்லாத ஒரு சர்ச்சை தனது அசிங்கம் பிடித்த தலையை குறுக்கே நீட்டியது. இது என்னை உண்மையிலேயே அதிர்ச்சியடைய வைத்து, அதிலிருந்து மீள நீண்டகாலம் ஆகிவிட்டது.

ஆஸ்திரேலியன் ஓபன் போட்டிகளுக்கான ரன்–அப் ஆட்டமான டபிள்யு.டி.ஏ. உலகத் தர வரிசைப் போட்டிகளில் விளையாடுவதற்காக நான் ஹோபர்ட் செல்வதற்கான விமானத்தில் ஏறிக்கொண்டிருந்த சமயத்தில் அம்மாவிடமிருந்து எனக்கு போன் வந்தது. அவர் குரலில் அதீத வருத்தம் தொனித்தது. பிளேயர்ஸ் பாக்சில் அமர்ந்துகொண்டு ஒற்றையர் போட்டியில் ஆடிக்கொண்டிருந்த என் ரோஹனை நான் உற்சாகப்படுத்திக் கொண்டிருந்த சமயத்தில் ஒரு புகைப்படக்காரர் எப்படியோ

என்னைப் படமெடுத்துவிட்டார். ஆனால், அந்தப் படத்தை அவர் மிகவும் குயுக்தியாக இந்திய தேசியக் கொடி என் கால்கள் தொட்டுக்கொண்டிருப்பதைப் போல தோற்றமளிக்கும் ஒரு கோணத்தில் அந்தப் படத்தை அவர் எடுத்திருந்தார். உண்மையில், 6” x 9” அளவில் இந்த அந்த காகிதக் கொடி என் உடலின் எந்த பாகத்திற்கும் அருகில் இல்லாத முற்றிலும் வேறு கோணத்தில் சில அடி தூரத்தில் இருந்தது. என் கால்கள் நீட்டப்பட்டிருந்த திசையில்கூட அந்தக் கொடி இல்லை. ஆனால், மீண்டும் உண்மை நிலவரம் குறித்து அறிந்துகொள்ள எந்த முயற்சியும் எடுக்கப்படாமலேயே இந்தச் செய்தியை பெரிது படுத்த ஊடகங்கள் முடிவுசெய்துவிட்டன.

இந்த பொய்யான புகைப்படத்தின் அடிப்படையில் இந்திய தேசியக் கொடியை நான் அவமதித்து விட்டதாக கூறி ஒருவர் எனக்கு எதிராக நீதிமன்றத்தில் வழக்குத் தொடர்ந்துவிட்டார். இது டி.ஆர்.பி. புள்ளிக்காக அலைபாய்ந்துகொண்டிருக்கும் ஊடகங்களுக்கு தீனி போட்டதுபோல அமைந்துவிட்டது. இது என் இதயத்தில் ஆழமான காயத்தை ஏற்படுத்திவிட்டது. வாழ்க்கையே எனக்கு வெறுத்துப்போனது. ஊடகங்களுடனான எனது மோசமான தருணங்களிலேயே மிக மோசமானதாக இது அமைந்தது. இதுவரையிலான எனக்கு எதிராக ஊடகங்கள் கிளப்பிவிட்ட சர்ச்சைகள் என்னை காயப்படுத்தி இருந்தாலும் அவற்றை புறக்கணித்துவிட்டு முன்னேறிச் செல்ல முடியும் என்ற நம்பிக்கை எனக்கு இருந்தது.

ஆனால், இந்த முறை இதுவரையில் இல்லாத வகையில் எனக்கு எதிரான மிகவும் அர்த்தமற்ற குற்றச்சாட்டு இது. என் சொந்த நாட்டை அவமதித்தேன் என்று என் மேல் குற்றச்சாட்டு வரும் என்று நான் கற்பனைகூட செய்துபார்த்ததில்லை. இந்தியா சார்பாக விளையாடுவதுதான் எனது இறுதி பெருமையாக இருந்தது அதற்காக நான் நம்பமுடியாத அளவு கடுமையாக உழைத்தேன். நாட்டுப்பற்று இல்லாதவள் என்று என்னைக் குறிப்பிடுவதை மட்டும் என்னால் தாங்கிக்கொள்ளவே முடியவில்லை.

மூன்று மணி நேரம் நீடித்த ஒரு போட்டியை அப்போதுதான் முடித்திருந்தேன். எனது இணை ஆடுவதை உட்கார்ந்து பார்த்துக்கொண்டிருந்தேன். அடுத்து நடக்கவிருக்கும் கலப்பு இரட்டையர் போட்டிக்காக என்னை மனதளவில் தயார் செய்துகொண்டிருந்தேன். என் முதுகில் இந்தியா என்று எழுதப்பட்ட சட்டையோடு என் நாட்டுக்காக நான் விளையாடிக் கொண்டிருந்தேன். நான் மிகவும் சோர்வாக இருந்தேன். எனவே என் கால்களைத் தூக்கி மேஜை மேல் வைத்திருந்தேன். அதைப்

பார்த்த இந்த பத்திரிகைகாரருக்கு தன் பேப்பருக்கு விசேஷ செய்தியை கொடுக்க இதை சாமர்த்தியமாகப் பயன்படுத்திக் கொள்ள வேண்டும் என்றுதான் தோன்றியது போலும். என்ன நடந்தது என்பதை விளக்கமாக யாருக்கும் எடுத்துக்கூறக்கூட முடியாத அளவு மனமுடைந்து போயிருந்தேன்.

ஆஸ்திரேலிய ஓபன் போட்டிகள் நெருங்கிக் கொண்டிருந்த அந்த நேரத்தில் அதீத மன அழுத்தம் கொண்டிருந்த நான் எனக்குள், 'இது ரொம்ப ஓவராகப் போய்கொண்டிருக்கிறது, எல்லாம் எதற்காக? எனக்கு வெறும் இருபத்தியோரு வயதுதான் ஆகிறது. சுலபமாக என்னால் வேறு வாழ்க்கையைத் தொடங்க முடியும். இப்படியெல்லாம் அனுபவிக்க வேண்டும் என்ற அவசியம்தான் என்ன? நான் தேசப்பற்று உள்ளவள். என் நாட்டுக்காக விளையாட எனது ரத்தம், வியர்வை, கண்ணீர் சிந்தியிருக்கிறேன். நான் ஏன் எனது எல்லா செயல்களையும் மக்களுக்கு நியாயப்படுத்திக்கொண்டே இருக்க வேண்டும்? மீண்டும் மீண்டும் மக்களிடம் நான் என் நாட்டை நான் நேசிக்கிறேன் என்று ஏன் சொல்லிக்கொண்டே இருக்க வேண்டும்?' என்ற எண்ணங்கள் எனக்குள் பிறந்தன.

ஆஸ்திரேலிய ஓபன் தொடங்குவதற்கு முன் எனது நெருங்கிய நண்பர் மகேஷ் மற்றும் என் அப்பாவுடன் நான் உட்கார்ந்து அவர்களிடம் இந்தப் போட்டிக்குப் பிறகு நான் ஓய்வுபெறப் போகிறேன் என்று கூறினேன். இருவரும் அதிர்ச்சியடைந்தனர். "என்ன பிதற்றல் இது?" என்று மகேஷ் கேட்டார். நான், 'என்னால் இனியும் முடியாது மகேஷ், இவர்களை என்னால் இனியும் சமாளிக்கவே முடியாது' என்று கத்திக் கூச்சலிட்டேன்.

'வெறும் ஒருசில முட்டாள்களுக்காக இவ்வளவு கடுமையாக பாடுபட்டு அடைந்த இத்தனை விஷயங்களையும் தூக்கிப் போட்டுவிட்டு போக முடியாது, நீ ஜோக் அடிக்கிறாய் என்று நினைக்கிறேன்' என்று ஏறக்குறைய கெஞ்சும் குரலில் என்னிடம் மகேஷ் கூறினார். நான் அழுதுகொண்டே, 'இதையெல்லாம் நான் எதற்காகச் செய்கிறேன்? நாம் நம் நாட்டுக்காக டென்னிஸ் விளையாடுகிறோம், ஆனால் நான் என் தாய் நாட்டையே அவமதிக்கிறேன் என்று குற்றம் சாட்டப்படுகிறேனே?" என்று கூறினேன்.

ஒரு விளையாட்டு வீரராக உங்கள் நாட்டுக்காக ஆட வேண்டும் என்ற உள்ளார்ந்த ஆசை நமக்கு இருக்கும். அதை யாராலும் தவிர்க்கவே முடியாது. இது ஏறக்குறைய ஒரு போர் வீரராக இருப்பதைப் போன்றது. அவர்களைப் போல எங்கள் பணி ஆபத்தானதோ அல்லது உயிருக்கு ஆபத்து ஏற்படுத்துவதோ

இல்லை என்றாலும் நம் நாட்டுக்காக விளையாடுவது என்பது ஏதோ ஒரு சிறிய வகையில் நாட்டுக்கு நமது பங்களிப்பை வழங்குவது போன்றது. ஒரு விளையாட்டு வீரராக இருப்பதை இந்த அனுபவம் வளப்படுத்துகிறது.

நான் இன்னமும் மனமுடைந்தும் தினமும் அழுது கொண்டேதான் இருந்தேன். அந்த ஆண்டின் முதல் கிராண்ட் ஸ்லாமில் விளையாட இருந்தேன். உலகின் தலைசிறந்த வீராங்கனைகளைத் தோற்கடிக்கும் நம்பிக்கையுடன் களம் இறங்கியிருந்தேன். ஆனால் என் சொந்த நாட்டிலோ ஒரு தேச துரோகி என்று முத்திரை குத்தப்பட்டிருந்தேன். எப்படிப்பட்ட பைத்தியக்காரத்தனமான நிலவரம் இது!

இந்தியக் கொடியை நான் அவமதித்து விட்டதாக குற்றம் சாட்டப்பட்டு எனக்கு எதிராக வழக்குத் தொடரப்பட்டபோது, ஆஸ்திரேலியன் ஓபன் போட்டிகளில் கலந்துகொள்வதற்காக நான் மெல்போர்ன் சென்றடைந்தபோது, அந்த நிலவரம் மற்றும் என் நலன் குறித்து என்னிடம் விசாரித்த பலரில் முதலாவதாக இருந்தவர், ரோஜர் ஃபெடரர். இதற்கு பல மாதங்கள் கழித்து 2008 நவம்பர் மாதம் மும்பையில் நடைபெற்ற தீவிரவாத தாக்குதல்கள் சமயத்தில் என்னிடம் கவலை தெரிவித்து செய்தி அனுப்பி என்னை ஆச்சரியப்படுத்தினார். இதனால்தான் ஒரு டென்னிஸ் ஜாம்பவானாக, மேதையாக, இந்த விளையாட்டில் மிகவும் அரிதான தலைசிறந்த நிபுணத்துவம் பெற்றிருப்பவராக இருக்கும் அதே நேரத்தில் எப்போதுமே, கனிவாக, அக்கறையாக, எந்த நேரமும் உதவிக்கரம் நீட்டுபவராக, புகழ் போதையில் தலைகனம் பிடிக்காதவராக தலைசிறந்த மனிதனாக இவர் திகழ்கிறார்.

ஆஸ்திரேலியாவில் மகேஷ், என் குடும்பத்தார் மற்றும் நண்பர்கள் அனைவரும் ஓய்வு பெற வேண்டும் என்ற எனது முடிவை மாற்ற பல்வேறு முயற்சிகளை மேற்கொண்டவாறு இருந்தனர். தாங்கள் படிக்க நேரிடும் என்னைப் பற்றி வரும் நேர்மறையான கட்டுரைகளை அவ்வப்போது மகேஷ் அல்லது அவரது சகோதரி கவிதா என்னை உற்சாகப்படுத்த எனக்கு மின்னஞ்சல் மூலம் அனுப்பி வைப்பார்கள். அவ்வாறு அவர்கள் அனுப்பிய ஒரு கட்டுரை எனக்கு மிகவும் ஆறுதலாக இருந்தது. அதை ஆஸ்திரேலிய ஓபன் போட்டிகள் தொடக்கத்தில் இதை அந்தப் பத்திரிகையாளர் சஞ்சை ஜா எழுதியிருந்தார். அதன் தலைப்பு, 'சானியா, பாஜ்ஜி அன்ட் மேரா பாரத் மஹான்'. அந்த சந்தர்ப்பத்தில் கிரிக்கெட் வீரர் ஹர்பஜன் சிங்கும்கூட ஒரு சர்ச்சையில் மாட்டிக்கொண்டிருந்தார். ஜா பின்வருமாறு எழுதியிருந்தார்:

போலியான இந்திய தேசியவாதத்தின் கருமையான முகம் எழுச்சி பெற்று வருவதையும் நான் பார்க்கிறேன். இந்திய டென்னிஸ் புயல் சானியா மிர்ஸா இந்திய தேசியக்கொடியை அவமானப்படுத்தியதாகக் கூறப்படும் இந்தக் குற்றச்சாட்டில் இந்தியர்களான நாம் ஏன் இந்த விஷயத்தைத் தெருவுக்குக் கொண்டு போகவில்லை? இதோ ஒரு இளம் பெண், கடுமையாக உழைக்கும் ஹைதராபாத்தைச் சேர்ந்த ஒருத்தி, ஒற்றையாளாகப் போராடி ஏராளமான தடைகளை எதிர்கொண்டு சமாளித்து, டென்னிஸ் போன்ற பிரபலமான அதிகப் போட்டிகள் நிறைந்த, அதீத திறன் தேவைப்படும் களத்தில், தன் பயங்கரமான முன்னங்கை பலத்துடன் விடாமுயற்சியுடன் வலுவான அதிரடி ஆட்டத்தால் உலக அளவில் தனக்கென்று ஒரு தனி இடத்தைப் பிடித்திருக்கிறார். திறமையை பட்டைத் தீட்டிக்கொள்வதற்காக மற்றவர்களுக்கு கிடைக்கக்கூடிய வாய்ப்பு, வசதிகள், நிக் போலெட்டரி பாணி பயிற்சிகள், கொழுத்த ஸ்பான்சர்கள், முழு நேரமும் உடன் பயணம் செய்யும் பயிற்சியாளர்கள், உடலைக் கட்டுக்கோப்பாக வைத்துக்கொள்வதற்கான ஆலோசகர்கள், சுலபமாகக் கிடைக்கக்கூடிய அடிப்படை வசதிகள் என்ற எந்த வசதியும் இவர் முஸ்லிம் என்பதாலும் அதிலும் ஒரு பெண் என்பதாலும் மறுக்கப்பட்ட மிகக் கடுமையான இந்தப் போராட்ட உலகத்தில் இவரின் வைராக்கியம் சானியா மிர்ஸா குறித்து நம் அனைவரையும் பெருமிதத்தில் திளைக்க வைத்திருக்க வேண்டும்.

உள்ளார்ந்த, மிகக் கடுமையான, தீவிரமான தனிப்பட்ட ஒருவரின் மனஉறுதியால் மட்டுமே ஏராளமான கடக்க முடியாத தடைகளை எதிர்கொண்டு போராடிக் கடந்து மகத்தான வெற்றிகளை சாதித்த மிர்ஸா, தேவதைக் கதைகளில் வரும் தேவதை போன்றவர். அவருக்கு இருபத்தியொரு வயதுதான் ஆகிறது. அற்புதமான எதிர்காலம் இவருக்கு உள்ளது. அவருக்கு நமது ஆதரவு தேவை. ஹர்பஜன் சிங்குக்குத் தேவைப்பட்டது போலவே இந்தியர்களான நமது ஆதரவு இவருக்கும் தேவை. எந்த விதமான விசாரணையும் இல்லாமலேயே ஹர்பஜன் இழிவுபடுத்தப்பட்டபோது நாம் வெளிப்படுத்திய அதே உணர்வுபூர்வமான ஆதரவுதான் இவருக்கும் தேவை. ஒரே வித்தியாசம், சானியா விஷயத்தில், எதிர்ப்பு என்பது மூர்க்கத்தனமாக உள்ளிருந்தே வருகிறது என்பதுதான் மிகவும் துயரமான ஒரு விஷயம்.

குட்டைப் பாவாடை அணிந்துகொண்டதற்காக இரக்கமே இல்லாமல் சந்திக்கு இழுக்கப்பட்டார், கவர்ச்சியாகத் தோற்றமளித்ததற்காகத் தவறாக விமர்சனம் செய்யப்பட்டார், ஒரு விருந்தில் மின்னல் வேகத்தில் வந்துபோவது போன்ற ஒன்றுமே இல்லாத விஷயங்கள்கூட ஊதிப் பெரிதுபடுத்தப்படுகின்றன. தனக்கு மிகவும் பிடித்த ஒரு விளையாட்டை அதீத ஆர்வத்தோடு விளையாடும், வெறும் இருபத்தியோரு வயதில் வசீகரமான பிரபலமாக மாறிய அழகிய இளம்பெண்ணாக இருப்பது அவரது தவறா? நாம் மரியா ஷரபோவாவை ஒரு தேவதையாகக் கொண்டாடுகிறோம், அவரது வியாபார ஒப்பந்தங்களை ஒத்துக்கொள்கிறோம், ஒரு ராக் ஸ்டார்போல கொண்டாடுகிறோம், ஆனால் சானியா மிர்ஸாவின் ஒவ்வொரு செயல்பாடுகளும் தாராளமாக விமர்சனத்திற்கு ஆளாகிறது, ஏளனத்திற்கு உள்ளாகிறது. ஒரு டையர் நான்கு போட்டியின் ஆரம்பத்தில் அவர் தோற்றால், அவர் விருந்துகளுக்குச் செல்வதும் போட்டோ ஷூட்டில் கலந்துகொள்வதும்தான் காரணம் என்று குற்றஞ் சாட்டுகிறோம், அடுத்த நாளே அவர் பேற்றி ஸ்னைடரையோ அல்லது மார்டினா ஹிங்கிசையோ வென்றுவிட்டால், அது ஏதோ குருட்டு அதிர்ஷ்டத்தால்தான் என்று கூறுகிறோம்.

நாம் ஏன் தொலைக்காட்சி நிறுவனங்களுக்கு எதிராக சானியா மிர்ஸாவுக்கு ஆதரவாகக் கையெழுத்து பிரச்சாரங்களில் ஈடுபடவில்லை? அவருக்கு ஆதரவாக இந்தியா முழுவதும் பொங்கி எழ வேண்டிய ஆதரவு அலை எங்கே போய்விட்டது. சர்வதேச அளவில் இந்த இளம்பெண்ணின் பெயருக்கு களங்கம் விளைவிக்கும் என்பதையும் இப்போது அவர் விளையாடவுள்ள அவரது முதலாவது இந்த ஆண்டுக்கான கிரான்ட் ஸ்லாம் போட்டி தொடங்க இருக்கும் சில நாட்களுக்கு முன்பாக இவ்வளவு மோசமான குற்றச்சாட்டு, நாசூக்கான இளம்பெண்ணின் மனதை எந்தளவு காயப்படுத்தும் என்பதைப் பற்றி நாம் ஏன் கவலைப்படவில்லை? கடுமையான காயங்களுடன் ஹோப்மேன் கப் போட்டிகளில் இந்தியாவுக்காக, அவரது நாட்டுக்காக எவ்வளவு கடுமையாக அவர் பாடுபட்டார் என்பதைப் பற்றியாவது நாம் உணர்ந்திருக்கிறோமா? தோஹாவில் நடைபெற்ற ஆசிய விளையாட்டுப் போட்டி களில் இந்தியா நிறைய பதக்கங்களைப் பெறுவதற்கு அவர் எவ்வளவு தூரம் உதவினார்?

ஹர்பஜன் சிங்குக்காகவாவது அவரது பிரச்சினை யிலிருந்து வெளிவர உதவ அவரது அணியினர், கிரிகெட்

வெறிபிடித்த கண்மூடித்தனமாக கிரிக்கெட் வீரர்களை ஆதரிக்கும் நாட்டு மக்கள், பி.சி.சி.ஐ. போன்ற வலுவான அமைப்பு மற்றும் உலகளாவிய ஊடகங்களின் ஆதரவு உள்ளன. ஆனால் சானியா மிர்ஸாவோ தனிமையில் போராடுகிறார். அவரைப் பொறுத்தவரை, இந்திய அணி என்பது அவரிடம் நம்பிக்கை வைத்துள்ள ஒவ்வொரு இந்தியரும்தான். அவரது செயல்பாடுகளில் நம்பிக்கை வைத்திருப்பவர்கள்தான். அவரது தோல்விகளில் மகிழ்ச்சியடையாதவர்கள், அவரது வெற்றியை இந்தியாவின் வெற்றியாகப் பார்ப்பவர்கள்தான்.

சானியா, சமீபத்தில் தன் மேல் சாட்டப்பட்டுள்ள இந்தக் குற்றச்சாட்டால், மிகவும் அதிர்ந்தும் நொறுங்கிப்போயும் இருக்கிறார் என்று இந்திய டென்னிஸ் விளையாட்டு வீரரும் நிறைய பேருக்கு முன்னுதாரணமாகத் திகழ்பவருமான மகேஷ் பூபதி, கூறினார். பார்க்கப்போனால் இது யாரையுமே மனமுடைந்து போகச்செய்யும் விஷயம்தான். இது மனித இயல்பு. அதுவும் ஆஸ்திரேலிய ஓபனில் தன் நாட்டின் சார்பில் பங்கேற்பதற்காகவே தனக்குக் கிடைத்த லாபகரமான ஒரு வர்த்தக விளம்பரத்தில் நடிக்கும் வாய்ப்பை அவர் மறுத்துள்ள இந்த சந்தர்ப்பத்தில் இப்படி ஒரு குற்றச்சாட்டு எழுந்துள்ளது.

பிரபல டென்னிஸ் பத்திரிகை உலகிலேயே இதுவரையிலான தலைசிறந்த முன்னங்கை வலுவுள்ள டென்னிஸ் வீராங்கனைகளில் மூன்று பேரில் ஒருத்தியாக இவரைத் தேர்ந்தெடுத்துள்ளது இந்திய ஊடகங்களுக்குத் தெரியுமா? இந்தியர்கள் நம்மில் யாராவது இது குறித்து பேசியிருக்கிறோமா? இன்னும் சில நாட்களில் ஹர்பஜன் தனது அடுத்த போட்டிக்காக பெர்த்தில் இருப்பார். ஜனவரி 14, திங்கட்கிழமை சானியா மிர்ஸா உஸ்பெகிஸ்தானைச் சேர்ந்த இரோடா துல்யாகனோவாவுக்கு எதிராக அடுத்த சுற்றில் விளையாடுவார். இந்த இருவருமே ஆஸ்திரேலியாவில்தான் இருப்பார்கள் என்பது ஒரு எதேச்சையான நிகழ்வு.

அந்த மைதானத்தில் உள்ள ஸ்கோர்போர்டில்: சானியா மிர்ஸா – இந்தியா என்றுதான் எழுதப்பட்டிருக்கும்.

100 கோடி மக்கள்தொகை கொண்ட இந்தியா நாளுக்கு நாள் மக்கள்தொகை அதிகரித்துக் கொண்டே வருகிறது. இத்தனை பேர் கொண்ட ஒரு நாட்டின் இளம் பெண் தனியாக, யாருமே இல்லாதவராக விடப்படுவதை நினைத்து நாம் பெருமை கொள்ள வேண்டுமா?

இந்த உணர்வுபூர்வமான, மனதை நெகிழவைக்கும் கட்டுரையைப் படிக்கும்போது என் கண்களில் நீர் நிரம்பியது. ஒரு குழந்தை போல, கட்டுப்படுத்த முடியாதபடி நான் அழுதேன், பல மணி நேரம் என்னை நானே ஓர் அறையில் அடைத்துக்கொண்டேன். வெளியே வர மறுத்துவிட்டேன். ஆனால், கொஞ்சம் கொஞ்சமாக என் துயரம் விலகி அந்த இடத்தில் தீர்மானம், போராடும் உறுதி, திருப்பித் தாக்கும் எண்ணம் குடிகொள்ளத் தொடங்கின. என் நாட்டின் கோடிக் கணக்கான மக்களின் கனவுகளை நான் நிறைவேற்ற வேண்டும். எனது இந்த உறுதியை ஒரு சில தறிகெட்டுத் திரியும் சிலருக்காக நான் இழக்கப்போவதில்லை.

இரோடா துல்யாகனோவை முதல் சுற்றில் தோற்கடித்தேன். சுவிட்சர்லாந்தைச் சேர்ந்த டிமெயா பாக்ஸ்கின்ஸ்கேவையும் வென்றேன். அதையடுத்து கடும் போராட்டத்திற்குப் பின் ராட் லாவர் அரேனாவில் வீனஸ் வில்லியம்சிடம் தோற்றேன். ஒற்றையர் போட்டிகளில் நான் பெற்ற இந்த இரண்டு வெற்றிகள் எனது உலகத் தரவரிசையை முன்னேற்றிக்கொள்ள உதவின. சீனாவின் லி நா வைவிட முன்னேறிச் சென்றேன், இதன் மூலம் உலக டென்னிசின் ஆசியப் பெண்களிலேயே தர வரிசையில் முன்னணியில் இருக்கும் வீராங்கனையாக மாறினேன். இதுவும்கூட இந்திய பெண்கள் டென்னிசில் முதன் முறையாக நிகழ்த்தப்பட்ட சாதனைதான்.

2008ஆம் ஆண்டின் இந்த முதல் கிராண்ட் ஸ்லாம் என் தொழில்வாழ்க்கையில் ஒரு புதிய அத்தியாயத்தைத் தொடங்கியது போல இருந்தது. எனது சிறந்த ஆஸ்திரேலியன் ஓபன் போட்டிகளை நான் மகிழ்ச்சியுடன் அனுபவித்தேன். ஒற்றையர் போட்டிகளில் மூன்றாவது சுற்றை அடைந்தேன், இரட்டையர் போட்டிகளில் காலிறுதிக்கு முந்திய சுற்றை எட்டினேன் மேலும் மிகவும் முக்கியமாக, கலப்பு இரட்டையர் போட்டிகளில் மகேஷ் பூபதியுடன் சேர்ந்து ரன்னர்-அப் வரை முன்னேறினேன். இந்திய பெண்கள் டென்னிசிற்கும் முதல் கிராண்ட் ஸ்லாம் போட்டி அதுதான். அந்த சமயத்தில் நான் உடலில் மட்டுமல்லாமல் மனதளவிலும் ஆழமாக காயம்பட்டிருந்தேன். எனது தனிப்பட்ட கள செயல்பாட்டின் தரம் இந்திய டென்னிஸ் தரத்தை நன்றாக உயர்த்தியுள்ளது என்றே நான் நம்புகிறேன். மேலும் நிபுணத்துவத்தைப் பெறுவதற்கான, கிராண்ட் ஸ்லாம் பட்டத்தை வெல்வதற்கான எனது வேட்கையையும் அதிகரித்துள்ளது.

தி இந்து பத்திரிகையின் விளையாட்டு செய்தியாளர் ரோஹித் பிரிஜ்நாத் ஒரு சில வாரங்கள் கழித்து தனது கட்டுரையில் தனது

கண்ணோட்டத்தை எழுதியிருந்தார். அவரது புரிதலுக்காக என்னுள் நன்றி உணர்வு பிறந்தது.

ஒரு பெண் வியர்வை சிந்துகிறாள். தசைப்பிடிப்பு ஏற்படுகிறது, உட்கார்ந்துகொண்டு இந்தியாவுக்காக ஓடும் தன் சோர்வடைந்த கால்களை மேலே வைக்கிறாள். விளையாட்டுப் போட்டிகளில் வைக்கப்படுவதைப் போலவே அங்கும் சற்று அருகே ஒரு கொடி இருக்கிறது, இது இந்திய தேசியக் கொடி.

மிகவும் சாமர்த்தியமான ஒரு கோணத்தில் ஒரு புகைப்படக்காரர் இவரது காலும் கொடியும் தொட்டுக் கொண்டிருப்பதுபோலப் புகைப்படம் எடுக்கிறார். நீதிமன்றத்தில் வழக்குப் பதிவு செய்யப்படுகிறது. யாரோ ஒருவர் பெரிய கடமையாற்றுவதுபோல இது குறித்து ஊடகங்களுக்குத் தகவல் தெரிவிக்கிறார். உடனே ஒன்றுமே இல்லாத இந்தப் பிரச்சினை மிக மோசமான ஒரு செய்தியாகிவிடுகிறது. இதுதான் சானியா மிர்ஸாவின் உலகம்.

இந்த செய்தி கண்டங்களைக் கடக்கிறது, கேள்விகள் புயல்வேகத்தில் வந்து விழுகின்றன, தந்திரமாக எடுக்கப்பட்ட இந்தப் படம் முதல் பக்கங்களை நிரப்புகிறது. இப்போது நம் மனதில் பல கேள்விகள் எழுகின்றன: சானியா மிர்ஸா என்ன வகையான மனநிலையுடன் ஆஸ்திரேலியன் ஓபன் டென்னிஸ் போட்டிகளில் கலந்துகொள்வார்? நீங்கள் எந்த நாட்டுக்காக விளையாடப்போகிறீர்களோ அந்த நாட்டின் கொடியையே அவமதித்ததாகக் குற்றம்சாட்டப்பட்டால், ஒரு விளையாட்டு வீரராக நீங்கள் எப்படிச் செயல்படுவீர்கள்? உங்களைப் பற்றிய விவாதங்களில் உங்களது சர்வ்களைப் பற்றி அல்லாமல் குட்டைப் பாவாடையைப் பற்றி இருந்தால், பந்தை அடித்து எதிராளியின் தலைக்கு மேல் பறக்கவிடுவதைப் பற்றி இல்லாமல் உங்கள் கால்கள் வெளியே தெரிவதைப் பற்றி இருந்தால், கால்களின் வேகத்தைப் பற்றி இல்லாமல் தேசியக்கொடியை உதைத்துவிட்டார் என்று கூறப்பட்டால் டென்னிஸ் விளையாட்டு மகிழ்ச்சிகரமான ஒன்றாக உங்களுக்குத் தோன்றுமா?

இந்த சானியாதான் இந்த எல்லா விஷயங்களையும் தாண்டி உலகத் தரவரிசையில் 27ஆவது இடத்தைப் பிடித்துள்ளார், இது மிக அபாரமான விஷயம்தானே? நீங்கள் என்ன நினைக்கிறீர்கள்?

~

முடிவுகளைப் பொறுத்தவரை அது ஒரு வெற்றிகரமான சுற்றுப்பயணம்தான், ஆனால் அது கொண்டாட்டத்திற்கான நேரமாக இல்லை. காரணம் மைதானத்திற்கு வெளியே சர்ச்சைகள் தொடர்ந்து வெளிவந்து என் நேரத்தையும் மனதையும் ஆக்ரமித்தன. எனக்கு எதிராக தொடரப்பட்ட வழக்கை சட்டபூர்வமாக எதிர்கொள்ள தயாரிப்புகளைத் தொடங்கினேன். நாங்கள் வழக்கறிஞர்களை நியமித்துக்கொண்டோம். பால் மெக்நாமீயின் உதவியுடனும் அந்தப் போட்டியின் ரெகார்டிங்கை நாங்கள் பெற்றோம். தேசிய கொடியின் மீது நான் கால்களை வைத்ததாக குற்றம் சாட்டப்பட்டிருந்தேன். ஆனால், அந்த ரெகார்டிங்கில் அப்படி ஒரு விஷயம் நடந்ததாக இல்லவே இல்லை. மேலும் கொடிக்கும் என் கால்களுக்கும் நிறைய தொலைவு இருந்தது. இரண்டும் அருகருகாகக்கூட இல்லை.

ஒரு சில மாதங்கள் கழித்து, ‘தேசியக் கொடியை அவமதித்ததாக’ குற்றம் சாட்டித் தொடரப்பட்ட வழக்கு, தொழில்நுட்ப கண்ணோட்டத்தின் அடிப்படையில் தள்ளுபடி செய்யப்பட்டது. இந்தச் செய்தியை வெகு சில செய்தித்தாள்களே வெளியிட்டன. அவர்களும்கூட இந்தச் செய்தியைப் பின் பக்கச் செய்தியாக மிகவும் சிறிய இடத்தில் வெளியிட்டிருந்தனர் என்பது எனக்கு மிகவும் ஏமாற்றம் அளித்தது. எனக்கு எதிராக வழக்குத் தொடரப்பட்டதை முன்பக்கத்தில் பெரிதாக வெளியிட்டிருந்த இவர்கள் அந்த வழக்குத் தள்ளுபடி செய்யப்பட்டதை மட்டும் நிறைய பேர் செய்தியாக வெளியிட வேண்டும் என்றுகூட நினைக்கவில்லை.

இந்த தேசியக் கொடி சர்ச்சையால் மிகப் பெரிய இழப்பு ஏற்பட்டுவிட்டது. அது இன்றும்கூட எனக்கு மனஉளைச்சலைத் தருகிறது. இரண்டாவது ஆண்டாக நாம் மூன்றாவது சுற்று வரை முன்னேறியிருந்தாலும்கூட ஹார்மேன் கோப்பை ஏற்பாட்டாளர்கள் தேவையற்ற சர்ச்சைகளில் தங்கள் பெயர் அடிபடுவதை விரும்பவில்லை என்பதால் இந்தியாவை தவிர்ப்பது என முடிவு செய்து தாங்கள் நடத்தும் போட்டிகளில் அழைப்பு விடுக்க வேண்டிய தேசங்களின் பட்டியலிலிருந்து நீக்கிவிட்டனர். அதற்கு அடுத்த ஆண்டு நாம் அந்தப் போட்டிகளில் கலந்துகொள்ள அழைக்கப்படவில்லை.

24

பாங்காங் முதல் பெங்களூரு வரை

2008ஆம் ஆண்டு ஜனவரி மாதம், 28ஆம் தேதியன்று இந்தியா பங்கேற்கவிருந்த ஃபெட் கோப்பைக்கான ஏஷியா/ ஓஷியானா ஸோன் க்ரூப் 1 போட்டிகளில் கலந்துகொள்வதற்காக பாங்காங் செல்வதற்கு விமானத்தில் ஏறியபோது நான் அவ்வளவு நல்ல மனநிலையுடன் இல்லை. ஆஸ்திரேலியன் ஓபன் போட்டிகளின் இறுதிகட்டங்களிலும் எனது இடுப்பையும் கால்களையும் இணைக்கும் அடக்டார் தசை கிழிபட்டிருந்தது பயங்கரமாக வலித்தது. அதுவும் அந்த வலியுடனே அதையடுத்து எனது கிராண்ட் ஸ்லாம் போட்டிகளின் கடும் முனைப்புகளாலும் நான் நடந்தால்கூட – நடந்தேன் என்று சொல்ல முடியாது, நொண்டியபோது மேலும் அதிகமாக வலித்தது.

இந்த ஃபெட் கோப்பையில் விளையாடுவதை நான் எப்போதுமே விசேஷமாகக் கருதி வந்தேன். டென்னிஸ் எப்போதுமே ஒரு தனிநபர் விளையாட்டு. எனவே அதில் எப்போதுமே ஒருவர் ஒரு அணியின் அங்கமாக செயல்படுவது உற்சாகமூட்டும் விஷயமாக இருக்கும். நான் முதன் முதலாக அறிமுகமான, எனது மூன்று முக்கியமான போட்டிகளில் வெற்றிகளை நான் சாதித்த 2003ஆம் ஆண்டிலிருந்தே இந்திய அணியின் அங்கமாக இருந்து வரும் பெருமையை பெற்றுவருகிறேன். நான் கடுமையாக காயமடைந்து விளையாட முடியாமல் இருந்த வருடங்களைத் தவிர மற்ற எல்லா ஆண்டுகளிலும் நான் இந்திய அணியில் விளையாடி வருகிறேன்.

இந்தியாவை ஃபெட் கோப்பையின் உலக அணிக்குள் கொண்டு சென்றுவிட வேண்டும் என்பதுதான் எனது நீண்ட கால கனவு. பல ஆண்டுகளாக நான் அதற்காக கடுமையாக உழைத்தேன். ஆனால், அதை நிறைவேற்ற வேண்டும் என்றால், நம் அணியில் உலகத் தர வரிசையில் 100க்கு உட்பட்ட தரவரிசையில் இருக்கும் குறைந்தபட்சம் மூன்று வீரர்கள், அல்லது நான்கு பேர் இருந்திருந்திருந்தால் அது சாத்தியமாகியிருக்கும் என்பதை

இப்போது நான் உணர்கிறேன். உடல் ரீதியாக அதிக வலு தேவைப்படும் ஒரு அணி சாம்பியன்ஷிப்புக்கு ஒரேயொரு விளையாட்டு வீரர் மட்டுமே உலகத் தரவரிசையில் 50க்குள் இருந்தால், வேல்ட் க்ரூப்புக்குள் நம்மால் போகவே முடியாது.

ஏஷியா–ஓஷியானா க்ரூப்பில் நுழைந்த இந்திய அணியினரான நாங்கள் பெஸ்ட்–ஆஃப்–த்ரீ டைகளில் ஒரு வாரத்திற்குள் குறைந்தபட்சம் நான்கு நாடுகளையாவது நாங்கள் வென்றாக வேண்டும். பொதுவாக வெற்றிகரமாகத் திகழும் வேல்ட் க்ரூப்புக்காக ஆடும் 'முதல் 100'க்குள் நிறைய பேர் இருக்கும் ஒரு அணியினரால் தங்கள் வீரர்களைச் சுழற்சி முறையில் மாற்றி மாற்றிப் பயன்படுத்திக்கொள்ள முடியும். ஆனால், எங்கள் அணியில் தரவரிசையில் 50க்குள் இருக்கும் ஒரே வீராங்கனையாக நான் இருப்பதால், அனைத்து எட்டு போட்டிகளிலும் (நான்கு ஒற்றையர் நான்கு இரட்டையர்), வேல்ட் க்ரூப்பில் நுழைவதற்குத் தகுதி பெறுவதை உறுதிசெய்துகொள்ள, அதுவும் ஐந்து அல்லது ஆறு நாட்களுக்குள் ஆடி வெற்றி பெற வேண்டிய இமாலய சவாலை நான் எதிர்கொள்ள வேண்டியதாயிற்று. பல சந்தர்ப்பங்களில் இரண்டு வகையான போட்டிகளிலும் ஆடி எனது ஆற்றலை நான் இழந்துவிட்டேன்.

ஒன்றிரண்டு முறை நாங்கள் வேல்ட் க்ரூப்பில் நுழைவதற்கு மிகவும் நெருக்கமான கட்டத்தை அடைந்தோம். அங்கிதா பாம்பரி 2006ஆம் ஆண்டில் புதுதில்லியில் எனக்கு திறன் வாய்ந்த முறையில் ஆதரவு தந்தார். அதே போல ஷிகா ஓபராயுடன் சேர்ந்து 2007இல் கொரியாவில் இந்த உயர்மட்டக் குழுவில் இடம்பெற்றோம்.

நான் எப்போதுமே ஃபெட் கோப்பை நடைபெறும் வாரம் முழுவதும் விளையாடும்போது என் உடலை அளவுக்கு மீறி வருத்திக்கொண்டு விளையாட முயற்சி செய்து அவ்வப்போது காயம்பட்டுக்கொள்வேன். இதனால் இதையடுத்து சர்க்யூட்டில் நடைபெறும் உலகத் தர வரிசைகளுக்கான போட்டிகள் சிலவற்றில் ஆடமுடியாத நிலை எனக்கு ஏற்படும். 2008இலும் நான் இப்படித்தான் என் உடலை அதன் எல்லைக்கு மீறி வருத்திக்கொண்டேன்.

அணியுடன் வந்த சேர்ந்தவுடன் இந்தியாவின் ஃபெட் கோப்பை காப்டன் என்ரிக்கோ பைப்பர்னோவிடம் சுனிதா ராவ், ஷிகா ஓபராய் மற்றும் இஷா லகானி ஆகிய எனது குழுவினருடன் மைதானத்திற்குள் இருக்க நான் விரும்பினாலும், அவர்களுக்கு தார்மிக முறையில் ஆதரவு அளிப்பதைத் தவிர என்னால் வேறு எந்த வகையிலும் உதவ முடியாது என்று என்

நிலையை நான் விளக்கினேன். என்னுடைய காயம் இந்தியா வெற்றிபெற வேண்டும் என்ற ஆர்வம் கொண்டிருந்தவர்களுக்கும் ரிக்கோவுக்கும் என்னைப்போலவே ஏமாற்றம் அளித்தது.

எனது உடல் பயிற்சியாளரும் மெல்பர்னில் கலப்பு இரட்டையர் இறுதிப் போட்டிகளுக்குப் பிறகு என்னைப் பரிசோதித்த மருத்துவரும் ஒரே மாதிரியான முடிவையே கூறினார். 6 செ.மீ. நீளத்திற்கு கிழிந்திருந்த என் கால் தசை காயத்தோடு இப்போது நான் விளையாடினால் எனது தொழில் வாழ்க்கையையே அது கேள்விக்குறியாக்கிவிடும் என்று கூறினார்கள்.

முதல் மூன்று நாட்களுக்கு என் தொண்டை கிழிய கத்தி என் குழுவினரை உற்சாகப்படுத்த முயற்சித்தேன். ஆனால், சுவரிலோ முடிவுகள் வேறு மாதிரி இருந்தன. நியுசிலாந்து, ஆஸ்திரேலியா மற்றும் இந்தோனேசியாவுடன் விளையாடி இந்தியா தோல்வியைத் தழுவியது. ஏஷிய/ஓஷியானா ஸோன் க்ரூப் 2 விளையாட்டுப் போட்டிகளிலிருந்து வெளியேறும் அவமானத்திற்கு ஆளாகும் நிலையை இந்திய அணி நெருங்கிக்கொண்டிருந்தது. இந்தக் குழுவில் விளையாடும் தகுதியை சில வருடங்களாக நாங்கள் பெற்றிருந்தோம், மேலும் வேல்ட் க்ரூப்பில் நுழையும் தகுதியைப் பெறுவதற்கு மிகவும் நெருக்கமான இடத்தைக் கடந்த இரண்டு ஆண்டுகளாக நாங்கள் பெற்றிருந்தோம். இன்னும் ஒரே ஒரு முறை நாங்கள் தோற்றால் 2006 மற்றும் 2007ஆம் ஆண்டில் பாடுபட்டு நாங்கள் எட்டியிருந்த உயரத்திலிருந்து சரிந்துவிடுவோம்.

யார் வெளியேற வேண்டும் என்று முடிவு செய்யப்போகும் ஹாங்காங் போட்டியில் விளையாட வேண்டிய நிலைக்குத் தள்ளப்பட்டோம். எங்கள் குழுவின் பெண்கள் பதற்றமாக இருந்தனர். காப்டனோ மிக மோசமான மனநிலையில் இருந்தார். ஹாங்காங் டை போட்டி நடைபெறும் சமயத்தில் அவர் என்னைப் பார்த்தார். நான் நகரும்போதெல்லாம் ஏதோ என் காலின் மேல்புறத்தில் கத்தியை வைத்து குத்துவது போல வலிக்கும் எனது கிழிந்த தசையின் மேற்புறத்தில் கையை வைத்து அழுத்திப் பிடித்தவாறே அவரைப் பார்த்தேன். என்னால் விரக்தியுடன் தலையை மட்டுமே ஆட்ட முடிந்தது.

மற்றவர்களைவிட்டு விலகி ஒருசில அடிகளை எடுத்து வைத்து தனியாக சிறிது நேரம் நின்றேன். ஏதேதோ எண்ணங்கள் என் மனதை ஆக்கிரமித்தன. இந்தச் சூழல் தனித்துவம் வாய்ந்தது. ஏதாவது அதிரடியான முடிவுகள் எடுக்கப்பட வேண்டும். தர்க்க நியாங்கள் பார்த்துக்கொண்டிருக்கும் நிலையை நாங்கள் கடந்துவிட்டோம். அது எனது காயத்தை மேலும் மோசமாக்கும்

என்றாலும்கூட, எனக்குள் இந்தியாவுக்கு உதவ நான் எதையாவது செய்தே ஆக வேண்டும் என்ற பேராவல் கிளம்பியது.

என்னை நானே அழித்துக்கொள்வதற்கு எனது மருத்துவரும் உடற் பயிற்சியாளரும் ஒப்புக்கொள்ளப் போவதில்லை என்பது எனக்குத் தெரியும். நான் விளையாடினால் எனது முதுகு பாதிக்கப்படும் ஆபத்து உள்ளது என்று எனது பயிற்சியாளர் கண்டிப்பாக கூறிவிட்டார். ஆனாலும் நான் ரிக்கோவிடம் சென்று, 'கேப்டன், ஒரே ஒரு காலை வைத்துக்கொண்டு என்னால் ஒற்றையர் போட்டியில் விளையாட முடியும் என்று தோன்றவில்லை. ஆனால், ஒரே ஒரு பெண் நமக்காக ஒரு ஒற்றையர் போட்டியில் ஜெயித்துவிட்டால் போதும், நான் இரட்டையர் போட்டியில் விளையாடத் தயார்' என்று கூறினேன்.

இந்தியாவுக்காக முதல் ஒற்றையர் போட்டியில் ஆடிய ஷிகா, உயரமான ஜெசிக்கா யங்கை வென்றார். ஆனால், ஹாங்காங்கிற்காக ஆடிய ஜாங் லிங் இஷா லகானியை நேரடி செட்டில் வீழ்த்தி அந்த வெற்றியை சமன் செய்துவிட்டார். தோல்வி நம்மை நெருங்கிக்கொண்டிருந்த அந்த சமயத்தில், வெற்றி, தோல்வியை நிர்ணயிக்கப்போகும் இரட்டையர் போட்டி மேலும் அதிக முக்கியத்துவம் பெற்றுவிட்டது. என் பயிற்சியாளர் திகைத்துப்போய், 'நீங்கள் ஒன்றும் சீரியசாக சொல்லவில்லையே' என்று கேட்டார்.

ஏராளமான வலி நிவாரணி மாத்திரைகளை உட்கொண்டேன். அது கொஞ்ச நேரத்திற்கு என்னை மரத்துப்போகச் செய்துவிட்டது அதோடு மயக்கமாகவும் உணர்ந்தேன். மைதானத்தில் வெகுநேரம் என்னால் இருக்க முடியாது என்பது எனக்குத் தெரியும். எனவே வலி தாங்க முடியாத நிலையை எட்டுவதற்கு முன்பாக நான் மிகவும் திறமை மிக்க ஜாங் லிங்க் மற்றும் ஜெசிக்கா யங் என்ற இந்த ஹாங்காங் இணையை வென்றாக வேண்டும்.

மிகவும் ஆவலோடு எதிர்பார்ப்புகளோடு, பதற்றமான சூழலில் நாங்கள் ஏதோ வாழ்வா, சாவா என்ற போராட்டம் போல ஆடிய அந்த இரட்டையர் போட்டியில் நாங்கள் 7–6, 6–2 என்ற செட் கணக்கில் அவர்களைத் தோற்கடித்தோம். எங்கள் முகாமில் ஆசுவாசப் பெருமூச்சு கிளம்பியது. ரிக்கோ மிகவும் மகிழ்ச்சியடைந்தார். ஆனால், ஆட்ட முடிவில் நான் ஏறக்குறைய நிலைகுலைந்துவிட்டேன். ஏராளமாக நான் உட்கொண்ட வலி நிவாரணிகள் என்னை ஆக்கிரமித்துக்கொண்டு என்னைத் தூங்கவிடாமல் செய்தன. அன்று இரவு என் வாழ்வில் மிக அசௌகரியமான இரவாக இருந்தது.

அடுத்த சில வாரங்களுக்கு நான் நொண்டிநொண்டி நடந்தேன். மூன்று நாட்களுக்கு படுக்கையை விட்டு எழுந்திருக்க முடியாத அளவு கடுமையான வலி ஏற்பட்டது. நான் அடுத்த ஒரு சில போட்டிகளில் விளையாட முடியாமல் போனது. எனது துயரக்கதையை அதிகரிக்கும் விதமாக என் பயிற்சியாளர் கணித்ததுபோலவே ஆகிவிட்டது. பாங்காங்கிலிருந்து திரும்பி வந்தபோது எனது டிஸ்க் விலகியிருந்ததை உணர்ந்தேன். காலை சரியாக நகர்த்த முடியாததால் முதுகில் அழுத்தம் கொடுத்து நான் செயல்பட்டிருக்கிறேன்.

தோஹாவிலும் துபாயிலும் எனது அடுத்த இரண்டு போட்டிகளை நான் விளையாடிபோது 44ஆவது தரவரிசையில் இருந்த வெரா துஷேவினாவை துபாய் போட்டியில் முதல் சுற்றில் தோற்கடித்தேன். இந்த இரண்டு போட்டிகளிலும் இதுதான் எனது ஒரே வெற்றி. மற்றபடி அந்த போட்டிகள் எதிர்பார்த்தது போலவே மிகவும் மோசமாகவே அமைந்தன. மிக மோசமான நிலையில் இருந்த என் மணிகட்டில் தாங்க முடியாத வலி ஏற்பட்டது. தவிர ஆஸ்திரேலியன் ஓபனில் கால் தசை கிழிந்திருந்ததால் ஏற்பட்டிருந்த பாதிப்பு தொடர்ந்து ஓய்வில்லாமல் தொடர்ந்து தொந்தரவுக்கு உள்ளானதால் இன்னமும் குணமடையவேயில்லை.

உணர்வுபூர்வமாக நான் மிகவும் பலகீனமாகிவிட்டேன், மேலும் போராட உடலிலும் மனதிலும் தெம்பில்லாமல் போய்விட்டது. ஒரே மாதத்தில் எனக்கு எதிராகக் கிளம்பிய இரண்டு பெரும் சர்ச்சைகள் மிகப் பெரிய அளவில் என் மனதை காயப்படுத்தி, மனச் சோர்வை எற்படுத்திவிட்டன. இவையெல்லாம் போதாது என்று இன்னும் ஒரு சர்ச்சை வேறு எனக்கு எதிராகக் கிளம்பியது.

என் முழங்காலில் அறுவைசிகிச்சை செய்த, ஆர்த்தோ அறுவை சிகிச்சை நிபுணர், தன் நண்பர் ஒருவரிடம் யாரோ வெறிபிடித்த ஒரு நபர், சானியா மிர்ஸாவுக்கு அறுவை சிகிச்சை செய்யாதீர்கள், அவள் இனியும் டென்னிஸ் விளையாட வேண்டாம் என்பதை உறுதி செய்ய கடவுள் அளித்த தண்டனை இது என்று தனக்கு ஆலோசனை கூறி மொட்டைக்கடிதம் ஒன்றை அனுப்பியிருப்பதாக சாதாரணமாக பேசும்போது எதேச்சையாகக் குறிப்பிட்டுள்ளார்.

அந்த நண்பர் வேறு ஒருவரிடம் இதைக் குறித்து கூறியிருக்கலாம், இந்த 'முக்கியத்துவம் வாய்ந்த' தகவல் நான் அந்த அறுவை சிகிச்சையிலிருந்து குணமாகி எட்டு மாதங்களுக்குப் பிறகு ஒரு செய்தியாளரைப் போய்ச் சேர்ந்திருக்கிறது. இத்தனை

காலம் கடந்துவிட்ட நிலையிலும் இந்தச் செய்தியை வெளியிட வேண்டும் அதுவும் முன்பக்கத்தில் வெளியிட வேண்டிய முக்கியத்துவம் வாய்ந்தது என அவர் கருதியிருக்கிறார்.

எந்த ஒரு பிரபலமும் தன்னிடம் வந்து சேரும் ரசிகர் கடிதங்கள் அனைத்தையும் அதன் உண்மைதன்மையை சோதித்துப் பார்ப்பார். அவற்றில் மனநிலை சரியில்லாத, சாதாரணமாக இல்லாத அல்லது மனநோயாளிகளாகக்கூட இருக்கலாம் என்ற ஒன்றிரண்டு தனிப்பட்ட நபர்கள் எழுதும் கடிதங்களில் எதுவுமே இருக்காது, வார்த்தைகளும் அர்த்தமில்லாமல் இருக்கும். எனவே, அனுபவம் ஏற்பட ஏற்பட இப்படிப்பட்டக் கடிதங்களை புறக்கணிக்க ஒருவர் கற்றுக்கொள்கிறார்.

ஆனால், இந்தக் குறிப்பிட்ட தகவலை அந்தச் செய்தியாளர் அது என்னமோ ஒட்டுமொத்த மத அமைப்பும் சேர்ந்துகொண்டு (அதுவும் நான் சார்ந்திருக்கும் மதம்!) எனக்கு எதிராக போர் அறிவித்துவிட்டதுபோல அதைப் பெரிதுபடுத்தி எழுதியிருந்தார். இப்படிப்பட்ட செய்திகள் அவ்வப்போது உலகம் முழுவதும் பரவிவிடுவது மிகவும் விசித்திரமான ஒரு விஷயம். அமெரிக்காவில் இருக்கும் என் அத்தை கவலையுடன் என்னைத் தொலைபேசியில் தொடர்பு கொண்டார். அமெரிக்காவில் இந்தச் செய்தி ‘சானியாவுக்கு சிகிச்சை அளியுங்கள்; அல்லாவின் வெறுப்புக்கு ஆளாகுங்கள்’ என்ற தலைப்பில் கட்டுரையாக வெளிவந்திருந்தது.

எனது விளையாட்டில் கவனம் செலுத்த வேண்டிய நேரத்தில் முக்கியத்துவம் இல்லாத விஷயங்கள் குறித்து எப்போது பார்த்தாலும், எங்கு சென்றாலும் கேள்விகள் கேட்டு என்னைத் துளைத்து எடுத்தனர். தேவையில்லாத பிரச்சினைகள் மேலும் மேலும் அதிகரித்து வந்தன.

மற்ற அனைத்துப் பிரச்சினைகள் தொடர்பான சர்சைகளை விட மசூதி, தேசியக்கொடி பிரச்சினைகள்தான் என்னை மிக மோசமாக பாதித்தன. எனது தொழில்வாழ்க்கையில் இதே போன்ற இன்னொரு சர்ச்சையை என்னால் இந்தக் கட்டத்தில் கையாள முடியும் என்று எனக்குத் தோன்றவில்லை. கடந்தகாலம் மீண்டும் தொடர்ந்தால், போட்டியில் நான் ஆடிக்கொண்டிருக்கும்போதே மீண்டும் வேறொரு சர்ச்சை எழும் என்பதற்கான வாய்ப்புகள் அதிகமாக இருந்தன. நான் இந்தியாவில் இருந்த ஆறு வாரங்களும் கொடி குறித்த சர்ச்சைகள் முழுவதுமாக மறையவில்லை. அந்த சந்தர்ப்பத்தில் ஏறக்குறைய வாரம் ஒரு சர்ச்சை என்ற ரீதியில் ஏதாவது செய்திகள் என்னைக் குறித்து வந்தவண்ணம் இருந்தன.

இந்த கடினமான சமயத்தில் மகேஷ் பூபதி உறுதியான பாறை போல எனக்கு பக்கபலமாக நின்றார். கடந்த இரண்டு மாதங்களில் நான் எந்தளவு உடலாலும் மனதாலும் வேதனைப் பட்டேன், மனம் புண்பட்டிருந்தேன் என்பது அவருக்குத் தெரியும். எனவே இந்த சந்தர்ப்பத்தில், இதையடுத்து பெங்களூருவில் நடக்க இருந்த டபிள்யு.டி.ஏ. போட்டிகளில் கலந்துகொள்ளாமல் சற்று ஓய்வெடுப்பது நல்லது என்று நாங்கள் இருவருமே உணர்ந்தோம். உடலளவிலும் மனதளவிலும் ஓய்வு எடுத்துக்கொண்டு சற்றே ஆசுவாசம் பெற வேண்டும் என்பது எனக்கு மிகவும் அவசியமாகத் தோன்றியது. என் குடும்பத்தாரும் என் இந்த முடிவில் என்னை ஆதரித்தனர்.

நான் எப்போது வெளிப்படையாக இருப்பவள். உள்ளதை உள்ளபடி கூறும் குணம் கொண்டவள். சமீபத்திய சர்ச்சைகளால் மிகுந்த மன அழுத்தத்திற்கு ஆளான காரணத்தால், பெங்களூருவில் நடக்க இருந்த டபிள்யு.டி.ஏ. போட்டிகளில் கலந்துகொள்ளப்போவதில்லை என்ற அறிவிப்பை நான் வெளியிட்டேன். பெரும்பாலான பத்திரிகையார்கள் என் முடிவை ஆமோதித்து ஆதரித்தனர். ஒரு சிலர் இந்த எனது முடிவில் உள்நோக்கம் ஏதாவது இருக்கிறதா என்பதைக் கண்டுபிடிக்க முயன்றனர்.

ஆனால், இப்போது ஒட்டுமொத்த யுத்தமும் ஊடகம் மூலம் நடத்தப்பட்டது. காரண காரியங்களுக்கு அப்பாற்பட்ட அனல்பறக்கும் விவாதங்கள் ஆங்காங்கே நடைபெற்றன. பெங்களூருவில் நடக்க இருந்த டபிள்யு.டி.ஏ. போட்டிகளில் கலந்துகொள்ள வேண்டாம் என்ற எனது முடிவை அடுத்து சந்தித்த எதிர்வினைகளில் எனது துறை சார்ந்த டென்னிஸ் விளையாட்டு சகோதர சகோதரிகளின் மனோபாவம்தான் – யாரிடமிருந்து நிபந்தனையற்ற ஆதரவு அல்லது குறைந்தபட்சம் புரிதலையாவது எதிர்பார்த்தேனோ – எல்லாவற்றையும்விட என்னை மிகவும் அதிர்ச்சிக்குள்ளாக்கிய விஷயம். என்னைப் போன்ற விளையாட்டு வீரர்களின் நலனுக்காக நடத்தப்படும் போட்டி இது எனவும் எனவே இவ்வாறு நான் இதில் விளையாடாமல் இருப்பது சரியில்லை எனவும் அவர்கள் கருத்து கூறினார்கள். இந்த எதிர்ப்பு அதிகரித்து, ஒரு சந்தர்ப்பத்தில் அவர்கள் அவர்களுக்கு ‘சானியா தேவையில்லை’ என்றுகூட சொல்ல ஆரம்பித்தனர்.

ஒரு போட்டியில் விளையாடுவதும் விளையாடாமல் இருப்பதும் அந்த விளையாட்டு வீரரின் விருப்பம். மேலும், பெங்களூருவில் நடக்க இருந்த டபிள்யு.டி.ஏ. போட்டிகள் ஒன்றும்

என் நலனுக்காக மட்டுமே ஏற்பாடு செய்யப்படவில்லை, இது எனது நலனுக்காக என்று பிரச்சாரம் செய்வது அர்த்தமற்ற ஒரு செயல். இரண்டாவதாக, தங்களில் ஒருத்திக்கு எதிராக நான் பெரியனா நீ பெரியவனா என்ற ரீதியில், அதுவும் இந்தப் போட்டியில் நான் ஏன் விளையாடப்போவதில்லை என்பதற்கான காரணங்களைத் தெளிவாக கூறிவிட்ட பிறகும் யுத்தம் நடத்துவது கொஞ்சம் அதிகப்படியாக எனக்குத் தோன்றியது. கொஞ்சம் முற்போக்கு சிந்தனையுடன் நடந்துகொண்டிருந்தால் எங்கள் அனைவருக்குமே நன்றாக இருந்திருக்கும்.

இந்த ஒவ்வொரு வீரர் அல்லது முன்னாள் வீரர்களுமே தொலைபேசியில் என்னைத் தொடர்பு கொண்டு என் நலன் குறித்து விசாரிக்கும் அளவு எனக்கு நெருக்கமானவர்கள்தான். ஆனால் அதற்கு பதிலாக அவர்கள் அபத்தமான அறிக்கைகளோடு ஊடகத்துக்குச் செல்வதையே விரும்பினார்கள். இந்த சர்ச்சைகள் ஒரு கொதிநிலையை அடைந்த பிறகு அந்த சமயத்தில் டபிள்யு.டி.ஏ. தலைமை நிர்வாகியாக இருந்த லாரி ஸ்காட் என்னை ஆரி ஃப்ளைசர் என்ற ஒருவரோடு சேர்த்து அழைத்தார். ஆரி, முன்னாள் அமெரிக்க ஜனாதிபதியின் வெள்ளை மாளிகை பத்திரிகை செயலாளர் என்பது எனக்குப் பின்னர் தெரிய வந்தது.

ஸ்காட், ஃப்ளைசர் இருவருமே பெங்களூர் ஓபன் போட்டிகளில் என்னைச் சுற்றிலும் அதிகரித்து வரும் சர்ச்சைகளைப் பற்றிக் கேள்விப்பட்டிருந்தனர். என்னிடம் ஊடகத்தை எவ்வாறு சமாளிப்பது என்பது குறித்து பே விரும்பினார்கள். அமெரிக்க ஜனாதிபதியின் தேர்தல் பிரச்சாரத்தைக் கையாண்டவரும் அதன் பிறகு ஜனாதிபதியின் முதன்மை பத்திரிகை செயலராக பணிபுரிந்தவருமான அவர் எனக்கு டிப்ஸ் கொடுக்கத் தயாராக இருந்தார்!

அவர்களின் கருத்துகளைக் கேட்டுக்கொண்டிருந்த நான் ஃப்ளைசரிடம் இந்தியாவுக்கு ஒருமுறை நேரில் வந்து பார்த்தால்தான் நான் எப்படிப்பட்ட சூழலைக் எதிர் கொண்டுள்ளேன் என்பது அவருக்கு நன்றாகப் புரியும் என்று கூறினார். இந்தியாவில் ஒரு வார காலம் நடக்கவுள்ள ஒரே ஒரு போட்டியில் விளையாட நான் விரும்பவில்லை என்று மட்டுமே நான் கூறினேன். ஆனால் அதை ஒரேயடியாக பெரிதுபடுத்தி, இனி நான் எப்போதுமே இந்தியாவுக்காக விளையாட விரும்பவில்லை என்று கூறியதாக பிரச்சாரம் செய்கிறார்கள்! என்று அவரிடம் கூறினேன்.

'இது நியாயமே இல்லையே' என்று அவர் சற்றே குழப்பமான குரலில் கூறினார்.

'அதுதான் நடக்கிறது' என்று நான் கூறினேன். நாங்கள் மேலும் சிறிது நேரம் பேசிக்கொண்டிருந்தோம். ஆனால் இந்தியா அதற்குப் பிறகு மீண்டும் இதுபோன்ற ஒரு பெரிய பெண்கள் டபிள்யு.டி.ஏ. போட்டியை நடத்தவேயில்லை.

அதிர்ஷ்டவசமாக, இந்திய பத்திரிகைத் துறையைச் சேர்ந்த மிகவும் பிரபலமான சிலர் எனக்கும் பெங்களூரு டபிள்யு.டி.ஏ. போட்டியில் ஆடுவதில்லை என்ற எனது முடிவுக்கும் வலுவாக ஆதரவு தெரிவித்தனர். சிலர் தனிப்பட்ட முறையில் என்னைத் தொடர்பு கொண்டு தங்கள் ஆதரவைத் தெரிவித்தனர், எனக்கு ஊக்கம் தரக்கூடிய கட்டுரைகளை எனக்கு மின்னஞ்சல் செய்தனர், சிலர் எலக்ட்ரானிக் ஊடகங்களில் நடைபெற்ற கருத்தரங்குகளில் பகிரங்கமாக என்னை ஆதரித்துப் பேசினர். என் வாழ்க்கையில் மிகவும் நெருக்கடியான அந்த சந்தர்ப்பத்தில் எனக்கு ஆதரவாக இருந்த அவர்களுக்கு நான் இன்றும் நன்றி உணர்வோடு இருக்கிறேன்.

ரோஹித் பிரிஜ்நாத் மீண்டும் ஒருமுறை எனக்கு ஆதரவு தெரிவித்தார். இந்தியாவின் சிறிய டென்னிஸ வட்டத்தின் பெரிய மனிதர் சானியாவின் பெங்களூர் போட்டியில் ஆடுவதில்லை என்ற முடிவைக் குறித்து விமர்சனம் செய்துள்ளார். அவருக்கு இந்த ஆசிர்வதிக்கப்பட்ட, வசீகரமான, உலகின் தலைசிறந்த டென்னிஸ் வீராங்கனைகளில் 'முதல் *30*' க்குள் இருக்கும், ஒரு முன்னுதாரணமான இளம் பெண்ணின் மனதில் எந்த மாதிரியான உணர்ச்சியை இது ஏற்படுத்தியிருக்கும் என்று சிந்திக்கவேயில்லை என்பது துரதிர்ஷ்வசமானது என இதை அவர் விவரித்திருந்தார்.

எனக்கு ஆதரவு தெரிவித்து எழுதப்பட்டிருந்த பல கட்டுரைகளில் எனக்கு ஊக்கம் தந்த நான் பாதுகாத்து வைத்துள்ள கட்டுரை, என்.டி.டி.வி. இன் பர்கா தத் எழுதிய கட்டுரைதான். இவரது துணிச்சல் மற்றும் ஆற்றல் மிக்க ஆளுமைத்தன்மைக்காக நான் மிகவும் மதித்துப்போற்றும் ஒரு பெண் இவர். என் வாழ்க்கையை போராட்டமாக்கிய காரணங்களை ஆராய்ந்து அறிந்து எழுதிய பின்வரும் இவரது கருத்துகளை யாராலும் ஏற்காமல் இருக்க முடியாது:

சானியா மிர்ஸா ஓர் ஆணாக இருந்திருந்தால்? தன் நாட்டு மக்களின் விருப்பு – வெறுப்பு என்ற விசித்திரமான புயலின் மையத்தில் மாட்டிக்கொண்டிருப்பாரா? துதிபாடுபவர்கள் வெறுப்பைக் கக்குபவர்கள் என்ற இரண்டு துருவங்களுக்கு இடையே ஊசலாட்டம் ஆட வேண்டிய நிலை ஏற்பட்டிருக்குமா?

இவரது அழகிய கூந்தல், பளபளக்கும் மூக்குத்தி, எதைப்பற்றியும் எனக்குக் கவலையில்லை என்பது போன்ற சாதாரணமாக அவர் அணியும் டி–ஷர்ட்டுகள், பல நேரங்களில் பார்த்தவுடன் ஆணவம் பிடித்தவர் என்று சொல்லத் தோன்றும் வகையில் யாராலும் மறுக்க முடியாத தன்னம்பிக்கையான தோற்றம் . . . இவைதான் சிலரை அசௌகரியமாக உணர வைக்கிறதோ என்னமோ? தொடர்ந்து தவறான காரணங் களுக்காக தன்னைக் குறித்து தலைப்புச் செய்திகளாக வெளிவரும் அவதூறு செய்திகளால் புண்பட்டிருப்பதாகவும் வெறுத்துப் போய்விட்டதாகவும் கூறினால் அது யாருமே புரிந்துகொள்ளக்கூடிய எதிர்வினைதான்.

இந்தியாவில், ஒரு பெண், புயல்போன்ற வேகத்துடன் ஆண்கள் மட்டுமே ஆதிக்கம் செலுத்தும் ஒரு விளையாட்டில் மிகவும் வெற்றிகரமாக முன்னேறிச் செல்வதை (மூச்சுவிட மறந்து திகைப்படைந்து போய்) பார்த்திருக்கிறோம். ஆனால் இந்த அதிரடி சாதனை அதுவும் கரடுமுரடான, திடீர் சரிவுகளைக்கொண்ட ஒரு விளையாட்டில் நாடபாணியில் சுலபமாக தானாகவே நடந்துவிடவில்லை. நான் சொல்வது தவறு என்று நீங்கள் நினைத்தால், தேசிய அளவில் ரசிகர்களைக் கொண்ட அல்லது பிரபலமான, தவறாமல் செய்திகளில் இடம்பெறும் வேறு எந்த ஒரு இந்திய விளையாட்டு வீராங்கனையின் (சானியாவைத் தவிர) பெயரை என்னிடம் கூறுங்கள்.

இந்திய விளையாட்டு வீராங்கனைகளில் ஈடிணையற்ற ஒரே சூப்பர் ஸ்டார் இவர்தான். வழக்கமானவர்களிடமிருந்து மாறுபட்ட தங்களுக்கென்று புதிய பாதைகளை வகுத்துக்கொள்ளும், தாங்கள் தாங்களாகவே இருக்க பயப்படாத பெண்களிடம் நாம் எப்படி நடந்துகொள்கிறோம் என்பதை இவரிடம் நமது முரண்பாடான எதிர்வினைகள் கூறுகின்றன. ஏறக்குறைய இது ஒரே நேரத்தில் நாம் அவர்களைப் பாராட்டவும் தூற்றவும் செய்கிறோம் என்பது போல உள்ளது.

தங்களுக்கென்று தனி விதிமுறைகளை அமைத்துக்கொள்ளும் ஆண்களையே நம்மால் ஏற்க முடியவில்லை என்னும்போது, சுதந்திரமான, உணர்ச்சிவசப்படும், அழகிய, ஒருவேளை எரிச்சலூட்டும்படியாக திமிர்பிடித்தவர்போல நடந்துகொள்ளும் ஒரு பெண்ணை ஏற்றுக் கொள்வது நம்மை பதற்றம்கொள்ளச் செய்கிறது. சானியாவுக்கு எதிராக எழும் பல சர்ச்சைகள் அபத்தமானவை, நியாயமற்றவை அதோடு பெரும்பாலும் மிகவும் அற்பத்தனமானவை என்பதில் எந்த சந்தேகமும்

கிடையாது. அவரது பாவாடையின் நீளம் முதல் அவருடைய மத நம்பிக்கைகள் வரை; அடிப்படைவாத ஃபத்வாக்கள் முதல் அதீத–தேசப்பற்று எதிர்பார்ப்புகள் வரை எதுவானாலும் சானியா முன்னெப்போதும் இல்லாத இடைவிடாத, கண்கொத்திப் பாம்பு போன்ற கண்காணிப்பின் கீழ் போராட்ட வாழ்க்கையை வாழ்ந்துவருகிறார்.

இந்தியா இவரிடம் நியாயமற்ற முறையில் நடந்துகொண்டிருக்கலாம், ஆனால் சானியா மிர்ஸா தன்னைத் தானே பின்தங்கிவிட அனுமதிக்கக் கூடாது, அதுவும் எற்கெனவே விதிமுறைகளை தானே மாற்றிக்கொண்டுவிட்ட இந்த சந்தர்ப்பத்தில்.

25

ஒலிம்பிக் கனவுகள்

நான் தொடர்ந்து என் மணிக்கட்டு மற்றும் உடலின் பல பாகங்களில் உள்ள வலிகளை சமாளிப்பதற்காக ஏராளமான வலிநிவாரணிகளை விழுங்கிக்கொண்டிருந்தேன். இந்தியன் வெல்ஸ் போட்டிகளில் ஷாஹர் பீருடனான போட்டியில் மற்றொரு கடுமையான போட்டியை எதிர்கொண்டேன். அது ஒரு மாரத்தான் போட்டி போல மாறியது. நான் அதீத காற்று வீசிக்கொண்டிருந்த அந்த மைதானத்தில் மூன்றாவது செட்டில் 7–5 என்ற செட்டில் வென்றேன். ஏற்கெனவே மோசமாக இருந்த என் மணிக்கட்டு இந்த நிலையில் மேலும் மோசமடைந்தது. அந்த சமயத்தில் என் மணிக்கட்டின் நிலவரத்தைப் புரிந்துகொண்டு அப்போதே விளையாடுவதை நிறுத்திக்கொண்டு, இதைக் குணப்படுத்திக்கொண்டிருக்க வேண்டும். ஆனால், இப்போது பிரேக் எடுத்துக்கொள்வதைப் பற்றி, அதுவும் நல்ல முறையில் வெற்றிபெற்றுள்ள இப்போது, என்னால் கற்பனை செய்துகூடப் பார்க்க முடியாது. வெகு சீக்கிரமாக மேலும் வலி நிவாரணிகளை விழுங்கிவிட்டு ஒரு இரட்டையர் ஆட்டம்கூட விளையாடினேன்.

நான் அப்போது என்ன நினைத்துக்கொண்டிருந்தேன் என்பதைக் குறித்து அவ்வளவு நிச்சயமாகத் தெரியவில்லை ஆனால் தொடர்ந்து விளையாடிக்கொண்டே இருந்தேன், டேனியல் ஹண்டுசோவாவுடனான ஒற்றையர் ஆட்டத்தில் மூன்றாவது சுற்றில் விளையாடிக்கொண்டிருந்தேன். வலி கட்டுப் படுத்த முடியாத அளவில் அதிகரித்தது. அந்தப் போட்டியில் நான் தோற்றேன். ஒருவழியாக மைதானத்தைவிட்டு வெளியே வந்ததைக் குறித்து ஆசுவாசமடைந்தேன்.

என் உடலிலிருந்து லாக்டிக் அமிலத்தை வெளியேற்றி என் வலியை சமாளிக்க சில பயிற்சிகளை மேற்கொள்ளத் தொடங்கினேன். ஆனால் அதைத் தொடங்கிய உடனேயே என்னால் கையை அசைக்கக்கூட முடியவில்லை. என் மணிக்கட்டு

மிக மிக மோசமான நிலையில் இருந்தது. எனது அட்ரினல் அந்தப் போட்டியை முடிப்பதற்கு உதவியது. ஆனால், என் மணிக்கட்டு செயலிழந்துவிட்டது என்பது எனக்குப் புரிந்தது. அதை நான் அளவுக்கு மீறி தொந்தரவுக்கு உள்ளாக்கியதால், தன் செயல்பாட்டை அது இழந்துவிட்டது.

நான் அப்போதுதான் டச் நாட்டைச் சேர்ந்த பயிற்சி யாளர் ஸ்வென் குரோயினெவல்ட்டிடம் பயிற்சி பெறத் தொடங்கியிருந்தேன். ஏற்கெனவே சில வருடங்களுக்கு முன்பு எனக்குப் பயிற்சி அளிக்க விரும்புவதாக அவர் தெரிவித்திருந்தார். ஆனால் அப்போது நான் ஜான் ஃபேரிங்டனிடம் பயிற்சி பெற்று வந்தேன். ஸ்வென்னுடனான எனது முதல் போட்டியிலேயே மோசமான காயத்துடன் நான் போரடியது மிகவும் துரதிர்ஷ்டவசமானது. அடுத்த சில மாதங்கள் அவர் எனக்குத் தொடர்ந்து பயிற்சி அளித்தார்.

நான் உடனடியாக மும்பையில் உள்ள மருத்துவரிடம் சென்றேன். அவர் இந்தியாவில் இது போன்ற சிக்கலான மணிக்கட்டு அறுவை சிகிச்சையில் மிகவும் குறைவான அனுபவமே இருப்பதால் அமெரிக்காவில் அறுவைசிகிச்சை செய்துகொள்வது நல்லது என்று ஆலோசனை கூறினார். எனவே மியாமிக்கு அறுவைசிகிச்சை நிபுணரை சந்திப்பதற்காக விரைந்தேன். பத்து நாட்களுக்குப் பிறகு எனக்கு மணிக்கட்டு அறுவைசிகிச்சை மேற்கொள்ளப்பட்டது.

மணிக்கட்டு அறுவை சிகிச்சைதான் மிகவும் நாசூக்கான, கடினமானதான இருக்கலாம். இதன் எலும்புகள் சிறியவை. மேலும் சிக்கலாக இணைந்துள்ளன. அறுவை சிகிச்சை மேற்கொள்பவர் ஒரு சிறிய தவறு செய்தாலும் அது கையின் இயக்கத்தையே நிரந்தமாக மோசமான முறையில் பாதித்துவிடும்.

அறுவை சிகிச்கையிலிருந்து குணமடைய எப்படியும ஓராண்டு காலம் ஆகும் என்று என்னிடம் கூறினார்கள். ஆனால், நான் ஆறே வாரங்களில் மைதானத்தில் இருந்தேன். வலியோடு தொடர்ந்து விளையாடலாம் என்று என்னிடம் தவறான ஆலோசனை சொல்லப்பட்டது. ஆனால் ஆறு மாதகால இடைவெளி மற்றும் குணமடைவதற்கான பயிற்சிகளை மேற்கொள்வதுதான் சிறந்த வழி. ஆனால் ஒலிம்பிக் போட்டிகள் நெருங்கிக் கொண்டிருந்தன. எனவே எவ்வளவு சீக்கிரமாக முடியுமோ அவ்வளவு சீக்கிரமாக மைதானத்திற்குத் திரும்ப வேண்டும் என்ற தொடர்ந்து மன அழுத்தத்தை உணர்ந்தேன். இந்தமுறை சர்ஜரியே வேறுமாதிரியாக இருந்தது. மேலும்

அறுவைசிகிச்சைக்குப் பிந்தய குணமடைதல் நடைமுறை சித்ரவதையாக இருந்தது. எனக்கு வேறு ஒரு பயிற்சியாளர் கிடைத்தார். ஆனால், சிறந்த ஆலோசனை கிடைக்கவில்லை போலும். என் மணிக்கட்டில் நிரந்தரமான பாதிப்பு ஏற்படக்கூடும் என்ற ஆபத்து இருந்தும் மீண்டும் அவசர அவசரமாக நான் மைதானத்திற்குத் திரும்பியது, மற்றும் இவை யாவும் சேர்ந்து மோசமான சூழலை மேலும் மோசமாக்கியது.

விம்பிள்டனில், இரண்டாவது சுற்று அதுவும் போட்டி புள்ளியை நெருங்கும் சமயத்தில் தகுதிச் சுற்றில் நான் தோற்றேன். எனது கிரவுண்ட் ஸ்ட்ரோக்குகளின் ஆற்றல் குறைந்துவிட்டது போலத் தோன்றியது மேலும் உலகத் தரம் வாய்ந்த எதிராளிகளை சந்திக்கும்போது நான் மிக மோசமான ஊனமுற்றவள் போல உணர்ந்தேன். ஒலிம்பிக் போட்டிகள் வந்தபோது இந்தச் சூழல் எந்த வகையிலும் மேம்படவேயில்லை. நான் மன அழுத்தத்தில் சிக்கிக்கொண்டேன். என் மன அழுத்தம் அதிகரித்துக்கொண்டே போய், பெய்ஜிங் செல்வதற்கான விமானத்தைப் பிடிப்பதற்காக கிளம்பும் சமயத்தில் மனம் உடைந்து போய்விட்டேன். என் அப்பாவிடம், ‘பயங்கரமாக வலிக்கிறது என்னால் விளையாட முடியாது’ என்று அழுதுகொண்டே கூறினேன்.

என் அப்பாவுக்கு என் வலியின் தீவிரத்தன்மை முழுமையாகப் புரியவில்லை என்றே நினைக்கிறேன். மேலும் ஒலிம்பிக் விளையாட வேண்டியதம் முக்கியத்துவத்தை அறிந்திருந்த அவர் என்னை அங்க போய் விளையாடுமாறு கூறி சமாதானப்படுத்தினார். என் மனதில் அடியாழத்தில் இதில் கலந்துகொண்டே ஆக வேண்டும் என்ற ஆவல் அதிகமாக இருந்ததால் யாராவது ஒருவர் என்னை லேசாக வலியுறுத்திச் சொன்னாலே போதும் என்ற மனநிலையில் இருந்தேன். என் மனதில் உறுதி பிறந்தது. ஆனால், உண்மைக்கும் தாங்க முடியாத வலிக்கும் இடையே நான் சிக்கியிருந்தேன்.

கனவுகள் இல்லாத வாழ்க்கையை வாழ்வதில் அர்த்தமே யில்லை. இவற்றில் ஒரு சில கனவுகளாவது நிறைவேறிவிட்டால், நாம் எப்போதுமே அனுபவித்திராத ஒரு பரவசத்தை அது நமக்கு வழங்கும்.

பல ஆண்டுகளுக்கு முன்பு நான் ஒரு டென்னிஸ் விளையாட்டு வீராங்கனையாக மாறியபோது, விம்பிள்டனின் மத்திய மைதானத்தில் விளையாட வேண்டும் என்று கனவு கண்டேன். என் லட்சியத்தை நிறைவேற்றும் அதிர்ஷ்டமும் எனக்கு வாய்த்தது. என் டென்னிஸ் வாழ்க்கையில் ஒலிம்பிக்கில்

என் நாடு சார்பாக நான் கலந்துகொள்ள வேண்டும் என்ற கனவு பிறந்தது. மெல்ல மெல்ல அந்தக் கனவே என்னை ஆட்கொண்டுவிட்டது. 2008ஆம் ஆண்டில் என் மணிக்கட்டில் காயம்பட்ட பிறகு என் மனதில் ஒரே ஒரு லட்சியம் இருந்தது – சரியான நேரத்தில் குணமடைந்து, அந்த ஆண்டு ஆகஸ்டில் நடக்கவிருந்த பெய்ஜிங் ஒலிம்பிக்கில் என் நாடு சார்பாக நான் கலந்துகொள்ள வேண்டும் என்பதே அந்த லட்சியம்.

கடந்த சுமார் பத்தாண்டுகளில் பெரும்பாலான டென்னிஸ் வீரர்கள் ஒலிம்பிக்கில் பங்கேற்பது எவ்வளவு முக்கியம் என்தை அறிந்துள்ளார்கள். உலகின் மிகப்பெரிய விளையாட்டுக் களமான ஒலிம்பிக்கில் தங்கள் நாட்டின் பிரதிநிதிகளாக கலந்துகொள்ளும் தனித்துவம் வாய்ந்த வாய்ப்பே ஒருவரை மிகச் சிறப்பாக செயல்பட வேண்டும் என்ற உத்வேகத்தை அளிக்கிறது. ஆனால், முதன் முதலாக டென்னிஸ் விளையாட்டு ஒலிம்பிக் போட்டிகளில் சேர்க்கப்பட்டபோது மூத்த டென்னில் விளையாட்டு நிபுணர்கள் அதிலிருந்து விலகியே இருந்தனர். முதலில் இதில் பங்கு பெறுவதால் உலகத் தரவரிசைக்கான புள்ளிகள் கிடைக்காது–டென்னிஸ் விளையாட்டு நிபுணர்களுக்கு மேலும் அதிக ஆதாயம் கிடைப்பதற்காகவே அவை பின்னர் சேர்க்கப்பட்டன.

பெய்ஜிங்கில் 2008 ஒலிம்பிக் விளையாட்டு கிராமத்தில் நான் நுழைந்தபோது இது உண்மையாகவே நடக்கிறதா என்று எனக்கு நானே உறுதிசெய்துகொள்ள ஏறக்குறைய என்னை நானே கிள்ளிக்கொண்டேன். நான் அங்குதான் இருந்தேன், மேலும் ஒலிம்பிக் வரலாற்றிலேயே என் நாடு சார்பாக பெண்கள் ஒற்றையர் போட்டிகளில் கலந்து கொள்ளப்போகும் முதல் பெண் நான்தான்.

அனால், ஒருவர் விதியை வெல்ல முடியாது என்று எனக்குத் தெரியும். செக்கோஸ்லேவியா நாட்டைச் சேர்ந்த இவெட்டா பெநெசோவாவுடன் ஒற்றையர் போட்டியில் விளையாடிக் கொண்டிருந்த சமயத்தில் மணிக்கட்டு வலியைப் பொறுத்துக்கொள்ளவே முடியவில்லை. நான் உட்கொண்ட நல்ல வலி நிவாரணிகள் வேலை செய்வதை நிறுத்திவிட்டன. ஆட்டத்தை நிறுத்திவிட்டு, மைதானத்திலேயே கட்டுப்படுத்த முடியாமல் அழுதுவிட்டேன். எனக்கு எதிராக விளையாடிக்கொண்டிருந்த அவர் என்னை சமாதானப்படுத்த வந்து அவருக்கே தன்னைக் கட்டுப்படுத்திக்கொள்ள முடியவில்லை. நான் படும் வேதனையைப் பார்த்து அவரும் தன்னை அறியாமலேயே அழுதுவிட்டார். ஒலிம்பிக்கில் உணர்ச்சிவசப்படுவது எப்போதுமே இயல்புதான்.

இந்த வலியுடனே இரட்டையர் போட்டிகளில் இரண்டாவது சுற்றுக்கு முன்னேறினேன். சுனிதா ராவும் நானும் கடுமையாக போராடி ரஷ்யாவின் ஸ்வெட்லானா குஸ்நெட்சோவா மற்றும் டயனாரா சஃபீனாவுடன் விளையாடினோம். இந்த சிறந்த இணையுடன் இரண்டு செட்களில் வெற்றிபெறும் வாய்ப்பு எங்களுக்கு இருந்தது. நான் உட்கொண்டிருந்த வலி நிவாரணிகளால் போட்டியில் என்னால் விளையாட முடிந்தது. ஆனால் போட்டி முடிந்த பிறகு மணிக்கட்டின் நிலமை மிக மோசமாக இருந்ததோடு என் முன்னங்கை வரை மரத்துப்போய்விட்டது.

டென்னிஸ் வீரர்களான நாங்கள்தான் எவ்வளவு அதிர்ஷ்டசாலிகள் என்று எனக்கு நானே சொல்லிக்கொண்டேன். ஒவ்வொரு ஆண்டும் நான்கு கிரான்ட் ஸ்லாம் போட்டிகள் நடத்தப்படுகின்றன. இதில் நாங்கள் உலகம் முழுவதும் பல லட்சம் மக்கள் பார்க்க உலக அரங்கில் ஒரு சில மாதங்களுக்கு ஒருமுறை விளையாடுகிறோம். மேலும் ஒலிம்பிக் வேறு எங்களுக்குக் கூடுதல் வாய்ப்பை வழங்குகிறது. ஆனால் மற்ற விளையாட்டுகளைப் பொறுத்தவரை ஒலிம்பிக் மட்டுமே தங்கள் சிறப்பை வெளிப்படுத்த அவர்களுக்கு ஒரே ஒரு வாய்ப்பை வழங்குகிறது. நான்காண்டுகளுக்கு ஒருமுறை நடைபெறும் இந்தப் போட்டிகளில் கலந்துகொள்ள சரியான அவகாசத்திற்குள் நம்மைத் தயார்படுத்திக்கொள்ள நிறைய முனைப்புகள் தேவைப்படுகிறது.

என் சக விளையாட்டு வீரர்கள் மகேஷ் பூபதி மற்றும் லியாண்டர் பயஸ் பற்றி நினைத்துப் பார்த்தேன். அந்த விளையாட்டில் அவர்கள் காலிறுதி வரை முன்னேறினார்கள். ஆனால், உலகின் தலைசிறந்த ரோஜர் ஃபெடரர் மற்றும் அவரது திறமை வாய்ந்த இணை ஸ்டானிஸ்லாஸ் வாவ்ரின்கா இணையிடம் தோற்றனர். இந்தப் போட்டியைப் பார்த்துக் கொண்டிருந்தபோது நான் மிகவும் உணர்ச்சிவசப்பட்டேன். நம் நாட்டின் ஆண்களின் வெற்றி மூலம் என் கனவை நிறைவேற்றிக் கொள்ள முயன்றேன். மகேஷும் லியாண்டரும் டென்னிஸ் வரலாற்றில் மிகச் சிறந்த இரட்டையர் இணைகளில் ஒன்றாக கருதப்படுவார்கள். அதற்காக ஒலிம்பிக்கில் பதக்கம் பெற்றாக வேண்டும் என்றில்லை. அதே போல, தலைசிறந்த ஒற்றையர் போட்டி ஆட்டக்காரரான ரோஜர் ஃபெடரர் தான் மிகச் சிறந்து விளங்கும் போட்டியில் இன்னமும் தங்கப் பதக்கம் பெறவில்லை. ஆனால், நான் ஏற்கெனவே சொன்னதுபோல, விதியை யாராலும் வெல்ல முடியாது.

ஒலிம்பிக் அனுபவங்கள் வெற்றி தோல்வி என்ற எல்லைகளுக்கு அப்பால் பரந்து விரிந்தவை. வாழ்நாள் முழுவதும் பொக்கிஷமாகப் பாதுகாத்துக்கொள்ள வேண்டிய பல நினைவுகள் இருந்தன. உலகம் முழுவதிலிருந்து வந்திருக்கும் விளையாட்டு வீரர்களை சந்தித்துப் பேசுவதே எனக்குள் எழுச்சியையும் உற்சாக அனுபவத்தையும் அளித்தது. சக விளையாட்டு வீரர்களுடன் அவரது நாடு, மொழி அல்லது கலாசாரம் எதுவாக இருந்தாலும், ஒரு உடனடி தொடர்பையும் பந்தத்தையும் ஏற்படுத்துகிறது. இதுதான் ஒலிம்பிக்கின், மனிதத்துவத்தின் மகத்துவம். உலகின் மிகப் பெரிய விளையாட்டுப் போட்டியான இதிலிருந்து நாம் இவற்றைத்தான் தக்க வைத்துக் கொள்கிறோம் என்று நினைக்கிறேன்.

26

என் முதல் கிராண்ட் ஸ்லாம் பட்டம்

2009ஆம் ஆண்டு ஜனவரி மாதம் ஆஸ்திரேலியன் ஓபன் போட்டியில் கலந்துகொள்வதற்காக மெல்பர்னில் நான் வந்து இறங்கியபோது பல்வேறு சிந்தனைகளில் மூழ்கியிருந்தேன். மகேஷும் நானும் கடந்த ஆண்டு நடைபெற்ற கலப்பு இரட்டையரில் தோற்றிருந்தோம் அது மிகவும் ஏமாற்றம் அளிப்பதாக இருந்தது. அது எனது முதல் கிராண்ட் ஸ்லாம் போட்டியின் இறுதி ஆட்டம் என்பதை நினைத்துப்பார்க்கும்போது, எனது அணியினரின் பேராதவு இருந்திருக்காவிட்டால் அந்த இழப்பு என்னை மனதளவில் முடமாக்கி அதிலிருந்து வெளிவருவது மிகவும் சிரமமாக இருந்திருக்கும். மேலும் எப்படியாவது ஒரு கிராண்ட் ஸ்லாம் பட்டத்தை வென்றுவிட வேண்டும் என்ற தகிக்கும் ஆசை எனக்குள் கனன்று கொண்டிருந்தது.

செர்பியாவின் நேனாட் ஜிமோஜிக் மற்றும் சீனாவின் டியான்டியன் சன் இணையிடம் 2008 – ஆஸ்திரேலியன் ஓபன் இறுதிச் சுற்றில் தோற்றது இத்தனை மாதங்கள் கழித்தும்கூட என்னை வருத்திக்கொண்டிருக்கிறது. அதன் அரையிறுதியில்தான் எனது அடக்டார் தசை கிழிந்து எனது அசைவுகளே கடும் வேதனையைக் கொடுத்தாலும்கூட அந்த இறுதிச் சுற்று மிகக் கடுமையான போட்டியாகவே இருந்தது. வெகு சுலபமாக நாங்கள் வென்றிருக்க வேண்டிய போட்டியாகவே தோன்றியது. ஒரு கிராண்ட் ஸ்லாம் வெற்றியைப் பெற்றே ஆக வேண்டும் என்ற பேராவல் எனக்கு இருந்தது, ஆனால் அந்த வாய்ப்பு எங்களிடமிருந்து நழுவிவிட்டது. 'எனது டென்னிஸ் தொழில் வாழ்க்கையிலிருநது ஒரே ஒரு கிராண்ட் ஸ்லாம் பட்டம்கூட இல்லாமலேயே நான் விடைபெற்றுவிடுவேனோ' என்ற என் ஊக்கத்தைக் குறைக்கும் சிந்தனை என்னுள் எழுந்தது. இந்த சிந்தனைகளோடு சரியாக ஒரு வருடத்திற்குப் பிறகு மெல்பர்ன் விடுதியில் நான் செக் இன் செய்தேன்.

கடந்த 12 மாதங்களில் நிறைய விஷயங்கள் மாறிவிட்டன. நான் இன்னொரு முறை சிறிது இடைவெளிக்குப் பிறகு மீண்டும் ஆட வந்துள்ளேன், எனது வலது மணிக்கட்டில் அறுவை சிகிச்சை செய்துகொண்டிருந்தேன், ஏறக்குறைய ஆறு மாத காலம் சர்க்யூட்டில் விளையாடாமல் இருந்ததால் எனது தரவரிசை சரிந்திருந்தது. ஒற்றையர் போட்டிகளின் மெய்ன் ட்ராவுக்குள் எப்படியோ என்னால் நுழைந்துவிட்டேன், ஆனால் மிகக் கடுமையான போட்டிகள் இருப்பதால் கலப்பு இரட்டையரில் கலந்துகொள்ளும் வாய்ப்பு மிகவும் குறைவாகவே காணப்பட்டது.

தோற்பதற்கான வாய்ப்புகள் அதிகம் காணப்பட்டாலும்கூட என்னுடன்தான் விளையாடுவது என்பதில் மகேஷ் பிடிவாதமாக இருந்தார். கடந்த வருடம் ரன்னர்–அப்பாக வந்ததன் அடிப்படையில் நாங்கள் எங்களுக்கு ஒயில்–கார்ட் வாய்ப்பு வழங்கப்பட வேண்டும் என்று கோரினோம். நல்லவேளையாக போட்டி ஏற்பாட்டுக் கமிட்டி அந்த வாய்ப்பை எங்களுக்கு வழங்கியது. அந்த பதினைந்து நாட்களில் நாங்கள் இருவரும் அபாரமான திறனை வெளிப்படுத்தினோம். கவீடா பெஸ்கே மற்றும் எனது முன்னாள் இணை பாவெல் விஸ்னர் இணையை 6–2, 6–4 செட் கணக்கில் தோற்கடித்து எங்கள் கணக்கைத் தொடங்கினோம், அனஸ்தாசியா ரோடைநோவா மற்றும் எனது இன்னொரு முன்னாள் இணை ஸ்டீஃபன் ஹஸ் ஆகியோரையும் வென்றோம். டேனியல் நெஸ்டோர் மற்றும் கனடா அணியின் அலெக்ஸான்ட்ரா வோஸ்நிக் இணையுடன் நாங்கள் ஆடிய காலிறுதி மிகக் கடுமையான போட்டியாக அமைந்தது. முதல் செட்டில் தோற்று போட்டியிலிருந்தே வெளியேற்றப்படும் ஆபத்தான நிலையில் நாங்கள் இருந்தோம். ஆனால் மந்திரம் போன்று நானும் மகேஷும் அதிரடி ஆட்டம் ஆடி சூப்பர் டை–பிரேக்கர் மூலம் இரண்டாவது செட்டில் அவர்களை வெற்றிகொண்டோம்.

கிராண்ட் ஸ்லாம் போட்டியில் நான் எனது சிறப்பான ஆட்டத்தை வெளிப்படுத்துவதற்கு எதிராக இந்தப் பிரபஞ்சமே மீண்டும் சதி திட்டம் போடுவது போல நான் உணர்ந்தேன். இதுதான் ஒரு டென்னிஸ் வீரரின் தொழில் வாழ்க்கையில் உண்மையான சோதனை. காலிறுதிப் போட்டி ஆட்டத்தின்போது எனது விலா எலும்புக்கு கொஞ்சம் கீழே வயிற்றில் தசை கிழிந்தது. ஸ்கேன் எடுத்துப் பார்த்தபோது 6 அங்குல நீளத்திற்கு கிழிந்திருப்பது தெரிய வந்தது. குறிப்பாக பின்னங்கை பக்கமாக என்னால் நகரவே முடியவில்லை. இத்தனை பெரிய ஊனத்துடன்

ஆஸ்திரேலியன் ஓபன் போட்டிகளில் தொடர்ச்சியான இரண்டாவது அரையிறுதிப் போட்டியில் நுழைய வேண்டியிருந்த நிலை குறித்து வெறுப்பாக இருந்தது.

ஏற்கெனவே நான் சிகிச்சை எடுத்துக்கொண்ட ஒரு ஆஸ்திரேலிய ஃபிசியோதெரபிஸ்ட் ஆமிர் தக்லாவிடம் சென்று, 'ஆமிர் எனக்கு இந்த பட்டம் நிச்சயம் வேண்டும், குறைந்தபட்சம் இறுதிச் சுற்றில் நான் விளையாடுவதையாவது நீங்கள் உறுதி செய்ய வேண்டும்' என்று கேட்டுக்கொண்டேன். ஆமிர் தனது நண்பரும் சக மருத்துவரும், லேடன் ஹிவெட்டின் ஃபிசியோதெரபிஸ்ட்டான ஐவன் குடியேரசிடம் கலந்து ஆலோசித்தார். இருவரும் சேர்ந்து ஒரு முடிவுக்கு வந்தனர்.

'இது மிகவும் வலியைக்கொடுக்கும் சானியா, ஆனால் இதன் மூலம் நீங்கள் மேலும் இரண்டு போட்டிகள் விளையட முடியும் என்பதை எங்களால் உறுதிகூற முடியும்' என்று கூறினார். மேலும் என்ன செய்ய போகிறோம் என்பதையும் விளக்கமாக எடுத்துரைத்தார். அதைக் கேட்பதற்கு அவ்வளவு த்ரில்லிங்காக இல்லை. எனது கிழிந்துபோன தசையில் விரலை வைத்து நன்றாக அழுத்த வேண்டும் என்றார் – இதனால் அந்தப் பகுதிக்கு ரத்தம் பாய்ந்து சென்று அந்த இடத்தை விரைவாக குணப்படுத்த உதவும்.

நான் கற்பனை செய்திருந்ததற்கும் மேல் தாங்க முடியாத வலியை இந்த சிகிச்சை எனக்கு அளித்தது. ஏறக்குறைய மயக்கம் வந்துவிட்டது. ஆனால், அற்புதம் போன்று அடுத்த நாளே நான் ஓரளவு குணமடைந்துவிட்டேன். உண்மையில் செக் அணியினரான இவெட்டா பெனசோவா மற்றும் லூகாஸ் டுலாவி ஆகியோரை சுலபமாக வென்று அரையிறுதியில் வென்று எங்கள் தொடர்ச்சியாக இரண்டாவது முறையாக ஆஸ்திரேலியன் ஓபன் கலப்பு இரட்டையர் போட்டிகளில் இறுதிச் சுற்றை அடைந்துவிட்டோம்.

மகேஷ் ஆண்கள் இரட்டையர் போட்டியிலும் மார்க் நோவெல்சுடன் இணை சேர்ந்து இறுதிச் சுற்றை அடைந்திருந்தார். நாங்கள் இருவரும் கலப்பு இரட்டையருக்கான சாம்பியன்ஷிப் போட்டியில் விளையாடுவதற்கு முந்திய தினம் பிரைன் பிரதர்சுடன் இறுதிச் சுற்றில் விளையாடுவதை நான் பார்த்தேன். இந்திய–பஹாமாஸ் இணையை பிரைன் பிரதர்ஸ் மிக நெருக்கமான போட்டியில் வென்றனர். மகேஷ் மிகவும் உடைந்துபோய்விட்டார். நானும் இந்திய அணியைச் சேர்ந்த மற்றவர்களும் அவரை சமாதானப்படுத்தினோம். கடந்த பல வருடங்களில் அவர் பல கிராண்ட் ஸ்லாம் போட்டிகளை வென்றிருக்கலாம் ஆனால்

இறுதிச் சுற்றுக்கு வந்த பிறகு சந்திக்கும் ஒவ்வொரு தோல்வியுமே மிகவும் வேதனையடைய வைப்பவைதான். இன்னம் ஒரு ஃபைனல் இருக்கிறது அதில் பார்த்துக்கொள்ளலாம் என்று நாங்கள் அவரை சமாதானப்படுத்தினோம்.

எனது தொழில் வாழ்வின் இரண்டாவது கிராண்ட் ஸ்லாம் இறுதிச் சுற்றுப் போட்டிக்காக ராட் லிவர் அரேனாவுக்குள் நான் நுழைந்தபோது, சென்ற ஆண்டு இருந்த அதே உணர்வுக்கு ஆளானேன். இங்கே மிகச் சரியாக ஒரு வருடத்திற்கு முன்பு இதே மாதிரியான சூழ்நிலையில் இருந்தோம், பக்கத்தில் இருக்கும் பார்ட்டனரும் அவரேதான், மீண்டும் நான் உடல் ரீதியாக காயம் பட்டிருந்தேன் அது என் செயல்பாட்டை குறைக்கக்கூடிய அபாயத்தை மறுபடியும் எதிர்கொண்டுள்ளேன். எனது முதல் கிராண்ட் ஸ்லாம் இறுதிப் போட்டியில் இருந்ததைவிட இந்த முறை அதிக பதற்றத்துடன் இருந்தேன் என்று நினைக்கிறேன். முந்திய தினம் வெற்றிபெறக்கூடும் என்ற நிலைக்கு வந்த பிறகு தோல்வியை சந்தித்து வெறுப்படைந்திருந்த மகேஷை நினைத்து நான் கவலைப்பட்டேன். ஆனால், சாம்பியனான அவரைப் பற்றி நான் கவலைப்பட்டிருக்க வேண்டாம் என்று பிறகு தோன்றியது. பிரமிக்கத்தக்க விதத்தில் அவர் தன்னைத் தானே சமாளித்துக்கொண்டுவிட்டார். சென்ற வருடம் நாங்கள் அரையிறுதியில் தோற்கடித்த அதே இணை, நாத்தலி டெச்சி–ஆன்டி ராம் இணையோடு அபாரமாக ஆட்டத்தைத் தொடங்கினோம்.

ஆட்டம் தொடங்கிய உடனேயே பதற்றம் எல்லாம் காணாமல் போய்விட்டன. முதல் கேமில் நாங்கள் ராமின் சர்வை முறியடித்தோம் பிறகு மகேஷ் எங்கள் அணிக்கு 2–0 என்ற லீடை கொடுத்தார். ஒன்றிரண்டு தேவையில்லாத தவறுகள் செய்ததால் ராம்–டெச்சி 3–2 என்று முன்னேறினர். எங்களுக்குப் பின்னடைவு ஏற்பட்டது. அதன் பிறகு நாங்கள் இருவரும் ஒரு தீர்மானத்துடன் முன்னேறினோம். இருவரும் மிக அற்புதமாக ஒத்திசைவுடன் விளையாடினோம். எனது கிரவுண்ட் ஸ்ட்ரோக்குகளை நான் தொடங்கிவிட்டேன். மகேஷ் அபாரமாக சர்வ் செய்தார், சரமாரியாக அடித்து விளாசி, வாலியுங்கிலும் வெளுத்து வாங்கினார்.

மிக அற்புதமான வாலிஸ் ஷாட்களை அதிரடியாக அடித்தது எனக்கே ஆச்சரியமாக இருந்தது. இவற்றைக் குறித்து பின்னர் மகேஷின் அப்பா, 'ஏதோ என்னைப் பிடித்துக்கொண்டது போல நான் ஆடினேன்' என்ற கூறினார். சர்வ்களை ரிடர்ன் செய்வதில் நாங்கள் இருவருமே சிறந்து விளங்கினோம். எங்களது

அத்தனை ரிட்டர்ன்களிலும் தீப்பொறி பறந்தன. நாங்கள் 6–3, 6–1 என்ற செட்டில் எங்கள் எதிரணியினரைத் தோற்கடித்து அபார வெற்றியை ஈட்டினோம்.

நான் இப்போது ஒரு கிராண்ட் ஸ்லாம் சாம்பியன்! மற்றுமொரு குழந்தைப் பருவ கனவு நிஜமாகிவிட்டது! டென்னிஸ் ஆடுவதே இதற்காகத்தான். பல ஆண்டுகள் விடாப்பிடியாக ஒரு கிராண்ட் ஸ்லாம் வெல்வதற்கான வாய்ப்பைப் பெறுவதற்கு முயற்சி செய்கிறோம். இறுதியில் அதை வெல்லும் தருணம்தான் நம் வாழ்வை உயர்த்தும் ஒரு தருணமாக அமைகிறது. ஒரு கிராண்ட் ஸ்லாமை வென்றவுடன் பல வீரர்கள் அழுவதை நான் பார்த்திருக்கிறேன். நானும் இப்படித்தான் செய்வேனோ என்று பல முறை நான் நினைத்ததுண்டு. நான் அழவில்லை என்றாலும் நான் அதீதமாக உணர்ச்சிவசப்பட்டிருந்தேன். அனைத்து தியாகங்கள், மணிக்கணக்கில் பயிற்சி, வலி, தோல்விகள் என நான் அனுபவித்த அனைத்தையும் இந்த வெற்றி ஈடுசெய்துவிட்டது.

மெல்பர்னில் வசித்து வந்த என் அத்தை ருஹினாவும் அவரது பெண்களும் இந்த போட்டியைப் பார்க்க வந்திருந்தனர். அதோடு அதே ஊரில் படித்துக்கொண்டிருந்த என் நெருங்கிய நண்பன் லாவ்ராஜ் வந்திருந்தார் என்பதால் இந்த வெற்றி மேலும் இனிமையானதாக மாறியது. சென்ற வருடம் நான் தோற்றதையும் இவர் பார்த்திருந்தார். ஆனால் இந்த ஆண்டு நாங்கள் கொண்டாடுவதற்கு என்னிடம் ஒரு கிராண்ட் ஸ்லாம் பட்டம் இருந்தது.

நிறைய சந்தர்ப்பங்களில் மகேஷும் நானும் மைதானத்திற்கு வெளியேயும் எங்கள் வாழ்வின் ஏற்ற இறக்கங்களில் பரஸ்பரம் மகிழ்ச்சியும், அக்கறையும் செலுத்திக்கொண்டோம். இந்த எங்களது நெருக்கம் மைதானத்திலும் எதிரொலித்தது. மிகவும் பதற்றமான தருணங்களை ஜோக்கடித்து சரிசெய்வதில் அவர் வல்லவர். ஆனால் மைதானத்திற்குள் காலடி எடுத்துவைத்து விட்டால் நாங்கள் இருவருமே சீரியசாக மாறிவிடுவோம். குறிப்பாக மகேஷுக்காக நான் அதிக மகிழ்ச்சியடைந்தேன். முந்திய தினம் ஆண்கள் இரட்டையர் இறுதிச் சுற்றில் தோற்றதால் அவர் அன்று இரவு சற்று நேரம்கூட தூங்கவேயில்லை.

நாங்கள் பள்ளிக்குழந்தைகளைப்போல நடந்துகொண்டோம். மகேஷ், ஸ்காட் டேவிடோஃப், பயிற்சியாளர் ஷ்யாமல் வல்லப்ஜி, அப்பா, நான் அனைவரும் மெல்பர்ன் பூங்காவுக்குச் சென்று கோப்பையை உயர்த்திப் பிடித்தவாறு நிறைய புகைப்படங்கள் எடுத்துக்கொண்டோம். மகிழ்ச்சியும் கொண்டாட்டமுமாக

எங்களோடு சேர்ந்துகொண்ட எங்கள் ஆதரவாளர்களுடன் சேர்ந்தும் பல புகைப்படங்கள் எடுத்துக்கொண்டோம். இதைத் தவிர போட்டிக்கு பிறகு நடத்தப்படும் ஊக்க மருந்து சோதனைகள் மற்றும் பிற நடவடிக்கைகளால் கொண்டாட்டத்திற்கு எங்களுக்கு நேரமே கிடைக்கவில்லை. வேக வேகமாக பல விஷயங்கள் நடைபெற்றன. என்ன ஏது என்று பார்ப்பதற்கு முன் நாங்கள் நாடு திரும்பிக் கொண்டிருந்தோம்.

இந்தியா திரும்பிய உடனேயே பம்பாய் விமானநிலையத்தில் ஆரவாரமான வரவேற்பு ஏற்பாடு செய்யப்பட்டிருந்தது. எங்கள் கோப்பையுடன் ஒவ்வொரு கையாக குலுக்கியவாறே விமான நிலையத்தைவிட்டு வெளியே வந்தோம். அன்று மாலை, ஹைதராபாத் சென்றடைந்த போது என்னை வரவேற்க மிகப் பெரிய கூட்டம் காத்திருந்தது. என் அம்மா வீட்டில் நெருங்கிய நண்பர்கள் மற்றும் உறவுக்காரர்களோடு ஒரு கொண்டாட்டத்தை ஏற்பாடு செய்திருந்தார். இந்தக் கொண்டாட்டம் இரவு முழுவதும் நடைபெற்றது.

இதற்கு ஒரு சில மாதங்களுக்கு முன்பு, என் மணிக்கட்டு வலியால் நான் அவதிப்பட்டுக்கொண்டிருந்த சமயத்தில், இனியும் என்னால் டென்னிஸ் போட்டிகளில் விளையாட முடியுமா என்று சந்தேகப்பட்டேன். ஆனால் இன்று நான் ஒரு கிராண்ட் ஸ்லாம் சாம்பியன், என்பதோடு இதைச் சாதித்த முதல் இந்திய வீராங்கனையும்கூட. மேலும் இருபத்தி இரண்டு வயது இரண்டு மாதங்கள் ஆன நான் இந்தப் பட்டத்தை வென்றதன் மூலம் இந்தியாவில் கிராண்ட் ஸ்லாம் வென்ற இளம் வீரர் என்ற பெருமையும் பெற்றேன். அதுவரை மகேஷ்தான் இந்தப் பெருமைப் பெற்றிருந்தார். ஆனால் மகேஷ் இதையெல்லாம் கண்டுகொள்கிற நபர் அல்ல.

எனக்கு வேறு என்ன வேண்டும்? என் சொந்த நாட்டு வீரருடன் இணைந்து ஆஸ்திரேலிய ஓபன் போட்டியில் நான் வென்றுள்ளேன். நான் வளர்ந்து வரும் காலங்களில் அவரை ஒரு ஹீரோவாக மதித்துப் போற்றினேன், இப்போதோ அவர் என் நெருங்கிய நண்பர்களில் ஒருவர்.

27

இதயம் நொறுங்கிய தருணம்

2008ஆம் ஆண்டு நிறைவடையும்போது நான் உலகத் தர வரிசையில் 99 இடத்தில் இருந்தேன், பெரும்பாலான விமர்சகர்கள் இன்னும் சிறிது காலத்திற்குள் நான் மேலும் சரிந்து 'முதல் 100'க்கு வெளியே போய்விடுவேன் என்று கணித்தார்கள். ஆனால், 2009 ஆரம்பத்தில் நான் வென்ற 'ஆஸ்திரேலியன் ஓபன்' பட்டம் மிகச் சிறந்த தொடக்கத்தை எனக்கு வழங்கியது. எனது ஒற்றையர் ஆட்டத் தரமும் குறிப்பிடத்தக்க அளவு உயர்ந்தது.

ஆஸ்திரேலிய ஓபன் போட்டிகள் நடைபெற்று முடிந்த உடனே பட்டாயாவில் நடைபெற்ற ஒற்றையர் போட்டியில் ரன்னர் அப்பாக வந்தேன். அந்த சமயத்தில் உலகத் தரவரிசையில் 5ஆவது இடத்தில் இருந்த வேரா ஸொவோனரேவாவிடம் நான் இறுதிச் சுற்றில் தோற்றேன். இந்தச்சிறந்த பின்னங்கை வலு கொண்ட ரஷ்ய வீராங்கனையை எதிர்த்து ஆட நாங்கள் ஒரு உத்தியை வகுத்தோம். தனது இரண்டு கைகளாலும் ஸ்ட்ரோக் அடிக்கும் அவர் நிறைய பஞ்ச்கள், வேரியேஷன் மற்றும் ஒழுங்குமுறையுடன் ஆடுவார். மைதானத்தின்–குறுக்கே (கிராஸ்-கோர்ட்) ஆடுவது என்றால் நான் மிகச் சரியாக அவரது பலமான உத்திகளைத் தொடர்ந்து எதிர்கொள்ள வேண்டியிருக்கும் மேலும் கோட்டிற்கு கீழே என்றால் வேராவின் பந்துகள் மிக வேகமாக சுழன்று வரும் தன்மை கொண்டவை என்பதால் அதுவும் ஆபத்தானதே. எனவே நான் பந்தை சரியாக மைதானத்திற்கு நடுவே அடித்து ஆட முடிவு செய்தேன். அப்போதுதான் மிகச் சரியான கோணத்தில் பந்து போய் அவருக்கு சேர்ந்து அதில் ஏற்கெனவே வல்லவரான அவர், அதை மேலும் பலமாக அடித்து ஆடுவதைத் தடுக்கும். இது எனக்கு என் பின்னங்கையை சரியாகப் பயன்படுத்தி என் பயங்கரமான முன்னங்கை ஷாட் ஆற்றலைப் பயன்படுத்தி நல்ல பதிலடி கொடுக்க சிறிது நேரம் கொடுக்கும்.

முதல் செட் நாங்கள் இருவருமே சம பலத்துடன் ஆடினோம். இரண்டாவது செட்டில் நெருக்கடியான சமயத்தில் அவர் என்னை அதிரடி ஆட்டத்தில் வென்றார். ஆனால், ஏற்கெனவே நான் மாக்டெலனா ரைபரிகோவா மற்றும் டாமரின் தானசுகன் ஆகிய ஒரு சில '*முதல் 50*' வீராங்கனைகளுடன் ஆடி வென்றது எனக்கு திருப்தியளித்தது. மேலும் அந்தப் போட்டியில் விரைவில் உலகின் முதல்நிலை வீராங்கனையாக வெற்றி வாகை சூடவிருந்த கரோலின் வோஸ்னியாஸ்கி உள்ளிட்டவர்களுடன் அந்தப் போட்டியின் இறுதிச்சுற்றில் களமிறங்கியது விறுவிறுப்பாக இருந்தது.

இந்தப் போட்டிக்குப் பிறகு அடிடாஸ் குழுவினருடன் நான் லாஸ் வேகாஸ் சென்று ஆன்ட்ரி அகாஸேயின் உலகப் புகழ் பெற்ற பயிற்சியாளர் கில் ரேஸ்சிடம் பயிற்சி பெற முடிவு செய்தேன். மனித உடலை பயிற்சி செய்ய மிக விசேஷமான தனித்துவம் வாய்ந்த பயற்சி முறைகளை அவர் உருவாக்கி இருந்ததை அறிந்து நான் அதிசயித்துப்போனேன். குறிப்பாக, உயர்ந்த இலக்குகள் கொண்ட தொழில் ரீதியான விளையாட்டு வீரர்களான சொரேனா சிறிஸ்டி, ஆனா ஐவான்விக், கரோலின் வோஸ்னியாஸ்கி மற்றும் ஃபெர்னான்டோ வெர்டாஸ்கோ ஆகியோரும் அவரிடம் அந்த சமயத்தில் பயிற்சி பெற்று வந்தனர். ஒரு நாளின் நீண்ட, கடுமையான பயிற்சிகளுக்குப் பிறகு நாங்கள் அனைவரும் ஒரு குழுவாக இணைந்து எங்கள் குடும்பத்தாரும் சேர்ந்து வெளியே டின்னர் சாப்பிட போவோம். நாங்கள் லாஸ் வேகாசில் ஒரு சில மிகவும் புகழ்பெற்ற படங்கள்கூட பார்த்தோம். மிகவும் கொண்டாட்டமாக இருந்தது. ஆனால் இதைவிட திகைப்பூட்டும் சந்தோஷத்தை நான் அனுபவித்தேன். அது இந்த நகருக்கு என் வருகையை இரட்டிப்பு வெற்றியாக மாற்றிவிட்டது. என் குழந்தைப் பருவ டென்னிஸ் ஹீரோயின் ஸ்டெஃபி கிராபை நான் சந்தித்தேன்!

ஆறு வயது முதல் எனக்கு எப்போதுமே மிகவும் பிடித்த டென்னிஸ் விராங்கனை இவர்தான். இன்றும் நான் இவரது தீவிர ரசிகைதான். ஸ்டெஃபி மைதானத்திற்கு உள்ளேயும் வெளியேயும் கண்ணியத்துடன் நடந்துகொள்ளும் ஒரு அற்புதமான வீராங்கனை. அவர் டென்னிஸ் உலகின் உச்சத்தில் இருந்த சமயத்தில் இவரது முன்னங்கைதான் உலகம் அதுவரைப் பார்த்திராத மிகச் சிறந்த ஆட்ட முறைகளில் ஒன்றாக இருந்தது. அவரது பின்னங்கை ஆட்டமும் பயங்கரமானதுதான். இந்த தனது ஆயுதத்தை அந்த தலைமுறையைச் சேர்ந்த தனது எதிராளிகளை வீழ்த்த இவர் கச்சிதமாகப் பயன்படுத்திக்கொண்டார்.

அவர் ஓய்வு பெற்ற சில ஆண்டுகளுக்குப் பிறகு விம்பிள்டனில் அவர் பயிற்சி செய்யும்போது ஒரு சில சமயங்களில் நான் அவரைப் பார்த்திருக்கிறேன். அவரது முன்னங்கை மற்றும் பின்னங்கை பலத்தை அவர் அப்போதும் பெற்றிருப்பதைக் கண்டு நான் அதிசயித்தேன். தான் ஆடிய காலகட்டத்தில் டென்னிஸ் உலகில் ஆதிக்கம் செலுத்தியதற்காக மட்டும் அல்லாமல் ஆன்ட்ரி அகார்சியின் மனைவியாகவும் தனது அருமையான குழந்தைகளின் தாயாகவும் மாறி தனது கடமைகளை எவ்வளவு அற்புதமாக நிறைவேற்றுகிறார் என்பதற்காகவும்கூட நான் அவரை மிகவும் மதித்துப் போற்றுகிறேன்.

ஸ்வென் குரோயன்வெல்ட்டுடன் பயிற்சி ஆட்டத்தை அப்போதுதான் முடித்து, மைதானத்தைவிட்டு வெளியேறிக் கொண்டிருந்த சமயத்தில் ஸ்டெஃபி எங்களை நோக்கி வருவதைப் பார்த்தேன். நான் அவரைப் பதற்றமாக வெறித்துப் பார்த்தேன். நாக்குகள் மேலண்ணத்தில் ஒட்டிக்கொண்டது, என்ன செய்வது, என்ன பேசுவது என்றே எனக்குப் புரியவில்லை. ஆனால் அந்த டென்னிஸ் ஜாம்பவான் என்னிடம் தன்னை அறிமுகம் செய்துகொண்டார்: 'ஹாய், நான் ஸ்டெஃபி, உங்கள் பயிற்சி எப்படி போகிறது சானியா?' என்று பாலைவன சூரியன் போன்று பளீரென்று சிரித்தவாறு விசாரித்தார்.

'அது நன்–நன்–நன்றாகப் போகிறது!' என்று தட்டுத்தடுமாறி கூறினேன். என் வாழ்நாள் முழுவதும் நான் மதித்துப்போற்றி வந்த அவரிடம் என்னால் பேசக்கூட முடியவில்லை.

'நாம் இருவரும் சேர்ந்து ஒருநாள் பயிற்சி செய்யலாமா?' என்று அவர் கேட்டார்.

நான் 'யெ–யெ–யெஸ்' என்று பலகீனமாக சிரித்தவாறே பதில் கூறினேன்.

நாங்கள் இருவரும் சேர்ந்து பயிற்சி செய்யும் வாய்ப்பு எங்களுக்குக் கிடைக்கவே இல்லை. ஆனால் குழந்தைப் பருவம் முதல் எனது ஹீரோவாக இருந்து வரும் இவரை சந்தித்ததே எனக்கு மிகவும் மகிழ்ச்சியாக இருந்தது. என் வாழ்நாள் முழுவதும் இந்த சந்திப்புத் தருணத்தை நான் என் நினைவில் வைத்துப் பாதுகாப்பேன்.

~

நான் லாஸ் வேகாசிலிருந்து ஸ்வென் அவரது உதவியாளர் 'மாஸ்டி' மற்றும் என் அப்பாவுடன் அடுத்த போட்டியில் கலந்து கொள்வதற்காக இந்தியன் வெல்ஸ் சென்றோம். கலிஃபோர்னியா

பாலைவனத்தினூடே எங்களது பயணம் மிகவும் அற்புதமாக இருந்தது. இந்தியன் வெல்ஸ் அல்லது மியாமியில் நடைபெற்ற போட்டிகளில் நான் பெரிதாக எந்த பெரிய வெற்றியையும் ஈட்டவில்லை. ஆனால் சார்லெஸ்டோனில் பல்கேரியாவின் மிகவும் திறமை மிக்க வீராங்கனை செசில் கராட்டன்செவாவை வென்றேன். இந்த வெற்றி என்னை வீனஸ் வில்லியம்சுடன் விளையாடும் வாய்ப்பைப் பெற்றுத் தந்தது. அவர் தனது அற்புத ஃபார்மில் இருந்தார். 6–1, 2–1 என்ற கணக்கில் முன்னணியில் இருந்தார். இரண்டாவது செட் கொஞ்சம் மாறியது. நான் இரண்டாவது செட்டில் 6–3 என்ற செட்டில் வென்றேன். ஆனால் வீனஸ் அதற்குப் பிறகு எந்த தவறுகளுக்கும் இடம் தராமல் ஆடி என்னைத் தோற்கடித்து தனது மேன்மையான இடத்தைத் தக்கவைத்துக்கொண்டார்.

எனது அப்போதைய பயிற்சியாளர் ஸ்வென் குரோயன்வெல்ட் ஒரு சிந்தனையாளர் மற்றும் தனது பயிற்சி முறைகளில் அதீத ஒழுங்குமுறையை கடைபிடிப்பவர். என் சர்வின் செயல்பாட்டை மாற்றியது இவர்தான். இது ஒரு நேர்மறையான உத்தி என்றும் இதனால் என் சர்வில் மிக அதிக நம்பகத்தன்மை ஏற்பட்டது என்றும் நான் நினைக்கிறேன். கலீனா வாஸ்கோபோவாவுடனான 2009 ஃபிரெஞ்ச் ஓபனில் முதல் சுற்றில் நான் நிறைய டபிள் ஃபால்ட் சர்வ்களை அடித்து அவரிடம் தோற்றேன் என்பது எனக்கு நினைவிருக்கிறது. புல்தரை போட்டி நடப்பதற்கு இன்னும் ஒரு வார காலம் இருந்த சமயத்தில் நானும் ஸ்வென்னும் ரோலன்ட் கேரோசின் முதன்மை மைதானத்துக்கு அருகே அமைந்திருந்த செயற்கை மைதானத்தில் பயிற்சி மேற்கொண்டோம். நான் விளையாடுவதை ஓராண்டு காலமாக ஸ்வென் நெருக்கமாகக் கவனித்திருக்கிறார். பெண்கள் டென்னிஸ் உலகில் மிகச் சிறந்த ஓவர்ஹெட் திறன் பெற்றிருப்பவர்களில் நானும் ஒருத்தி என்று அவர் நினைத்தார். ஆனால், நான் சர்வ் செய்யும்போது என் உடல் சமநிலையை இழக்கிறது என்பதைக் கண்டார். நான் சர்வ் செய்யும்போது எனது உடலும் சர்வ் செயல்பாடும் ஒத்திசைவுடன் இருக்க வேண்டும் என்பதை நோக்கி அவர் எனக்குப் பயிற்சி அளித்தார். அது எனக்கு உடனடியாக ஒரு நேர்மறைத் தாக்கத்தை அளித்தது.

வழக்கமாக நான் செய்து வந்ததுபோலப் பந்தை அடித்து முடித்தவுடன் வலது காலை முன்னால் கொண்டு செல்வதற்கு பதில் இப்போது எனது கால்களை அகலமாக வைத்துக்கொண்டு மிகவும் எளிமையாக்கப்பட்ட இயக்கத்துடன் சர்வ் செய்யத் தொடங்கினேன். எனது முந்திய முறைகளைவிட இந்த முறை

மூன்று வகைகளில் சாதகமாக அமைந்தது. முதலாவதாக, இப்போது என்னை நானே கோடு மற்றும் எறியப்படும் பந்து பறந்து வருவதற்கேற்ப சிறப்பான சமநிலையுடன் விரிவான புவியீர்ப்பு விசையினால் உடலை சுலபமாகச் சமன்படுத்திக்கொள்ள முடிந்தது. இவ்வாறு மாற்றிக்கொள்ளப்பட்ட செயல்பாட்டால் ஏற்படும் ஆற்றல் இழப்பை, எனது அருமையான பால் சென்ஸ் மற்றும் ராக்கெட் ஹெட் வேகம் ஈடுசெய்யும் என்று ஸ்வென் நினைத்தார். அவர் சொல்வது சரிதான் என்று நினைக்கிறேன்.

இரண்டாவதாக, மேம்படுத்தப்பட்ட என் உடல் சமநிலை எவ்வளவோ முயன்றும் மாற்றிக்கொள்ள முடியாமல் இருந்த, முழங்கையை கீழிறக்கும் எனது நீண்டநாள் பிரச்சினை ஒரு குறிப்பிடத்தக்க அளவில் மேம்பட்டது. என் முழங்கையை கொஞ்சம் மேலே தூக்கி பந்தை அடிக்கும் இந்தப் புதிய உத்தி என்னுடைய மாறாத உறுதிக்கு மேலும் உறுதுணையானது. இறுதியாக, சர்ச் வெய்யும்போது அதை எளிமைப்படுத்தியவாறே ஒரு சில மூவ்மன்ட்களை தவிர்த்தல் என்ற இந்த உத்தியால் அடிப்படைத் தவறுகள் ஏற்படும் வாய்ப்பைக் குறைந்த்தது.

ஸ்வென் எனக்குக் கற்றுக்கொடுத்த இந்த உத்திகளின் நேர்மறைத்தன்மை உணர்வு எனக்குப் புத்துணர்ச்சி ஊட்டன. மிகவும் கடினமாக சூழல்களிலும் மிக மோசமான தோல்விகளிலும்கூட நேர்மறைத் தன்மைகளைப் பார்க்கும் இயல்பு கொண்டவர். அவரது இந்த குணாம்சம் என் சிந்தனை முறையையும் மனோபாவத்தையும் மாற்றியது. எனது செயல்பாடுகளைப் பற்றி அதிக நேர்மறை மனோபாவத்தையும், அலசி ஆராயும் திறனையும் வளர்த்துக்கொண்டேன். அது என்னை எனது தோல்விகளிலிருந்து உடனடியாக மீண்டுவர உதவியது.

புல்தரை மைதானம் எனக்கு நல்ல தொடக்கத்தை தந்தது. பிர்மிங்ஹாமில் நான் அரையிறுதியை எட்டினேன். ‘முதல் 50’க்குள் இருக்கும் ஒரு சில வீராங்கனைகளைத் தோற்கடித்தேன். அவர்களில் மிகவும் திறமை வாய்ந்த ரஷ்ய வீராங்கனை அனஸ்தேசியா பாவ்வியசன்கோவா மற்றும் பிரிட்டிஷ் வீராங்கனை ஆன் கீயத்தவாங் ஆகியோரைத் தோற்கடித்தது வளர்ந்து வரும் எனது நம்பிக்கைக்கு மேலும் வலுசேர்த்தன. மூத்த வீராங்கனைகளான டாடியானா பவுசெக் மற்றும் மெலிண்டா ஸிங்க் ஆகியோரையும் வென்று புல்தரை மைதானத்தில் தொடர்ச்சியான நான்கு நேரடி வெற்றிகளை ஈட்டினேன்.

எனவே விம்பிள்டன் என்னைப் பொறுத்தவரை வலுவான நம்பிக்கையுடன் தொடங்கியது. முன்னாள் ‘முதல் 15’ வீராங்கனை ஜெர்மனியின் ஆன்–லெனா குரோயென்ஃபீட்டை முதல் சுற்றில் தோற்கடித்தது மகிழ்ச்சியாக இருந்தது. ஆனால், என்னால் இந்த வெற்றிச் சங்கிலியைத் தொடர முடியாமல் போனது ஏமாற்றமாக இருந்தது. ரோம் நாட்டைச் சேர்ந்த சொரானா சிஸ்டியா மிகவும் அற்புதமாக ஆடி இரண்டாவது சுற்றில் என்னைத் தோற்கடித்து இந்த டிராவில் மேலும் மேலும் முன்னேறிச்செல்ல வேண்டும் என்ற எண் ஆசையை நிராசையாக்கிவிட்டார்.

அந்த ஆண்டு நான் லெக்சிங்டன் ஐ.டி.எஃப். பட்டத்தை வென்றேன். அதன் இறுதிச் சுற்றில் முதல்தர வீராங்கனை ஜூலி காயினை நேரடி செட்டில் தோற்கடித்தேன். அதைத் தொடர்ந்து அடுத்த வாரமே வான்கோவரில் ரன்னர் அப்பாக வந்தேன். இந்த இரண்டிலுமே மிகச் சிறந்த ஆட்டம் ஆடினேன் என்று சொல்ல முடியாது ஆனால், அதிக போட்டிகள் ஆடி அதிக வெற்றிகள் பெறுவது என்ற என் திட்டப்படி நான் செயல்பட்டுக்கொண்டிருந்தேன் என்பதால் சிறந்த முறையில் அல்லது சாதாரண முறையில் என எப்படியிருந்தாலும் நான் வெற்றுபெற வேண்டும் என்பதில்தான் என் தொழில்வாழ்க்கையின் இந்த காலகட்டத்தில் முக்கியமாகத் தோன்றியது.

2009ஆம் ஆண்டில் அமெரிக்காவின் வேட்ரா பீச்சில், பச்சைக் களிமண் ஆடுகளத்தில் சிறப்பான ஆட்டத்தை வெளிப்படுத்தி பல இரட்டையர் போட்டிகளிலும் வெற்றிகளை ஈட்டினேன். தைப்பேஸ் சியா–யுங் சங்குடன் இணை சேர்ந்து இந்த பட்டத்தை நான் வென்றேன். அது ஒரு வலுவான மைதானம் என்பதோடு நாங்கள் இருவரும் மெத்தானி மட்டேக்–சான்ட்ஸ் மற்றும் நாடியா பெட்ரோவாவை காலிறுதியில் தோற்கடித்தோம், கவீடா பெஷ்கி மற்றும் லிசா ரேமன்ட் முதல்தர வீராங்கனை இணையை அனல் தெறிக்கும் இறுதிப்போட்டியில் வென்றோம்.

~

அந்த ஆண்டின் ஆரம்பக்கட்டத்தில் என் சொந்த வாழ்க்கையில் கொஞ்சம் பிரச்சினைகளை சந்தித்தேன். என் கல்லூரியில் படித்துக்கொண்டிருந்த மொகம்மது ஷோரப் மிர்ஸாவுடன் சிறிது நாட்கள் பழகி வந்தேன். அவன் என் அப்பாவின் நண்பரின் மகன். நீண்ட காலமாக நாங்கள் ஒருவரை ஒருவர் அறிந்திருந்தோம். இருவரின் நண்பர் வட்டாரமும் ஒன்றுதான். நாங்கள் குறிப்பாக மிகவும் நெருக்கமாக இல்லை என்றாலும்,

அவ்வப்போது பார்ட்டிகளில் சந்திப்போம், எங்கள் நண்பர் வட்டாரத்துடன் ஒன்றாகச் சுற்றுவோம்.

எந்த ஒரு விளையாட்டு வீரருக்கும் மனதை அதிகமாக காயப்படுத்தும் மிக பலகீனமான காலகட்டம் என்பது காயம் பட்டு ஓய்வெடுக்கும் அந்த நேரம்தான். 2008இல் எனது மணிக்கட்டு காயம் என்னை செயலற்றவளாக்கி இருந்தது. அப்போதுதான் நான் ஷோரபுடன் அதிக நேரம் செலவிடத் தொடங்கினேன். எனக்கு மிக மோசமான காலகட்டம் அது. விரக்தியும் அவநம்பிக்கையும் என்னை வாட்டியது. போனைக்கூட கையில் எடுக்க முடியவில்லை, பிறர் உதவியில்லாமல் என்னால் சாப்பிடவோ தலை முடியை சுத்தம் செய்து கொள்ளவோ முடியவில்லை. டென்னிஸ் விளையாடுவது என்பது எங்கோ தொலைதூரத்தில் இருக்கும் விஷயமாகத் தோன்றியது. மன அழுத்தத்தை நோக்கி நான் போய்க்கொண்டிருந்தேன். இந்த நேரத்தில்தான் என்னை அறியாமலேயே என் வாழ்வின் புதிய அத்தியாயத்தை நோக்கி போகத் தொடங்கியிருந்தேன்.

எல்லாமே கச்சிதமாகப் பொருந்துகிறார்போலத் தோன்றியது – ஷோரப் எங்கள் குடும்ப நண்பர், என் மதத்தைச் சேர்ந்தவர், என் சொந்த ஊர்க்காரர், எனவே நான் என் பெற்றோருக்கு அருகிலேயே இருக்கலாம். ஒரு சில மாதங்கள் பழகிய பின்னர் நாங்கள் நிச்சயம் செய்து கொள்ளலாம் என்று முடிவு செய்தோம். அதுதான் சிறந்த விஷயமாகவும் எங்களுக்கு அப்போது தோன்றியது. ஆனால், திடீரென்று இது சரிபட்டு வராது என்பதை நாங்கள் இருவருமே உணரத் தொடங்கினோம். இதை சரிசெய்து கொள்ள எங்களால் முடிந்த வரை முயன்றோம். ஆனால், நெருங்கிய நண்பர்களாக இருப்பதும் வாழ்க்கைத் துணையாக இருப்பதும் இரு வேறு விஷயங்கள் என்பதை நாங்கள் இருவருமே உணர்ந்தோம்.

இந்த சந்தர்ப்பத்தில் நடைபெற்ற வேறு ஒரு சம்பவமும் என்னை மிகவும் ஆழமாக பாதித்தது. குழந்தைப் பருவத்திலிருந்து என் நண்பனாக இருந்த ஆரிஃப் ஹைதர் 2009இல் மிக மோசமான இருசக்கர வாகன விபத்தில் சிக்கிக் கொண்டான். என் பெற்றோரின் மிகவும் நெருங்கிய நண்பரின் மகன் அவன். அகில இந்திய டென்னிஸ் போட்டிகள் பலவற்றில் ஜூனியராக ஆரிஃப் என்னுடன் வந்திருக்கிறான். நல்ல வலுவான, திறமையான விளையாட்டு வீரன் அவன். ஆனால், படிப்பில் கவனம் செலுத்த முடிவு செய்துவிட்டார். பின்னர் தன் குடும்பத் தொழிலில் ஈடுபடத் தொடங்கிவிட்டார். எப்போதுமே உற்சாகத்துடனும் உயிர்ப்புடனும் இருப்பவர். என்னைப் போலவே நன்றாக

சாப்பிடப் பிடிக்கும். விரைவாகச் செல்லும் கார்கள் மற்றும் பைக்குகளில் அவருக்கு மோகம் அதிகம். அந்த ஆண்டு ஜனவரியில் நான் ஆஸ்திரேலியன் ஓபன் போட்டியில் நான் வெற்றி பெற்றபோது ஒரேயடியாக சந்தோஷப்பட்டார். அதோடு நண்பர்கள், உறவினர்கள், ரசிகர்களை பலரைத் திரட்டி வெற்றிக் களிப்புடன் வந்த என்னை ஹைதராபாத் விமான நிலையத்தில் வரவேற்க ஏற்பாடு செய்திருந்தார்.

அது மிகவும் மோசமான விபத்து. அப்போது அவருக்கு சிகிச்சை அளித்த மருத்துவர்கள் அவர் குணாமாவதற்கான வாய்ப்புகள் குறைவுதான் என்று கூறினார்கள். நான் ஜப்பானில் ஒரு போட்டியில் விளையாடிக்கொண்டிருந்தபோது இந்தச் செய்தி எனக்குக் கிடைத்தது. நான் நிலைகுலைந்து போய்விட்டேன். ஒரு சில நாட்கள் கழித்து அவரை நான் மருத்துவமனையில் போய்ப் பார்த்தேன். அப்போது திடீரென்று என் வாழ்க்கையின் முக்கிய அம்சமாக நான் நினைத்து வந்த டென்னிஸ்கூட ஒன்றுமே இல்லை என்று எனக்குத் தோன்றியது. எனது குழந்தைப் பருவ நண்பர்களில் ஒருவரான இவர் ஒரு சுண்டு விரலைக்கூட அசைக்க முடியாமல் ஏறக்குறைய கோமா நிலையில் படுத்துக் கிடக்கிறார்.

அந்த நிலையில் ஒரு நண்பரைப் பார்த்தபோது என் மனம் நொறுங்கிப்போனது. ஆனால், ஆரிஃப் எப்போதுமே போராட்ட குணம் உடையவர். இறைவனின் அருளாலும் தன் குடும்பத்தினரின் நேசம் மிக்க ஆதரவாலும் மருத்துவ நிபுணர்களின் கணிப்பைப் பொய்யாக்கி மெல்ல மெல்ல குணமடைந்து எழுந்தார். அரை டஜனுக்கும் மேற்பட்ட சிக்கலான அறுவை சிகிச்சைகள் செய்து கொண்டு நாங்கள் அனைவரும் பெருமைகொள்ளும் வகையில் அபார மன உறுதியுடன் போராடி தன்னைச் சார்ந்த எல்லோருக்கும் ஒரு நல்ல முன்னுதாரணமாக விளங்கிய அவர், முழுவதும் குணமாகி, புது வாழ்வைத் தொடங்கிவிட்டார்.

எங்கள் மற்ற நெருங்கிய நண்பர்களான லாவ்ராஜ் மற்றும் அனில் யாதவ் உள்ளிட்டோருடன் நானும் ஆரிஃபும் சேர்ந்து செலவிட்ட நேரங்கள் என்றென்றும் நினைவில் நிற்கக்கூடிய மகிழ்ச்சியான தருணங்கள். எங்களை ‘பாய்ஸ் கேங்க்’ என்று அழைப்பார்கள்! செயின்ட் மேரிஸ் கல்லூரியில் அவர்கள் என் சீனியர்கள். யாராலும் பிரிக்க முடியாத நெருங்கிய நண்பர்களாக நாங்கள் இருந்தோம். ஆரிஃபின் விபத்து, அவரவர் தொழில் வாழ்க்கையில் மூழ்கியிருந்ததால் சிறிது காலம் பிரிந்திருந்த எங்களை மறுபடியும் ஒன்று சேர்த்தது. லாவ்ராஜ் வெற்றிகரமான

பில்டராக வேலைபார்த்து வருகிறார், அண்ணா (அனிலை நாங்கள் அன்பாக அப்படித்தான் அழைப்போம்) அரசியல் குடும்பத்திலிருந்து வந்தவர் என்பதால், அப்பாவின் பாதையில் சிறப்பாகச் சென்று கொண்டிருந்தார். தன் வாழ்க்கையில் அவர் மேலும் மேலும் முன்னேறுவார் என்று நான் நம்புகிறேன். எப்படி இருந்தாலும் அவர் எங்களைப் பொறுத்தவரையில் எப்போதுமே எங்கள் 'அண்ணன்தான்'

என் சொந்த வாழ்க்கையில் பல்வேற சோதனை முயற்சி களைக் கொண்டிருந்த காலகட்டம் அது. ஆனால் என் தொழில் வாழ்க்கையில் மிகவும் மோசமான சூழ்நிலையில் தொடங்கிய அந்த ஆண்டு மிக அருமையாக முடிவடைந்தது. ஜப்பானில் நடைபெற்ற டபிள்யு.டி.ஏ.வின் மிகவும் கடினமான போட்டியில் நான் அரையிறுதி வரை முன்னேறினேன். நான் ஷாஹர் பீரை மீண்டும் மூன்று செட்களில் போராடியும், விக்டோரியோ குடுஸோவாவை நேர் செட்டிலும் வென்றேன். அப்போது உலகத் தரவரிசையில் 12ஆவது இடத்திலிருந்த திறமை மிக்க ஃபிரெஞ்ச் வீராங்கனை மரியோன் பார்டோலியையும் வென்றேன். மோசமாக சரிவடைந்து வெளியேறும் விளிம்பு நிலையிலிருந்து அந்த ஆண்டு முடிவதற்குள் '*முதல் 58*' தரவரிசைக்கு முன்னேறினேன்.

28

காதல் மலர்ந்த நேரம்

விளக்கம் கூற முடியாத சில காரணங்களால், மிகவும் சிறிய பெண்ணாக இருந்தபோதே எனக்குள் நான் இருபத்தி மூன்று வயதில் திருமணம் செய்துகொள்வேன் என்ற எண்ணம் என் மனதில் தோன்றியது. நான் பொதுவாக சம்பிரதாயங்களில் நம்பிக்கை கொண்டவள், இப்போதும்கூட நிறைய விஷயங்களில் அப்படித்தான். நான் திருமணம் செய்து கொண்ட பிறகு டென்னிஸ் ஆடமாட்டேன், எனக்கு இருபத்தியேழு, இருபத்தியெட்டு வயதாகும்போது நான் குழந்தை பெற்றுக்கொள்வேன் என்றெல்லாம் நினைத்துக்கொள்வேன். இப்படித்தான் நான் வாழ்க்கை இருக்க வேண்டும் என்று நான் கற்பனை செய்து வைத்திருந்தேன். என்னுடைய எல்லா தோழிகளுக்கும் திருமணமாகி அவர்களுக்குக் குழந்தைகளும் உள்ளனர், நான் இளம்பெண்ணாக இருந்த சமயத்தில் என்னைச் சுற்றி இருந்தவர்கள் இப்படித்தான் தங்கள் வாழ்க்கையை திட்டமிட்டிருந்தனர், அதனால்கூட நானும் என் மனதில் அதே போல எண்ணம் கொண்டிருக்கலாம். ஆனால் நாம் வளர வளர வாழ்க்கை நாம் எதிர்பார்ப்பதைப் போல அப்படியே நடப்பதில்லை என்பதைத் தெரிந்துகொள்கிறோம்.

ஷோரபுடனான எனது உறவு முறிந்த பிறகு, இளம் பருவத்தில் நான் கொண்டிருந்த வாழ்க்கையைப் பற்றிய எனது திட்டங்கள் நிறைவேறுவதற்கான வாய்ப்புகள் கணிசமாக குறைந்துவிட்டதாகத் தோன்றியது. எனது 23ஆவது பிறந்த நாளுக்கு பிறகு விரைவில் என்னை நான் முழுவதுமாக டென்னிசிலேயே மூழ்கடித்துக்கொண்டுவிட்டேன். மணிக்கட்டு இன்னமும் சரியாக குணமடையாமல் கடுமையான வலியினால் தொடர்ந்து அவதிப்பட்டு வந்த நிலையில் ஆஸ்திரேலியாவில் இன்னொரு போட்டியில் போராடி வென்றேன். இங்குதான் இந்த அழகிய, சிறிய ஹாபர்ட் நகரில் 2010இல் என் வாழ்க்கையில் நாடக பாணியிலான ஒரு திருப்பம் ஏற்பட்டது.

அன்று மாலை, அப்பா, பயிற்சியாளர் லென் மற்றும் நானும் எங்களுக்கு மிகவும் பழக்கமான இந்திய உணவகத்தை நோக்கி நடந்து சென்றோம். இந்த இடம் நாங்கள் இருந்த தி ஓல்ட் வூல்ஸ்டோர் விடுதிக்கு நூறு, இருநூறு அடி தொலைவில் இருந்தது. அந்த ஆண்டின் முதல் கிராண்ட் ஸ்லாம் போட்டிகளில் கலந்துகொள்வதற்கான போட்டிகளில் கலந்துகொள்வதற்காக நாங்கள் அங்கு தங்கியிருந்தோம். அடுத்த ஒரு சில நாட்களில் ஆஸ்திரேலிய கிரிக்கெட் அணியை எதிர்த்து விளையாடுவதற்காக அங்கு பாகிஸ்தான் அணி வந்திருந்தது. நாங்கள் சென்றிருந்த அதே உணவகத்தில் சாப்பிடுவதற்காக அந்த அணியைச் சேர்ந்த சில வீரர்களும் வந்திருந்ததைப் பார்த்து எங்களுக்கு மகிழ்ச்சியாக இருந்தது.

சிறிது நேரம் கழித்து, பாகிஸ்தான் கிரிக்கெட் அணியின் முன்னாள் கேப்டன் ஷோயெப் மாலிக் அங்கு வந்தார். உணவு மேஜை கிடைக்குமா என்று சுற்றும் முற்றும் பார்த்தார். நாங்கள் உட்கார்ந்திருந்த மூலையை நோக்கி அவர் வந்தார். என்னைப் பார்த்து ஹலோ சொல்லிவிட்டு என் அப்பாவுக்கு வணக்கம் தெரிவித்தார். நான் ஏற்கெனவே ஷோயெப்பைப் சந்தித்திருக்கிறேன், ஆனால், அந்த சந்திப்பு மிகவும் குறைவான நேரத்திற்கே இருந்தது. ஒருமுறை இந்தியாவில் டெஸ்ட் தொடர் ஒன்றை ஆடுவதற்காக பாகிஸ்தான் அணி வந்திருந்த சமயத்தில், புது தில்லியில் ஒரு விடுதி ஜிம்மில் எங்கள் இருவரையும் ஒரு பத்திரிகையாளர் அறிமுகம் செய்துவைத்தார். இன்னொரு முறை மொகாலியில் இந்தியா–பாகிஸ்தான் ஒருநாள் போட்டி நடைபெற்றபோது, அதைப் பார்க்கப் போயிருந்த நான் ஒரு விடுதியில் காலை உணவு அருந்தும்போது அவரைப் பார்த்திருக்கிறேன்.

அடுத்த நாள் மாலை நான் ஆடுவதைப் பார்க்க வேண்டும் என்று ஷோயெப் விருப்பம் தெரிவித்ததால், அவருக்காக நான் சில நுழைவுச்சீட்டுகளை ஏற்பாடு செய்தேன். தன் அணி உறுப்பினர்கள் சிலருடன் அவர் வந்திருந்தார். ஆட்டம் முடிந்தவுடன் என் அப்பா அதே ரெஸ்டாரண்டுக்கு அவர்களை எல்லாம் எங்களோடு சேர்ந்து சாப்பிட அழைத்தார். மற்றவர்களுக்கு வேறு வேலைகள் இருந்ததால் ஷோயெப் மட்டும் எங்களோடு வந்து சாப்பிட ஒப்புக்கொண்டார்.

ஆஸ்திரேலியாவின் பல்வேறு நகரங்களில் வெவ்வேறு போட்டிகளில் கலந்துகொண்ட நாங்கள் இருவரும் பயணம் செய்யும்போது தொலைபேசியில் தொடர்பு கொண்டு பேசினோம். அவரிடம் என்னை முதலில் கவர்ந்த விஷயம்,

அவரது எளிமைதான். தனது அணியின் மூத்த ஆட்டக்காரர் மற்றும் முன்னாள் கேப்டனுமான இவர் தனது புகழால் எந்த வகையிலும் பாதிப்படையவே இல்லை. விரைவில் நாங்கள் இருவரும் எல்லா விஷயங்களையும் பற்றிப் பேசத் தொடங்கினோம். எங்களுக்குள் நன்றாக ஒத்துப்போவதை உணர்ந்தோம். ஆனால், காதல் என்ற எண்ணமோ பேச்சோ அப்போது அவ்வளவு சீக்கிரம் வரவில்லை.

ஒரு மாதம் கழித்து, நான் துபாய் ஓபன் போட்டிகளில் விளையாடுவதற்காகப் பயணம் சென்றபோது, அதே தினங்களில் ஒருநாள் போட்டித் தொடரில் பாகிஸ்தான் கேப்டனாக இங்கிலாந்து அணிக்கு எதிராக விளையாட அவரது அணியுடன் வந்திருந்தார். இந்த ஒருநாள் போட்டித் தொடருக்காக தன் அணிக்கு கேப்டனாக அவர் நியமிக்கப்பட்டிருந்தார். இறைவனே இப்படி ஒரு இணை சேரமுடியும் என்பதற்கான வாய்ப்பே இல்லை என்றபோதும் எங்கள் இருவரையும் ஒன்று சேர்ப்பதற்காகவே ஒரே இடத்திற்கு கொண்டு சேர்த்தார் போலும். என் அம்மாவை ஷோயெப் சந்தித்தார். அவர்கள் இருவரும் மிகவும் சகஜமாகப் பழக ஆரம்பித்துவிட்டனர்.

ஒரு சில மாதங்களுக்குப் பிறகு ஷோயெப் என்னிடம் தன்னைத் திருமணம் செய்துகொள்ளுமாறு கேட்டார். நாடக பாணியிலான நபர் அல்ல அவர். என்னைத் திருமணம் செய்துகொள்ளுமாறு கேட்டதுகூட மிகவும் எளிமையான முறையில்தான். இது எப்போது வேண்டுமானாலும் நடக்கட்டும் அதைப் பற்றித் தனக்குக் கவலையில்லை என்றும் ஆனால் அவர் என்னைத்தான் திருமணம் செய்துகொள்ள விரும்புவதாகவும் கூறினார். தனது இந்த முடிவைப் பற்றி தன் அம்மாவிடம் பேசப்போவதாக கூறினார். எனக்கு அவரது இந்த குணம் மிகவும் பிடித்துவிட்டது, மேலும் நான் பொதுவாக எதையும் இழுத்துக்கொண்டே போகும் குணம் கொண்டவளும் அல்ல.

பல மாதங்களுக்குப் பிறகு ஒரு வழியாக நாங்கள் திருமணம் செய்துகொண்ட பிறகு ஒரு இனிமையான மாலை வேளையில் ஒன்றாக அமர்ந்து பேசிக்கொண்டிருந்தபோது, நான் 'அன்று மட்டும் நீங்கள் அந்த ரெஸ்டாரன்டுக்கு வரவில்லை என்றால் அதற்குப் பிறகு நாம் ஒருவரை ஒருவர் சந்தித்திருக்காமலே இருந்திருக்கவும் வாய்ப்பு உள்ளது இல்லையா?' என்று அவரிடம் கேட்டேன். அன்றைய மாலையில் தான் அங்கு வந்தது முற்றிலும் தற்செயலானது என்று சொல்லிவிட முடியாது என்று ரகசியத்தைக் கூறினார்.

ஏற்கெனவே அந்த ரெஸ்டாரன்டில் சாப்பிட்டுக்கொண்டிருந்த அவரது நண்பர்களில் ஒருவர் அவருக்குப் போன் செய்து நான் அந்த ரெஸ்டாரென்டில் சாப்பிட வந்திருப்பதாகத் தகவல் தெரிவித்துள்ளார். வேறு எங்காவது சாப்பிடலாம் என்று முடிவு செய்திருந்த அவர், இந்த செய்தியைக் கேட்டவுடன் அவசர அவசரமாக இங்கே வந்திருக்கிறார். 'இந்த முறை கண்டிப்பாக உன் போன் நம்பரை வாங்கிவிட வேண்டும் என்ற உறுதியோடு வந்தேன்' என்று அவர் மேலும் என்னிடம் கூறினார். எங்கள் இருவரையும் ஒரே இடத்தில் ஒன்றாக கொண்டு வந்தது எதேச்சையான விஷயம் இல்லை என்பதைத் தெரிந்துகொண்ட பிறகு இது குறித்து அடிக்கடி ஜோக் அடித்துக்கொள்வோம்.

அவரைத் திருமணம் செய்துகொள்ளலாம் என்ற முடிவை நான் வெகு இயல்பாகவே எடுத்தேன். திருமணம் என்று வரும்போது நான் மிகவும் பழமைவாதிதான். முடிவு செய்வதற்கு முன்னால் நீண்ட காலம் நாங்கள் டேட்டிங் செய்ய வேண்டும் என்பது முக்கியம் என நான் நினைக்கவில்லை. மேலும் எங்கள் உறவைக் குறித்து அதிக காலம் மறைத்து வைக்கவும் முடியாது. நாங்கள் இருவருமே உலகம் முழுவதும் அறிமுகமான முகங்கள். சிறிது காலம் எங்கள் பழக்கத்தை எங்களால் மறைத்து வைத்திருக்க முடிந்தது. அதனால்தான், இந்த விஷயம் வெளியானபோது அனைவருக்கும் அது மிகப் பெரிய அதிர்ச்சியை ஏற்படுத்தியது.

திருமணம் செய்துகொள்ள வேண்டும் என்ற முடிவு இயல்பாகத் தோன்றியது. நான் என் அம்மாவிடம் ஷோயெப் பற்றியும் அவர் அவருடைய அம்மாவிடம் என்னைப் பற்றியும் பேசினோம். அந்த ஆண்டு மார்ச் மாதத்தில் அவருடைய அம்மா, அக்கா, அக்காவின் கணவர், அவர்களின் இரண்டு குழந்தைகள் அத்தனை பேரும் எங்கள் வீட்டிற்கு வந்து எங்கள் விருந்தாளியாகத் தங்கினார்கள். மூன்று நாட்களுக்குப் பிறகு அவர்கள் வீட்டில் என்னை முறைப்படி பெண் கேட்டார்கள். ஷோயெப்பின் நாடு குறித்துக் கவலையாக இருந்தாலும் என் பெற்றோர் அவர்களுக்குச் சம்மதம் தெரிவித்தனர்.

ஷோயெப் பிறந்த நாட்டுக்கும் நம் நாட்டுக்கும் இடையே அரசியல்ரீதியாக தீவிரமான கருத்து வேறுபாடுகள் உள்ளன என்பதை நான் அறிந்திருந்தேன். ஆனால், சிறு வயது முதலே என் உலகமே டென்னிஸ் வட்டாரங்களில் கழிந்தது. அங்கே உலகம் முழுவதிலும் உள்ள பல்வேறு நாடுகள், பல்வேறு இனத்தவர், பல்வேறு மொழிகளைப் பேசுபவர்களுடன் நான் நெருங்கிப் பழகி வந்திருக்கிறேன். எனவே, இந்த அனுபவங்களால்

தேச எல்லையைக் கடந்து ஒரு தனிப்பட்ட முறையிலான உறவை ஏற்படுத்திக்கொள்வதில் உள்ள தடைகளைக் கடக்க எனக்கு எந்தத் தயக்கமும் ஏற்படவில்லை. ஒரு விளையாட்டு வீரராக இருக்கும்போது அப்படிப்பட்ட எல்லைகளை நீங்கள் மறந்துவிடுவீர்கள்.

ஷோயெப்பிடம் பழக ஆரம்பித்த உடனேயே, இருவருக்கும் இடையே எந்த பந்தமும் ஏற்படுவதற்கு முன்பாகவே எனது தொழில் வாழ்க்கை பற்றித் தெளிவாகப் பேசிவிட்டேன். திருமணத்துக்குப் பிறகும் நான் டென்னிஸ் விளையாடுவதில் அவருக்கு எந்தப் பிரச்சினையும் இல்லை என்பதைக் கூறிவிட்டாலும் நான் இதை அவருடைய குடும்ப உறுப்பினர்களிடமும் பேசி தெளிவுபடுத்த வேண்டும் என்று சொன்னேன். அவருடைய அம்மா இது குறித்து திறந்த மனதுடன் இருந்தார். என்னைப் பற்றியும் என் தொழில் வாழ்க்கை பற்றியும் எங்கள் குடும்பத்தாரைப் போலவே அவர்களும் இன்றுவரை பெருமிதம் கொள்பவர்களாகத்தான் இருந்துவருகிறார்கள். அவர்கள் குடும்பத்திலும் என்னைப் போலவே ஒரு விளையாட்டு வீரர் இருப்பதாலோ என்னமோ என் வாழ்க்கையையும் அதனால் ஏற்படும் மன அழுத்தங்களையும் பற்றி நன்றாகவே அறிந்திருந்தனர்.

எங்கள் உறவில் சிறந்த அம்சங்களில் இதுவும் ஒன்று. விளையாட்டு வீரர்கள் என்பதால் நீண்ட நாட்கள் வீட்டிலிருந்து வெளியே இருக்க வேண்டிய தேவை எங்கள் இருவருக்குமே அடிக்கடி ஏற்படும். நாங்கள் இருவருமே பல ஆண்டுகளாக இப்படிப்பட்ட வாழ்க்கையைத்தான் வாழ்ந்து வருகிறோம் என்பதால் நீண்ட காலம் ஒருவரை ஒருவர் பிரிந்து இருக்க வேண்டியிருக்கும் என்பதையும் நாங்கள் மனதளவில் ஏற்றுக்கொண்டோம். நீண்ட காலம் இவ்வாறு ஒருவரை விட்டு ஒருவர் பிரிந்திருப்பதை நாங்கள் கையாளும் திறனில்தான் எங்கள் உறவு நிலைத்திருப்பதற்கு உதவப்போகிறது.

~

மிகவும் சிக்கலான மணிக்கட்டு அறுவை சிகிச்சை செய்துகொண்டு ஒரு இடைவேளைக்குப் பின் வந்து ஆடத்தொடங்கியதை கருத்தில் கொள்ளும்போது 2009ஆம் ஆண்டு ஓரளவு வெற்றிகரமான ஆண்டு என்றுதான் கூறவேண்டும். என் மணிக்கட்டு பூரணமாக குணமடையாமல், தொடர்ச்சியாக கடுமையான வலி வந்துகொண்டே இல்லாமல் இருந்திருந்தால், இது இன்னமும் சிறப்பாக அமைந்திருக்கக்கூடும். வலிநிவாரணிகளின் உதவியோடு நான் விளையாடிக்கொண்டிருந்தேன். ஆனால் சில நேரங்களில்

வலி தாங்கிக்கொள்ள முடியாத நிலைக்குப் போய்விடும். என் தொழில்வாழ்க்கையையே ஒரு முடிவுக்குக் கொண்டு வந்துவிடப் போகிறது என்று நான் பயந்து கொண்டிந்த இந்த காயத்தின் நிழல் 2010ஆம் தொடக்கம் வரை நீடித்தது. நான் மிகவும் சிரமப்பட்டுக் கொண்டிருந்தேன். ஆஸ்திரேலியன் ஓபன் போட்டிகளில் சொல்லிக்கொள்கிறார் போல எதுவும் நடைபெறவில்லை. ஹபார்ட்டில் தொடங்கி, பிப்ரவரி மாதம் துபாயில் முடிவடையும் வரையிலும் நடைபெறற போட்டிகளில் முதல் சுற்றிலேயே தொடர்ந்து நான்கு முறை நான் தோற்றேன். தாங்க முடியாத கடுமையான வலி காலவரையற்று இடைவேளை எடுத்துக்கொள்ளும்படியான நிலைக்கு என்னைத் தள்ளியது. இந்த முறை இது எனக்கு மிகவும் சிரமமாக இருந்தது. காரணம் கடந்த முறைகளில் இருந்தாற்போல இல்லாமல் இதிலிருந்து நான் மீண்டு வருவேனா என்ற சந்தேகமும் எனக்கு எழுந்தது. அதே ஆண்டில் இன்னும் சில மாதங்களில் காமன்வெல்த் போட்டிகள் மற்றும் ஆகிய விளையாட்டுப்போட்டிகள் என வரிசையாக போட்டிகள் நடைபெற உள்ளன என்ற நிலையில் இந்த எண்ணம் எனக்கு அதீத மன அழுத்தத்தைத் தந்தது. எல்லாம் விதிப்படி நடக்கட்டும் என்று விட்டுவிட்டேன். அறுவை சிகிச்சை நடைபெற்று ஒரு வருட காலம் வலியோடு போராடிக்கொண்டிருந்த நிலையில் உண்மையில் என் தொழில் வாழ்க்கையே முடிவை நெருங்கிக்கொண்டிருக்கிறது என்று எனக்குத் தோன்றியது.

அப்போது நானும் ஷோயெப்பும் வெவ்வேறு காரணங்களால் விளையாட்டிலிருந்து இடைவெளி எடுத்துக்கொண்டிருந்தோம். வலுக்கட்டாயமாக எங்களிடம் திணிக்கப்பட்ட இந்த இடைவெளியை நல்ல முறையில் பயன்படுத்திக்கொள்ள நாங்கள் எவ்வளவு சீக்கிரம் முடியுமோ அவ்வளவு சீக்கிரம் திருமணம் செய்துகொள்ளலாம் என்று முடிவெடுத்தோம். திருமண ஏற்பாடுகளில் என்னை நான் முழுவதுமாக ஈடுபடுத்திக் கொண்டேன். இது என்னை என் வலியிலிருந்து திசைதிருப்பி, சுறுசுறுப்பாக செயல்பட வைத்தது. எங்கள் இருவரின் எதிர்காலம் எப்படி எல்லாம் இருக்க வேண்டும் என்று திட்டமிட்டு அவற்றை செயல்படுத்தத் தொடங்கியது மிகவும் மகிழ்ச்சியாக இருந்தது. நாங்கள் இருவரும் திருமணத்துக்கு பின்பு துபாயில் குடியேறலாம் என்று முடிவெடுத்தோம். எங்கள் இருவரின் நாடுகளுக்கும் போய் வருவதற்கும் சுலபமான ஒரு இடமாக இருக்கும் என்பது உட்பட இது பல்வேறு கோணங்களிலும் மிகவும் பொருத்தமாக இருக்கும் என்பதால் நாங்கள் இவ்வாறு முடிவு செய்தோம்.

ஷோயெப், ஏற்கெனவே முடிவானபடி பங்களாதேஷில் ஒரு பிரீமியர் லீக் விளையாட இருந்தார். அந்தப் போட்டிகள் முடிவடைந்த பின் இந்தியா வருவதாக இருந்தார். அவர் ஹைதராபார் வந்தடைந்த பின் எங்கள் திருமணத்தைப் பற்றி அறிவிக்கலாம் என்று நாங்கள் முடிவு செய்திருந்தோம். ஆனால், அதற்குள் நடைபெற்ற விஷயங்களை நாங்கள் கற்பனை செய்து பார்க்கக்கூட இல்லை. எங்கள் திருமணம் நடைபெற இருந்த சில நாட்களுக்கு முன்பு நாங்கள் இருவரும், எங்கள் இரு குடும்பத்தினரும் அனுபவித்த சிரமங்கள், எங்களுக்கு ஏற்பட்ட பதற்றத்தை வேறு எந்த இணைக்கும் ஏற்பட்டிருக்காது என்றே நான் நினைக்கிறேன்.

ஷோயெப் இந்தியா வந்து சேர்ந்த பிறகு எங்கள் திருமண அறிவிப்பை வெளியிடலாம் என்று நாங்கள் போட்டிருந்த திட்டம் தோல்வியடைந்தது. அவர் இந்தியா வருவதற்கு சில நாட்களுக்கு முன்பாகவே எங்கள் திருமணம் பற்றிய செய்திகள் ஊடகங்களுக்கு கசிந்துவிட்டது. ஆனால், மிகவும் பிரபலமான இருவர் அதுவும் வெவ்வேறு நாட்டைச் சேர்ந்த இருவரின் திருமணம் என்பது போன்ற பெரிய விஷயம் குறித்து எங்கிருந்து வேண்டுமானாலும் விஷயம் சுலபமாக வெளியே செல்லும் வாய்ப்புகள் அதிகம் இருந்தன.

துபாயிலிருந்து ஷோயெப் ஹைதராபாத் விமான நிலையம் வந்து சேர்ந்தார். விமான நிலையத்திலிருந்து வெளியே வரும்போது தன் முகத்தை மறைத்துக்கொள்ள அவர் முயற்சி செய்தார். அப்படியும் அங்கே கூடியிருந்தவர்களில் அவரது முகத்தை சுலபமாக அடையாளம் கண்டுகொள்ளக்கூடியவர்களும் இருந்தனர். அப்பாவும் நானும் கார் பார்க்கிங்கில் காத்திருக்க என் உறவுக்காரர் அவரை அழைத்து வர உள்ளே சென்றார்.

எப்போது வேண்டுமானாலும் வெடித்துவிடும் நிலைமையில் இருந்த அந்த நிலவரத்தை எப்படி சமாளிப்பது என்று எங்களில் யாருக்குமே தெரியவில்லை. சூழ்நிலை மோசமாகாமல் இருக்க என்னவெல்லாம் செய்ய வேண்டும் என்று நாங்கள் ஒவ்வொருவரும் ஏதாவது ஒரு யோசனையை சொல்லிக்கொண்டே இருந்தோம். அடையாளம் காணப்படுவதைத் தவிர்ப்பதற்காக தன்னால் ஆன அனைத்து முயற்சிகளையும் ஷோயெப் மேற்கொண்டார். ஆனால் அவர் எடுத்து வந்த பையின் மேல் ‘பாகிஸ்தான் கிரிக்கெட் அணி, ஷோயல் மாலிக்’ என்று கொட்டை எழுத்துக்களில் எழுதப்பட்டிருந்ததை அவர் மறந்துவிட்டார்!

அதை பார்த்துவிட்ட என் மாமா குதித்து ஓடிப்போய் வேறு யாரும் அதில் என்ன எழுதியிருக்கிறார்கள் என்பதைப் பார்த்துவிடக் கூடாது என்பதை உறுதி செய்துகொள்ள அதை மறைத்தார். இப்படித்தான் எங்கள் திருமணம் நடந்து முடியும் வரை ஏதாவது பைத்தியக்காரத்தனங்கள் குறைவில்லாமல் நடந்துகொண்டே இருந்தன. அவற்றை சமாளிப்பதும் கையாள்வதும் எங்கள் அனைவருக்கும் சலிப்பாகவும், உணர்வுபூர்வமாக எங்களைத் தொய்வடையச் செய்ததோடு, வெறுப்பான, விரக்தியான அதே நேரத்தில் எங்கள் வாழ்க்கையில் வெடிச் சிரிப்புகளை உண்டாக்கிய தருணங்களை நாங்கள் எதிர்கொண்டோம்.

என் வருங்காலக் கணவரைப் பற்றி ஒரு பெண் மோசமான ஒரு குற்றச்சாட்டைக் கிளப்பி விட்டபோது இந்த சூழ்நிலை மேலும் மோசமடைந்தது. இந்தியாவிலும் பாகிஸ்தானிலும் உள்ள ஒரு சில ஊடகங்கள் இதை வைத்து எங்கள் தனிப்பட்ட உறவைக் குறித்துப் பலவிதமாகக் கதைக்கட்டதத் தொடங்கிவிட்டனர். இந்தியாவில் இந்த வெளிநாட்டு மாப்பிள்ளைப் பற்றி தரக்குறைவான செய்திகளை வெளியிடுவதில் ஒருவரோடு ஒருவர் போட்டிப்போட்டுக் கொண்டு களம் இறங்கிவிட்டனர். தங்கள் டி.ஆர்.பி. புள்ளியை அதிகரித்துக்கொள்ளும் ஒரே நோக்கத்தோடு என் தனிப்பட்ட வாழ்க்கையில் எந்தவகையிலும் நியாயப்படுத்தவே முடியாத முறையில் தலையிட்டு செயல்பட்டுக்கொண்டிருந்தனர். நான் காதலித்த ஒரு மனிதருடனான என் திருமணத்தைத் தடுத்து நிறுத்துவதற்கு தங்களாலான அனைத்தையும் செய்துகொண்டிருந்தனர்.

ஏறக்குறைய இரண்டு வாரகாலம் ஊடகங்களுக்கு பித்து பிடித்துவிட்டது போலத் தோன்றியது. கேமரா, மைக்ரோபோன்கள், ஃபைல்கள், பேனாக்கள் சகிதமாக ஏறக்குறைய 200 செய்தியாளர்கள் எங்கள் வீட்டிற்கு வெளியே முகாமிட்டிருந்தார்கள். வீட்டிற்குள் வரும் வீட்டிலிருந்து வெளியே போகும் யாரையும் அவர்கள் விட்டுவைக்கவில்லை. ஒரு டஜன் சாடிலைட் வேன்கள் வரிசையாக நிறுத்தப்பட்டிருந்தன. அர்த்தமே இல்லாமல் வீட்டையும் எங்கள் வீட்டிற்கு வந்துபோய்க்கொண்டிருந்தவர்களையும் படம் பிடித்துக்கொண்டிருந்தன. வீட்டின் அனைத்துப் பக்கங்களிலும் கேமராக்கள் பொருத்தப்பட்டு இருபத்தி நான்கு மணிநேரமும் கண்காணிக்கப்பட்டது. கேமராமேன்கள் எங்கள் வீட்டைச் சுற்றியுள்ள கட்டிடங்களில் இருந்துகொண்டு வீட்டைக் கண்காணித்தனர். எங்கள் வீட்டுத் திரை கொஞ்சம் விலகி குடும்ப உறுப்பினர்களோ அல்லது நானோ எதையாவது

செய்வதைப் பார்த்துவிட்டால், போதும், அந்தக் காட்சியையும் நாங்கள் செய்துகொண்டிருக்கும் சாதாரண வேலையைக்கூடக் கற்பனையாக எதையாவது சேர்த்துக் கதைகட்டி தங்கள் தொலைக்காட்சி மூலமாக மக்களுக்குச் சொல்லிவிடுவார்கள். இது பைத்தியக்காரத்தனமாகவும் யாருமே எதிர்பார்க்காததாகவும் இருந்தது.

இந்த எல்லாப் பைத்தியக்காரத்தனமான விஷயங்களுக்கு மத்தியில் என் அப்பாவுக்கு உறவுக்காரர் ஒருவரிடமிருந்து பதற்றமான தொலைபேசி அழைப்பு வந்தது. 'சானியா பச்சை நிறத்தில் டீ ஷர்ட் அணிந்துகொண்டிருக்கிறாளா?' என்று அவர் கேட்க, அப்பா 'ஆமாம்' என்று பதில் சொல்ல, உடனே கூக்குரல் எழுப்பியவாறே 'மொதல்ல கர்டன்களை எல்லாம் மூடுங்க' என்றார். 'இப்போது கட்டிக்கொண்டிருக்கும் உங்கள் பக்கத்து வீட்டுக் கட்டடத்திலிருந்து நியூஸ் சேனல்கள் சானியாவை லைவ் டெலிகாஸ்டாகக் காட்டிக்கொண்டிருக்கிறார்கள்' என்றார் அவர்.

நான் பத்து நாட்களுக்கு சூரியனையே பார்க்கவில்லை. எங்கள் வீட்டில் உள்ள அனைத்து ஜன்னல்களும் மூடப்பட்டிருந்தன. குளியலறையில் இருக்கும் சிறுசிறு இடை வெளிகளையுங்கூட அடைத்துவிட்டோம். சின்னச் சின்ன இடைவெளிகளைக்கூடப் பயன்படுத்தி என் பிம்பத்தைப் பெரிதுபடுத்திக் காட்டியதால், காற்று வாங்குவதற்காக பால்கனிக்குச் செல்வதுகூட பிரச்சினையைக் கேட்டு வாங்குவது போலத்தான் என்பதால் நான் வெளியே போகவில்லை.

ஒரு வாரம் இப்படியே கழிந்தது. எங்களுக்குப் போதும் போதும் என்றாகிவிட்டது. எனவே வெளிக் காற்றை சுவாசித்தே தீருவது என்று முடிவு செய்து நாங்கள் இருவரும் ஐஸ்க்ரீம் சாப்பிடச் சென்றோம். இத்தனை நாட்கள் இடைவிடாமல் கண்காணித்துக்கொண்டே இருந்ததால் ஊடக செய்தியாளர்களும் கேமராமேன்களும் சோர்வடைந்திருப்பார்கள், அந்தளவு விழிப்புடன் இருக்கமாட்டார்கள் என்று நாங்கள் நினைத்தோம். ஆனால் எங்கள் கணிப்பு தவறானது. ஆனால், வழி நெடுகிலும் எங்களைத் துரத்திக்கொண்டே வந்த அவர்கள், நாங்கள் ஐஸ்க்ரீம் வாங்கி காரில் அமர்ந்து சாப்பிடும் வரை எங்களைப் படம்பிடித்துக்கொண்டே இருந்தனர்.

என் அப்பா வெள்ளிக்கிழமை பிரார்த்தனை செய்யப் போகும்போது அவரையும் விட்டுவைக்காமல், பின்தொடர்ந்து சென்றனர். அவர்கள் தங்கள் கேமராக்களை மசூதிக்குள்

கொண்டுவரக்கூடாது என்று அவர் தடுத்தாலும்கூட எப்படியோ திருட்டுத்தனமாக கேமராக்களுடன் உள்ளே வந்து அவர் பிரார்த்தனை செய்துகொண்டிருந்போது இரண்டு பக்கங்களிலும் நின்றுகொண்டனர். அவர் பிரார்த்தனை செய்துகொண்டிருந்த சமயத்தில்கூட பயித்தியக்காரத்தனமாக ஏதேதோ கேள்விகள் கேட்டுக்கொண்டிருந்தனர்.

எங்கள் மீது பகிரங்கமாக மோசமான குற்றச்சாட்டுகள் எழுந்தன. ஒருசில சந்தர்ப்பவாத ஊடக செய்தியாளர்கள் ஏதோ அவர்களுக்கு தங்கச் சுரங்கம் கிடைத்துவிட்டது போலவும் அதை முழுமையாகப் பயன்படுத்திக்கொள்ள வேண்டும் என்றும் கருதி உண்மையை அறிந்துகொள்ள முயற்சி செய்வதைப் பற்றிய எண்ணமோ நாகரிகமோ இல்லாமலும் மற்றவர்களது உரிமைகளைப் பற்றிய சிந்தனையோ இல்லாமல் ஷோயெப் பற்றி அவதூறுகளைக் கிளப்பி வந்தார்கள். தொலைக்காட்சியில் தலைகாட்ட வேண்டும், அதில் எதையாவது பேச வேண்டும் என்பதற்காக மட்டுமே பலரும் தங்கள் வாய்க்கு வந்ததைக் கூறினர். என் வருங்கால கணவரின் பெயரைக் கெடுப்பதற்காகத் தங்களாலான அனைத்தையும் செய்தனர். இந்தப் பிரச்சினை நீர்த்துப்போகாமலும் பரபரப்பாகவும் தொடர வேண்டும் என்பதற்காகவே இந்த விஷயத்தை மேலும் மேலும் ஊதி பெரிதுபடுத்திக்கொண்டே போனது, ஊடகங்கள்.

எங்கள் வாழ்க்கையில் ஊடகங்கள் ஊடுருவத் தொடங்கி ஒரு வாரம் ஆகிவிட்டது. ஒவ்வொரு சின்னச் சின்ன விஷயமும் ஊடகங்களில் விரிவாக அலசி, ஆராயப்பட்டன. பின்னர் ஊடகங்களின் ஒரு பகுதியினர் திருமணத்துக்கு முன்பே ஷோயெப் எங்கள் வீட்டில் எங்களோடு வசிக்கிறார் என்று கூறி இன்னொரு புயலைக் கிளப்பினர். ஒரு மணப்பெண்ணின் வீட்டில் அவளுடைய வருங்கால மணமகன் எப்படித் தங்கியிருக்கலாம்? இது இஸ்லாம் சட்டத்தில் அனுமதிக்கப்படுகிறதா? இவ்வாறான கேள்விகள் ஊடகங்களில் எழுப்பப்பட்டன. மீண்டும் ஒருமுறை இந்த விஷயம் பற்றி கருத்து கூறும்படி இஸ்லாமிய மதத் தலைவர்களை ஊடகங்கள் தொடர்பு கொண்டன. ஆனால், எங்கள் நான்கு மாடி வீட்டில் எங்கள் இருவரின் குடும்பங்களோடு நாங்கள் இருந்தோம். நாங்கள் இருவருமே வெவ்வேறு தளங்களில்தான் இருந்தோம் என்பதால் இது அர்த்தமற்ற கேள்வி. ஆனால் இப்படிப்பட்டக் கேள்விகளை எழுப்பும் ஊடகங்களுக்கு இதைப்பற்றியெல்லாம் கவலையில்லை. எங்கள் திருமண நாள் நெருங்க நெருங்க, கையில் மைக்ரோபோன் அல்லது பேனா

வைத்திருந்த அனைவருமே தன்னிலை இழந்துவிட்டனரோ என்றே எனக்குத் தோன்றியது.

எது எப்படியோ புதிதாக கிளம்பிவிட்ட இந்த விஷயம் பல சர்ச்சைகளைக் கிளப்பிவிட்டது. மேலும் மேலும் அதிகம் அதிகமான மக்கள் இது குறித்து தங்கள் கருத்துகளைக் கூற ஆரம்பித்தனர். முடிவேயில்லாமல் நீண்டு கொண்டிருக்கும் இந்த விவாதங்களை முடித்துவைப்பதற்காகவாவது திருமணம் வரையில் ஷோயெப் ஏதாவது விடுதியில் தங்க வேண்டும் என்று எங்கள் வீட்டுப் பெரியவர்கள் முடிவெடுத்தனர். ஆனால், அதிலும் ஒரு சிக்கல் இருந்தது. யாரும் பார்க்காமல் ஷோயெப்பை எப்படி வீட்டிலிருந்து விடுதிக்கு அழைத்துச் செல்வது என்பதுதான் அது.

மீண்டும் ஒருமுறை என் உறவுக்காரர்களில் ஒருவர்தான் இதற்கான ஒரு யோசனையைக் கண்டறிந்தார். வீட்டைவிட்டு வெளியே வந்து ஊடகங்கள் அனைவரும் பார்க்க தன் கைபேசியில் யாரிடமோ பயங்கரமாக, ஏதோ மோசமான, பெரிய பிரச்சினையை சமாளிக்கிறார்போல கத்தினார். ஏதோ வசமான செய்தி கிடைக்கப்போகிறது என்ற ஆர்வத்தில் அத்தனை பேரும் அவரை சூழ்ந்துகொண்டனர். இந்த சந்தர்ப்பத்தைப் பயன்படுத்திக்கொண்டு, யாரும் பார்க்காமல் வெளியே நழுவி வந்த ஷோயெப், எங்கள் வீட்டில் மளிகை சாமான் வாங்குவதற்காகப் பயன்படுத்தும் ஒரு சிறிய காரில் ஏறிவிட்டார். என் மாமா ஊடகங்கள் கேட்டிற்கு பல அடி தூரம் தள்ளி இருக்கும்படி பார்த்துக்கொண்டார். ஷோயெப் இருக்கையில் உட்காராமல் கீழே படுத்துக்கொண்டு மறைந்து கொண்டார். உடனடியாக அந்தக் காரை அங்கிருந்து வேகமாக ஓட்டிக்கொண்டு ஷோயெப்பை விடுதியில் செக் இன் செய்ய வைத்தனர்.

இந்த எல்லாவகையான பைத்தியக்காரத்தனங்களுக்கு இடையேயும் நாங்கள் எப்படியோ ஒரு திருமணம் கொண்டு வரும் கொண்டாட்டங்களை தவறவிடவேயில்லை. எங்கள் வீட்டிற்கு வெளியே ஊடகங்கள் இடைவெளியே இல்லாமல் கண்காணித்துக்கொண்டிருந்தாலும், எனது நெருங்கிய நண்பர்களும் குடும்ப உறுப்பினர்களும் நடனப் பயிற்சியில் ஈடுபட்டனர். மிகவும் பிரபலமான தொலைக்காட்சி ஆளுமையான ரக்ஷந்தா கானும் நானும் பல ஆண்டுகளாக நெருங்கிய நண்பர்களாக இருந்து வருகிறோம். நான் மிகவும் சிறியவளாக இருந்தபோது ஒருமுறை நாங்கள் ஒரு விமான

நிலையத்தில் சந்தித்தோம். அப்போது நாங்கள் எங்கள் அம்மாக்களுடன் இருந்தோம். பார்த்த உடனே எங்களுக்குள் நட்பு ஏற்பட்டுவிட்டது. நாங்கள் அடிக்கடி ஒருவரை ஒருவர் சந்தித்துக்கொள்ளாவிட்டாலும் எங்கள் நட்பு இன்றுவரைத் தொடர்கிறது. திருமண கொண்டாட்டங்களில் ஒன்றில் அவர், ஒரு அருமையான நடனம் ஆடினார். என் திருமணத்திற்காக வந்திருந்த என் பாலிவுட் தோழி நேஹா துபியாவும்கூட நடனம் ஆடினார்.

நாங்கள் அந்த சந்தர்ப்பத்தில் அனுபவித்த இந்த அத்தனை வகையான சிக்கல்களை இப்போது நினைத்துப் பார்த்து நானும் என் குடும்பத்தாரும் சிரிக்கிறோம். இந்த எல்லா பிரச்சினைகளையும் சமாளித்துக்கொண்டு எங்கள் யாருக்கும் பைத்தியம் பிடிக்காமல் இருந்ததே பெரிய அற்புதம்தான். எங்களைச் சுற்றிலும் இருந்த, குறிப்பாக ஊடகங்கள் தங்கள் சமநிலையை இழந்துவிட்டனர் என்றே சொல்லவேண்டும். அவர்களில் பலர் தங்கள் தொழில் தர்மத்தை முற்றிலுமாக இழந்து, எங்கள் சொந்த வாழ்வில் பெரும் நாசத்தை உண்டாக்கும் முனைப்புகளில் ஈடுபட்டிருந்தனர். எங்கள் திருமணத்தை நடக்க விடாமல் முயற்சி செய்ததோடு மட்டுமல்லாமல், உண்மையை அறிந்துகொள்ளாமல் அவதூறைப் பரப்பி வந்தனர்.

எங்கள் குடும்பத்தில் உள்ள பலரும் இந்தத் திருமணம் நடைபெறுமா என்று சந்தேகம் கொள்ளத் தொடங்கிவிட்டனர். ஒருசிலர் திருமணத்தைத் தள்ளிப்போடும்படி ஆலோசனை கூறினார்கள். ஆனால், ஷோயெப் எதையும் கேட்கும் மனநிலையில் இல்லை. 'இங்கு நான் வந்தது உன்னைத் திருமணம் செய்துகொள்ளத்தான், நாம் இருவரும் திருமணம் செய்துகொள்ளும்வரை இங்கிருந்து நான் போகமாட்டேன்' என்று திட்டவட்டமாக கூறிவிட்டார்.

திருமண நாள் நெருக்கத்தில் இருந்த ஒரு சந்தர்ப்பத்தில் என் அம்மா முற்றிலுமாக நொறுங்கிப் போய்விட்டார். இந்த பதற்றமான சூழலை அவரால் இனியும் பொறுத்துக்கொள்ள முடியாது என்ற நிலைக்கு வந்துவிட்டார். உணர்ச்சிவசப்பட்டு, கதறி அழத்தொடங்கிவிட்டார். மிகப் பெரிய அளவில் அழுத்தமான சூழலில் இருந்து வந்தாலும் எப்படியோ எல்லாம் நல்லபடியாக நடைபெற என் பெற்றோர் தங்களால் ஆன அனைத்தையும் செய்தனர். அதுவும் குறிப்பிடத்தக்க அளவில் சாதாரணமாகவும் அனைத்தும் கட்டுப்பாட்டில் இருப்பது

போலவும் தோற்றமளிக்கும்படி இவற்றை இவர்கள் செய்தனர். பல நாட்கள் அவர்களால் தூங்கக்கூட முடியவில்லை. அவர்கள் இந்தளவு கட்டுப்பாட்டோடும் மனஉறுதியோடும் அத்தனை விஷயங்களையும் எதிர்கொண்டு, அவற்றைக் கையாண்டு திருமண வேலைகளை செய்து முடித்துள்ளனர். ஆனால் என் அப்பா எப்போதும் சொல்வது போல, “இதைத்தான் நாம் மிகச் சிறப்பாக செய்வோம், எந்தப் பிரச்சினையாக இருந்தாலும் மிர்ஸா குடும்பத்தினர் உறுதியான தீர்மானத்தோடு சிரித்துக்கொண்டே முன்னேறிச் செல்வோம்.’ இவர்கள் இருவரது இடைவிடாத ஆதரவு இல்லை என்றால் இந்த அனைத்து விஷயங்களையும் என்னால் சமாளித்திருக்கவே முடியாது.

இறுதியாக, 2010, ஏப்ரல் 121ஆம் தேதி அன்று இதுவரை இல்லாத அளவு ஊடகங்களின் ஆர்ப்பாட்ட ஆரவாரத்தோடு காதலுக்காக பாகிஸ்தானைச் சேர்ந்த ஒரு பையனும் இந்தியாவைச் சேர்ந்த ஒரு பெண்ணுக்கும் திருமணம் நடைபெற்றது. என் வாழ்க்கையின் மிகப் பெரிய நிகழ்வை நோக்கி மணமகள் உடையில் என் சொந்தக் காரில் நான் போய்க் கொண்டிருந்த சமயத்தில், பத்திரிகை, ஊடக செய்தியாளர்கள் ஒரு படையாக, என் வீட்டிலிருந்து தாஜ் கிருஷ்ணா விடுதிவரை வேன்களில் என்னைத் துரத்திக்கொண்டு வந்தனர். அங்கு ஏற்கெனவே எங்கள் விருந்தாளிகள் திருமணத்திற்காக வந்திருந்தனர். இது வெறும் உறவுக்காரர்களும் நண்பர்களும் மட்டுமே கலந்துகொள்ளும் திருமணம். விரும்பத்தகாத நிகழ்ச்சி எதுவும் நடந்து விடக்கூடாது என்பதற்காக நான் பின்பக்கத்தில் உள்ள சர்வீஸ் ஏரியா கதவு பக்கமாக சமையல் அறைப் பகுதி வழியாக அழைத்துச்செல்லப்பட்டேன். இதுவும்கூட திருமண வரலாற்றில் முதல்முறைதான் என்று நினைக்கிறேன். நாங்கள் உள்ளே போன பிறகு மற்ற அனைத்தும் மிகச் சிறப்பாக நடைபெற்றன. விழா முடிந்த அடுத்த நாள் சங்கீத விழாவும் அதற்கு அடுத்த நாள் வரவேற்பும் நடைபெற்றன.

நெருப்பில் நடப்பது போன்று நடைபெற்ற அத்தனை தடைகளையும் கடந்த பிறகு அனைத்தும் மகிழ்ச்சியாக முடிவுற்றது. இறுதியில் நாங்கள் இருவரும் கணவனும் மனைவியுமாக இணைந்தோம். எங்கள் விடுதி அறையின் பால்கனியில் அமர்ந்தவாறு அந்த ஆனந்தமான அமைதியை அனுபவித்துக்கொண்டிருந்தோம். அப்போது நான் ஷோயெப்பிடம், “எத்தனை பேர் உங்களைப் பற்றி வாய்க்கு வந்தபடி தவறாகப் பேசிவிட்டார்கள், இந்தக் குற்ற உணர்வுடன்

இங்கிருந்து போய் இறைவனை அடையும்போது அவர்களால் எப்படி அவரை எதிர்கொள்ள முடியும் என்று நினைத்துப் பார்க்கவே முடியவில்லையே? என்று கண்ணீரை அடக்கியவாறு கேட்டேன். 'ஆனால், நாம் இவற்றையெல்லாம் இறைவனின் தீர்ப்புக்கே விட்டுவிட்டு நம் வாழ்க்கையில் முன்னேறிச் சென்றுகொண்டே இருக்க வேண்டும்' என்று மேலும் கூறினேன்.

'அல்லா அவர்களை மன்னிக்கட்டும்' என்று எந்தவிதமான கோபமும் இல்லாமல் ஷோயெப் மென்மையாக கூறினார். நான் நல்ல மனிதரைத்தான் தேர்ந்தெடுத்துள்ளேன் என்பதைத் தெரிந்துகொண்ட நான், அவரைப் பார்த்து புன்னகைத்தேன்.

29

காமன்வெல்த் மற்றும் ஆசிய விளையாட்டுப் போட்டிகள் 2010

என் கையில் ஏற்பட்ட தொடர்ச்சியான வலி ஏறக்குறைய நான்கு மாதங்கள் டென்னிஸ் விளையாட முடியாமல் தடுத்துவிட்டது. இதுதான் நான் விளையாட்டுப் போட்டிகளில் கலந்து கொள்ளாமல் எடுத்துக்கொண்ட நீண்ட இடைவெளியாக இருக்கும் என்று நினைக்கிறேன். இடைவெளி எடுத்துக்கொள்ள முடிவெடுப்பதற்கு முன் எனக்குத் தொல்லை கொடுத்துக் கொண்டிருக்கும் மணிக்கட்டு பிரச்சினையைத் தீர்த்துக்கொள்ள சாத்தியமான அனைத்து முயற்சிகளையும் நான் மேற்கொண்டுவிட்டேன். என் குடும்ப நண்பர்கள் சிலர் ஆலோசனை கூறியபடி கொரிய ஊசி தெரப்பி சிகிச்சையைக்கூட நான் எடுத்துக்கொண்டுவிட்டேன்.

அந்த தெரபி நிபுணர் புது தில்லியில் இருந்தார். நான் அம்மாவுடன் அங்கு சென்று அங்கு வசித்து வந்த என் அம்மாவின் நெருங்கிய தோழி சுமிதா தாவ்ராவின் வீட்டில் தங்கியிருந்து சிகிச்சைப் பெற்றுக்கொண்டேன். ஊசிகளைக் குத்தும்போது வலி ஏற்பட்டாலும் அங்கே ஒருசில வாரங்கள் சுமிதா ஆன்டியின் அன்பான கவனிப்பில் நாங்கள் ஆசுவாசமாக கழித்தோம். எங்கள் சொந்த வீட்டில் இருப்பதைப் போலவே இருந்தது. ஊசி தெரபிக்கு நல்ல பலன் இருந்தது. ஆனால், அது குறுகிய கால நிவாரணத்தையே எனக்கு அளித்தது. மீண்டும் வலி திரும்பிவிட்டது. எனவே சர்க்யூட்டில் போட்டிகளில் கலந்துகொள்வதை நிறுத்த வேண்டியதாகிவிட்டது.

வலுக்கட்டாயமாகத் திணிக்கப்பட்ட இந்த இடைவெளியை திருமணம் செய்துகொள்வதற்காக நான் பயன்படுத்திக் கொண்டேன். மீண்டும் டென்னிசுக்குத் திரும்பும் சமயத்தில், போட்டிகளில் வெற்றிபெறுவது என்பது நான் நினைத்திருந்ததைவிட மிகவும் கஷ்டமாகிவிட்டது. மிகவும் கடினமான போட்டிகள்

நிரம்பிய தொழில்முறை டென்னிஸ் விளையாட்டிலிருந்து நீண்ட காலம் இடைவெளி எடுத்துக்கொண்டு திரும்பி வருவது என்பது அவ்வளவு சாதாரண விஷயம் அல்ல. ஆனால், குறைந்தபட்சம் டென்னிஸ் மைதானத்தில் நான் இறங்கியது, அதுவும் இந்த முறை என் மணிக்கட்டில் வலி இல்லாமல் இருந்தது எனக்கு மகிழ்ச்சி தந்தது. நான் எடுத்துக் கொண்ட அத்தனை வகையான சிகிச்சைகளும் செய்யாத அற்புதத்தை நான் எடுத்துக்கொண்ட கால இடைவெளி சாதித்துவிட்டது.

ஜூன் மாதம் போட்டிகளுக்குத் திரும்பி வந்த நான் எனது விம்பிள்டனுக்குள் நுழைய மிகவும் சிரமப்பட்டேன். இவ்வளவு நீண்டகால ஓய்வில் இருந்தாலும் 'முதல் 100'க்குள் எனது இடத்தைத் தக்கவைத்துக்கொண்டிருந்தேன். ஆனால், திரும்பி வந்த சிறிது காலத்திற்குள் 30 இடங்கள் கீழே இறங்கிவிட்டேன். விம்பிள்டனில் முதல் சுற்றில் ஜெர்மனியின் வளர்ந்து வரும் ஸ்டார் வீராங்கனை ஏன்ஜலிக் கெர்பரோடு மோதினேன். அந்த ஆண்டு இறுதியில், அமெரிக்க ஓபன் மெயின் டிராவிற்குத் தகுதிபெற மூன்று தகுதிச்சுற்று போட்டிகளில் வென்றேன். தொடர்ந்து 20ஆவது தரவரிசையில் இருந்த அனஸ்தேஷியா பாவ்லியுசெங்கோவாவிடம் இரண்டாவது சுற்றில் தோற்றேன்.

புது தில்லியில் அக்டோபர் மாதம் நடைபெறவிருந்த காமன்வெல்த் விளையாட்டுப் போட்டிகளில் என் முழு கவனத்தையும் செலுத்தினேன். என் நாட்டில் நடைபெறும் போட்டிகளில் வென்று நாட்டிற்காகப் பதக்கம் பெற வேண்டும் என்பதில் வெறியாக இருந்தேன். இந்த எனது தகிக்கும் ஆசைதான் மிக மோசமாக சோர்வடையச் செய்யும் சூழல்களிலும் என்னை இயங்க வைத்தது. காமன்வெல்த் விளையாட்டுப் போட்டிகளில் டென்னிசை சேர்த்திருப்பது அதுதான் முதல் முறை. இவ்வாறான பல்வேறு பிரிவுகள் கொண்ட போட்டிகளில் நான் இந்தியாவுக்காக விளையாடும் சமயங்களில் எல்லாம் நன்றாகவே விளையாடியிருக்கிறேன். ஆனால் இந்த சந்தர்ப்பத்தில் காயம் காரணமாக நீண்ட இடைவெளிக்குப் பின் வந்திருந்ததால் நான் அதிகப் போட்டிகளில் விளையாடி வென்றிருக்கவில்லை. என் மணிக்கட்டைப் பற்றியும் எனக்குக் கொஞ்சம் கவலையாக இருந்தது. அது மீண்டும் என்னைத் தொல்லைபடுத்த வந்துவிடுமோ என்று பயந்தேன். விளையாட்டு 'நிபுணர்கள்' என்னைப் பற்றிய நம்பிக்கையை முற்றிலுமாக இழந்துவிட்டது போல எழுதினர். அப்போதுதான் நான் அவர்கள் தங்கள் வார்த்தைகளைத் திரும்பப் பெற்றுக்கொள்ளும்படி செய்யப்போகிறேன் என்று உறுதியேற்றேன். என்னை உற்சாகப்படுத்துவதற்காக ஷோயெப்

தில்லி வந்திருந்தார். என் ரசிகர்கள் அவரைப் பார்த்து மகிழ்ச்சியடைந்தனர்.

ஒற்றையர் ஆட்டத்தில் முதல் சுற்றில் குக் தீவுகளைச் சேர்ந்த பிரட்டனி டீயை சுலபமாக வென்றேன். நியுசிலாந்தைச் சேர்ந்த மரினா இராகோவிச்சோடு மோதினேன். அது ஒரு நல்ல போட்டி. இந்த நியுசிலாந்து வீராங்கனை மிகவும் திறமை மிக்கவர். ஆனால் ஆர்.கே. கன்னா மைதானத்தில் இருந்த ரசிகர் கூட்டத்தின் உற்சாக ஆரவாரம் அவரை வெற்றிகொள்ள உதவியது. முதல் செட்டில் தோற்ற பிறகு நன்றாக ஆடி, ஆஸ்திரேலியாவின் ரோகோவ்ஸ்காவை வென்று இறுதிச் சுற்றை அடைந்து 2010 காமன்வெல்த் போட்டிகளில் ஒரு மெடலை உறுதி செய்தேன்.

சில மாதங்களுக்கு முன்புதான் ரஷ்ய வீராங்கனை ரோடைநோவா ஆஸ்திரேலியாவுக்காக விளையாட அனுமதி பெற்றிருந்தார். அவர் மிகச் சிறந்த வீராங்கனை. அவரோடு விளையாடி தங்கப் பதக்கம் வெல்லும் வாய்ப்புக்காக நான் ஆவலோடு காத்திருந்தேன். மிகச் சிறப்பான ஆட்டத்தை அன்று 'ரோடி' வெளிப்படுதினார். நானும் காமன் வெல்த் விளையாட்டகளுக்கு முன் போராடிக் கொண்டுதான் இருந்தேன். ஆனால், என் சொந்த நாட்டில் என் ரசிகர்கள் தந்த ஊற்சாக ஆதரவால் என் ஆட்டத் தரம் நன்றாக உயர்ந்திருந்தது. மொத்தத்தில் இறுதிச் சுற்றுக்குப் பொருத்தமான ஆட்டமாக அது அமைந்துவிட்டது.

முதல் செட்டில் ரோடி வென்றார், இரண்டாவது செட்டில் வலுவான ஆட்டத்தை வெளிப்படுத்தி 6–2 என்ற செட்டில் வென்றேன். ஆனால் அந்த ஆஸ்திரேலிய வீராங்கனை மீண்டு வந்து பலமாகத் தாக்கி, 5–3 செட்டில் வென்றார். மூன்றாவது செட் டை பிரேக்கரில் எப்படியாது வென்றுவிட வேண்டும் என்ற வெறியுடன் ஆட்டத்தைத் தொடங்கினேன். இந்த சந்தர்ப்பத்தில் கூட்டம் வெறிபிடித்தாற்போல ஆர்ப்பரித்தது. என்னால் முடிந்தளவு சிறப்பாக ஆடினேன். ஆனால் மூன்று போட்டி புள்ளிகளுக்குப் பிறகு சரிவு ஏற்பட்டது. இவ்வளவு நெருக்கத்தில் வந்த பிறகு தங்கப்பதக்கத்தை இழந்ததை என்னால் தாங்கிக்கொள்ளவே முடியவில்லை.

போட்டி முடிந்த பிறகு வெற்றி பெற்ற அனஸ்தேஷியா மிகவும் பெருந்தன்மையோடு என் ஆட்டத்தை மிகவும் பாராட்டி, 'சானியா ஒரு அற்புதமான வீராங்கனை. நான் எனது மிகச் சிறப்பான ஆட்டத்தை வெளிப்படுத்தியாக வேண்டும் என்பது எனக்குத் தெரிந்திருந்தது. இவ்வளவு அபாரமான இறுதிச் சுற்றிப் போட்டியின் அங்கமாக நான் இருந்ததில் நான்

பெருமிதம் கொள்கிறேன்,' என்று கூறினார். ஒரு நல்ல வலுவான போட்டியாளரை எப்போதும் விரும்பும் ஆஸ்திரேலிய அணி, எனது முயற்சியை அதீதமாகப் போற்றிப் பாராட்டினார்கள். ஆனால், தங்கப் பதக்கம் வெல்லும் வாய்ப்பை அவ்வளவு நெருக்கத்தில் நழுவ விட்ட நான், அன்று எனக்குக் கிடைத்த வெள்ளிப்பதக்கத்திற்கு பதிலாக அவருடைய தங்கப் பதக்கத்தை மாற்றிக்கொள்ளும் வாய்ப்பு கிடைத்திருந்தால் அதற்காக என்னிடம் இருந்த எதையும் கொடுத்திருப்பேன். அந்த அரங்கின் பின்புறம் இருந்த விளையாட்டு வீரர்களுக்கான ஓய்வறையின் இருளில் அமர்ந்து நான் மனம் விட்டு அழுதேன். எனது மிக மோசமான தோல்விகளில் இதுவும் ஒன்று. அரை மணி நேரம் என்னைத் தனியாக இருக்கவிட்ட என் பெற்றோர் பிறகு என்னைத் தேற்றுவதற்காக அங்கு வந்துவிட்டனர்.

எனது ஆட்டத்தை இப்போது திரும்பிப் பார்க்கும்போது, ஒரு விளையாட்டு வீராங்கனையாக எனது ஒட்டுமொத்த திறமையையும் நான் வெளிப்படுத்தியிருந்தேன் என்பதை நினைத்து மனநிறைவு அடைகிறேன். இழப்பின் சோகம் கொஞ்சம் கொஞ்சமாக குறைந்தது, இனி அற்புதத் தருணங்களை அள்ளி வழங்கப்போகும் போர்க்களம்தான் இருந்தன. ஆனால், இந்தக் குறிப்பிட்ட தருணத்தில் ஒருவர் மைதானத்தில் தோற்கும்போது, அதுவும் இப்படிப்பட்ட ஒரு அரங்கில் தோற்பது என்பது மனமுடைந்து, மனச்சோர்வுக்குத்தான் ஆளாவோம்.

ஒருசில நாட்களுக்குப் பிறகு, ரஷ்மி சக்ரவர்த்தியும் நானும் எதிர்பாராத விதமான பெண்கள் இரட்டையர் போட்டியில் வெண்கலப் பதக்கம் வென்றோம். எனவே, 2010 காமன்வெல்த் போட்டிகளில் இந்தியாவுக்கு நான் பெறுத் தந்த எனது இரண்டாவது பதக்கம். இது நானும் லியான்டரும் கலப்பு இரட்டையர் போட்டிகளில் இரண்டாவது சுற்றில் தோற்ற சோகத்துக்கு சற்று ஆறுதலாக இருந்தது.

இதைத் தொடர்ந்து உடனடியாக சீனாவில் நடைபெறவிருந்த காங்சொள ஆசிய விளையாட்டுப் போட்டிகளுக்குத் தயாராவதற்காக ஒற்றையர் போட்டியில் எனது மோசமான தோல்வியிலிருந்து என்னை நானே விடுவித்துக் கொள்ள வேண்டும். இன்னமும் முதல் வரிசைக்குள் வரவில்லை, ஆனால் காமன்வெல்த் விளையாட்டிப்போட்டிகள், எனது மூன்றாவது ஆசிய விளையாட்டுப் போட்டிகளில் விளையாடும் முன் புதிய நம்பிக்கையைக் கொடுத்தன. இதில் நான் பெண்கள் ஒற்றையர் போட்டியின் முதல் சுற்றில் சான் விங்–யாவ்–வையும், பின்னர் 6ஆவது இடத்தில் இருந்த ஜாங் ஷுவாயையும்

தோற்கடித்தேன். தாய்லாந்தின் தாமரின் தானஷுகனையும் எந்த ஒரு செட்டிலும் தோற்காமல் முன்னேறி வெண்கல பதக்கத்தை உறுதி செய்தேன். அககுல் அமாம்யுரடோவாவுக்கு எதிராக விளையாடி டை பிரேக்கரில் முதல் செட்டில் வென்ற பிறகு அவரிடம் அரையிறுதியில் தோற்றேன்.

காங்சொள போட்டிகளில் நானும் அனுபவமே இல்லாத விஷ்ணு வர்த்தனும் கலப்பு இரட்டையர் போட்டிகளில் நன்றாக ஆடுவோம் என்று யாருமே எதிர்பார்க்கவில்லை. லியாண்டர் பயஸ், மகேஷ் பூபதி மற்றும் ரோஹன் போபண்ண ஆசிய விளையாட்டுப் போட்டிகளுக்கு பதில் ஏ.டி.பி. போட்டிகளில் விளையாடுவது என்று முடிவு செய்திருந்த நிலையில், நானும் விஷ்ணும் ஒன்றிணைந்து ஒரு சில அபாரமான வெற்றிகளை ஈட்டி இறுதிப் போட்டிக்குள் நுழைந்துவிட்டோம். ஆனால், டாய்பியின் யங்-ஜான்-சான் மற்றும் யாங் சங்-ஹுவா இணையிடம் தோற்றோம். நாங்கள் ஆட்டத்தைத் தொடங்கிய சமயத்தில் நினைத்தே பார்க்காத வெள்ளிப் பதக்கத்துடன் மைதானத்திலிருந்து வெளிவந்தோம்.

காங்சொள போட்டிகளில் ஒரு வெள்ளி, ஒரு வெண்கலத் துடன் இப்போது நான் பல போட்டிகளில் பல்வேறு பிரிவுகளில் நான் இதுவரைப் பெற்றுள்ள பதக்க எண்ணிக்கை ஒரு டஜனாக உயர்ந்தது. என்னைப் பொறுத்தவரை உணர்ச்சிபூர்வமான ஒரு சொந்தக் கதையைக் கொண்டுள்ளன ஜொலித்துக்கொண்டிருக்கும் ஒவ்வொரு பதக்கமும் விசேஷ பெருமிதத்தை எனக்குக் கொடுக்கின்றன. வேறு எந்தப் பெருமையையும்விட இவை என் தொழில் வாழ்க்கையை முழுமையாகவும் மனநிறைவாகவும் உணரச் செய்தன.

~

எனது கவனத்தை சுற்றுப்பயணத்தில் திசைதிருப்பிக்கொண்டு என் தரவரிசையை மேம்படுத்திக் கொள்வதில் தீவிர கவனம் செலுத்தத் தொடங்கினேன். துபாயில் நடைபெற்ற அல்ஹப்தூர் டென்னிஸ் சாலன்ஞ் போட்டிகளில் விளையாடினேன். இது போட்டியிட்ட மைதானங்களிலேயே மிகவும் கடினமாக போட்டிகளில் ஒன்றாக, ஏறக்குறைய டபிள்யு.டி.ஏ. போட்டிகளைப் போலவே இருந்தது. இது எனக்கு மிக வெற்றிகரமானதாக அமைந்த இந்தப் போட்டி எனக்கு மகிழ்ச்சிகரமான அனுபவமாக இருந்தது. வேகமாக வளர்ந்து வரும் கெசானியா பெர்வாக்கைத் தோற்கடித்து எனது வெற்றியைத் தொடங்கினேன். எனது முதல் போட்டியாளரும் ‘முதல் 30’ வீராங்கனையுமான ஜூலியா ஜியோர்ஜசை வென்றேன். அவனானியா ரோடீனாவை இறுதிச் சுற்றுக்கு முன்னேறுவதற்கு

முன்பாகத் தோற்கடித்தேன். இரண்டாவது போட்டியாளர் செர்பியாவைச் சேர்ந்த போயானா எவனோஸ்கியை இறுதிச் சுற்றில் வென்று பட்டத்தை வென்றேன்.

ஆஸ்திரேலியன் ஓபனில், எனக்கு மிகவும் பிடித்த மெல்போனில் எனக்கு மிகப் பெரிய சவால் காத்திருந்தது. நான் மிகவும் மதிப்பு வைத்திருக்கும் ஜஸ்டைன் ஹெனினோடு விளையாடும் வாய்ப்பு கிடைத்தது. உலக பெண்கள் டென்னிஸ் வீராங்கனைகளிலேயே மிகச் சிறப்பாக ஒரு கையால் அற்புதமான பாக்ஹான்ட் ஷாட்களை அடிக்க வல்லவர் என்ற புகழ்பெற்றவர். மூன்று தகுதிச் சுற்றுப் போட்டிகளில் வென்று, பெல்ஜிய நாட்டு வீராங்கனையோடு விளையாடும் வாய்ப்பைப் பெற்றேன். ஹெனினை ஒரு செட்டில் ஜெயித்தது என் தொழில் வாழ்க்கையில் மிகவும் இனிமையான அனுபவங்களில் ஒன்று. நான் என் சமகால மதிப்புக்குரிய வீராங்கனையை தோற்கடிக்கும் வாய்ப்பை இழந்தேன். இரண்டாவது செட்டில் மிக முக்கியமான ஒரு வாய்ப்பை நான் நழுவவிட்ட பின் அவர் தனது மூன்றாவது செட்டில் என்னை வென்றார்.

அடுத்த சில மாதங்கள், நான் என்னுடைய மிகச் சிறப்பான ஆட்டத்திறனுக்கு மீண்டு வருவதற்கான கடுமையான போராட்டத்திற்குப் பஞ்சமேயில்லை. ஒவ்வொரு வெற்றிக்கும் நான் மிகவும் கடுமையாகப் போராட வேண்டியிருந்தது. ஒரு வழியாக, ‘முதல் 100’க்குள் வந்து ஜூனில் நடைபெறவிருந்த விம்பிள்டன் போட்டிகளுக்குக்கு முன் ‘முதல் 58’ஐ எட்டிப் பிடித்துவிட்டேன்.

30

மீண்டும் நல்ல நிலைக்கு

2011இல் எனது இரட்டையர் போட்டி ஆட்டங்கள் குறிப்பிடத்தக்க முறையில் முன்னேற்றம் கண்டது. அதன் முடிவுகள் பிரமிப்பூட்டுவதாய் இருந்தன. நானும் என் இணை எலைனா வெஸ்னினாவும் எதேச்சையாகத்தான் இணைகளானோம். ஆஸ்திரேலியன் ஓபன் போட்டிகளுக்கான ரன்–அப் போட்டியில் விளையாடிக்கொண்டிருந்தோம். அப்போது நான் ரெனாடா வெரைஷோவாவுடன் விளையாடுவதான இருந்தேன். வெஸ்னினாவின் இணையாக இருந்த வேரா ஜோவோனெரேவா ஒரு சில மாதங்கள் ஒற்றையர் போட்டிகளில் கவனம் செலுத்த விரும்பினார். எனவே இவர் ஒரு இணையைத் தேடிக்கொண்டிருந்தார். நானும் 'வெஸ்ஸும்' எங்கள் ஜுனியர் நாட்களிலிருந்தே நல்ல நண்பர்களாக இருந்து வந்தாலும் ஒன்றாக விளையாடுவதற்கான வாய்ப்பு எங்களுக்குக் கிடைக்கவே இல்லை. இப்போது அதற்கான வாய்ப்பு கிடைத்துள்ளது. துபாய் மற்றும் தோஹாவில் நடைபெறவிருந்த மத்திய கிழக்கு போட்டிகளில் நாங்கள் இருவரும் சேர்ந்து விளையாடு என்றும் முடிவுகளைப் பொறுத்து அதிலிருந்து தொடருவது குறித்து தீர்மானித்துக்கொள்ளலாம் என்றும் முடிவு செய்தோம்.

நாங்கள் எங்கள் முதல் இரண்டு போட்டிகளில் மிகவும் நன்றாகவே விளையாடினோம். எனவே அமெரிக்கா கடின மைதானப் போட்டிகளிலும் எங்கள் கூட்டணியைத் தொடரலாம் என்று முடிவு செய்தோம். இங்குதான் நாங்கள் எங்களை நிலைநிறுத்திக்கொண்டோம். பெருமை வாய்ந்த இந்தியன் வெல்ஸ் போட்டியில் வென்றோம். இதுதான் எனது முதல் பிரீமியர் லெவல் பட்டம், இதைத் தொடர்ந்து மியாமியில் சற்றே தடுமாற்றம் அடைந்தாலும் சார்லெஸ்டோன் போட்டியிலும் வென்றோம். இந்த இரண்டு போட்டிகளின் இறுதிச் சுற்றிலும்

மேட்டக்–சாண்ட் – மேகன் ஷோனஸ்ஸி அமெரிக்க அணியைத் தோற்கடித்தோம்.

நான்கு மாதங்களில் ரோலன்ட் கேரோசில் ஒரு அணியாக எங்கள் முதல் கிரான்ட் ஸ்லாமில் ஏழாவது போட்டியை எட்டினோம். முதல் சுற்றில் எகடிரேனா மகாரோவா மற்றும் வேரா தொஷ்வினா இணையை எதிர்கொண்டோம். கொஞ்சம் தடுமாற்றமான ஆட்டமாக அது தொடங்கினாலும் முதல் சுற்று டை–பிரேக்கரில் வென்று இரண்டாவது சுற்றில் சௌகரியமாக வென்றோம்.

ஆட்டம் முடிந்த அன்று இரவு டின்னர் சமயத்தில் நாங்கள் மிகவும் மகிழ்ச்சிகரமான இணையாக வலம் வந்தோம். நானும் வெஸ்சும் சற்றே ஃபார்மில் இல்லை என்ற சந்தர்ப்பத்தில் வெற்றிபெற்றது இனி நாங்கள் பெறவிருக்கும் பெரிய வெற்றியை எங்களுக்கு சூசகமாக அறிவித்தது போல உணர்ந்தோம். இரட்டையர் கிரான்ட் ஸ்லாமில் வெல்வதற்கு, வரிசையாக மொத்தம் ஆறு போட்டிகளில் வெல்ல வேண்டும், ஆனால் எந்த அணிக்குமே இந்த எல்லா போட்டிகளிலும் மிகச் சிறப்பாக விளையாடுவது என்பது சாத்தியமான விஷயம் அல்ல. நாங்கள் இருவரும் சராசரிக்கும் குறைவான ஃபார்மில் இருக்கும்போதும் ஒரு போட்டியில் வெல்வதுதான் இதில் முக்கியம். அதுதான் இன்று எங்களுக்கு நடந்தது.

அந்த வார ஆரம்பத்தில் நான் கிறிஸ்டினா பாரோயிசை ஒற்றையர் போட்டியில் வென்றிருந்தேன். எனவே ஜொஹானா லார்சனோடு இணை சேர்ந்து எங்கள் இணையை எதிர்கொண்டபோது அந்த ஜெர்மன் வீராங்கனை என்னைப் பழிவாங்குவதற்கான வாய்ப்பை எதிர்நோக்கியிருந்தார். ஆனால், நானும் வெஸ்சும் எங்களது சிறப்பான ஆட்டத்தை வெளிப்படுத்தி நேரடி செட்களில் அவர்களை வென்றோம். ஸ்பெயின் நாட்டைச் சேர்ந்த மண் தரை ஸ்பெஷலிஸ்ட் மரியா ஜோஸ் மார்டினெஸ் சான்செஸ் மற்றும் அனபெல் மெடினா காரிகஸ் இணையை எதிர்கொண்டோம். இந்த இடது–வலது கை ஆட்டக்கார, தொடர் வெற்றி ஈட்டிவரும் இணையை வேறு ஒரு சந்தர்ப்பமாக இருந்திருந்திருந்தால் தவிர்த்திருப்போம். ஆனால், பாரீசின் சிகப்பு மண் தரையில் ஆடப்படும் ஒவ்வொரு போட்டியும் எங்களுக்கு மிகவும் அவசியம் என்பதால் நாங்கள் போட்டியிட்டோம். நாங்கள் சாதித்தே விட்டோம்! இந்த ஸ்பானிய இணைக்கு நாங்கள் எந்த வாய்ப்பும் தரவேயில்லை.

மிகவும் சுலபமாக அந்த ஆட்டத்தில் வெறும் ஐந்து சுற்றுகளை மட்டுமே இழந்து அவர்களை வென்றோம்.

இத்தாலியின் ஃபிளாவியா பென்னட்டா மற்றும் அர்ஜென்டினாவின் கீசெலா டல்கோதான் காலிறுதிப் போட்டியில் நாங்கள் எதிர்கொள்ளவிருந்த போட்டியாளர்கள். இவர்கள் உலகின் முதல் அணியாகத் திகழ்வதோடு அவரவர் நாடுகளில் இந்த மாதிரியான மைதானத்தில் விளையாடும் பயிற்சி அளிக்கப்பட்டவர்கள் என்பதால் களிமண் மைதானத்தில் சிறப்பாக விளையாடும் விசேஷத் திறன் கொண்டிருந்தனர். நாங்கள் இருவரும் மிகச் சிறப்பாக விளையாடி அந்த இரு முதல் வரிசை வீராங்கனைகளை 6–0, 7–5 என்ற செட்களில் தோற்கடித்தோம். குறிப்பிடத்தக்க விதமாக இந்த முறையும் ஐந்து கேம்களை மட்டுமே இழந்து ஒரே ஒரு செட்டில் கூடத் தோற்காமல் அரையிறுதிக்குள் அதிரடியாகப் புகுந்தோம்.

என்னைப் பொறுத்தவரை, லிசா ரேமன்ட் என் சம காலத்திய வீராங்கனைகளுள் மிகச் சிறந்தவர்களில் ஒருவர். லீசெல் ஹப்பருடன் இவர் இணை சேர்ந்து விளையாடிக் கொண்டிருந்தார். இந்த நான்காவது அணி சத்தமே இல்லாமல் அரையிறுதியை எட்டியிருந்தது. மிக அபாரமான நான்கு வெற்றிகளை பெற்றதால் உண்டான நம்பிக்கை எங்களை இந்த அமெரிக்க இணைக்கு எதிராக மிகச் சிறப்பான ஆட்டத்தை வெளிப்படுத்த உதவின. மூன்றாவது செட்டில் 6–4 என்ற கணக்கில் வெற்றிபெற்று கிராண்ட் ஸ்லாம் இறுதிச் சுற்றுக்குள் கொண்டாட்டமாக நுழைந்தோம்.

செக் குடியரசின் அணி லாவகாவோ மற்றும் லூசி ரெடாகா இந்த டிராவின் பாதி ஆட்டங்களில் மிக் சிறப்பாக விளையாடியிருந்தனர். இந்த அணி யரோஸ்லாவா ஸ்வெடோவா மற்றும் வானியா கிங் இருவரையும் அரையிறுதியில் தோற்கடித்து, இறுதியாட்டத்தில் எங்களுடன் இந்த பெருமை மிக்க களிமண் மைதானத்தில் மோத இருந்தனர். ஸ்டார்ஸ்பேர்க்கில் ஃபிரெஞ்ச் ஓபன் ரன்–அப் போட்டிகளில் எங்கள் இருவருடைய இணைகளும் கிராண்ட் ஸ்லாமுக்கு முன் பிரேக் எடுத்துக்கொண்டதால், அவர் என்னோடு இணையாக விளையாடினார். டபிள்யு. டி. ஏ. போட்டியில் ஏன்ஜெலிக் கெர்பர் மற்றும் கார்ட்டசெனா பீட்டர் ஜெர்மன் அணியினரால் நாங்கள் இருவரும் மோசமாக முதல் சுற்றிலேயே தோற்கடிக்கப்பட்டோம். இது நடந்து இரண்டே வாரங்களுக்குப் பிறகு நாங்கள் இருவரும் கிராண்ட் ஸ்லாம் பட்டத்தை வெல்வதற்காக ஒருவருக்கு எதிராக மற்றவர்

மோதப்போகிறோம் என்று அப்போது சொல்லியிருந்தால் யாராவது நம்பியிருப்பார்களா?

இதில் எங்களுக்கு இது ஒரு ஆன்டி–கிளைமேக்ஸ் முடிவுதான். நேரடி செட்களில் இறுதிச்சுற்றில் தோற்றோம். கிரான்ட் ஸ்லாம் பட்டத்தை வெல்லும் வாய்ப்பை இவ்வளவு நெருக்கத்தில் வந்த பின் இழக்கும் ஏமாற்றத்தைத் தாங்கிக்கொள்வது அவ்வளவு சுலபமானது அல்ல. ஃபிரெஞ்ச் ஓபன் பட்டத்தை வெல்வதற்கான மிகப் பெரிய வாய்ப்பை நான் தனிப்பட்ட முறையில் இழந்தேன. ஆனால், மீண்டும் திரும்ப வரவேண்டும் என்று தீர்மானித்துக்கொண்டேன். 2008இல் ஆஸ்திரேலிய ஓபன் போட்டியில் நானும் மகேஷ் பூபதியும் ரன்னர் ஆப்பாக வந்தோம். ஆனால், அடுத்த ஆண்டே நாங்கள் அந்த பட்டத்தை வென்றோம். இந்த ரன்னர்–அப் கோப்பை 2011இல் ரோலன்ட் கேரோசில் நான் பட்டத்தை வெல்வதற்கான அறிகுறியாகவும் இது இருக்கலாம் என்று என்னை நானே தேற்றிக்கொண்டேன்.

இரட்டையர் போட்டிகளில் தொடர்ந்து நல்ல ஃபார்மில் இருந்தேன். விம்பிள்டனில் கிராஸ் – கோர்ட்டில் அரையிறுதிக்கு முன்னேறினேன். மேலும், அந்த கிரான்ட் ஸ்லாமில் ரோஹன் போபன்னாவும் நானும் கலப்பு இரட்டையரில் காலிறுதியை அடைந்தோம். ஒட்டுமொத்தமாக இது எனக்கு வெற்றிகரமான கிரான்ட் ஸ்லாம்தான்.

அமெரிக்க கடின மைதானப் போட்டிகள் எனக்கு சற்றே ஏமாற்றமளித்தன ஆனால், நாங்கள் இருவரும் அந்த ஆண்டு இறுதியில் நடைபெற இருந்த சாம்பியன்ஷிப் போட்டிகளுக்குத் தகுதி பெறக்கூடிய வாய்ப்பு உள்ள முதல் நான்கு அணிகளில் ஒரு அணியாக இருந்தோம். அமெரிக்க ஓபனில் மிக வலுவான ஒரு வெற்றி எங்கள் இடத்தை உறுதி செய்யும், ஆனால் நாங்கள் மேலும் சில ஆசிய போட்டிகளில் பங்கேற்று எங்கள் தரவரிசையை உயர்த்திக்கொள்ள வேண்டியிருந்தது. ஆனால், இவெடா பெனசோவா மற்றும் கார்போரா ஸ்டிரைகோவாவுடன் நாங்கள் ஃபிளஷ்ஷிங் மெடோசில் போட்டியிட்டு மூன்றாவது சுற்றில் தோற்றோம்.

2010 கோடையில் நீண்ட இடைவெளிக்குப் பின் நான் மீண்டும் டென்னிஸ் போட்டிகளுக்குத் திரும்பியதிலிருந்து தொடர்ந்து ஆடிக்கொண்டே இருந்தேன். நம்பவே முடியாத அளவுக்கு நான் இந்த 12 மாத காலகட்டத்தில் விம்பிள்டனுக்கு முன் 150க்கும் மேற்பட்ட போட்டிகளில் பங்கேற்றேன். மிக அதிகமான

போட்டிகளில் கலந்துகொள்ளும் எனது முடிவுக்குக் காரணம் மிகவும் சாதாரணமானது. காயமடைந்து இடைவெளிக்குப் பின் மீண்டும் வந்ததால் எனது ஒற்றையர் தரவரிசை மிகவும் சரிந்திருந்தது. பல போட்டிகளில் மெயின் டிராக்களில் மேலும் சில தகுதிச் சுற்றுப் போட்டிகளில் வெற்றிபெற வேண்டியிருந்தது. இரட்டையர் போட்டிகளைப் பொறுத்தவரை அந்த ஆண்டு குறிப்பிடத்தக்க அளவு வெற்றிகரமாகவே இருந்தது. ஒவ்வொரு வாரமும் நான்கு முதல் ஐந்து போட்டிகளில் விளையாடினேன். கலப்பு இரட்டையரில் கிரான்ட் ஸ்லாம் பட்டத்தைப் பெறும் மிகச்சிறந்த வாய்ப்பு எனக்கு இருக்கிறது என்று நான் நினைத்ததால் பிரதான போட்டிகளில் விளையாடும் வாய்ப்புகளை இழப்பதற்கு நான் விரும்பவில்லை. இவற்றைத் தவிர, இந்தியாவுக்காக நான் ஃபெட் கோப்பை போட்டியிலும் காமன்வெல்த் மற்றும் ஆசிய விளையாட்டுப் போட்டிகளில் இரண்டு அல்லது அதற்கு மேற்பட்ட போட்டிகளிலும் பங்கேற்றேன்.

எனக்கு நிச்சயமாக ஓய்வு தேவை என்பதை நான் அறிந்திருந்தேன். அமெரிக்க ஓபன் போட்டிக்குப் பிறகு எனது காயம் மேலும் மோசமடைவதற்கு முன்பாக ஓய்வெடுக்க வேண்டும் என்று நான் முடிவு செய்தேன். பெனசோவா–ஸ்டைகோவா இணைக்கு எதிராக நான் ஆடிக்கொண்டிருந்தபோது, மூன்றாவது சுற்றின் இறுதியில் கொஞ்ச காலமாக எனக்குத் தொல்லை கொடுத்து வந்த என் இடது முழங்காலில் திடீரென்று கத்தியால் குத்தியது போன்ற வலி ஏற்பட்டது. உடனே எனக்கு ஏதோ பெரிய பிரச்சினை என்று புரிந்துவிட்டது. மிகவும் வேதனையாக இருந்தாலும்கூட அந்தப் போட்டியை முடித்த பிறகே நான் வெளியே வந்தேன். என் முழங்காலை சோதித்துப் பார்த்த மருத்துவர், தசைக் குருத்தெலும்பில் ஆழமான கீறல் விழுந்திருப்பதாகவும் அறுவை சிகிச்சைதான் ஒரே தீர்வு என்றும் கூறினார். இந்த நிலவரம் நாங்கள் அந்த ஆண்டு இறுதியில் நடைபெறவிருந்த சாம்பியன்ஷிப் போட்டிகளில் விளையாடுவதற்கான வாய்ப்பை தகர்த்தது மட்டுமல்லாமல் அந்த ஆண்டிற்கான எனது ஆட்டத்தை முன்னதாகவே முடித்து வைத்தது.

ஒற்றையர் போட்டிகளில் சுமாரான வெற்றிகளையே ஈட்டியிருந்தேன் என்றாலும் 2011ஆம் ஆண்டை எனது தொழில் வாழ்க்கையில் ஆறாவது முறையாக ‘முதல் 100’ வரிசையோடு முடித்துவைத்தேன். ஆனாலும், எனது மூன்றாவது அறுவை சிகிச்சைக்குப் பின் மீண்டுவருவது அசாத்தியமானதாக

இல்லாவிட்டாலும் அவ்வளவு எளிதாக இருக்கப்போவதில்லை என்பது எனக்குத் தெரிந்தது. அப்போது, தொடர்ச்சியான எனது காயங்கள், அறுவை சிகிச்சைகள், அதுவும் என் தொழில் வாழ்க்கையின் மிகவும் முக்கியமான தருணங்களில், இடைவெளிகளுக்குப் பின் மீண்டும் போட்டிகளுக்குத் திரும்புதல்கள் குறித்து என்னால் நினைத்துப் பார்க்காமல் இருக்க முடியவில்லை. நான்கரை ஆண்டு காலகட்டத்திற்குள் எனது மணிக்கட்டு, இரண்டு முழங்கால்களில் அறுவை சிகிச்சை மேற்கொள்ளப்பட்ட அந்த அனுபவங்களுக்குப் பிறகும் அவற்றை எல்லாம் மீண்டும் அனுபவிக்க வேண்டும் என்ற எண்ணத்தையே என்னால் தாங்கிக்கொள்ள முடியவில்லை. எனது தொழில்வாழ்க்கை ஒரு முடிவுக்கு கொண்டு வரும் அறிகுறிகள் தென்படவே நான் விரக்தியடைந்தேன்.

31

ஒற்றையர் போட்டிகளுக்கு குட்பை

*2012*ஆம் ஆண்டின் ஆஸ்திரேலியன் ஓபன் போட்டிகளின் ரன்–அப் போட்டியில் விளையாட நான் ஆக்லாந்து செல்வதற்கான விமானத்தைப் பிடிக்கத் தயாராக இருந்த சமயத்தில், நான் நல்ல ஃபார்மில்தான் இருந்தேன். ஆனால், இந்தப் போட்டி முழுவதும் என் கால் எனக்குத் தொல்லைகொடுக்கப்போகிறது என்பதை நான் பார்த்தேன். வேறு வழியில்லாமல் போனால், ஒற்றையர் போட்டிகளிலிருந்து விடுபடலாம் என்பதைப் பற்றி சிந்தித்துக் கொண்டிருந்தேன். எனது உடலை மேலும் அதிகமாக வருத்திக்கொண்டு இன்னொரு அறுவைசிகிச்சை செய்து கொள்ளும் ஆபத்தில் ஈடுபடுவது அறிவார்ந்த செயல் இல்லை. ஆனால், இறுதியாக நான் முடிவெடுப்பதற்கு முன், எனது சிறப்பான ஆட்டத்தை வெளிப்படுத்த நான் விரும்பினேன்.

ஏறக்குறைய நான்கு மாத காலம் டென்னிஸ் விளையாடாமலேயே ஓய்வில் இருந்ததைக் கருத்தில் கொள்ளும்போது, ஆஸ்திரேலியன் ஓபன் போட்டிகளில் சிறப்பாகவே ஆடினேன். அதில் ஸ்வெட்டானா பியரங்கோவாவிடம் ஒற்றையர் போட்டியின் முதல் சுற்றில் தோற்றாலும் இரட்டையர் போட்டிகள் மற்றும் கலப்பு இரட்டையர் போட்டிகளில் அரையிறுதிவரை முன்னேறினேன். இந்த அரையிறுதி வெற்றி அப்போதைய எனது தொழில் வாழ்க்கையின் மிகச்சிறந்த இடமான இரட்டையர் போட்டிகளில் ஏழாவது இடத்தைப் பிடிக்க உதவியது.

அந்த ஆண்டின் முதல் கிராண்ட் ஸ்லாம் முடிந்த உடனேயே ஃபெட் கோப்பைக்காக நான் சீனாவின் ஷென்ஜான் நகருக்குச் சென்றேன். அங்கு மூன்று போட்டிகளில் நான் விளையாடியது பல்வேறு காரணங்களால் எனது தொழில் வாழ்க்கையில் குறிப்பிடத்தக்க போட்டிகளாக அமைந்தன என்று சொல்லலாம். நான் ஆண்டுகளுக்கு முன்பு ஹாங்க் காங்கில் எனது ஆட்டம்

அந்தப் போட்டிகளிலிருந்து இந்தியா வெளியேற்றப்படுவதைத் தடுத்து நிறுத்தியது. இந்த 2012ஆம் ஆண்டிற்கான ஃபெட் கோப்பைக்காக இந்தியா ஹாங்க் காங்கில் விளையாடியது, இந்த முறை குரூப் 1 நிலைக்கு முன்னேறுவதற்காக, என்பதால், நான் மீண்டும் முக்கிய பங்களிப்பை வழங்க வேண்டிய நிலையில் இருந்தேன்.

ருதுஜா போஸ்லே, ப்ரேரணா பாம்ரி, ஷர்மதா பாலு மற்றும் இஷா லக்கானி ஆகியோர் இந்திய அணியில் பங்கேற்றிருந்தனர். நான் ஆஸ்திரேலியன் ஓபனில் இரட்டையர் அரை இறுதிப் போட்டிகளின்போது பட்ட காயத்திற்குச் சிகிச்சைபெற்று குணமடைந்து வந்தேன் என்பதால், பயிற்சியாளர் என்ரிகோ பைபர்னோ சுலபமாகப் போட்டிகளுக்கு மற்றவர்களைத் தேர்ந்தெடுத்து அனுப்பிக்கொண்டிருந்தார். எங்கள் தொகுதியில் இருந்து போட்டியிடும் பத்து நாடுகளில் ஒரு நாடு முன்னிறுத்தப்படும். அந்த இடத்திற்காக ஃபிலிப்பைன்சுடன் போட்டி நடைபெற்றபோது ஆட்டம் சூடுபிடித்தது.

ருதுஜா ஒற்றையர் போட்டியில் ஜெயித்து, ப்ரேரணா தோற்றிருந்த நிலையில் நாங்கள் 1–ஆல் என்ற நிலையில் அடைபட்டிருந்தோம். நானும் இஷாவும் வெற்றி–தோல்வியை இறுதிசெய்யும் இரட்டையர் ஆட்டத்தில் போட்டியிட்டு 6–0, 6–1 என்ற செட்டில் சுலபமாக வென்றோம். இந்த வெற்றி ஹாங்க் காங்கில் ப்ளே–ஆஃப் நிலையில் வேறொரு முக்கிய போட்டியில் விளையாடுவதற்கான வாய்ப்பை வழங்கியது.,

ருதுஜா ஒற்றையர் போட்டியில் தோற்ற பிறகு, இந்தியா 0–1 என்ற சரிவு நிலையில் இருந்த சந்தர்ப்பத்தில் ஜாங்க் லிங்கை நான் எதிர்கொண்டேன். கடந்த ஐந்து மாதங்களில் வெறும் இரண்டே இரண்டு ஒற்றையர் போட்டிகளில்தான் விளையாடி இருந்தேன். அதுவும் சர்ஜரிக்குப் பிறகு எனது முதல் போட்டியில் விளையாட இருந்தேன். ஆரம்பத்தில் சரிவர விளையாட முடியாமல் ஹாங்க் காங்கின் முதல்நிலை வீராங்கனையிடம் முதல் செட்டை 5–7 என்ற கணக்கில் பறிகொடுத்தேன். ஆனால் சரியான நேரத்தில் எனது ஃபார்முக்கு மீண்டு வந்து, அடுத்த இரண்டு செட்களை 6–0, 6–1 என்ற கணக்கில் வென்று இந்தியாவை மீண்டும் சரிவிலிருந்து மீட்டேன்.

நானும் இஷாவும் மீண்டும் டிசைடிங் இரட்டையர் போட்டியில் ஆடினோம். 5–7, 6–1, 7–5 என்ற அதிரடி வெற்றியை ஈட்டிய அந்தப் போட்டியில் எனது ஒட்டுமொத்த அனுபவத்தையும் ஒன்று திரட்டி விளையாட வேண்டி வந்தது. இந்த வெற்றி இந்தியாவை மேலும் முன்னேற்றியது. வெறும்

இருபத்துநாலு மணி நேரத்தில் ஃபெட் கோப்பையில் இந்தியா வெற்றிபெறுவதற்கு மிகவும முக்கியமாக இருந்த மூன்று முக்கியமான போட்டிகளில் நான் வென்றிருந்தேன். இது உணர்வு எனக்கு மிகுந்த மனநிறைவைத் தருவதாக அமைந்தது.

சில அபார வெற்றிகளை ஈட்டினாலும், அடுத்த மூன்று மாதங்களில் ஒற்றையர் போட்டிகளில் தொடர்ந்து வெற்றி பெறுவதற்கான நான் மிகவும் போராடினேன். தொடர்ச்சியான வலியும் எப்போதும் என்னை வீழ்த்திவிடக் காத்திருப்பது போன்ற நிலையில் இருந்த எனது இடது முழங்கால் காயமும் என் நிலையை மோசமடையச் செய்தன. நீண்ட போட்டிகள் விளையாடிய போதெல்லாம் எனது முழங்கால் வீங்கிவிடும். அதைத் தொடர்ந்து நான் எனது இன்னொரு காலில் அதிக அழுத்தம் கொடுக்க ஆரம்பித்துவிடுவேன். ஆனால் அந்த முழங்காலும்கூட ஐந்து வருடங்களுக்கு முன் அறுவை சிகிச்சைக்கு உட்பட்டதுதான் என்பதால், ஒரேயடியாக கொடுக்கப்படும் அழுத்தத்தை தாங்க முடியாமல் அதுவும் வீங்கிவிடும். 2008 அறுவை சிகிச்சைக்குப் பிறகு சில இயக்கங்களை இழந்திருந்த எனது மணிக்கட்டு ஒரு சில ஆண்டுகளுக்குப் பிறகு மீண்டும் வலிக்க ஆரம்பித்திருந்தது. குறிப்பாக, முன்னங்கைப் பக்கமாக என் கை நீளும்போது, கடுமையாக வலிக்கும்.

என் தொழில்வாழ்க்கையின் ஆரம்பக்கட்ட நாட்களில் காயங்கள் பட்டு, பிரச்சினைகள் ஏற்பட்டன. ஆனால், அவற்றுக்குக் காரணம், நான் என் உடலுறுதியைப் பராமரிக்காமல் இருந்ததுதான். ஆனால், அதற்குப் பிறகு சர்வதேசத் தரத்திற்கு என் உடலுறுதியைக் கொண்டு வருவதற்காக மிகவும் கடுமையாக உழைத்து, அதை சாதித்தேன். ஆனாலும்கூட ஒவ்வொரு முறை எனக்கு காயம்படும்போதெல்லாம், அதற்கு நான் உடலுறுதியைப் பராமரிக்காமல் இருப்பதுதான் காரணம் என்று ஊடகங்கள் பிரச்சாரம் செய்யத் தொடங்கிவிடும். ஆனால், என் எலும்புகளில் சென்சிவைட்ஸ் என்ற நீண்டகாலமாக இருந்து வரும் ஆர்த்ரடீஸ் நிலவரம்தான் இதற்குக் காரணம் என்பது அவர்களுக்குத் தெரியாது. அதுவும் இவ்வாறான நிலவரம் வயது முதிர்ந்த நிலையில்தான் கண்டுபிடிக்கப்படுமாம். எனது மூட்டுகள் மிகவும் தளர்வானவை என்பதால் அதீத இயக்கம் (ஹைபர்மொபிலிட்டி) கொண்டவையாக இருந்தன. இந்த நிலவரம் இந்த நோய் ஏற்படுவதற்கான அதிக ஆபத்து இருந்தது. நான் ஒரு விளையாட்டு வீராங்கனையாக இருந்திருக்காவிட்டால், இது ஒரு பெரிய விஷயமாகவே இருக்காது. ஆனால், நான் டென்னிஸ் விளையாடுவதால், இந்த நிலவரம் எனது மூட்டுகளில் அதீத அழுத்தத்தைக் கொடுத்தது. உண்மையில் ஏறக்குறைய

20 ஆண்டு கால டென்னிஸ் தொழில் வாழ்க்கையில் எனது மூட்டுகள் எதிர்கொண்ட அதீதமாகப் பயன்பாடு, கிழிதல், விரிசல் ஏற்படுதல், அறுவைசிகிச்சைகளால்தான் இந்த இளம் வயதிலேயே இந்த நோயின் அறிகுறிகள் வெளியே தெரிந்தன. எனது மூட்டுகள் தினசரி அவற்றின் சக்திக்கு மீறி முட்டி மோதி, துன்புறுத்தல்களுக்கு ஆளாயின. நான் வலியுடனே வாழத் தொடங்கியிருந்தேன். அதோடு தோற்கப்போகும் யுத்தத்தில் கடுமையாகப் போராடிக்கொண்டிருப்பதாகவும் உணரத் தொடங்கினேன்.

ஒவ்வொரு முறையும் ஒற்றையர் போட்டியின் ஒரு நீண்ட போட்டியில் ஆடிவிட்டு வந்த பிறகு முழங்கால் வீக்கத்துடன், என் மணிக்கட்டு, கணுக்கால்களில் வலி பின்னி எடுத்து, எங்களுக்கு ஓய்வுகொடு என்று கதறும். இன்னமும் ஒரு சில ஆண்டுகள் விளையாடும் வாய்ப்பை நான் பெற்றிருந்தும்கூட, வெகு சுலபமான வழியைப் பற்றிக்கொண்டு ஒற்றையர் போட்டி களில் விளையாடப் போவதில்லை என நான் அவசரமாக முடிவெடுத்துவிட்டேன் என்று சில விமர்சகர்கள் எழுதினார்கள். ஆனால், அவர்களுக்கு நான் அன்றாடம் அனுபவித்து வரும் வலியைப் பற்றி எதுவுமே தெரியாது. என் உடலின் பல பாகங்களில் நான் பட்ட மிக மோசமான பல தசை காயங்கள் தவிர மூன்று முறை அறுவை சிகிச்சைகளுக்குப் பிறகு நான் மீண்டு வந்து போராடிப் பார்த்துவிட்டேன்.

மிக உயர்ந்த நிலையில் போட்டியிட்டுவிட்டு பிறகு மீண்டும் சிறிய அளவிலான $25,000 ஐ.டி.எஃப். போன்ற போட்டிகளில் கலந்துகொள்வதற்குத் தேவையான தூண்டுதல் கிடைப்பது மிகவும் கடினம். ஆனால், ஒவ்வொரு சர்ஜரிக்குப் பிறகு குணமடைந்து மிக வேகமாக சரிந்துவிட்ட எனது தரவரிசை உயர்த்திக்கொள்வதற்காக நான் இதைத்தான் பல முறை செய்து வந்துள்ளேன். தரவரிசையை நான் அதிகரித்துக்கொள்ள உதவும் டபிள்யு.டி.ஏ. அளவிலான போட்டிகளில் எனக்கு நிறைய ஒயில்-கார்ட் என்ட்ரிகள் கிடைக்கவில்லை. என் தரவரிசையை உயர்த்திக்கொள்ள, இதற்கு ஒரே மாற்று சிறிய அளவில் நடைபெறும் பல போட்டிகளில் கலந்துகொள்வதுதான்.

2012இல் பல மாதங்கள் தொடர்ந்து கடுமையாகப் போராடிய பிறகு நான் ஏதாவது அதிரடியான முடிவை எடுத்துதான் ஆக வேண்டும் என்ற நிலை வந்தது. இப்போதும்கூட நான் 'முதல் 100'க்குள்தான் இருந்தேன். ஆனால், நான் ஒற்றையர் போட்டிகளில் எனது இலக்குகளை மாற்றியமைத்துக்கொள்ள வேண்டிய தருணம் வந்துவிட்டது என்பது எனக்குத் தெரியும்.

அப்போதுதான் நான் இன்னும் சில ஆண்டுகளாகவது டென்னிஸ் விளையாட முடியும். டென்னிசை ஒரேயடியாக விடுவது என்பது என்னால் நினைத்துப் பார்க்கவே முடியாத ஒரு விஷயம். அந்தளவு டென்னிசை நான் நேசித்தேன். நான் அனுபவித்த துன்பங்களையெல்லாம் நினைத்துப் பார்க்கும்போது இப்போது என் நிலை, இன்னும் ஒரு அறுவை சிகிச்சைக்கு நான் உட்பட 'நேர்ந்தால்' என்பது இல்லாமல், 'எப்போது' மீண்டும் ஒரு அறுவைசிகிச்சை செய்துகொள்ள வேண்டியிருக்கும் என்பதுதான்.

வெகு விரைவில் நடைபெறவிருக்கும் லண்டன் ஒலிம்பிக்கில் தகுதி பெற நான் இரட்டையர் போட்டித் தரவரிசையை 'முதல் 10'க்குள் தக்கவைத்துக்கொண்டாக வேண்டும் என்பதால் மிகவும் மன அழுத்தத்தோடு இருந்தேன். தொல்லைகொடுக்கும் என் முழங்காலோடு இந்த இரண்டு பிரிவுகளிலும் நான் தொடர்ந்து விளையாடி வந்தால், இன்னும் ஒருசில மாதங்கள்கூட என்னால் தாக்குப்பிடிக்க முடியாது. என்னை பரிசோதனை செய்த மருத்துவர்களும்கூட இந்த மதிப்பீட்டில் தெளிவாக இருந்தனர். என் தொழில்வாழ்க்கையில் இன்னும் சில காலம் நான் சர்க்யூட்டில் நீடிக்க வேண்டும் என்றால் நான் ஒருசில சமசரங்க்ளை செய்துகொள்ளத்தான் வேண்டும்.

ஒற்றையர் போட்டிகளில் நான் ஆடவேண்டிய போட்டிகளைத் தேர்ந்தெடுத்து ஆடினேன். பின்னர் மிகவும் நன்றாக யோசித்து கனத்த இதயத்துடன் என் தொழில்வாழ்க்கையில் இறுதியாக இன்னும் இரண்டே இரண்டு– பிரெசெல்ஸ் மற்றும் ஈஸ்ட்போர்னில்– நடைபெற இருந்த ஒற்றையர் போட்டிகளில் மட்டும் கலந்துகொண்டு அதன் பிறகு முழுவதும் எனது கவனத்தை இரட்டையர் போட்டிகளில் செலுத்துவது என்று முடிவெடுத்தேன். சாக்லேட்டுகளுக்காக மிகவும் பிரபலமான பெல்ஜியம் நகரில் எனது இந்த போட்டிகள் மிகச் சிறப்பாக அமைந்துவிட்டன. என் தொழில்வாழ்க்கையின் 14ஆவது இரட்டையர் போட்டி பட்டத்தை வென்றது (இம் முறை பெத்தானே மட்டேக் சான்ட்சுடன் இணை சேர்ந்து) மட்டுமல்லாமல், யூலியா பேகல்சிமர், அனஸ்தேசியா ரோடியோனோவா மற்றும் லெசியா சுரங்கோ ஆகியோரை தொடர்ந்து வென்று மூன்று வெற்றிகளை ஈட்டினேன். 6–0, 6–0 என்ற அபார வெற்றியை எனது ஒற்றையர் வெற்றிகளில் பதிவுசெய்தேன். அதுவும் அந்த சந்தர்ப்பத்தில் 'முதல் 100'க்குள் இருந்த சுரெங்கோவுக்கு எதிராக இதை நான் சாதித்தேன். இம்மாதிரியான வெற்றியை ஈட்டி வெகு காலம் ஆகிவிட்டிருந்தது, அதுவும் இனி ஒற்றையர் ஆடப்போவதில்லை

என்று முடிவு எடுத்திக்கும் இந்த நேரத்தில் இந்த வெற்றி எனக்கு இனிமையான மனநிறைவைத் தந்தது.

அப்போது ஒற்றையர் போட்டிகளில் ஆடிவந்த பலருடன் போட்டியிட்டு ஜெயிக்கும் திறனும் காலமும் எனக்கு இப்போதும் உள்ளன என்று எனக்குத் தெரிந்துதான் இருந்தது. ஆனால், ஏராளமான காயங்கள், அறுவை சிகிச்சைகளுக்கு உட்பட்டு சோர்ந்துபோயிருந்த என் உடல் நிலை மிக அதிக வலு தேவைப்படும் இந்தப் பிரிவு ஆட்டத்திற்கு ஒத்துழைக்கும் நிலையில் இல்லை. மேலும் பத்தாண்டுகளுக்கும் மேலாக தொழில்முறை டென்னிஸ் போட்டிகளில் ஒற்றையர் மற்றும் இரட்டையர் இரண்டு பிரிவுகளிலும் பங்கேற்று வந்ததால் என் உடலும் அதற்கு ஏற்ப நொந்துபோயிருந்தது. சரியான முடிவெடுத்து முன்னேறிச்செல்ல வேண்டிய தருணம் வந்துவிட்டது.

இரட்டையர் போட்டிகளில் உலகின் முதல்நிலையை எட்டுவதை எனது இலக்காக நான் இப்போது மாற்றிக் கொண்டுவிட்டேன். எவ்வளவு முடியுமோ அவ்வளவு அதிக எண்ணிக்கையில கிராண்ட் ஸ்லாம் வெற்றிகளை ஈட்டுவதில் நான் எனது முழு கவனத்தையும் செலுத்த ஆரம்பித்தேன். புதிதாக ஒரு பயணம் மேற்கொள்வது போன்ற உணர்வு ஏற்பட்டது. சில சமயங்களில் ஒற்றையர் போட்டிகளை மிஸ் செய்தேன் என்பது உண்மைதான். ஆனால் அந்த சந்தர்ப்பத்தில் இதைவிட சிறந்த முடிவை என்னால் எடுத்திருக்க முடியாது. என் தொழில் வாழ்க்கையில் எடுக்கவேண்டியிருந்த மிகவும் கடினமான முடிவுகளில் இதுவும் ஒன்று. ஆனால், இன்று அதை நினைத்துப்பார்க்கும்போது நான் மிகச் சரியான முடிவைத்தான் எடுத்தேன் என்றே தோன்றுகிறது.

32

ரோலண்ட் கிராசின் நட்சத்திரமாக

கிராண்ட் ஸ்லாமின் கலப்பு இரட்டையர் போட்டி ட்ராவில் ஆடிக்கொண்டிருக்கும்போது, தற்போதைய மற்றும் முன்னாள் மாபெரும் வீரர்களோடு விளையாட வேண்டியிருக்குமே என்ற அழுத்தத்தில் இருப்பதை யாராலுமே குறைகூற முடியாது. காரணம், அங்கிருக்கும் ஏறக்குறைய ஒவ்வொரு அணியிலும் ஆண்கள், பெண்கள் அல்லது கலப்பு இரட்டையர் பிரிவைச் சேர்ந்த குறைந்தபட்சம் ஒரு கிராண்ட் ஸ்லாம் வெற்றியாளர் இருப்பார். இவர்களில் ஒருசில ஒற்றையர் சாம்பியன்களும்கூட இருந்தனர். 2012 ஃபிரெஞ்ச் ஓபன் போட்டிகளும்கூட இத்தகைய அற்புத அணிகள் கூடியிருந்த ஒரு களமாக இருந்தது. நானும் மகேஷும் மாக்ஸ் மர்னி மற்றும் லீசல் ஹப்பர் முதல் இடத்தில் இருக்க, ஏழாவது போட்டியாளர்களாக இருந்தோம் என்றாலும்கூட, இந்த டிராவில் செரீனா வில்லியம்சுடன் பாப் பிரையான், மைக் பிரெயானுடன் கவீடா பெஸ்கி, லியான்டர் பயஸ் மற்றும் எலெனா வெஸ்னினா, டேனியல் நெஸ்டோருடன் நாடியா பெட்ரோவா மற்றும் நெனாட் ஜிமோன்ஜிக்குடன் கட்டாரினா ஸ்ரெபோட்நிக் உள்ளிட்ட வலுவான சாம்பியன்களும் இருந்தனர்.

கிராண்ட் ஸ்லாமுக்குப் பிறகு லண்டன் ஒலிம்பிக்குக்கான இந்திய அணி அறிவிக்கப்பட இருந்தது, நானும் மகேஷும் ஒரு பதக்கத்தையாவது வென்றுவிடும் வாய்ப்பு எங்களுக்கு இருப்பதாக உணர்ந்தோம். கடந்த காலங்களில் நாங்கள் மிகச் சிறப்பாக விளையாடி இருந்தோம். பாரீசிலும் நல்ல வலுவான ஆட்டத்தை நாங்கள் இருவரும் வெளிப்படுத்தினால், தேர்வுக் குழுவினர் எங்கள் இருவரது வெற்றி இணையைப் பிரிக்கும் வாய்ப்பே இல்லை என்று நினைத்தோம். ஆனால், இப்போது நாங்கள் ஒரு கிராண்ட் ஸ்லாம் போட்டியை ஆட உள்ளோம். மேலும் மகேஷுடன் இரண்டாவது கிராண்ட் ஸ்லாம் வெல்ல வேண்டும் என்பதில்தான் எனது முழு கவனமும் இருந்தது.

அமெரிக்க இணை எரிக் பீட்டரோக் மற்றும் ராக்குவெல் கோப் ஜோன்சுடன் மோதி சுலபமாக அவர்களை முதல் சுற்றில் நேரடி செட்களில் வென்றோம். நிக்கோலஸ் டெவில்டர் மற்றும் ஃபிரெஞ்ச் அணியின் வெர்ஜினே ரசானோவோடு அடுத்து மோதவிருந்தோம். அந்த அரங்கில் இருந்த பாரபட்சமற்ற ரசிகர்கள் அளித்த ஊக்கத்தால் உற்சாகமடைந்து ஆடினோம். எங்களுக்கு எதிராக ஆடிய இரட்டையர் மிகவும் வலுவான ஆட்டத்தை வெளிப்படுத்தினர். நாங்கள் முதல் செட்டில் தோற்றோம். சுதாரித்துக்கொண்டு மூன்றாவது செட்டின் சூப்பர் டை–பிரேக்கரில் நாங்கள் 10–6 என்ற புள்ளிகளில் வென்றோம்.

இந்த வெற்றிகள் வெறும் வார்ம் அப்கள் போன்றவைதான். நாங்கள் மகப் பெரிய அணிகளை எதிர்கொள்ள வேண்டியிருந்தது. வெகு சிலர் மட்டுமே மைக் பிரெயான்–கவீடா பெஸ்கி இணையைவிட சிறப்பானவர்கள் என்று கூறிக்கொள்ள முடியும். காலிறுதியில் எங்களுக்கு எதிராக ஆடவிருந்த இணையை நினைத்து எனக்குக் கொஞ்சம் கவலையாகத்தான் இருந்தது. அதிர்ஷ்டமும் எனக்குக் கைகொடுக்க, மகிழ்ச்சியுடன் எனது மிகச் சிறப்பான ஆட்டங்களில் ஒன்றை நான் அன்று வெளிப்படுத்தினேன். மைக் பிரெயானின் சர்வ்களை நான் ரிட்டன் செய்தது பல்வேறு சந்தர்ப்பங்களில் அந்த மிகச் சிறந்த இரட்டையர் ஆட்ட வீரரை ஆச்சரியத்தில் ஆழ்த்தியதாகத் தோன்றியது. மகேஷ், நெட்டில் பெஸ்கியின் ஆட்டங்களை அதிரடியாக எதிர்கொண்டார். நாங்கள் 6–2, 6–3 என்ற புள்ளிகளில் மிகவும் சுலபமாக, தன்னம்பிக்கையோடு அரை இறுதிக்குள் அதிகாரபூர்வமாக நுழைந்தோம்.

கஜகஸ்தான் – இத்தாலி இணையான கலினா வோஸ்கோபோவ மற்றும் டேனியலே பிரசியாலியை 6–2, 6–1 என்ற செட்டில் தோற்கடித்தோம். எங்களது முதல் போட்டிக்கான புள்ளியில் எனது அதிரடி பாக்ஹான்ட் ஷாட்டை அடித்து நாங்கள் இதை வென்றோம். இப்போது நாங்கள் மூன்றாவது முறையாக கிரான்ட் ஸ்லாம் இறுதிச் சுற்றில் விளையாட இருந்தோம். கால் இறுதியில் போட்டியிட்டு வெற்றிபெற உள்ள லியான்டர் பயஸ்–எலெனா வெஸ்னினா மற்றும் சான்டியாகோ கோன்செலஸ்–க்ளூடியா ஜான்ஸ் என்ற இரண்டு இணைகளில் ஒரு வெற்றி பெற்று இறுதிச் சுற்றை அடையவிருந்த இணைக்காகக் காத்திருந்தோம். ஃபிரெஞ்ச் ஓபன் பட்டத்துக்காக மூன்று இந்தியர்கள் விளையாடக்கூடிய சாத்தியமும் அதிகமாக இருந்தது. இந்திய–ரஷ்ய அணி முதல் செட்டில் கடுமையாகப் போராடினாலும் சான்டியாகோ கோன்செலஸ்–க்ளூடியா ஜான்ஸ் அணி டை–பிரேக்கரில் அதை வென்றது. தொடர்ந்து

இரண்டாவது செட்டிலும் வென்று இறுதிச் சுற்றில் எங்களோடு மோத தயாரானது. இது அவர்களது முதலாவது கிராண்ட் ஸ்லாம் என்பதால் எங்கள் அனுபவம் எங்களுக்கு சாத்தியமான அம்சமாக இருக்கலாம் என்று நானும் மகேஷும் நினைத்தோம்.

மோசமான வானிலை காரணமாக இறுதிச் சுற்றுப்போட்டி தாமதமானது. இந்த போட்டி இயக்குனர் இறுதிச்சுற்றை ஃபிலிப்பி காட்ரியர் மைதானத்தில் வைத்துக்கொள்ளலாம் என்று கருதினார். ஆனால், மகேஷ் இதற்கு ஒப்புக்கொள்ளவில்லை. ஒரு கிராண்ட் ஸ்லாம் போட்டியை எதிர்கொள்வதற்குப் பதற்றத்தை வெல்ல வேண்டும் என்பது அவருக்குத் தெரியும். எனவே, அச்சுறுத்தும் இந்த மத்திய மைதானத்தில் இறுதிச் சுற்று இருந்தால்தான், அனுபவம் இல்லாத, முதல் முறையாக கிராண்ட் ஸ்லாம் இறுதிச்சுற்றில் ஆடும் மெக்சிகன்–போலந்து நாடுகளைச் சேர்ந்த எங்கள் எதிரணியினருக்கு பாதகமான சூழல் அமையும் என்று கணக்குப்போட்டார்.

மேகமூட்டத்துடன் இருந்த நிலையில் கொஞ்சம் தாமதமாக இறுதிச்சுற்றுப் போட்டி தொடங்கியது. ஆரம்பத்தில் எனக்கும் மிகவும் பதற்றமாகவே இருந்தது. ஆனால், என் நண்பரும் நிறைய அனுபவம் வாய்ந்த மூத்த விளையாட்டு வீரருமான மகேஷ் என் பதற்றத்தை தணிக்க என்னுடன் இருந்தது குறித்து நான் மகிழ்ச்சியடைந்தேன். முதல் கேமில் நாங்கள் கோன்செலஸ் இணையை முறியடிப்பதற்கான வாய்ப்பை இழந்தோம், பிறகு நான் என் சர்வை இழந்தேன். நாங்கள் 1–3 என்று சரிவடைந்தோம். பத்தாவது கேமில்தான் எங்களது பாலன்சை மீட்டுக்கொண்டு அந்த மெக்சிகோ வீரரின் சர்வை அடித்து ஆடி ட்ரை பிரேக்கரில் சில அற்புத ஆட்டங்களை வெளிப்படுத்தி முதல் செட்டை வென்றோம். நானும் ஒருவழியாக காலூன்றிவிட்டேன். மகேஷும் தனது உச்சபட்சத் திறனை வெளிப்படுத்த ஆரம்பித்தார்.

இரண்டாவது சுற்று எந்தப் போட்டிக்கும் இடமளிக்காமல் மிகவும் சுலபமாக அடித்து விளாசி இருவரும் இணைந்து பெறும் எங்களது இரண்டாவது கிராண்ட் ஸ்லாம் பட்டத்தை வென்றோம். 'நாங்கள் மிகவும் பயங்கரமான டென்னிஸ் விளையாடுபவர்கள். நாங்கள் எங்களது மிகச் சிறப்பான ஆட்டத்தை வெளிப்படுத்தும்போது எங்களை வீழ்த்துவது கடினம்தான்' என்று போட்டி முடிந்த பிறகு மைதானத்தில் நடைபெற்ற பரிசு வழங்கும் விழாவில் மகேஷ் கண்களில் பிரகாசத்துடன் கூறினார். அன்று அவரது முப்பத்தி எட்டாவது பிறந்த நாள். என்னை பேசச் சொன்னபோது, 'நான் என் இணைக்கு என்ன பரிசு கொடுப்பது என்று சிந்திக்கத் தேவையில்லை' என்று கூறினேன்.

சென்ற ஆண்டு நானும் வெஸ்னினாவும் ரோலன்ட் கிராசில் பெண்கள் இரட்டையர் போட்டிகளின் இறுதிச் சுற்றில் தோற்றோம். இப்போது அதே மைதானத்தில் நாங்கள் பெற்ற கிரான்ட் ஸ்லாம் பட்டம் அந்த ஏமாற்றத்தை ஈடுசெய்வது போல இருந்தது. 2011இல் நான் இறுதிச்சுற்றில் தோற்ற அணியில் இடம்பெற்றிருந்தேன். ஆனால் வேறொரு பிரிவில் அந்தப் பெருமைமிகு கோப்பையை நான் பெற்றேன்.

இந்த வெற்றியைக் கொண்டாட ஈஃபில் டவர் அருகே இருந்த ஒரு இந்தியன் ரெஸ்டாரன்டுக்கு நாங்கள் டின்னர் சென்றோம். இது உண்மையில் ஒரு விசேஷ நாள்தான். இப்போது நான் இரண்டு கிரான்ட் ஸ்லாம்களை வென்ற வீராங்கனை. அதுவும் இப்போதுதான் ஒரு கிரான்ட் ஸ்லாமை என் சக இந்தியருடன் சேர்ந்து ரோலன்ட் கேரோசின் களிமண் தரையில் – என்னால் அதில் சிறப்பாக விளையாட முடியாது என்று விமர்சகர்கள் எப்போதுமே கூறிவந்த மைதானத்தில் – வென்றிருந்தேன். ஐ.டி.எஃப். எனது ஒயில்–கார்ட் வாய்ப்பை ஒலிம்பிக்கில் கலப்பு இரட்டையர் டிராவில் உறுதி செய்தவுடன் எனது மற்றும் மகேஷின் இணையும் உறுதிசெய்யப்படும். நானும் மகேஷும் ஒரு குழுவாக இணைந்து அபாரமாக ஆட முடியும் என்பதை உலகிற்கு நாங்கள் காட்டிவிட்டோம். லண்டனில் இன்னும் ஒரு சில வாரங்களில் நடைபெற இருந்த ஒலிம்பிக் போட்டிகளில் இந்தியா டென்னிசில் பதக்கம் பெறுவது சாத்தியமாகவே இப்போது தோன்றியது.

33

லண்டன் நாடகம்

2012ஆம் ஆண்டிற்கான வரலாற்றுப் புகழ்பெற்ற ஒலிம்பிக் ஜோதி ஏற்றப்படுவதற்கு ஒரு சில வாரங்களுக்கு முன்னால், இந்திய ஊடகங்கள் அனைத்தும் ஆண்கள் இரட்டையர் போட்டியில் யார் யாருக்கு இணை என்பதைக் குறித்து விவாதித்து வந்தன. என்னைப் பொறுத்தவரை பதக்கம் வெல்லும் வாய்ப்பு இருப்பதால், கலப்பு இரட்டையர் பிரிவில்தான் கவனம் செலுத்தினேன்.

முதலில் இந்த விளையாட்டுப் போட்டிகளில் இடம்பிடிப்பதே கடினமாக விஷயமாக இருந்தது. கண்டிப்பாக பதக்கம் பெறும் வாய்ப்பு உள்ள கலப்பு இரட்டையரில் பங்கேற்கத் தகுதி பெறுவதற்கு விதிமுறைகளின்படி, நான் பெண்கள் இரட்டையர் போட்டிகளிலும் இடம்பெற்றாக வேண்டும். பெண்கள் இரட்டையர் பிரிவில் நான் உயர்ந்த தரவரிசையில் இருப்பதால், அந்தப் போட்டிகளில் இடம்பெறுவது ஒரு விஷயமே அல்ல. ஆனால், 2012ஆம் ஆண்டு ஜூன் மாதம் 11ஆம் தேதிக்குள் 'முதல் 100'க்குள் இடம்பெறும் வேறொரு இந்திய டென்னிஸ் வீராங்கனையோடுதான் நான் இணை சேரவேண்டும். துரதிர்ஷ்டவசமாக, இந்தியாவில் 'முதல் 300'க்குள் இருக்கும் வீராங்கனைகூட இல்லை.

இன்னும் ஒரே ஒரு வாய்ப்புதான் உள்ளது: இரட்டையர் போட்டிகளில் எனது தரவரிசையை 'முதல் 10'க்குள் வைத்துக் கொள்ள வேண்டும். அப்படி இருந்தால் லண்டனில் நடைபெறவுள்ள போட்டிகளில் பெண்கள் இரட்டையரில் நான் தேர்ந்தெடுக்கும், தரவரிசையில் மிகவும் கீழே இருக்கும் யாருடன் வேண்டுமானாலும் நான் விளையாடலாம். அப்போது எனது முதல் முன்னுரிமையான கலப்பு இரட்டையரில் ஆடும் வாய்ப்பும் எனக்குக் கிடைக்கும்.

எனக்கு அந்த ஆண்டு குறிப்பிடத்தக்க அளவில் நல்ல ஆண்டாகவே இருந்தது. வெஸ்சுடன் ஆஸ்திரேலியன் ஓபனில் அரையிறுதி வரை முன்னேறினேன். துபாயிலும் இந்தியன் வெல்சிலும் ரன்னர்-அப்பாக இருந்தேன். இங்கு நாங்கள் எங்களது தொடர்ச்சியான இரண்டாவது இறுதிச் சுற்றை ஒன்றாக ஆடியிருந்தோம். பட்டாய ஓபனில் அனஸ்தேசியா ரோடியோனோவாவுடன் இணைந்து ஆடி வென்றிருந்தேன். பிரெஸ்செல்ஸ் ஓபன் இரட்டையர் பட்டத்தை பெத்தானே மட்டேக் சான்ட்சுடன் இணைந்து வென்றேன். இவை அனைத்தும் என் தரவரிசையை 'முதல் 10'இல் கொண்டு வந்திருந்தன. ஆனால், ஒலிம்பிக்கில் எனது இடத்தை உறுதிசெய்ய ரோலண்ட் கேரோசில் நான் இன்னொரு மிகப் பெரிய முயற்சியை எடுத்தாக வேண்டும்.

ஃபிரெஞ்ச் ஓபன் இரட்டையரின் நான் சென்ற ஆண்டு ரன்னர்-அப்பாக வந்திருந்தேன். ஒலிம்பிக்கில் எனது இடத்தை பிடிக்க இப்போதும் சில புள்ளிகளை எடுத்தாக வேண்டும். எனது கணக்குப்படி நான் குறைந்தபட்சம் காலிறுதியையாவது எட்ட வேண்டும்.

எனது பார்ட்டனர் பெத்தானேயும நானும் பிரெசெல்சில் சென்ற வாரம்தான் வெற்றிபெற்றிருந்தோம். இது எங்களது ஊக்கத்தை அதிகப்படுத்தியிருந்தது. ஆனால், துரதிர்ஷ்டவசமாக, இரட்டையர் போட்டி தொடங்குவதற்கு முந்திய நாள் ஒற்றையர் போட்டியில் ஆடிக்கொண்டிருந்த பெத்தானே கால் பெருவிரலில் அடிபட்டுக்கொண்டார். இது எங்களது ஆட்டத் திறனை குறைத்து, எடினா காலவிட்ஸ்-ஹால் மற்றும் நைனா பிரட்சோவிகாவிடம் மூன்று கடினமான செட்களில் தோற்றோம். இதன் காரணமாக, நான் ஜூன்-11 அன்று எனது தேவைக்கு மிக நெருக்கமாகவும் ஆனால், சரியாக அந்த இடத்தில் இல்லாமலும் தரவரிசையில் பதினொன்றாவது இடத்திலிருந்தேன். கடைசி வாய்ப்பாக ஒயில்-கார்ட் நுழைவுக்கான வாய்ப்பு இருந்தது. நானும் மகேஷும் அதில் இடம்பெறும் தகுதி உள்ளவர்கள்தானே என்று நான் நினைத்துக்கொண்டேன்.

லண்டன் ஒலிம்பிக்கில் தகுதி பெறுவதைப் பற்றிய எண்ணங்களில் நான் மூழ்கியிருந்தபோது, இந்திய டென்னிசின் ஆண்கள் பிரிவில் ஏதேதோ பல விஷயங்கள் நடைபெற்று வந்தன. தாங்கள் விரும்பும் இணையுடன் தாங்கள் சேர்க்கப்பட வேண்டும் என்பதற்கான போட்டிகள் அங்கே நடைபெற்று வந்தன. போட்டி சுற்றுப்பயணங்களில் மகேஷும் ரோஹனும் ஒன்றிணைந்து விளையாடினார்கள். எனவே இப்போதும்

ஒரு அணியாக இருப்பதையே விரும்பினார்கள். ஆனால், இந்தியாவில் முதல் வரிசையில் இருக்கும் லியான்டர் தன்னோடு விளையாடப்போகும் இணையைத் தேர்ந்தெடுக்கும் உரிமை தனக்கு உள்ளது என்று நினைத்தார். எனவே, சதி திட்டங்களும், அரசியலும் அங்கே விளையாடின. அதுவும் பகிரங்கமாக நடைபெற்றன. ஏ.ஐ.டி.ஏ. லியான்டருக்கு ஆதரவாக, அவர் தேர்ந்தெடுக்கும் இணையோடு விளையாட அனுமதிப்பதுதான் சரி என்பதுபோல நடந்துகொள்வதாகத் தோன்றியது. ஊடகங்களுக்கோ கேட்கவே வேண்டாம், விருந்துதான். இது இந்திய டென்னிஸ் துறை தானாகவே ஏற்படுத்திக்கொண்ட நிலவரம்தான். ஆனால், காற்றில் பறந்துகொண்டிருந்ததும் அதன் மானம்தான்.

இதற்கும் எனக்கும் எந்த சம்பந்தமும் இல்லை என்று உண்மையிலேயே நான் நம்பியதால், இந்த மிகப்பெரிய சர்ச்சைகளிலிருந்து விலகி இருப்பதைத்தான் நான் விரும்பினேன். எனது கருத்து என்ன என்று நிறைய தடவை என்னிடம் கேட்கப்பட்டது, ஆனால், எனக்கு சம்பந்தமே இல்லாத ஒரு பிரச்சினையில் வெளிப்படையாக கருத்து தெரிவிப்பது சரியில்லை என்று நான் நினைத்தேன். அந்த சமயம்வரை நான் ஒலிம்பிக் அணியில் இடம்பெற்றுள்ளேனா என்பதுகூட நிச்சயமாகத் தெரியவில்லை.

ஒருவேளை எனக்கு ஒயில்கார்ட் வாய்ப்பு அளிக்கப்பட்டால், இந்திய பெண்கள் டென்னிசின் இரண்டாம் நிலையில் இருப்பதால் ஏ.ஐ.டி.ஏ. எனது இணையாகத் தேர்ந்தெடுக்கும் ரஷ்மி சக்ரவர்த்தியோடு விளையாட விரும்புவேன். கலப்பு இரட்டையர் ஆட்டத்தைப் பொறுத்தவரை, என்னையும் மகேஷையும் இணையாகத் தேர்ந்தெடுப்பதுதான் பல காரணங்களால் இயல்பான தேர்வாக இருக்கும் என்று நான் நினைத்தேன். நாங்கள் இருவரும் இணைந்து கிரான்ட் ஸ்லாம் பட்டங்களை – அதில் ஒன்றை ஒரு சில வாரங்களுக்கு முன்புதான் – வென்றுள்ளோம் என்பது மட்டுமல்லாமல், சென்ற ஆண்டு மெல்பர்னில் ரோலண்ட் கெர்ரோசில் அரையிறுதி வரை முன்னேறினோம். மேலும், மகேஷ் ஆட் கோர்ட்டில் விளையாடுவதில் வல்லவர், எனது மிகப் பெரிய பலமான முன்னங்கை ஆட்டத்திற்கும் இந்த மைதானம் மிகவும் பொருத்தமானதும்கூட.

நானும் மகேஷும் ஃபிரெஞ்ச் ஓபன் போட்டிகளில் பிசியாக விளையாடிக்கொண்டு மிகவும் கடினமாக டிராவைக் கடந்து எங்கள் பட்டத்தை நோக்கி முன்னேறிக்கொண்டிருந்த

சமயத்தில், ஏ.ஐ.டி.ஏ. தலைவர் அனில் கன்னா எங்களை சந்திக்க வந்தார். நாங்கள் காலிறுதி போட்டி விளையாடுவதற்கு முன்பாக லியாண்டரையும் மகேஷையும் தனித்தனியாக அவர் சந்தித்தார். அவர் மற்றவர்களிடம் என்ன சொன்னார் என்பது எனக்குத் தெரியாது, ஆனால் போட்டி முடிந்து என்னை சந்தித்த அவர் என்னிடம் ஒலிம்பிக்கில் கலப்பு இரட்டையரில் நான் யாருடன் சேர்ந்து விளையாட விரும்புகிறேனோ அவர்களுடன் விளையாடலாம் என்று கூறினார். அந்த சந்தர்ப்பத்தில் நானும் மகேஷும் சேர்ந்து விளையாட வேண்டும் என்றுதான் அனைவரும் எதிர்பார்க்கிறார்கள் என்பது எல்லாருக்கும் தெரிந்துள்ளது என்று நான் நினைத்தேன். கன்னா அந்தப் போட்டி முடியும்வரை இருந்து நாங்கள் விளையாடுவதைப் பார்த்தார். நாங்கள் இருவரும் சேர்ந்து, உலகின் முதல் வரிசையில் இருப்பவர்களை வென்றதைக் கண்டார். குறிப்பாக அந்த போட்டியில் நான் மிகவும் நன்றாக ஆடினேன். வெற்றிபெற்ற பிறகு அவர் என் அப்பாவிடம், ‘சானியா விளையாடுவதைப் பார்க்கும்போது அவர் யாருடன் சேர்ந்து விளையாடினாலும் வெற்றி பெறுவார்’ என்று கூறினார். ஒருவேளை அவர் ஒலிம்பிக் தேர்வுக் குழுவில் புயல் உருவாகிக்கொண்டிருப்பதையும் இறுதியில் எப்படியும் நான் விரும்பும் இணையோடு விளையாடப்போவதில்லை என்பதை சங்கேதமாக உணர்த்தியிருக்கலாம்.

ஆண்கள் இரட்டையர் இணைகள் தேர்ந்தெடுப்பதில் இருந்த சிக்கல்களை சமாளிக்க என் பெயர் நடுவில் இழுக்கப்பட்டிருப்பதை அறிந்து நான் அதிர்ச்சியடைந்தேன். ஏ.ஐ.டி.ஏ. கலப்பு இரட்டையர் போட்டிகளில் என்னோடு லியாண்டர் பயஸ் விளையாடுவார் என்று அறிவித்திருந்தது. இது நிச்சயமாக வீரர்களிடையே எழுந்த சர்ச்சைகளை ஒரு முடிவுக்கு கொண்டுவருவதற்கான முனைப்புதான். இதற்காக அவர்கள் ஏற்கெனவே வெற்றி இணையாக நிரூபித்துக் காட்டியுள்ள இணையைப் பிரித்து இந்தியா ஒலிம்பிக்கில் பதக்கம் வெல்லக்கூடிய அருமையான வாய்ப்பை பலிகொடுத்துவிட்டார்கள்.

ஒலிம்பிக்கில் விளையாடப்போகும் அதிகாரபூர்வ அணி வெளிடப்பட்டது. அதைக் கேட்டபோது இதற்கு முன் இவ்வளவு கோபமாகவோ கைவிடப்பட்டதாகவோ நான் உணர்ந்ததேயில்லை. மகேஷும் ரோஹனும் இணைந்து விளையாட அனுமதிக்கப்பட்டனர், லியாண்டரும் அவர் கேட்டபடியே விஷ்ணு வர்த்தனும் இணைக்கப்பட்டனர். இந்த நிலையில் பலிகடா ஆக்கப்பட்டவள் நான்தான். ஆனாலும் ஐ.டி.எஃப். எனது ஒயில் கார்ட் வாய்ப்பை வெளியிடும்வரை நான் எதுவும் பேசக்கூடாது என்று கட்டுப்படுத்திக் கொண்டிருந்தேன்.

நான் லண்டன் ஒலிம்பிக்கில் விளையாடப்போகிறேனா இல்லையா என்பதே தெரியாமல் பேசுவது அர்த்தமில்லாமல் போய்விடும்.

ரஷ்மியை எனது இணையாகத் தேர்ந்தெடுத்து, ஐ.டி.எஃப். பெண்கள் இரட்டையரில் எனது ஒயில்ட்–கார்ட் என்ட்ரியை உறுதி செய்தபோது விம்பிள்டனில் நான் எனது முதல் சுற்றுப் போட்டியில் வெற்றிபெற்றிருந்தேன். இப்போது நான் அதிகாரபூர்வமாக 2012 ஒலிம்பிக்கில் கலந்துகொள்ளப்போகும் அணியில் இடம்பெற்றுவிட்டேன். கடந்த சில நாட்களாக என்னைத் தொந்தரவுபடுத்தி வந்த சில விஷயங்கள் குறித்து எனது நிலையைத் தெளிவுபடுத்துவதற்கு இதுதான் சரியான நேரம் என்று முடிவு செய்தேன். விளையாட்டு வீரர்களுக்கான ஓய்வறையில் ஊடகங்களைத் தொடர்புகொண்டு நான் நடத்தப்பட்ட விதம் குறித்த என் கருத்தைத் தெரிவிப்பது குறித்து அப்பாவிடம் நான் ஆலோசனை கேட்டேன்.

லாக்கர் அறையில் ஒரு பேனாவும் பேப்பரும் எடுத்தேன். விறுவிறுவென்று என் மனதில் பட்ட விஷயங்களை செய்தி அறிக்கையாக எழுதினேன். என்னால் முடிந்த அளவு சர்ச்சைகளிலிருந்து விலகியே இருந்தேன், ஆனால் இப்போதோ அவர்கள் அத்தனை பேரும் சேர்ந்து என்னை இதில் இழுத்துவிட்டுள்ளனர். நான் பல விஷயங்களை நேர்செய்ய வேண்டிய தேவையை உணர்ந்தேன். என் மனதையே பேச வைத்தேன். என் அறிக்கையில் நான் பின்வருமாறு எழுதினேன்:

லண்டனில் நடைபெற உள்ள ஒலிம்பிக் போட்டியில் இந்தியா சார்பாக விளையாடத் தேர்ந்தெடுக்கப்பட்டது குறித்து நான் மிகவும் மகிழ்ச்சியும் பெருமித உணர்வும் கொள்கிறேன். என் மீது நம்பிக்கை வைத்து எனக்கு ஒயில்ட்–கார்ட் வாய்ப்பளித்து என் வாழ்க்கையில் என் நாட்டுக்காக இரண்டாவது முறையாக விளையாடும் ஒரு நல்ல வாய்ப்பை எனக்கு வழங்கிய சர்வதேச டென்னிஸ் கூட்டமைப்புக்கு நான் மிகவும் நன்றிக்கடன்பட்டுள்ளேன்.

லண்டனில் பதக்கம் வெல்வோம் என்று யாராலுமே உத்திரவாதம் அளிக்க முடியாது என்றாலும்கூட, எனது அன்பான தேசத்திற்கு பெருமை சேர்ப்பதற்காகன அனைத்து முயற்சிகளையும் நான் மேற்கொள்வேன்.

நான் மிகவும் நேசிக்கும் என் நாட்டின் ஒரு விளையாட்டு உலகில் கடந்த சில நாட்களாக நிகழ்ந்து வரும் மோசமான நிகழ்வுகளை நான் செய்வதறியாது பார்த்துக்கொண்டிருந்தது

என்னை அதிர்ச்சிக்கு ஆளாக்கியுள்ளதோடு மன வேதனையும் அடையச் செய்தது என்பதை நான் ஒப்புக்கொண்டாக வேண்டும். ஆனால், விளையாட்டுகள் தொடங்கும் சமயத்தில் நான் எனது மிகச் சிறந்த ஆட்டத்தை வெளிப்படுத்துவதில் இந்த கடினமான சூழ்நிலைகள் எந்த வகையிலும் தடையாக இருக்காது என்பதை நான் உறுதி கூறுகிறேன்.

ஏ.ஐ.டி.ஏ. ஒலிம்பிக் போட்டிகளில் கலந்துகொள்வதற்கான அணிகள் அறிவிக்கப்பட்ட உடன் என் நண்பர்கள், சக வீரர்கள், அவர்களது பெற்றோர் மற்றும் ஊடகங்களிடமிருந்து ஏராளமான கேள்விகள் எழுந்தன. நான் ஒலிம்பிக் போட்டிகளில் விளையாடுவதற்கான தகுதி பெற்றுள்ளேனா என்பதைத் தெரிந்துகொள்வதற்கு முன்பாக இந்தக் கேள்விகளுக்கு பதில் கூறுவது வெறும் கற்பனை அடிப்படையில்தான் இருந்திருக்கும். எனவே, அந்த சந்தர்ப்பத்தில் அவர்களது கேள்விகளுக்கு பதில் கூறுவது பொருத்தமாக இருந்திருக்காது. ஆனால், இப்போது நான் அதிகாரபூர்வமாக உலகிலேயே மிகப் பெரிய அளவில் நடைபெறும் இந்த விளையாட்டுப் போட்டிகளில் பங்குபெற்றுள்ளேன் என்பதால், எனது உணர்வுகளை இப்போது தெளிவுபடுத்துவது சரியாக இருக்கும் என்று நினைக்கிறேன்.

மருத்துவர் வெஸ் பயஸ், கேமாராவுக்கு முன்னால் இருந்து என்னிடம் தன் மகனோடு ஒலிப்பிக்கில் நடைபெற உள்ள கலப்பு இரட்டையர் போட்டிகளில் இணையாக விளையாடுவது குறித்து எனது எண்ணத்தை என் கைப்பட எழுதித் தரும்படி கேட்டுள்ளார், அவருக்கு நான் கூற விரும்புவது இதுதான். என் நாட்டுக்கு நான் அர்ப்பண உணர்வோடு நடந்துகொள்வேன். இந்தியாவுக்காக நான் லியான்டர் பயஸ் அல்லது மகேஷ் பூபதி அல்லது ரோஹன் பூபண்ணா அல்லது சோம்தேவ் தேவவர்மா அல்லது விஷ்ணு வர்த்தன் அல்லது நான் யாருடன் இணையாக விளையாடினால் சிறப்பாக இருக்கும் என்று என் நாடு தீர்மானிக்கிறதோ அவர்களோடு விளையாடுவதில் எனக்கு எந்த தயக்கமும் கிடையாது. இது குறித்து நான் எப்போதும் கேள்வி கேட்கவே கூடாது, ஆனால், என்னிடம் கேட்டால், எனது இணையைத் தேர்ந்தெடுக்கும் உரிமை எனக்கு இருப்பதாகவே நான் கருதுகிறேன். இந்தியாவுக்கு பதக்கம் பெற்றுத் தர அனைத்து வகையிலும் நான் முயற்சி செய்வேன்.

விஷ்ணு வர்த்தன் மிகவும் திறமைவாய்ந்த ஒரு வீரர், அவரோடு சேர்ந்து விளையாடும் நல்ல வாய்ப்பை நான் பெற்றிருக்கிறேன். இந்திய டென்னிசின் மற்ற மூன்று பிரபலங்களும் காங்சொளவில் நடைபெற்ற போட்டிகளில

கலந்து கொள்ளாமல் விலகி இருக்க முடிவு செய்தபோது நாங்கள் இருவரும் 2010 ஆசிய விளையாட்டுப் போட்டிகளில் இந்தியாவுக்கு வெள்ளிப் பதக்கம் பெற்றுத் தந்தோம். லியான்டர் பயஸ் போன்ற இணையோடு விஷ்ணுவால் மேலும் சிறப்பாக ஜொலிக்க முடியும் என்பது என் நம்பிக்கை. லியாண்டர் விஷ்ணுவை இணையாக ஒப்புக்கொள்ள வேண்டும் என்றால், நான் லியாண்டரோடு கலப்பு இரட்டையரில் விளையாடுவேன் என்று என் கைப்பட எழுதிக்கொடுக்க வேண்டும் என்று கூறுவது (வெசே அங்கிள் தன் தொலைக்காட்சி பேட்டியில் தெரிவித்துள்ளபடி) என்னையும், விஷ்ணுவையும், லியாண்டர் பயசையும் சேர்த்து வற்புறுத்துவது போல உள்ளது.

மகேஷ் பூபதி, இந்தியாவுக்கு பலன் தரும் என்று அவர் நம்புவதால், ஆண்கள் இரட்டையர் போட்டிகளில் ரோஹன் பூபண்ணாவுடன் சேர்ந்து விளையாடுவதில் மிகவும் உறுதியாக இருக்கிறார். ஆனால் இதற்காக, ஒலிம்பிக்கில் என்னுடன் கலப்பு இரட்டையரில் சேர்ந்து விளையாடி இந்தியாவுக்கு ஒரு பதக்கம் பெற்றுத் தரலாம் என்று எனக்குக் கொடுத்த வாக்கை அவர் மீறியுள்ளார். எனவே அவர்கள் ஒவ்வொருவருக்கும் தங்கள் தனிப்பட்ட முன்னுரிமைகள் உள்ளன. நாட்டின் நலனுக்காகவே மகேஷ் தன் இணையைத் தேர்ந்தெடுத்துள்ளார் என்று நம்பவே நான் விரும்புகிறேன்.

21ஆவது நூற்றாண்டைச் சேர்ந்த இந்தியப் பெண்ணான நான் எதிர்கொண்ட ஒரு நிலவரம் எனக்கு ஏமாற்றம் அளித்தது, என் மனதை புண்படுத்தியது. அதிருப்தி அடைந்திருந்த இந்திய டென்னிஸ் களத்தின் ஜாம்பவானான ஒருவரை சமாதானப்படுத்துவதற்கான பகடைக் காயாக நான் பயன்படுத்தப்பட்டதை என்னவென்று சொல்வது? லியான்டர் பயசின் இணையாக விளையாட நான் தேர்ந்தெடுக்கப்பட்டதை கௌரவமாகவும் பெருமையாகவும் நினைக்கும் அதே நேரத்தில் அந்த அறிவிப்பு வெளியிடப்பட்ட முறையும் காலமும் ஆணாதிக்கத்தின் உச்சகட்டத்தைத்தான் பிரதிபலித்தது. உட்பூசல் காரணமாக, மிகவும் அதிருப்தி அடைந்திருந்த சாம்பியன் ஒருவரை, ஆடவர் பிரிவில் தான் இணைந்து விளையாட விரும்பாத ஒரு இணையுடன் விளையாட சம்மதிக்க வைப்பதற்காக, இரண்டு முறை கிராண்ட் ஸ்லாம் சாம்பியன் பட்டத்தை வென்று, பெண்கள் பிரிவில் இந்தியாவின் முதல்நிலை வீராங்கனை அந்தஸ்தை சுமார் பத்தாண்டு காலமாகத் தக்கவைத்துக்கொண்டுள்ள என்னைப் பயன்படுத்திக்கொண்டார்கள். நமது தேசத்தில், மிக அதிக அதிகாரம் கொண்ட டென்னிஸ் அமைப்பு எனக்கு இப்படி அறிவுறுத்தியிருந்தாலும்கூட, இந்திய பெண் இனத்தை

அப்பட்டமாக அவமதிக்கும் இந்தப் போக்கு கண்டிக்கப்பட வேண்டும்.

ஒற்றையர் பிரிவில், இந்திய ஆட்டக்காரர்களில் உலகத் தரவரிசையில் முன்னிலை வகித்த விஜய் அமிர்தராஜ் (16ஆவது இடம்), ரமேஷ் கிருஷ்ணன் (23ஆவது இடம்) ஆகியோரை அடுத்து 27ஆவது இடத்தை வசப்படுத்திய சாதனையாளர் என்ற அதிர்ஷ்டம் பெற்றவள், நான். இன்றைய நவீன யுகத்தில் எந்த ஆடவர் பிரிவு ஆட்டக்காரரும் இந்த நிலையை எட்டியதில்லை. இரட்டையர் பிரிவு ஆட்டத்தில் உலகத் தரவரிசையில் நான் பெற்றிருந்த 7ஆவது இடத்தை லியாண்டர் பயசும் மகேஷ் பூபதியும் மட்டுமே சமன் செய்துள்ளனர். மகேஷ், லியாண்டர் ஆகியோர் தவிர இந்தியாவின் ஒரே கிராண்ட் ஸ்லாம் சாம்பியன், நான் மட்டும்தான். எனக்கு இப்போது அளிக்கப்பட்டு வரும் மதிப்பு மரியாதையைவிட இன்னும் சற்று அதிகமாக தேசிய டென்னிஸ் கூட்டமைப்பு அளிக்க வேண்டும் என்பதே என் எதிர்பார்ப்பு. மூன்று வாரங்களுக்கு முன்பு எனது இரண்டாவது கிராண்ட் ஸ்லாம் பட்டத்தை நான் வெற்றபோது எனக்கு சாதாரண வாழ்த்துச் செய்தியை அனுப்புவது முக்கியமானது என்றுகூட இந்தக் கூட்டமைப்பு கருதவில்லை.

உண்மைகள் திரித்துக் கூறப்பட்ட விதம்தான் எல்லாவற்றையும் விட மிக அதிக அதிர்ச்சியாக இருந்தது. சில நாட்களுக்கு முன்னர்தான் இரண்டாவது கிராண்ட் ஸ்லாம் பட்டத்தை வென்ற அணியைப் பிரித்த நடவடிக்கையை நியாயப்படுத்தும் வகையில் பொதுமக்களிடம் முற்றிலுமாகத் தவறான தகவல்கள் கூறப்பட்டன. ஒலிம்பிக் கலப்பு இரட்டையர் போட்டியில் பங்குபெற லியான்டரும் நானும் மட்டும்தான் சரியான இணை என்ற கூற்றும் தவறாக சித்தரிக்கப்பட்டது. அது உண்மை என்றால், மிகுந்த அறிவுக்கூர்மை நிறைந்த மருத்துவர் பயஸ் போன்ற மனிதர் லியான்டருடன் இணை சேர்ந்து விளையாடுவதற்கு எழுத்துபூர்வமான எனது ஒப்புதலை கேட்டிருக்க வேண்டாம். அந்தளவுக்குப் பாதுகாப்பற்ற உணர்வுக்கும் ஆளாகியிருக்க வேண்டாம். அனைத்திந்திய டென்னிஸ் அமைப்பு திரு. ரவீந்திர சிங்குக்கு எழுதிய கடிதத்தில் இறுதிப் போட்டி இணை குறித்த விவரங்களை தெரிவித்திருக்கவும் வேண்டாம், இந்திய ஒலிம்பிக் சங்கத்தின் எழுத்துப்பூர்வமான அனுமதியில்லாமல் இந்த இணை மாற்றம் செய்யப்படமாட்டார்கள் என்ற விளக்கத்தையும் அளித்திருக்கவும் வேண்டாம். ஒலிம்பிக் போட்டியில் இந்தியா சார்பாக எனது முழுத்திறமையையும் பயன்படுத்தி விளையாடுவதை உச்சபட்ச கௌரவமாக நான்

கருதுகிறேன் என்பதை வலியுறுத்திக் கூற விரும்புகிறேன். யாருடன் நான் இணைந்து விளையாடினாலும் என்னால் முடிந்த அளவுக்கு வெகு சிறப்பாக விளையாடுவேன் என்ற உறுதியையும் அளிக்கிறேன். இதுதான் எனது நிரந்தரமான நிலைப்பாடு, இது எப்போதுமே மாறாது. நான் எதிர்பார்ப்பதெல்லாம் எனது அருமை தேச மக்களின் ஆசிகளை மட்டுமே, வேறு எதையும் நான் எதிர்பார்க்கவில்லை.

ஊடகங்களுக்கான செய்தி அறிகையை எழுதி முடித்த பிறகு மிகவும் சோர்வாகவும் உணர்வுபூர்வமாக செயலிழந்தது போல ஆகிவிட்டேன். ஒருசில நிமிடங்களுக்குள் எனது போன் ஒலிக்கத் தொடங்கியது. நான் அறிக்கையில வெளியிட்டிருந்த விஷயங்களை விரிவான விளக்கங்களுடன் கூற வேண்டும் என்று அவை விரும்பின. ஆனால், இதற்கு மேல் வேறு எதையுமே நான் கூற விரும்பவில்லை. என் போனை ஸ்விட்ச் ஆஃப் செய்துவிட்டு விம்பிள்டன் லாக்கர் அறையின் மூலையில் அமர்ந்து மனவேதனையை அழுது தீர்த்தேன்.

எனது செய்தி அறிக்கை இந்தியாவில் பெரும் தாக்கத்தை ஏற்படுத்தியது. உட்பூசல்கள் காரணமாக முரண்டுபிடித்துக் கொண்டிருந்தவர்கள் அதிர்ச்சியில் மவுனமாகிவிட்டனர். ஊடகங்களில் எனக்கு மிகப் பெரிய அளவில் ஆதரவு கிடைத்தது. பெண்கள் அமைப்புகள் எனக்கு ஆதரவாக கைசேகார்த்து நின்றன. ஆனால், நான் விரும்பியது இவற்றை அல்ல. நான் வலுக்கட்டாயமாக ஒரு விஷயத்தில் தள்ளப்பட்டிருந்தேன். இந்த துரதிர்ஷ்டவசமான சூழலுக்கு எதிராக நான் கட்டாயம் குரல் கொடுக்க வேண்டும் என்பதை உணர்ந்ததால் இவ்வாறு செயல்பட்டேன். எனது இந்த நிலைப்பாடு நம் நாட்டில் நிலவும் ஆணாதிக்க போக்கால் பாதிக்கப்பட்டிருந்த நம் நாட்டின் மற்ற பெண் விளையாட்டு வீராங்கனைகளுக்கும் அவரவர் தாங்கள் எதிர்கொண்ட மோசமான சூழலை நினைவுபடுத்திவிட்டது. இப்படிப்பட்ட ஆணாதிக்கப் போக்குக்கு எதிராக பலர் குரல் கொடுத்திருந்தனர், ஆனால் பெரிதாக எந்தத் தாக்கமும் ஏற்பட்டதில்லை. இதனால் அவர்களிடமிருந்தும் எனக்கு முழு மனதான ஆதரவு கிடைத்தது.

எனது அறிக்கை குறித்து ஒவ்வொருவரும் அவரவர் முறையில் கருத்துகளை வெளியிட்டிருந்தாலும், எனது மூத்த சக வீராங்கனையும் இந்தியாவின் முன்னாள் முதல்நிலை டென்னிஸ் வீராங்கனையுமான நிருபமா வைத்தியநாதன் (இப்போது நிருபமா சஞ்சீவி) உணர்ச்சிகரமாக எழுதிய ஒரு கட்டுரை என் மனதைத் தொட்டது. நிரு இவ்வாறு எழுதியிருந்தார்:

ஆணாதிக்கப் போக்கை நான் என் வாழ்க்கையில் நிறைய முறை அனுபவித்திருக்கிறேன். அது நமது கலாசாரத்தின் ஒரு பகுதியாகவே மாறிவிட்டது. பெண்கள் விளையாட்டுக் களம் என்பதே நம் நாட்டில் ஒரு கேலிக்கூத்தாகவும் அலட்சியப் படுத்தப்படும் ஒரு விஷயமாகவும் இருந்து வருகிறது. என் குடும்பம், நண்பர்கள், கோவை நகர மக்கள் எனக்கும் எனது விளையாட்டுக்கும் ஆதரவாக இருந்தபோது, எதையும் நாசம் செய்வதற்கு என்றே கங்கணம் கட்டிக்கொண்டிருக்கும் சிலர், என் அப்பாவிடம் வந்து, 'வேறு ஒருவருடைய 'சொத்தான' பெண் பிள்ளைக்காக ஏன் இவ்வளவு செலவு செய்கிறீர்கள்?' என்று அறிவுரை வழங்குவார்கள். இதைப் போன்ற பல விஷயங்களுடன்தான் நாங்கள் எங்கள் அன்றாட வாழ்க்கையை வாழ்ந்து வந்தோம். ஆனால், இவை, சானியா மிர்ஸா அதிரடி சாதனைகளுடன் இந்தக் களத்துக்குள் நுழைவதற்கு பதினைந்து வருடங்களுக்கு முன்னால் நடந்தன.

ஆனால், இது இப்போது நடக்கிறது. ஆணாதிக்கத்தின் மோசமான தாக்குதலை சானியா எதிர்கொண்டுள்ளார். லியாண்டர் பயசை சமாதானப்படுத்துவதற்காக இவரை பகிரங்கமாகவே பகடைக்காயாகப் பயன்படுத்தி உள்ளனர். ஒயில்–கார்ட் வாய்ப்பிற்குப் பிறகு சானியா வெளியிட்ட இந்த அறிக்கை இதைத் தெளிவாக எடுத்துக்கூறியுள்ளது. ஒருவருடைய தற்பெருமைக்குத் தீனி போடுவதற்கு வேறு எந்த விளையாட்டு வீரரும் பயன்படுத்தப்படக் கூடாது. அதுவும் சானியா மிர்ஸா சாதாரண ஒரு விளையாட்டு வீராங்கனை அல்ல. இந்திய டென்னிசின் ஈடிணையற்ற ராணியாக வலம்வரும், 5000 பேர் பிடிக்கும் ஒரு அரங்கம் முழுவதும் ரசிகர்களை ஈர்க்கக்கூடிய ஒரே டென்னிஸ் விளையாட்டு – ஆடவர், மகளிர் இரு பிரிவிலும் – வீரர். ஆண்கள் மறந்துவிட்ட, இந்தியாவை உலக அரங்கில் இந்தியாவுக்கு முதலிடம் பெற்றுத் தருவதை மட்டுமே குறியாகக்கொண்டு செயல்படுபவர். சரியான தருணத்தில் இவரது அறிக்கை வெளிவந்துள்ளது. இதில் அடங்கியுள்ள விஷயமும் நூற்றுக்கு நூறு உண்மையானது.

அவருக்கு என்னுடைய அனுதாபத்தை மட்டுமே நான் வழங்க முடியும். மேலும், லண்டனில் களத்தில் இறங்கி ஆடத் தொடுங்கும்போது இதையெல்லாம் பின்னுக்குத் தள்ளிவிட்டு ஆட்டத்தில் கவனம் செலுத்தும் மனவலிமை அவருக்கு இருக்கும் என்று நம்புகிறேன். அவரைப் பற்றி எனக்கு நன்றாகத் தெரியும் என்பதால்,

பொதுவாக மோசமான சூழல்கள்தான் அவரை மனதளவில் வலிமையுடையவராக மாற்றும். அனைத்து தடைகளையும் தகர்த்துக்கொண்டு முன்னேறும் தன்மை உடையவர் அவர்.

இந்த இருண்ட நாட்களில் நான் எவ்வளவு தூரம் வஞ்சிக்கப்பட்டு, ஓரம்கட்டப்பட்டவளாக உணர்ந்ததை ஒரு மூத்த அனுபவம் வாய்ந்த பெண் விளையாட்டு வீராங்கனையால் மட்டுமே முற்றிலுமாகப் புரிந்துகொள்ள முடிந்திருக்கிறது. முன்பு எப்போதையும் விட மிக அதிக கவலையோடு நான் இருந்த அந்த சந்தர்ப்பத்தில் இவரது புரிதலுடன் கூடிய இதமான வார்த்தைகள் எனக்கு ஆறுதல் அளித்தன.

2012 ஒலிம்பிக் அணிகள் சிறப்பாக அமையவில்லை என்றாலும்கூட தொழில்முறை ஆட்டக்காரர்களான நாங்கள் போட்டிகளில் கலந்துகொள்வதற்காக இறுதியாக லண்டனைச் சென்றடைந்தபோது, எங்கள் அனைவர் மனங்களிலும் இருந்த ஒரே எண்ணம், நாட்டுக்காக வெற்றியை ஈட்டி பதக்கம் பெற வேண்டும் என்பதே. லியான்டரும் நானும் எங்களால் முடிந்த அளவு மிகச் சிறப்பாக ஆடினோம், மகேஷும், ரோஹனும்கூட நிச்சயமாக நன்றாகவே ஆடினார்கள். துரதிர்ஷ்டவசமாக நாங்கள் பதக்கம் பெறவில்லை. அதே சமயத்தில் அந்த 2012 ஒலிம்பிக் விளையாட்டுகளில் இரட்டையர் போட்டிகளில் நான் பதக்கம் பெறும் அருமையான வாய்ப்பு என்னிடமிருந்து பறிக்கப்பட்டுவிட்டது என்ற எண்ணமும் என்னை விட்டு அகலவேயில்லை. அதற்காக எனக்கும் லியாண்டருக்கும் வெற்றிபெறுவதற்கான வாய்ப்பே இல்லை என்று அர்த்தமில்லை. பூபதி–மிர்ஸா இணைக்கு மற்ற வேறு இணையைவிட வெற்றி பெறுவதற்கான வாய்ப்பு அதிகம் இருந்தது. அதுவும், ஓரணியாக சிறப்பாக செயல்பட்டுக் கொண்டிருந்த, ஒரு சில வாரங்களுக்கு முன்புதான் ஃபிரெஞ்ச் ஓபனில் வெற்றிபெற்றிருந்த இணை என்தால் இவ்வாறு கூறுகிறேன். நான் ஏமாற்றப்பட்டதாக உணர்ந்தேன். எனதருமை நாடும்கூடத்தான்.

34

இரட்டையர் ஆட்டக்களத்தில்

எனது இரட்டையர் போட்டிகளுக்கான சரியான இணையைத் தேர்ந்தெடுப்பதில் நான் சிரமப்பட்டபோது என் தொழில் வாழ்க்கையில் சிறிது இடைவெளி ஏற்பட்டது. லண்டன் ஒலிப்பிக் நெருக்கத்தில் இருந்த சந்தர்ப்பத்தில் எலெனா வெஸ்னினா அவரது நாட்டைச் சேர்ந்த எகடரினா மகாரோவாவுடன் இந்த மாபெரும் போட்டிகளுக்குத் தயாராவதற்காக விளையாட்டுச் சுற்றுப்பயணம் மேற்கொள்ளத் திட்டமிட்டிருந்தார். இது எனக்கு அதிர்ஷ்டம் மாறுவேடத்தில் வந்தது போல அமைந்துவிட்டது. நானும் எலெனாவும் இணையாக மிகச் சிறந்த முறையில் ஆடியிருந்தாலும், நாங்கள் இருவரும் சேர்ந்து நிறைய போட்டிகளை வெல்லவில்லை. மேலும், கிராண்ட் ஸ்லாம் பட்டமும் எங்களை விட்டு நழுவிக்கொண்டே இருந்தது. எங்கள் இருவர் இணையில் ஏதோ ஒன்று விடுபட்டிருப்பது போலத் தோன்றியது.

நான் பெத்தானே மட்டேக் சான்ட்சுடன் நிரந்தரமாக இணையலாம் என்று முடிவு செய்திருந்தேன். ஆனால், அவரோ காயம் பட்டதால் முதல் சில வாரங்களுக்கு போட்டிகளில் கலந்துகொள்ளாமல் இருந்தார். எனவே, நான் போர்ச்சுகல் வீராங்கனை அனஸ்தேசியா ரோடியோனோவாவுடன் விளையாடினேன். நாங்கள் இருவரும் அந்த ஆண்டின் ஆரம்பத்தில் பட்டாயா ஓபனை வென்றோம். நானும் ரோடியும் போர்ச்சுகல் போட்டியில் அரையிறுதி வரை முன்னேறினோம், ஆனால், அடுத்த வாரமே நானும் பெத்தானேயும் புருஸெல்ஸ் போட்டிகளில் ஆடத் தொடங்கி, அதில் வென்றோம். எங்கள் இணை எப்போதுமே நல்ல முறையில் செயல்பட்டதால், நாங்கள் இருவரும் நல்ல இணைதான் என்று நான் நினைத்தேன். ஆனால், அதற்கு ஒரு வாரத்திற்குப் பிறகு ரோலண்ட் கேரோசில் ஒற்றையர் போட்டி ஒன்றில் விளையாடும்போது, அவருக்கு காயம் பட்டுவிட்டது அப்போதுதான் என் பிரச்சினை தொடங்கியது.

ரோலண்ட் கேரோசில் பெத்தானே வலியால் அவதிப் பட்டுக்கொண்டு விளையாடியபோது நாங்கள் முதல் சுற்றிலேயே தோற்றோம். ஒருவழியாக இறுதியில் ஒரு நல்ல இணை கிடைத்து நன்றாகப் போய்க் கொண்டிருந்தபோது, அவருக்கு காயம்பட்டு எங்கள் பயணம் தடைபட்டு விட்டது. பெத்தானேவுக்கு சிகிச்சை கண்டிப்பாகத் தேவை. சிறிது காலம் ஓய்வுக்குப் பின்னர் விம்பிள்டனில்தான் மீண்டும் வரமுடியும். எனவே, அந்த புல்தரை மைதான கிராண்ட் ஸ்லாம் போட்டி ரன்—அப்களுக்கு யார் கிடைத்தார்களோ அவர்களோடு விளையாடினேன்.

பிரம்மிங்ஹாமில் அப்போதுதான் ஃபிரெஞ்ச் ஓபன் ஒற்றையரில் மிகச் சிறப்பாக விளையாடி இருந்த யாரோஸ்லாவா ஷ்வேடோவாவுடன் இணைந்தேன். ஆனால், கடந்த வாரம்தான் களிமண் மைதானத்தில் ஒற்றையர் போட்டிகளில் பிரமிக்கவைக்கும்படியான ஆட்டம் ஆடியிருந்த அவர் இரட்டையர் போட்டிகளில் கவனம் செலுத்தத் தயாராக இல்லை போலும். நாங்கள் இருவரும் முதல் சுற்றிலேயே தோற்றுவிட்டோம். ஈஸ்ட்போனில் உலகத் தர வரிசையில் முன்னாள் முதல்நிலை வீராங்கனை பவோலா ஸ்வாரசுடன் சேர்ந்தேன். ஆனால், துரதிர்ஷ்டம் என்னைத் தொடர்வது போல அந்த தென் அமெரிக்க வீராங்கனை போட்டிகள் தொடங்குவதற்கு முன்பாகவே காயம்பட்டுக்கொண்டார். முதல் சுற்றில் விளையாட முயற்சி செய்தார் ஆனால், ஆரம்ப செட்டிலேயே முடியாமல் விலகிவிட்டார். வெகு குறுகிய நேரத்திற்குள் எனக்கான ஒரு இணையைத் தேர்ந்தெடுக்க வேண்டிய கட்டாயத்தில் இருந்த எனக்கு மிகவும் சிரமமான காலகட்டம் அது. அங்கும் இங்கும் தேடி கண்டுபிடித்து இணைந்த வீராங்கனைகளும்கூட காயம்பட்டுக்கொண்டனர்.

நான் இப்போது பெற்று வரும் வெற்றிகளைவிட அதிக வெற்றிகளைப் பெறுவதற்கு நான் தகுதியானவள் என்று உணர்ந்தேன். விம்பிள்டன் கிராஸ் – கோர்ட்டில் அப்போதுதான் ஓய்விலிருந்து வந்திருந்த ஒரு இணையுடன் விளையாடி எந்த வெற்றியும் பெறாமலேயே வெளிவந்தேன். ஆனாலும் நானும் பெத்தானேவும் மூன்றாவது சுற்றில் வலிமையான வில்லியம் சகோதரிகளை எதிர்கொள்வதற்கு முன்பு ஒன்றிரண்டு போட்டிகளில் வெற்றிபெற்றோம். இந்தப் போட்டியில் நான் ஆடுவதைப் பார்ப்பதற்காக வந்திருந்த எனது நல்ல தோழியும் நடிகையுமான ரவீணா டாண்டன் எனக்கு உற்சாமூட்டினார்.

ஒலிம்பிக் போட்டிகள் முடிந்த பிறகு நாங்கள் ரோஜர்ஸ் கோப்பைப் போட்டிகளில் கலந்து கொள்வதற்காக மாண்ட்ரீலுக்கு

சென்றோம். அங்கு ஒன்றிரண்டு வெற்றிகளையும் ஈட்டினோம். ஏழாவது போட்டியாளர் ஜூலியா ஜார்ஜ்–கவீடா பெஸ்கி இணையை முதல் சுற்றிலும் டொமினிக்கா சிபுல்கோவா–டானியலா ஹண்ட்சுகோவா இணையை இரண்டாவது சுற்றிலும் வென்றோம். ஆனால் காலிறுதியில் நாடியா நாடியா பெட்ரோவா–கட்டாரினா ஸ்ரெபோட்நிக் இணையிடம் சூப்பர் டை–பிரேக்கரில் தோற்றோம். சின்சினாட்டியிலும்கூட டிசைடரில் 8–10 என்ற செட்டில் முதல் சுற்றிலேயே தோற்றோம். இந்த முறை எகடரினா மகாரோவா – ஆனா டாடிஷ்விலி இணையிடம் தோற்றோம்.

வெறும் இரண்டே இரண்டு வெற்றிகளுடன், இன்னுமொரு கிரான்ட் ஸ்லாமின அமெரிக்க ஓபன் போட்டிக்கு சரியான இணை யாரும் இல்லாமலேயே நுழைந்தேன். இணைகளை மாற்றியதிலிருந்தே அந்த ஆண்டில் நான் எதிர்பார்த்தபடி எதுவுமே நடக்கவில்லை. ஃபிளஷ்ஷிங் மெடோசில் நாங்கள் இரண்டு நல்ல வெற்றிகளை ஈட்டினோம். ஆனால் சாரா எர்ரானி மற்றும் ரொபெர்டா வின்சி என்ற மிக வேகமாக முதல்தர அணியாக வளர்ந்து வரும் இணையிடம் இரண்டாவது சுற்றில் தோற்றோம். ஆரம்பத்தில் 6–4 என்று வெற்றி பெற்ற பிறகு மிகவும் கடினமான இரண்டாவது செட் டை–பிரேக்கரில் 7–9 புள்ளிகளில் தோற்றோம். மூன்றாவது செட்டில் மீண்டும் 3–6 என்ற புள்ளிகளில் வீழ்ந்தோம். அந்த இத்தாலிய இணை அந்தப் போட்டியில் சாம்பியன்ஷிப் பட்டம் வென்றது. அந்தச் சுற்றுப்பயணத்தில் நிச்சயம் வெற்றி பெறவே வந்திருந்த இணை அது.

அமெரிக்க ஓபன் போட்டிகளுக்குப் பின் காயம் காரணமாக, ஏஷியன் லெக் போட்டியைத் தவிர்த்துவிட்டார், பெத்தானே. நாங்கள் உண்மையிலேயே ஒரு நல்ல அணிதான், எங்களால் பெண்கள் இரட்டையர் அணியில் எந்த அணியையும் வெற்றிகொள்ள முடியும் என்று நம்பினோம். ஆனால் அடிக்கடி காயம்பட்டு இடைவெளி ஏற்பட்டுவிட்டதால், எங்களால் எங்களது முழுத் திறனையும் எட்டவே முடியவில்லை. ஆசிய போட்டிகளில் தனித்து விடப்பட்டவளாக உணர்ந்தேன். மீண்டும் புதிய இணையைத் தேட ஆரம்பித்தேன். யாரெல்லாம் கிடைக்கிறார்களோ அவர்களுடன் போட்டிகளில் விளையாடி வந்தேன்.

சியோலில் அனபெல் மெடினா காரிகோசுடன் இணைந்து மிகக் கடினமான ஒரு போட்டியில் முதல் சுற்றில் சூப்பர் டை–பிரேக்கரில் தோற்றேன். நூரியா லாகெஸ்டேரா

விவெசுடன் டோகியோ, பெய்ஜிங் மற்றும் மாஸ்கோவில் விளையாடினேன். ஜப்பானில் முதல் சுற்றில் மீண்டும் ஒரு சூப்பர் டை-பிரேக்கரில் தோற்ற பிறகு, பெய்ஜிங்கில் இறுதிச் சுற்றி வரை முன்னேறினோம். பட்டத்துக்கான போட்டியில் வெஸ்னினா மற்றும் மாகரோவாவிடம் தோற்றோம். நானோ உலகின் முதலிடத்தை அடைவதற்காக ஏங்கிக்கொண்டிருந்தேன். அதை அடையும் திறமை என்னிடம் உள்ளது என்பது எனக்குத் தெரியும். நான் அதுவரையில் இல்லாத அளவு மிகச் சிறப்பான ஆட்டத்தை வெளிப்படுத்தியிருந்தாலும்கூட அந்த ஆண்டு ஒரு கெட்ட கனவாகவே இருந்தது. மாஸ்கோவில் காலிறுதியில் தோற்றேன். 2012ஆம் ஆண்டின் அதுதான் எனது கடைசி போட்டி. அந்த ஆண்டு எனது தனிப்பட்ட தரவரிசை 12 என்ற நிலையில் முடிவடைந்தது. என்னால் இதைவிடச் சிறப்பான இடத்தை அடைந்திருக்க முடியும் என்பது எனக்குத் தெரிந்ததால் மிகவும் விரக்தியடைந்தேன்.

~

அவ்வப்போது நிச்சயமற்ற உடல் நிலையில் பெத்தானே இருந்தாலும்கூட, 2013இலும்கூட நாங்கள் இருவரும் சேர்ந்தே ஆடலாம் என்று முடிவெடுத்தோம். நல்ல உடல்நிலையில் இருக்கும் பெத்தானேயும் நானும் மிகச் சிறந்த அணி என்பது மறுக்க முடியாத உண்மை. ஏதாவது ஒரு நிலையில் இவரது துரதிர்ஷ்டம் பிடித்த காயங்களிலிருந்து அவர் மீண்டு வந்துதானே தீரவேண்டும்? நாங்கள் இருவரும் பல நல்ல வெற்றிகளை ஈட்டியிருந்தோம், மேலும் நாங்கள் இருவரும் நெருங்கிய தோழிகளும்கூட. 2013ஆம் ஆண்டில் பிரிஸ்பேனில் நடைபெற்ற போட்டியில் பட்டத்தை வென்றதன் மூலம் சேர்ந்து ஆட வேண்டும் என்ற எங்களது முடிவை நாங்கள் நியாயப்படுத்தினோம். அவ்வப்போது போட்டிகளை தவறவிட்டிருந்தாலும்கூட, அத்தனை சுலபமாக நாங்கள் இந்த பட்டத்தை வென்றது எங்கள் இணையில் நாங்கள் கொண்டிருந்த நம்பிக்கையை உறுதி செய்தது.

நிறைய இடைவெளி இருந்ததால், தரவரிசையில் சரிந்திருந்த பெத்தானே, அடுத்து நடைபெற இருக்கும் ஆஸ்திரேலியன் ஓபனில் கலந்துகொள்ள நிறைய தகுதிச் சுற்றுப் போட்டிகளில் ஆட வேண்டியிருந்தது. அப்போதும் அவரது முக்கிய முன்னுரிமையாக ஒற்றையர் போட்டிகளே இருந்து வந்ததால், பிரிஸ்பர்ன் மற்றும் மெல்பர்னில் நடைபெற்ற போட்டிகளுக்கு நான் மீண்டும் வேறு இணையைத் தேட வேண்டிய நிலை ஏற்பட்டது. முன்னாள் முதல்நிலை வீராங்கனை லீசர் ஹப்பருடன் சிட்னியில் விளையாடி காலிறுதியில் தோற்றேன். அந்த ஆண்டின்

முதல் கிரான்ட் ஸ்லாமில் விளையாடப் போகும் தருணம் நெருங்கிக்கொண்டிருந்த அந்த சமயத்தில் நானும் பெத்தானேயும் இதிலும் இணைந்து நன்றாக செயல்படப் போகிறோம் என்று நம்பினேன். இப்போதுதான் நாங்கள் இருவரும் இணைந்து ஒரு பட்டத்தை வென்றிருந்தோம். ஆனால், துரதிர்ஷ்டவசமாக, பெத்தானேயின் உடல்நிலைப் பிரச்சினைத் தொடர்ந்தது. இந்த முறை இடுப்பில் காயத்துடன் வந்தாலும் மிகவும் துணிச்சலுடன் களம் இறங்கினார். ஆனால் போட்டி முழுவதும் மிகவும் சிரமப்பட்டார். நாங்கள் நேரடி செட்டில் தோற்றோம். கிரான்ட் ஸ்லாமைத் தொடர்ந்து நாங்கள் இன்னொரு போட்டியிலும் சேர்ந்து விளையாட முடியாமல் போனது. தோஹாவில் மீண்டும் நாங்கள் ஜோ சேர்ந்தபோது முதல் சுற்றிலேயே தோற்றோம்.

ஒற்றையர் போட்டிகளில் விளையாடுவது இல்லை என்ற முடிவெடுத்த பிறகு எனது ஒரே இடம் இரட்டையர் போட்டிகளில்தான், ஆனால் அதிர்ஷ்டம் என்னிடமிருந்து நழுவிக்கொண்டே போய்க்கொண்டிருந்தது. இப்படிப்பட்ட சூழலில்தான் நானும் பெத்தானேயும் துபாயில் உலகின் மிகச் சிறந்த அணியோடு விளையாடி வென்றோம். நாடியா பெட்ரோவா மற்றும் கட்டாரினா ஸ்ரெபோட்நிக் இணையை இறுதிச் சுற்றில் சூப்பர் டை–பிரேக்கரில் 10–7 என்ற புள்ளிகளில் வென்றோம். அந்த ஆட்டத்தைப் பார்க்க வந்தவர்களில் கால்பந்தாட்ட முன்னணி வீரர் டியாகோ மரடோனாவும் ஒருவர். இறுதிச் சுற்றிற்குப் பிறகு எங்கள் இருவரையும் சந்திக்க மைதானத்திற்குள் வந்தார். அந்த சந்திப்பு மிகவும் குறைவான நேரமே இருந்தாலும் மிகவும் இனிமையாக இருந்தது, நாங்கள் நிறைய புகைப்படங்கள் அவருடன் எடுத்துக்கொண்டோம்.

இந்தியன் வெல்சில் முதல் சுற்றில் தோற்றுவிட்டு மியாமியில் காலிறுதியில் தோற்றபிறகு, முதல் வரிசை வீராங்கனைகள் சாரா சரானி–ரொபெர்ட்டா வின்சி இணையிடம் தோற்றோம். அதைத் தொடர்ந்து வலுவுடன் மீண்டு வந்து, ஸ்டுகார்டில் மீண்டும் இறுதிச் சுற்றை அடைந்தோம் ஆனால், அடிக்கடி இடைவெளிகளால் எங்கள் அணி தள்ளாடியது. மார்ட்டிட்டில் நாங்கள் மிகவும் மோசமாக விளையாடினோம், ரோமில் எங்களுக்குப் புதிதாக முளைத்த போட்டி எரானி–வின்சி இணையிடம் காலிறுதியில் தோற்றோம். ஓர் அணியாக நாங்கள் மீட்டுக்கொண்டிருந்த கொஞ்ச நஞ்ச வெற்றித் தருணங்களும்கூட, ஃபிரெஞ்ச் ஓபனில் விளையாடுவதற்கான தகுதிச் சுற்றில் பெத்தானே விளையாட வேண்டி வந்ததால் எனக்குக் கைநழுவிச் சென்றன. எங்கள் இருவரது போட்டிகளுக்கான தேதிகள் ஒரே நாட்களில் அமைந்துவிட்டதால், சென்ற ஆண்டு நாங்கள் வென்ற

பிரஸ்ஸெல்ஸ் போட்டி டைட்டலைத் தக்க வைத்துக்கொள்ள முடியவில்லை. அந்தப் போட்டியில் நான் ஜீ ஜெங்குடன் விளையாட வேண்டி வந்தது. வெஸ்னினாவிடமிருந்து பிரிந்த பிறகு இவர் எனது ஏழாவது இணை.

ரோலண்ட் கர்ரோசில் நாங்கள் முதல் சுற்றில் வென்றோம். ஆனால் ஒற்றையர் போட்டிகளில் விளையாடும்போது பெத்தானே மீண்டும் காயம்பட்டுக்கொண்டார். பெத்தானேவால் நகரக் கூட முடியாத நிலையில் அமெரிக்காவின் தரவரிசையின் உள்ளே கூட வராத லாரன் டேவிஸ் மற்றும் மேகன் மவுல்டன்–லெவி இணையுடன் மோதி, முதல் செட்டில் 1–6 என்ற கணக்கில் தோற்றோம். நான் என் பொறுமையை இழந்துகொண்டிருந்தேன். எப்படியோ சமாளித்துக்கொண்ட பெத்தானே மனவலிமையுடன் போராடினார். நாங்கள் 6–3, 6–0 என்ற கணக்கில் அடுத்த இரண்டு செட்களை வென்றோம். ஆனால் எனக்கு என்னமோ என் இணை பெத்தானேவால் அந்தப் போட்டியில் மேற்கொண்டு விளையாட முடியுமா என்பதே சந்தேகமாக இருந்தது. தரவரிசையில் இல்லாத அந்த அமெரிக்க இணையை எப்படியோ சமாளித்து வென்றுவிட்டோம். ஆனால், அடுத்த நாங்கள் மோத இருந்தது பதினோராவது தரவரிசையில் இருந்த ரஷ்யாவின் அனஸ்தேசியா பாவ்லியுன்செங்கோவா மற்றும் செக் குடியரசின் லூசி சஃபாரோவாவுடன். இந்த இணையை நாங்கள் டை பிரேக்கரில் கஷ்டப்பட்டு முதல் செட்டில் 7–6 என்ற புள்ளியில் வென்றோம். ஆனால், பெத்தானேவின் காயம் மிகவும் மோசமடைந்தது. இரண்டாவது செட்டை 3–5 என்ற கணக்கில் இழந்தோம், இந்த சந்தர்ப்பத்தில் அவரது வலி பொறுக்க முடியாத நிலையை எட்டியதால் நாங்கள் ஆட்டத்திலிருந்து விலகினோம். அவருக்கு அடக்டார் தசையில் (அகமிழுதசை) காயம்பட்டதால், அதீத வலியில் இருந்தார்.

இதே போல என் ஆட்டத்தைத் தொடர்வது எனக்கு மிகுந்த வேதனையைத் தந்தது. மிகப் பெரிய பட்டங்களைப் பெற வேண்டும் என்ற வேட்கையுடன் நான் இருந்தேன். ஆனால், ஓராண்டுக்கும் மேலாக, இதுவரை ஐந்து கிராண்ட் ஸ்லாம்களில் பங்கேற்றும் விளைவு மிகவும் சாதாரணமாகவே இருந்தது. தோல்விகளை ஒப்பேற்றும் வகையில் அமைந்த வெற்றிகள் என்னை கொஞ்சமும் திருப்தி அடையச் செய்யவேயில்லை. எனது மிகவும் வலுவான, நிலையான இடம் வேண்டும். நான் உலகின் முதல்நிலை வீராங்கனையாக வேண்டும்!

எனது நெருங்கிய தோழிகளில் பெத்தானேயும் ஒருவர். அவருக்கும் எங்கள் இணை இப்படியே போய்க்கொண்டிருக்க

முடியாது என்பது தெரிந்துதான் இருந்தது. இறுதியில், ஃபிரெஞ்ச் ஓபனின் முடிவில் அவர், என்னோடு விளையாடுவது அவருக்கு மிகவும் பிடித்திருந்தாலும் தனது உடல் நிலை அதற்கு ஒத்துழைக்கவில்லை என்றும் வேறு ஒரு புதிய இணையைத் தேர்ந்தெடுத்துக்கொள்ளுமாறும் என்னிடம் தெரிவித்தார். அவரது அடாக்டார் தசை பிரச்சினையால் எப்படியும் புல் தரை மைதானத்தில் அவரை நிச்சயம் சிரமப்படுத்தப்போகிறது. மேலும், ஒற்றையர், இரட்டையர் இரண்டிலுமே விளையாடும் சுமையைத் தன் உடல் வெகு காலத்திற்குத் தாங்காது என்பதை அவர் தெளிவாக அறிந்துவைத்திருந்தார். நாங்கள் இருவரும் இத்தனை காலம் சேர்ந்து விளையாடினோம், எப்போதுமே நல்ல தோழிகளாகவே இருந்து வருகிறோம், ஆனால், எனக்கோ இழப்பதற்கு நேரமே இல்லை. விம்பிள்டன் நெருங்கிக் கொண்டிருந்தது.

எனது பழைய மென்டார் லீசல் ஹப்பர் ஒரு இணையைத் தேடிக்கொண்டிருப்பதாகத் தெரிந்து கொண்டு நாங்கள் இருவரும் இணைவது என்று முடிவு செய்தோம். அவர் தனது பழைய ஆட்டத்திறனை வெகுவாக இழந்திருந்தார் ஆனால் நானோ யாரையாவது தேர்ந்தெடுத்துக் கொண்டு ஆடியே ஆக வேண்டும் என்ற நிலையில் இருந்தேன். ஈஸ்ட்போனில் காலிறுதியில் தோற்ற பிறகு, விம்பிள்டனில் மூன்றாவது சுற்றில், அந்தளவு பிரபலமாக இல்லாத ஷுகோ ஆவ்யாமா மற்றும் ஷநேல் ஷீபர்ஸ் இணையிடம் தோற்றோம். லீசல் ஹப்பருடன் சேர்ந்து பெற்ற வெற்றிகளின் சராசரித்தனம், அமெரிக்க கடின மைதானத்தில் ரப்–அப் போட்டிகளில் விளையாடுவதற்காகப் புதிதாக வேறு இணையைத் தேர்ந்தெடுத்தாக வேண்டும் என்ற கட்டாயத்தில் கொண்டு போய் நிறுத்தியது.

ஃபிளாவியா பெனட்டாவுடன் நான் ஒரு போட்டியில் விளையாடினேன், மீண்டும் பழையபடி ஜீ ஜெங்கோடு இணைந்தேன். டொரென்டோவிலும் சின்சினாட்டியிலும் நாங்கள் தோற்றோம். ஆனால் நியு ஹாவனில் எங்களுக்கு எதிர்பாராத வெற்றி கிட்டியது. நானும் ஜீ ஜெங்கும் பரஸ்பரம் இயைந்து போவதற்கு சிறிது காலம் பிடித்தது. தோற்கக்கூடாத இரண்டு அணிகளிடம் நாங்கள் தோற்றோம் ஆனாலும் இருவரும் சேர்ந்து ஆடலாம் என்று உறுதி செய்துகொண்டோம். நியு ஹாவனில் முதல் சுற்றில் டொரண்டோவில் நாங்கள் தோற்ற அதே – ஒக்சானா கலஷ்னிகோவா – அலெகியா ரோசோல்ஸ்கா – இணையுடன் ஆடினோம். மீண்டும் அவர்களிடம் தோற்கும் நிலையில் இருந்தோம். 8–8 என்ற சூப்பர் டை–பிரேக்கரில் எங்கள் எதிராளிகள் ஒரு சுலபமான ஓவர்ஹெட் ஷாட்டை

தவறவிட்டனர். பத்திற்கு ஒன்பது முறை பிடிபட்டுவிடும் சுலபமான ஷாட்தான் இது ஆனால், ரோசோல்ஸ்கா அதைக் மைதானத்துக்கு வெளியே அடித்துவிட்டார். இதனால் நாங்கள் அந்த ஆட்டத்தில் வெற்றிபெற்றோம். அப்போதிலிருந்து எங்களது இணை பக்கமாகவும் சாதகமான காற்று வீசத் தொடங்கியது.

கேட்டலின் மரோசி–மேகன் மவுடன்–லெவியுடன் காலிறுதியில் விளையாடிக்கொண்டிருந்த சமயத்தில் நாங்கள் சூப்பர் டை பிரேக்கரில் 2–5 என்ற நிலையில் சரிந்திருந்தோம். பின்னாலிருந்து முன்னால் வேகமாக வந்த எனது முன்னங்கை நெட் பக்கத்தில் நின்றிருந்த ஜெங் திடீரென்று நிமிர்ந்ததால் அவர் தலையில் பலமாகப் பட்டது. பந்து அவர் தலையை பலமாகப் பதம் பார்த்து, எங்களுக்குப் பின்னால் பேஸ்லைனுக்கு எகிறிக் கொண்டு போய் விழுந்தது. இப்போது நாங்கள் 2–6 என்று மேலும் சரிந்தோம். ஆனால், எப்படியோ சமாளித்துக்கொண்டு ஆடி அந்த போட்டியில் வெற்றிபெற்றோம். அதன் பிறகு நாங்கள் திரும்பிப் பார்க்கவே இல்லை. எங்களது மிகச் சிறந்த ஆட்டத் திறனை நாங்கள் வெளிப்படுத்தினோம். எங்களது இந்த வெற்றிக்குப் பிறகு மிகவும் நட்புடன் பழகும் ஜெங்கின் கணவர் அதீத உற்சாகமடைந்தார். ஒவ்வொரு முறையும் என் மனைவி சரியாக ஆடாத போதெல்லாம் அவர் மண்டையில் நான் பந்தால் பலமாக ஒரு போடு போட வேண்டும் அவ்வளவுதான், அதற்குப் பிறகு எல்லாம் சரியாகிவிடும், என்று என்னிடம் அவர் விளையாட்டாக கூறினார்!

அனபெல் மெடினா காரிகோஸ் – கட்டாரினா ஸ்ரெபோட்நிக் இணையை இறுதிச் சுற்றில் வென்று அந்த பட்டத்தை நாங்கள் வென்றோம். ஓரணியாக இணைந்து விளையாடத் தொடங்கிவிட்டோம். என்னுடைய இணை எனக்கு நல்ல பக்கபலமாக இருக்கும் ஒவ்வொரு முறையும் நான் பட்டத்தை வெல்கிறேன் என்பதை நான் உணர்ந்தேன். தொடர்ந்து என்னுடம் ஆடி, எனக்கு சிறந்த பக்கபலமாக இருக்கக்கூடிய ஒரு இணையை நான் தேர்ந்தெடுத்துவிட்டால், மகளிர் டென்னிசின் இரட்டையர் பிரிவு உலகை என்னால் வெல்ல முடியும் என்று நான் நம்பினேன்.

அமெரிக்க ஓபனில் அரையிறுதியை நாங்கள் அடைந்தோம். எட்டாம் இடத்தில் இருந்த ஆஸ்திரேலிய வீராங்கனைகள் ஆஷ்லி பார்டி–கேசி டெலாக்வா இணையிடம் தோற்றோம். அது எங்களுக்கு சிறப்பான நாளாக இல்லை. ஜெங் அன்று நல்ல ஃபார்மில் இல்லை, நாங்கள் தோற்ற பிறகு, இந்தத் தோல்விக்கு தான்தான் காரணம் என்று அவர் என்னிடம்

கூறினார். முதல் இரண்டு போட்டிகளில் நாங்கள் தோற்றபோது உலகின் முன்னாள் முதல்நிலை வீராங்கனை கேரா பிளாக்கை நான் சந்தித்துப் பேசினேன். ஆனால், ஜீ ஜெங்குடன் எனது கூட்டணி ஓரளவு நன்றாகவே போகத் தொடங்கி இருப்பதால், இப்போது அதை மாற்றுவது அவ்வளவு நல்லதாக எனக்குப் படவில்லை. ஆனால், ஜீ ஜெங்குக்கும் எனக்கும் போட்டி அட்டவணை வேறுபாடு பிரச்சினையால் நாங்கள் பிரிய வேண்டிய அவசியம் ஏற்பட்டது. டோக்கியோவுக்குப் பிறகு பெய்ஜிங்கில் நடைபெற இருந்த போட்டியில் கலந்து கொள்ள அவர் விரும்பவில்லை. அதில்தான் 2012இல் நான் நிறையப் புள்ளிகளைப் பெற்றிருந்தேன்.

ஆனால், கேராவோ இரண்டிலும் ஒரே இணையோடுதான் ஆட விரும்பினார். எனவே, இரண்டு வெவ்வேறு இணையோடு இரண்டு போட்டிகளிலும் கலந்து கொள்வது அல்லது பெய்ஜிங்கில் விளையாடாமல் இருப்பது என்பதற்கு பதிலாக, ஜீ ஜெங்குக்கு பதிலாக கேராவுடன் இணைவது என்று முடிவெடுத்தேன். இந்தப் போட்டிகளில் எவ்வாறு நாங்கள் ஆடுகிறோம் என்று பார்த்துவிட்டு எதிர்காலத்தில் இந்த கூட்டணியைத் தொடர்வதா இல்லையா என்பதைப் பற்றி சிந்திக்கலாம் என்று முடிவெடுத்தோம்.

இந்த சந்தர்ப்பத்தில்தான் என் ஆட்டத்தில் பெரிய திருப்பு முனை தொடங்கியது. என்னைத் தொடர்ந்து வந்துகொண்டே இருந்த துரதிர்ஷ்டம் ஒருவழியாக விடைபெற்றது.

நானும் கேராவும் டோக்கியோவிலும் பெய்ஜிங்கிலும் அதிரடியாக ஆடி அந்த மைதானத்தில் தூள் கிளப்பி இரண்டு பட்டங்களையும் வென்றோம். டொக்கியோவில் முதல் சுற்றில் பரஸ்பரம் ஒருவரது பாணியை மற்றவர் புரிந்துகொண்டு, சுதாரித்துக்கொள்வதற்கு முன்பாக முதல் செட்டில் தோற்றோம். கேரா ஏறக்குறைய முற்றிலுமாக நெட்டில் ரிஃப்ளெக்ஸ்கள் மற்றும் வாலி பாணியையே பின்பற்றினார். நாங்கள் பரஸ்பரம் ஒருவரது பாணி, பலங்களை மற்றவர் புரிந்துகொள்வதற்கு சிறிது நேரம் பிடித்தது. டோக்கியோவில் முதல் வரிசையில் இருந்த ஷு வேய் ஷியாய் – பெங் ஷுவாய் இணையை பட்டத்துக்கான இறுதிப்போட்டிக்கு முன்னேறும் அரையிறுதியில் தோற்கடித்தோம். ஹோ–சிங் சான் மற்றும் லீசல் ஹப்பர் இணையோடு இறுதிச் சுற்று 7–9 சூப்பர் டை–பிரேக்கரில் ஒன்றிரண்டு போட்டிப் புள்ளிகளைக்கூட நாங்கள் வென்றோம். இந்த சந்தர்ப்பத்தில்தான் நான் எனக்குத் தேவையான இணையைப் பெற்று விட்டேன் என்று நம்பத் தொடங்கினேன்.

நாங்கள் மேலும் மேலும் வலுவடைந்துகொண்டே போனோம். அரையிறுதிகளில் ஒரு செட்டில்கூட நாங்கள் தோற்கவேயில்லை. கடந்த காலத்தில் வெற்றிகொள்ளவே முடியாத இணையாக வலம் வந்த எர்ரானி–வின்சி இணையை நாங்கள் வெற்றிகொண்டோம்.

2013ஆம் ஆண்டு இரண்டு மிகப் பெரிய வெற்றிகளுடன் முடிவடைந்தது. அந்த ஆண்டில் நான் ஆறு இறுதிச் சுற்றுகளில், மூன்று இணைகளோடு ஐந்து பட்டங்களை வென்றிருந்தேன். இருந்தாலும் எனக்கு எதிர்காலம் குறித்த நல்ல நம்பிக்கையை விதைத்தது என்னமோ கடைசி இரண்டு போட்டி வெற்றிகள்தான். 2013இல் பெண்கள் டென்னிஸ் சங்கத்தின் சுற்றுப்பயண பட்டங்களில் ஐந்து போட்டிகளில் வென்றிருந்தாலும், இந்த வெற்றிகளை நான் வெவ்வேறு இணைகளுடன் வென்றிருந்ததால் மிகவும் பெருமை வாய்ந்த ஆண்டு இறுதி சாம்பியன்ஷிப் போட்டிகளில் கலந்துகொள்ளும் தகுதியை நான் பெறவில்லை என்பது எனக்கு வருத்தமாகத்தான் இருந்தது. அந்த ஆண்டில் எனது தனிப்பட்ட தரவரிசை ஒன்பதாக முன்னேறியது. 'முதல் எட்டு' இணைகள் மட்டுமே தேர்ந்தெடுக்கப்பட்டதால், அந்த ஆண்டு இறுதிப் போட்டியை நான் தவறவிட்டேன். ஆனால், 'முதல் 10' வரிசைக்குள் நான் வந்துவிட்டேன் என்ற நிலவரம் எனக்கு ஊக்கமளிப்பதாக இருந்தது.

35

வெற்றியும் தோல்வியும் கலந்த பயணம்

பெய்ஜிங்கில் நாங்கள் வெற்றி பெற்றவுடன் காராவும் நானும் இணைந்து விளையாடுவது என்று முடிவு செய்தோம். ஜீ ஜெங்கிடம் பேசி நிலைமையை விளக்கினேன். எனது புதிய இணையுடன் விளையாடுவதுதான் அதிகப் பலன் தரும் என்றும் கூறினேன். எந்த வருத்தமும் இல்லாமல், 'அவரோடு உங்களால் மேலும் சிறப்பாக விளையாட முடியும் என்று நான் நினைக்கிறேன்' என்று பெருந்தன்மையுடன் கூறினார்.

ஆஃப்–சீசன் பயிற்சிகளுக்காக கேரா ஹைதராபாத் வந்தார். போட்டிகள் மிகவும் கடுமையாக இருக்கப்போகிறது என்பதால் நாங்கள் நிறைய கடுமையான பயிற்சிகள் மேற்கொள்ள வேண்டும் என்பது எங்களுக்குத் தெரிந்திருந்தது. எங்கள் வெற்றி ஆட்டங்களின் வீடியோக்கள் உலகம் முழுவதும் விநியோகிக்கப்படுவதோடு, எங்களை எதிர்கொண்டு மோதுவதற்கான அணிகள் குறித்த திட்டங்கள் வகுக்கப்படும். ஆஸ்திரேலியன் பயிற்சியாளர் ராபர்ட் பாலார்ட்டுடன் நான் ஏற்கெனவே பயிற்சி எடுத்துக்கொண்டுள்ளேன். அப்போது எங்களை அடுத்தப் போட்டிக்குத் தயார் செய்வதற்காக அவரை ஹைதராபாத்துக்கு அழைத்தேன். அப்பழுக்கற்ற, அபாரத் திறன் வாய்ந்தவர். முன்னாள் ஒலிப்பிக் தடகள வீரர். கார்ல் லூயிஸ், பென் ஜான்சன் உள்ளிட்ட மாவீரர்களுடன் விளையாடியுள்ளார். இந்தோனேஷியன் டேவிஸ் கப் அணியினருக்கு டபிள்யு. டி.ஏ. மற்றும் ஏ.டி.ஏ. டூர்களில் பயிற்சி அளித்துள்ளார். பயிற்சி அளிப்பதில் மிகவும் புதுமையான பாணிகளையும் அறிவியல் அடிப்படையிலான அணுகுமுறைகளையும் பின்பற்றுபவர். உலகின் தலைசிறந்த விளையாட்டு வீரர்களின் விளையாட்டுத் தரத்தை மதிப்பிட்டு அதை அளவுகோலாக வைத்துக்கொண்டு மற்றவர்களின் விளையாட்டை மதிப்பிடும் ஒரு முறை

வகுத்துக்கொண்டுள்ளார். அவர் எங்கள் இருவரையும் மற்ற வகை கடுமையான பயிற்சிகளோடு கார்களைத் தள்ளச் சொன்னார், டிராக்டர் டயர்களைத் தூக்கச்சொன்னார்!

நீண்ட காலமான கேராவுக்குப் பயிற்சி அளித்து வந்த ஃபிரெஞ்ச் பயிற்சியாளர் கிறிஸ்டியன் ஃபில்ஹோலும் பல ஆண்டுகள் கடும் போராட்டத்திற்குப் பின் ஒரு சில மாதங்களுக்கு முன்புதான் தொடங்கப்பட்ட ஹைதராபாத்தில் உள்ள சானியா மிர்ஸா டென்னிஸ் அகாதெமிக்கு வந்து எங்களோடு இணைந்துகொண்டார். சர்வதே அளவிலான ஒரு டென்னிஸ் அகாதெமியைத் தொடங்க வேண்டும், அதில் உலகத் தரம் வாய்ந்த, நான் ஒரு டென்னிஸ் வீராங்கனையாக வளர்ந்து வரும் சமயத்தில் நான் தவறவிட்ட, எனக்குக் கிடைக்காத அத்தனை வசதிகளையும் அமைத்துத் தரவேண்டும் என்பது மிர்ஸா குடும்பத்தாரின் நீண்ட கால கனவு. அந்தக் கனவு கண்ணெதிரே நனவாகிக் கொண்டிருப்பதைப் பார்க்கும்போது மனநிறைவு கொள்கிறேன். நாட்டின் பல முதல் வரிசை வீரர்களும் வீராங்கனைகளும் இந்தச் சங்கத்தில் முகாமிட்டு மிகவும் தீவிரமாகப் பயிற்சி பெற்றதோடு நன்றாகப் பொழுதும் போக்கினார்கள்.

2014ஆம் ஆண்டு ஆரம்பம் அந்தளவு சிறப்பாக அமைய வில்லை. சரியான நேரத்தில் நாங்கள் நன்றாக ஆடவில்லை. ஜார்மிலா காஜ்டோசோவா–அஜ்லா டோம்லிஜனோவிச் என்ற ஆஸ்திரேலியன் இணையோடு மோதி முதல் சுற்றில் தோற்றோம். ஒற்றையர் போட்டியாளர்களான இவர்கள் இருவருமே சுலமாக இரட்டையரிலும் ஆடினார்கள். கிரவுண்ட் ஸ்ட்ரோக்குகளில் மிகவும் ஆற்றல்கொண்டிருந்த இவர்கள் வலுவாக சர்வும் செய்தனர். இந்த இழப்பிலிருந்து எங்களை சமாளித்துக்கொண்டு எங்கள் நம்பிக்கையையும் மீட்டுக்கொண்டு, ஆஸ்திரேலியன் ஓபன் போட்டிகளை நோக்கி முன்னேறிச் சென்றோம். சாரா எர்ரானி மற்றும் ரொபெர்ட்டா வின்சியுடன் மீண்டும் போட்டியிட்டு ஒரு செட்டில் கூடத் தோற்காமல் காலிறுதிக்கு முன்னேறினோம்.

முதல் செட்டில் வென்றோம், இரண்டாவது செட்டில் தோற்றோம், மூன்றாவதில் 4–1 என்ற புள்ளிகளில் நான் சர் செய்யும்போது இரண்டு பிரேக் அப்கள் கிடைத்தன. அப்போதுதான் எல்லாமே திடீரென்று தலைகீழாக மாறி அந்த இத்தாலிய இணை மேற்கொண்ட அனைத்தும் நல்ல பலன்களைத் தரத் தொடங்கியது. கேராவின் பாணிக்கும் என் பாணிக்கும் இடையே ஏதோ ஒத்துப்போகாமல் இருப்பதுபோலத் தோன்றியது.

எங்களுக்கிடையே சரிசெய்யப்பட வேண்டிய ஏதோ இருந்தது. இது எங்களை காயப்படுத்தியது. நாங்கள் இருவரும் மிகவும் வலுவான நிலையிலிருந்து சரிந்தோம், அந்த இரண்டு முதல் வரிசைப் போட்டியாளர்கள் பட்டத்தை வென்றனர். நாங்கள் ஒன்றும் மோசமாக விளையாடவில்லை. எங்களது முதலாவது கிராண்ட் ஸ்லாமில் நாங்கள் காலிறுதியில் இருந்தோம். ஆனால், நாங்கள் நழுவிக்கொண்டிருப்பது எங்களுக்குத் தெரிந்தது. என் மனதில் இது மற்றுமொரு வாய்ப்பை நான் நழுவவிட்டுவிட்டேன் என்று தோன்றிக்கொண்டே இருந்தது. இந்தப் போட்டியில் மட்டும் நாங்கள் வெற்றியை ஈட்டியிருந்தால், பட்டத்தை வென்றிருப்பதற்கான வாய்ப்புகள் அதிகம் இருந்தன. எனது முதலிட கனவு நனவாக இன்னும் ஒரு படி முன்னேறியிருப்பேன்.

தோஹா மற்றும் துபாய் போட்டிகளில் வெற்றிக்கு மிகவும் நெருக்கமாக வந்து சில போட்டிகளில் நாங்கள் தோற்றதால் நாங்கள் இன்னும் கடுமையாக பாடுபட வேண்டும் என்பது தெளிவாகத் தெரிந்தது. எங்களது நம்பிக்கையும் சரிந்துகொண்டே வந்தது. 2013ஆம் ஆண்டு இறுதியில் இரண்டு பட்டங்களை வென்றிருந்த நிலையில், இந்த ஆண்டு ஆரம்பத்திலேயே இவ்வாறு தோல்விகளை சந்தித்தது நான் கொண்டிருந்த இலக்கை அடைய முடியுமா என்ற சந்தேகத்தைக் கிளப்பிவிட்டது.

அடுத்து இந்தியன் வெல்ஸ் போட்டிகள் நடைபெற இருந்தன. இந்த அற்புதமான இடத்தில் ஆடுவதற்கு எப்போதுமே நான் ஆவரோடு காத்திருப்பேன். இந்த இடத்தின் தட்பவெப்ப நிலை என் ஆட்டத்துக்குப் பொருத்தமாக இருக்கும். பந்து சற்றே அதிக வேகத்துடன் பறப்பதால் அதைக் கட்டுப்படுத்துவது கொஞ்சம் சிரமமாக இருந்தாலும் இது என்னுடைய கிரவுண்ட் ஸ்ட்ரோக்குகளுக்கு நல்ல பக்கபலமாக அமையும். மேலும் மிகவும் முக்கியமாக இந்த இடத்தில் எனக்கு நிறைய நண்பர்களும், உறவினர்களும் இருந்தனர். ஒவ்வொரு ஆண்டும் நான் ஆடும் போது அதைப் பார்க்க அவர்களும் வருவார்கள். ஏறக்குறைய எல்லா நாட்களும் அஞ்சும் அத்தையும் ஜுனயத் மாமாவும் மைதானத்திற்கு வந்துவிடுவார்கள். வீட்டில் சமைத்த உணவைக் கொண்டுவருவார்கள். சான் டியாகோவில் இருந்த அவர்கள் வீட்டிற்கு நாங்கள் செல்வது ஒரு வழக்கமாகவே மாறிவிட்டது. சில நேரத்தில் நான் இறுதிச் சுற்றுக்கு முன்பாகவே தோற்றுவிட்டால் அங்கே போய் அவர்களோடு நேரம் செலவிடுவதும் வழக்கம். எனக்கு ஆறு வயதாக இருந்தபோது, அப்போதுதான் விளையாட ஆரம்பித்திருந்த, அதன் பிறகு என் வாழ்க்கையாகவே மாறிவிட்ட டென்னிஸ் விளையாடுவதற்காக, முதல் தரம் வாய்ந்த டென்னிஸ்

ராக்கெட்டை அமெரிக்காவிலிருந்து முதன்முதலாக வாங்கி அனுப்பியது என் அத்தைதான்.

வெஸ்னினா மற்றும் மாகரோவாவுடன் காலிறுதிப் போட்டியில் ஆடி, நேரடி செட்டில் வென்று என் பழியைத் தீர்த்துக்கொண்டேன். ஆனால், இறுதிச் சுற்றில் அப்போதைய சிறந்த அணியாகத் திகழ்ந்த ஷு வேய் ஷியாய்– பெங் ஷுவாய் இணையிடம் தோற்றோம். அந்த சந்தர்ப்பத்தில், இதில் பெங் ஷுவாய் மிக நல்ல ஃபார்மில் இருந்தார். அதனால்தான் அவரை எனது இணையாக நான் பிறகு தேர்ந்தெடுத்தேன். இதற்கிடையே, நானும் கேராவும் ஓவர்ஹெட் ஷாட்களில் பிரச்சினைகளை எதிர்கொண்டோம். அந்த ஆண்டின் ஆரம்பத்திலிருந்தே எங்களுக்கு மிக முக்கியத் தடையாக இருந்த இந்தத் தடையை ஒருவழியாக நாங்கள் சமாளித்தோம். இவற்றை கேரா சமாளிப்பது என்று முடிவு செய்தோம். அவர் இப்படிப் பட்ட ஸ்ட்ரோக்குகளை மிகவும் அரிதாகத்தான் தவறவிடுவார் என்பதால் இது எங்களுக்கு மேலும் ஒரு பலமாக அமைந்தது.

சான் சகோதரிகளிடம் மோதி மிகவும் பயங்கரமாக நடைபெற்ற போட்டியில் முதல் செட்டில் 10–8 என்ற சூப்பர் டை பிரேக்கரில் வென்று, அடுத்த மியாமி போட்டிகளில் நாங்கள் அரை இறுதி வரை முன்னேறினோம். இறுதியில் மார்டினா ஹிங்கிஸ் மற்றும் சபீன் லிசிக்கி இணையால், தோற்கடிக்கப்பட்டோம். இரட்டையர் போட்டிகளுக்கு மீண்டும் திரும்பியிருக்கும் இந்த உலகின் முன்னாள் முதல்நிலை வீராங்கனை இடம்பெற்றிருந்த இணை தொடர்ந்து வெற்றிபெற்று பட்டத்தைக் கைப்பற்றியது. ஆனால், நானும் கேராவும் மீண்டும் எங்கள் பாதையில் தொடர்ந்தோம். நாங்கள் எப்படியும் உலகின் முதலிடத்துக்கு முன்னேறுவோம் என்று நம்பத் தொடங்கினேன். இத்தாலி இணை உருவில் எங்களுக்கு இன்னும் ஒரு மிகப் பெரிய தடை இருந்தது. ஸ்டுட்கார்டில் உலகின் முதல் வரிசை அணியான எர்ரானி–வின்சி இணையிடம் மீண்டும் இறுதிச் சுற்றில் தோற்றோம். அவர்கள் எங்கள் அணியின் பலம்–பலவீனம் என அனைத்தையும் துல்லியமாக கணித்து அதற்கேற்ப வியூகம் அமைத்துக் கொண்டு ஆடியதாகத் தோன்றியது. எங்களிடம் அவர்களை வெற்றிகொள்ள எந்த உத்தியும், அதுவும் குறிப்பாக களிமண் மைதானத்தில் இல்லவே இல்லை.

இதற்கிடையே, எங்களது ஆட்டம் மெருகேறிக்கொண்டு வந்தது, நாங்கள் போர்ச்சுகல் எஸ்டோரில் ஓபனில் வெற்றி பெற்றோம். இதில் உலகின் முன்னாள் முதல்நிலை வீராங்கனை

லிசா ரேமண்ட் மற்றும் லீசர் ஹப்பரை இணையை அரையிறுதியில் வென்றோம். நீண்ட நாட்களுக்குப் பிறகு நான் மிகச் சிறப்பாக ஆடிய போட்டிகளில் இதுவும் ஒன்று. மிகச் சிறப்பான முறையில் நான் பந்தை அடித்து ஆடினேன். ஸ்ட்ரோக்குகளுக்காக ஆயத்தம் செய்துகொள்ள அது நமக்குக் கொஞ்சம் அதிக நேரம் கொடுக்கும் என்பதால், களிமண் மைதானத்தில் எப்போதுமே இரட்டையர் போட்டிகளை விளையாடுவதை நான் விரும்புவேன். சர்வ்–அன்ட்–வாலி பாணியில் விளையாடும் வீரர்களுக்கு எனது பந்தை நெட்டில் கட்டுப்படுத்துவது சிரமமாக இருக்கும் என்பதால் எனது ஆற்றலை அபாரமாக வெளிப்படுத்த எனக்கு அதிக நேரம் கிடைக்கும்.

மாட்ரிட்டில் காலிறுதிப் போட்டியில், நாங்கள் மீண்டும் அந்த சமயத்தில் உலகின் முதல்நிலை அணியாக முன்னேறிவிட்ட ஷியாய்– பெங் இணையிடம் தோற்றோம். அந்தப் போட்டியில் யார் வேண்டுமானாலும் ஜெயிக்கலாம் என்ற நிலை இருந்தது. ஷியாய் மீண்டும் ஒருமுறை அவரது ஆட்டத் திறனால் என்னைக் கவர்ந்தார், குறிப்பாக அரது நெட்டில் அற்புதத் திறனை வெளிப்படுத்திய விதம் என்னை மிகவும் கவர்ந்தது. அவரது ரிஃப்ளெக்ஸ் ஷாட்கள் நம்ப முடியாத வகையில் அற்புதமானவையாக இருந்தது. ஒரு மந்திரவாதி போல பந்தை அற்புதமாகக் கையாண்டார்.

ரோமில், ஹிங்கிஸ் மற்றும் லிசிக்கியைத் தோற்கடித்து நாங்கள் ஏற்கெனவே தோற்றதற்குப் பழிவாங்கிக்கொண்டோம். ஆனால் மீண்டும் ஒருமுறை எங்களை முன்னேறவிடாமல் தடுத்து நிறுத்தியது, எர்ரானி–வின்சி இணை. ரோலன்ட் கெரோசில் அந்த ஆண்டில் மூன்றாவது முறையாக ஷியாய்– பெங் இணை எங்களைத் தோற்கடித்தது. இந்த சீன, இத்தாலிய அணிகளை வெற்றிகொள்ள ஏதாவது வழி கண்டுபிடிக்காவிட்டால், நாங்கள் இரட்டையர் பிரிவில் ஆதிக்கம் செலுத்துவது என்பது நடக்காத காரியமாகிவிடும். ஸ்லாம் போட்டிகள் தவிர மற்ற அனைத்திலும் நாங்கள் நன்றாக விளையாடுவது போலத் தோன்றியது. உலகின் தலைசிறந்த இரட்டையர் பிரிவு வீராங்கனையாக மாற வேண்டும் என்ற தகிக்கும் ஆசையை நான் கொண்டிருந்ததால் இது என்னை கவலைகொள்ள வைத்தது.

மிகப் பெரிய எதிர்பார்ப்புகளோடு நாங்கள் புல்தரை மைதானத்தில் விளையாடச் சென்றோம். அதுவும் கேராவுக்கு இது நல்ல பொருத்தமான மைதானம். அவரிடம் ரிஃப்ளெக்ஸ் மற்றும் வாலி திறன்கள் இருந்தன. இவை இந்த மைதானத்தில் மிகவும் சாதகமான அம்சம். ஒரு சில வாரங்கள் என்னோடும் என்

அப்பாவோடும் இருப்பதற்காக என் தங்கை ஆனம் வந்திருந்தாள். ஷோயப் பிர்மிங்ஹாமில் வார்கிஷயர் கிரிக்கெட் போட்டிகளில் விளையாடிக்கொண்டிருந்தார். நாங்கள் அனைவரும் ஒரே நகரில் இருந்ததால் ஒரு அபார்ட்மென்டில் ஒன்றாக இருந்தோம். நாங்கள் இருவரும் மற்றவரது விளையாட்டைப் பார்த்தது மகிழ்ச்சியான அனுபவமாக இருந்தது. சில திரைப்படங்களுக்கும் சென்றோம், கேரா மற்றும் அவரது கணவர் 'மூஸ்'சுடன் ஏராளமாக ஷாப்பிங் சென்றோம்.

ஷோயப் டி20 போட்டிகளில் நன்றாக விளையாடிக் கொண்டிருந்தார். இங்கிலிஷ் கவுன்டிக்காக விளையாடினார். ஆனால், நானோ எதிர்பார்த்தபடி வெற்றிகளை ஈட்ட முடியவில்லை. இரண்டு மோசமான தோல்விகளை சந்தித்தோம். பிர்மிங்ஹாமில் அரையிறுதியில் சூப்பர் டை–பிரேக்கரிலும் ஈஸ்ட்போனில் காலிறுதியிலும் தோற்றோம்.

இந்த பின்னடைவுகளை நாங்கள் சந்தித்தாலும், விம்பிள்டனில் விளையாடுவோம் என்ற நம்பிக்கை கொண்டிருந்தோம். கேரா விம்பிள்டனில் அபார ரெகார்ட் வைத்திருந்தார். இந்த மிகப் பெரிய 'டபிள்யு' புல் தரையில் விளையாடுவதை நானும் நேசித்தேன். முதல் சுற்றில் நேரடியாக வெற்றிபெற்றோம். ஆனால் அதைத் தொடர்ந்த நடந்ததை நாங்கள் கற்பனைகூட செய்துபார்க்கவில்லை. நாங்கள் இரண்டாவது சுற்றில் லூசி சஃபாருவா –அனஸ்தேசியா பாவ்லியுன்செங்கோவா இணையோடு மோதி, ஒன்பது போட்டிப் புள்ளிகளை தவறவிட்டோம். எனது தொழில்வாழ்க்கையில் மிகவும் மனதை நொறுங்கச்செய்த தோல்விகளுள் ஒன்று இது. நாங்கள் எந்தத் தவறும் செய்யவில்லை ஆனால், எங்களது எதிரணியினர் அதி அற்புதமான ஆட்டத்தை வெளிப்படுத்தி, துல்லியமான கணிப்புடன் மகத்தான வெற்றியை ஈட்டினார்கள்.

போட்டி முடிந்ததும் என் அபார்ட்மன்டெக்குப் போன நான் யாரிடமும் பேசவில்லை. ஷோயப் என்னை வெளியில் வருமாறு அழைத்துக்கொண்டிருந்தது நினைவுக்கு வருகிறது. ஆனால் எனக்கோ அந்த நாள் எப்போது முடியப்போகிறது என்பதற்காக காத்திருந்தேன். அன்று இரவு நாங்கள் தவறவிட்ட போட்டிப் புள்ளிகளை நினைத்து நினைத்து ஒரு டஜனுக்கும் மேற்பட்ட முறைகள் நான் தூக்கத்திலிருந்து விழித்துக்கொண்டிருப்பேன் என்று நினைக்கிறேன். இறுதியாக, மறுநாள் காலை எட்டு மணிக்கு, விசித்திரமான அந்த இழப்பால், இன்னமும் தெளியாத மனதுடன் நான் வெளியே வந்தேன்.

ஒவ்வொரு நாளும் விளையாட்டு வீரர்களான நாங்கள் என்ன மனநிலையில் இருப்போம் என்பதை எங்கள் குடும்பத்தினர் நன்றாக அறிந்திருந்தாலும்கூட ஒரு சில நேரங்களில் அவர்களுக்குக்கூட எங்களுடைய மனவேதனையின் ஆழம் புரிவதில்லை. நான் யாருடனும் பேச விரும்பவில்லை. என் இழப்பின் வேதனையிலிருந்து என்னை விடுவிக்கும் முயற்சியில் ஷோயப் என்னிடம் பேசுவதற்கு முயற்சி செய்தார். ஆனால், நானோ அவரிடம் கத்தி கூச்சலிட்டு எரிந்து விழுந்தேன். அவரே ஒரு விளையாட்டு வீரராக இருந்தாலும் என் பிரச்சினை, மனவேதனையின் ஆழத்தை அவரால் முழுமையாகப் புரிந்துகொள்ள முடியும் என்று எனக்குத் தோன்றவில்லை. இந்தச் சூழலில் பொதுவாக நீங்கள் மிகவும் நேசிக்கும் அனைவர் மீதும் நீங்கள் எரிந்துவிழுவதால் உங்களை சமாளிப்பது அவர்களுக்கும் கடினம்தான்.

நான் மிகவும் மோசமாகவும் உணர்ச்சிவசப்பட்டும் நடந்துகொள்கிறேன் என்பது எனக்கும் தெரிந்தது. அடுத்த நாள் காலை நான் டென்னிஸ் மைதானத்தைப் பார்க்கவே விரும்பவில்லை. இந்த இழப்பு தந்த வேதனையிலிருந்து மீள எனக்குப் பல நாட்கள் பிடித்தன. என் திட்டங்கள் வெற்றிபெறுமா என்பதைக் குறித்து நிராசையும் கவலையும் அடைந்தேன். எனது இலக்குகள் இன்னும் வெகு தொலைவில் இருந்தன. நான் இப்போது நல்ல நிலையில்தான் விளையாடிக்கொண்டிருந்தேன் என்றாலும் இந்த நிலை நிரந்தரமாக இருக்கப்போவதில்லை என்பது எனக்குத் தெரியும்.

விம்பிள்டனிலிருந்து ஹைதராபாத்திற்குத் திரும்பினேன். அப்போது தேவையில்லாத மற்றொரு சிக்கலில் மாட்டிக் கொண்டேன். புதிதாகப் பிறந்த என் மாநிலத்தின் முதலமைச்சர் சந்திரசேகர ராவ் என்னைப் பெருந்தன்மையுடன் தெலுங்கானா மாநிலத்தின் நல்லெண்ணத் தூதராக நியமித்தார். எனக்கு இது மிகப் பெரிய கௌரவம் என்பதால், அந்தப் பதவியைப் பணிவுடன் ஏற்றுக்கொண்டேன். ஒரு சில அரசியல்வாதிகள் சர்ச்சையைக் கிளப்புவதற்கான வாய்ப்பாக இதைப் பயன்படுத்திக்கொள்ள நினைத்து இந்தப் பதவிக்கான எனது தகுதியை – ஒரு இந்திய குடிமகளாக, ஒரு ஹைதராபாத்வாசியாக, இறுதியாகத் தெலுங்கானாவின் நல்லெண்ணத் தூதராக – கேள்விக்குள்ளாக்கினார்கள். பிரச்சினையை ஏற்படுத்துவதற்கான அவர்களது முனைப்புகள், இல்லாதப் பிரச்சினையை வைத்து ஆதாயம் தேடும் அவர்களது நோக்கம், மிகவும் குறிப்பிடத்தக்க முறையில் அவர்களது கட்சியை சேர்ந்தவர்களாலேயே தடுக்கப்பட்டு, மிக மோசமாகத் தோல்வியைத் தழுவியது.

வெற்றியும் தோல்வியும் கலந்த பயணம்

ஆரம்பத்தில் இந்தப் புதிய சர்ச்சை என்னைத் தொந்தரவுக்கு உள்ளாக்கியது, ஆனால் விரைவில் என்னை நானே சமாளித்துக் கொண்டு, இதிலிருந்து நான் மீண்டு வந்தேன்.

'மிக முக்கியமான அரசியல்வாதிகள் மற்றும் ஊடகங்களின் விலைமதிப்பற்ற நேரம் நான் நல்லெண்ணத் தூதராகத் தேர்ந்தெடுக்கப்பட்ட விஷயத்தைப் பெரிதுபடுத்துவதில் வீணடிக்கப்படுவது எனக்கு மனவேதனையை அளிக்கிறது. இவர்களது இந்த விலை மதிப்பற்ற நேரம் நம் மாநிலத்தின், நம் நாட்டின் மிக அவசரமான பிரச்சினையைத் தீர்ப்பதில் செலவழிக்கப்பட வேண்டும் என்று நான் உண்மையிலேயே விரும்புகிறேன்' என்று நான் வெளியிட்ட செய்தி அறிக்கையில் இந்த விஷயத்தைக் குறித்த எனது நிலையைத் தெளிவாக விளக்கினேன்.

'நான் மும்பையில் பிறந்தேன். நான் பிறந்த சமயத்தில் என் அம்மாவின் உடல்நிலை மிகவும் மோசமாக இருந்ததால் என் அம்மாவுக்கு அவர்களை ஒரு நவீன வசதிகள் கொண்ட மருத்துவமனையில்தான் சேர்க்க வேண்டியிருந்தது. மூன்று வாரங்கள் ஆன பிறகுதான் என்னை ஹைதராபாத் கொண்டு வந்தார்கள். என் மூதாதையர்கள் ஒரு நூற்றாண்டுக்கும் மேல் ஹைதராபாத்தில் வாழ்ந்து வந்தனர். நான் ஒரு இந்தியப் பெண். என் இறுதி மூச்சுவரை நான் ஒரு இந்தியக் குடிமகளாகவே வாழ்வேன். என் குடும்பம் ஒரு நூற்றாண்டுக்கும் மேல் ஹைதராபாத்தில் வாழ்ந்து வருகிறது. என்னை ஒரு வெளி ஆளாக முத்திரைக் குத்த முயலும் எந்த ஒரு முயற்சியையும் நான் வன்மையாக கண்டிக்கிறேன்.'

எனது செய்தி அறிக்கை வெளி வந்தவுடன் ஊடகங்கள் அனைத்தும் எனக்கு மகத்தான ஆதரவு வழங்கின. என்னுள் நன்றி உணர்வு பெருகியது. இந்த சர்ச்சை வந்த வேகத்திலேயே மறைந்து போனது. விரைவில் நான் அடுத்து நடைபெற உள்ள போட்டிகளில் கவனம் செலுத்த முடிந்தது. தெலுங்கானாவுக்குத் தூதராக நான் நியமிக்கப்பட்டது எனக்கு அதிர்ஷ்டத்தைக் கொடுத்தது போலத் தோன்றியது. எனது செயல்பாடுகளும் என் தொழில் வாழ்வும் உத்வேகம் பெற்று நான்கு கிராண்ட் ஸ்லாம்கள், ஆசிய விளையாட்டுப் போட்டிகளில் இரண்டு பதக்கங்கள், பெண்கள் டென்னிஸ் சங்கத்தின் இரண்டு, ஆண்டு–இறுதி சாம்பியன்ஷிப்கள் மற்றும் பதினோரு உலகத்தரத்திற்கான சுற்றுப்பயணப் போட்டிகளில் நான்கு பட்டங்களை வென்றேன்.

சமீபத்தில் எழுந்த சர்ச்சை புழுதியைக் கிளப்பிவிட்டு அடங்கிய பின், அமெரிக்க ஹாட் கோட் போட்டிகளில்

கலந்து கொள்ளச் சென்றேன். இந்த முறை ஆனம் என்னோடு வந்திருந்தாள். என் அப்பாவுக்கு பதிலாக என் மேனேஜராக இருந்தாள். அப்பா ஒரு சில வாரங்களுக்குப் பின், அமெரிக்க ஓபன் தொடங்குவதற்கு முன் எங்களோடு வந்து சேர்ந்துகொண்டார். ஆனமின் நெருங்கிய தோழியும், ஹைதராபாத்தில் எங்கள் அகாதெமியில் பயிற்சி பெறுபவரும் தேசிய அளவில் முன்னாள் ஜூனியர் டென்னிஸ் விளையாட்டு வீராங்கனையுமான தான்யாவும் எங்களோடு வந்திருந்தாள்.

வாஷிங்டனில் மோசமான தொடக்கத்திற்குப் பின், மான்ட்ரியலில் இறுதிச் சுற்று வரை முன்னேறி மீண்டும் எங்கள் நம்பிக்கையை மீட்டெடுத்தோம். 2014இல் கடந்த சில மாதங்களில் நாங்கள் விளையாடிய நான்கு போட்டிகளில் முதன் முறையாக ஷியாய்–பெங் சீன இணையை 13–11 என்ற டை–பிரேக்கரில் நாங்கள் வென்றோம். அவர்கள் முதலிடத்திற்கு முன்னேறுவதற்கு முன்பாக வெவ்வேறு இணைகளுடன் அந்த சீன இணையோடு மோதிய நான் 4–0 என்ற நிலையில் இருந்தேன். இறுதிச் சுற்றில் நாங்கள் முதலிடத்திற்கு மீண்டும் வந்திருந்த எர்ரனி–வின்சி இணையிடம் நேரடி செட்களில் மறுபடியும் தோற்றோம்.

சின்சினாட்டி மற்றும் நியு ஹாவனிலும் பெரிதாக வெற்றிகளை சாதிக்க முடியவில்லை. இது வரை சிறந்த வெற்றிகள் எதையும் பெறாமலேயே அந்த ஆண்டின் கடைசி ஸ்லாமிற்கு வந்துவிட்டோம். இந்த முறை எப்படியாவது பட்டத்தை வெல்ல வேண்டும் என்ற நிலையில் இருந்தோம். அமெரிக்க ஓபன் போட்டியிலும் நியு ஹாவனில் நடைபெற்ற போட்டியில் சென்ற முறையைப் போலவே முதல் இரண்டு சுற்றுகளில் அதே போல டிரா வாய்ப்பு கிடைத்தன. அதில் நாங்கள் முதல் சுற்றில் கரோலினா மற்றும் கிறிஸ்டினா ப்ளிஸ்கோவா என்ற இரட்டை சகோதரிகள் அணியை நாங்கள் வென்றோம். கரோலின் கார்சியா மற்றும் மோனிகா நிகுலஸ்க்யு இணையை இரண்டாவது சுற்றில் தோற்கடித்தோம். இம்முறை இவர்களை நேரடி செட்களில் வென்றோம். சரியான நேரத்தில் நாங்கள் அதிரடியாக ஆடியதாகவே தோன்றியது.

நாங்கள் இருவரும் வலுவான ஆட்டத்தை வெளிப்படுத்தி ஒரு செட்டிலும் தோற்காமல் கடைசி–நான்கு என்ற நிலையை அடைந்தோம். இறுதிச் சுற்றில் பங்கேற்பதற்கான போட்டியில் இப்போது நாங்கள் மார்டினா ஹிங்கிஸ் மற்றம் ஃபிளாவியா பென்னட்டாவை எதிர்கொண்டோம். நாங்கள் மிக நன்றாக விளையாடியும் அந்த அபாரமான இணையை எங்களால் வெற்றிகொள்ள முடியவில்லை. அருமையாகத்

தொடங்கிய போட்டி ஏமாற்றத்தோடு முடிந்தது. ஆனால், அந்த சந்தர்ப்பத்தில் அரையிறுதிக்கு முன்னேறியது குறித்து நாங்கள் மகிழ்ச்சியடைந்தோம். ஆனால், ஒரு அணியாக நாங்கள் போதுமான அளவு பட்டங்களை வெல்லவில்லை என்பது தெளிவாகத் தெரிந்தது.

~

2012ஆம் ஆண்டில் நான் மகேஷ் பூபதியோடு ஃபிரெஞ்ச் ஓபனில் விளையாடிய பிறகு, நான் அமெரிக்க ஓபனில் பிரிட்டனின் காலின் ஃபிளெமிங் மற்றும் ரோமானிய வீரர் ஹோரியா டெகவு ஆகியோருடன் 2013 விம்பிள்டனில் விளையாடினேன். 2014 விம்பிள்டன் வரை நாங்கள் தொடர்ந்து ஐந்து கிராண்ட் ஸ்லாம்களில் விளையாடினோம். நானும் மகேஷும் ஆஸ்திரேலிய ஓபனில் ஹோரியா–பெத்தானே இணையை வென்றது முதல் நான் அவருடைய ஆட்டத்தைப் பார்த்து கவரப்பட்டேன். மாட்டே–டெகவு இணை லியாண்டர் மற்றும் வெஸ்னினா இணையை இறுதிச் சுற்றில் வென்று பட்டத்தை வென்றது. நான் மகேஷுடன்தான் கலப்பு இரட்டையரில் தொடர்ந்து ஆடப்போகிறேன் என்று பெரும்பாலானவர்கள் நினைத்துக்கொண்டிருந்தனர். ஆனால், லண்டன் ஒலிம்பிக்கிற்கு முன்பு நடைபெற்ற, மனவேதனை தந்த அந்த நிகழ்ச்சிக்குப் பிறகு எங்கள் தொழில்முறை உறவு பாதிக்கப்பட்டது. எனவே, நான் அதையெல்லாம் மறந்துவிட்டு முன்னேறிச் செல்ல வேண்டும் என்பதை உணர்ந்தேன்.

ஹோரியாவும் நானும் ஒருசில வெற்றிகளை ஈட்டினோம். ஆனால், நாங்கள் ஒரு கிராண்ட் ஸ்லாமைகூட வென்றதில்லை. 2014ஆம் ஆண்டில் ஆஸ்திரேலியன் ஓபனில் மிக நன்றாக ஆடி இறுதிச் சுற்று வரை முன்னேறினோம். ஆனால் 'கிக்கி' ம்ளாடினோவிச் மற்றும் டேனியல் நெஸ்டோர் இணையிடம் தோற்றோம். இறுதிச் சுற்றுவரை மிக நன்றாக ஆடிய எங்களை அவர்கள் அபாரமாக ஆடி வீழ்த்தினார்கள்.

அந்தக் கோடையில் ஃபிரெஞ்ச் ஓபன் மற்றும் விம்பிள்டன் போட்டிகளுக்குப் பிறகு நாங்கள் பிரிந்தோம். மிக நன்றாக ஆடினேன் என்பதற்கும் மேல், நான் எனது தொழில்முறை ஆட்டங்களிலிருந்து விலகுவதற்கு முன்பாக மேலும் சில கிராண்ட் ஸ்லாம் பட்டங்களைப் பெறும் திறமை எனக்கு இருப்பதாகவே நான் உணர்ந்தேன். மகேஷின் முன்னாள் பயிற்சியாளரும் எனது நல்ல நண்பரும் எனக்கு போட்டிகளில் விளையாட சமயத்தில் பயிற்சி அளித்தவருமான ஸ்காட் டேவிடோஃப்

தற்போது பிரேசில் நாட்டைச் சேர்ந்த புரோனோ சோரஸுக்கு பயிற்சி அளித்து வந்தார். அவர்தான் எங்களை 2014 அமெரிக்க ஓபனில் அணி சேர்ந்தார்.

இவர் டெகவு போல ஆற்றல் மிக்க சர்வ்களை அடிக்காவிட்டாலும்கூட, புரோனோவின் ஆட்டம் அப்படியே மகேஷின் அட்டம் போலவே இருந்தது. இது எங்களது புதிய இணைக்கு பொருந்தும் என்ற நிச்சயமான நேர்மறை எண்ணம் எனக்குத் தோன்றியது. நெட்டில் மிகச் சிறப்பாக விளாசி ஆடும் திறனும் அபாரமான திருப்பி அடிக்கும் திறனும் கொண்டிருந்தார். இவை எனது இயல்பான பலங்களுக்கு மேலும் வலுவூட்டுவது போல இருந்தன. ஆரம்பத்தில் நாங்கள் ஒரு ஓயில்ட்–கார்ட் இணையோடு விளையாடும்போது முதல் சுற்றில் கொஞ்சம் தடுமாறினோம். ஆனால் சூப்பர் டை பிரேக்கரில் மீண்டு வந்துவிட்டோம்.

ரோஹன் பூண்ண மற்றும் அவரது இணைருக்கு எதிரான நான் காலிறுதிப் போட்டியில் மிகச் சிறப்பான ஆட்டத்தை வெளிப்படுத்தினேன். சூப்பர் டை–பிரேக்கரில் நான் சில அற்புதங்களை நிகழ்ந்தினேன். அவை ஆட்டத்தின் போக்கையே திசைதிருப்பிவிட்டது. அதுவரை யார் வேண்டுமானாலும் வெற்றிபெறலாம் என்று இருந்த நிலை மாறி முற்றிலுமாக எங்களுக்கு சாதகமான அமைந்தது. நாங்கள் இறுதிச் சுற்றுக்கு முன்னேறினோம். அதில் நாங்கள் சான்டியகோ கோன்செலஸ் மற்றும் ஆபிகெயில் ஸ்பியர்ஸ் இணையை எதிர்கொண்டோம்.

நானும் மகேஷும் 2012 ஃபிரெஞ்ச் ஓபனில் கோன்செலசை வேறு ஒரு இணையுடன் இருந்தபோது வென்றோம். அவர் எவ்வாறு விளையாடுவார் என்பது எனக்கு மிக நன்றாகத் தெரியும். இடைவெளி கிடைக்காதபோதும், குறைவான வேகத்தில் பலகீனமான பக்கத்தில் சர்வ் செய்தால், அதி வேகமாக பாக்ஹான்ட் ஷாட்டை அடிப்பதற்கு அவர் சிரமப் படுவார் என்ற அவரது பலகீனத்தை நாங்கள் மிகச் சிறந்த ஆயுதமாகப் பயன்படுத்தலாம். இந்த உத்தி அருமையாக வேலை செய்தது. நாங்கள் முதல் செட்டை 6–1 என்ற புள்ளிகளில் சுலபமாக வென்றோம். கோன்செலஸ்–ஸ்பியர்ஸ் இணை சுதாரித்துக்கொண்டு புரோனோவின் சர்வ் சற்றே சரிந்திருந்த நிலவரத்தைப் பயன்படுத்திக்கொண்டு இரண்டாவது செட்டை 6–2 என்ற கணக்கில் வென்றனர்.

சூப்பர் டை–பிரேக்கர் எங்களுக்கு சாதகமாகவே அமைந்ததைப் போலத் தோன்றியது. நாங்கள் 9–4 என்ற

வலுவான நிலையில் முன்னேறிக்கொண்டிருந்தோம். ஆனால் பதற்றம் எங்களை பின்னுக்குத் தள்ளியது. கோன்செலஸ்-ஸ்பியர்ஸ் இணை நன்றாக ஆடி 9 ஆல் என்ற இடத்திற்குக் கொண்டு வந்தனர். 9-8 இருந்தபோது புரோனோ பந்தை ஆபிகெயிலுக்கு சர்வ் செய்தார். அது உள்ளே வந்தது. பந்து அவருடைய ராக்கெட்டுக்கு வந்தது ஆனால், ஏதோ பதற்றத்தில் அதை விட்டுவிட்டார். அது இரண்டடி உட்புறமாக வந்து விழுந்தது.

இப்போது அமெரிக்க ஓபன் பட்டம் இரண்டு புள்ளி களுக்குப் பின்னால் இருந்தது. புரோனோ கோன்செலசுக்கு போட்டிப் புள்ளியில் சர்வ் செய்தபோது, ஆபிகெயில் மற்றும் கோன்செலஸ் இணையோடு மிகச் சிறப்பான ஸ்ட்ரோக்குகளைப் பரிமாறிக்கொண்டோம். கோன்செலஸ்-ஸ்பியர்ஸ் கிரான்ட் ஸ்லாம் பட்டத்தைப் பெற வேண்டும் என்ற அதீத பதற்றத்தில் ஆடினர். நாங்கள் இருவரும் எங்கள் பதற்றத்தைக் கட்டுப் படுத்திக்கொண்டு திருப்பி அடித்து சாம்பியன் பட்டத்தை வென்றோம்.

கலப்பு இரட்டையர் போட்டிகளைப் பொறுத்தவரை எதிர்பார்ப்புகள் எப்போதும் குறைவாகவே இருக்கும். காரணம் இந்தப் பிரிவில் எதையும் கணிப்பது அவ்வளவு சுலபமானது அல்ல. எனவே எங்களது முதலாவது கிரான்ட் ஸ்லாம் வெற்றி கொண்டாடுவதற்கான மிகப் பெரிய காரணமாக அமைந்துவிட்டது. என் அப்பா, என் தங்கை, புரோனோவின் மனைவி, மாமியார் அனைவரும் இந்தக் கொண்டாட்டத்தில் கலந்து கொண்டனர். இந்த வெற்றியையோ கொண்டாட்டத்தையோ முழுமையாக அனுபவித்துக் கொண்டிருக்க எனக்கு நேரம் இல்லை. டோக்கியோ போவதற்கு முன்பாக ஆசிய விளையாட்டுப் போட்டிகளுக்குத் தயாராக இந்தியாவுக்குத் திரும்பிச் செல்ல ஏற்கெனவே பயணச்சீட்டு பதிவுசெய்தாகிவிட்டது.

இறுதிச் சுற்றில் வெற்றிபெற்ற பிறகு லாக்கர் அறைக்குச் சென்ற நான் அங்கே என் இணை கேரா எனக்காகக் காத்திருந்தார். அவர் என்னிடம் கண்ணீருடன் போட்டிகளிலிருந்து ஓய்வு பெறப்போவதாகவும் இன்னொரு குழந்தைப் பெற்றுக்கொள்ளத் திட்டமிட்டிருப்பதாகவும் என்னிடம் கூறினார். இந்தச் செய்தி எனது கிரான்ட் ஸ்லாம் வெற்றியை இனிப்பும் கசப்பும் கலந்ததாக மாற்றியது. இது நான் எதிர்பார்த்திராத ஒரு செய்தி. அவரைப் போலவே நானும் உணர்ச்சிவசப்பட்டேன்.

‘நான் உனக்கு வேறு ஒரு இணையைக் கண்டுபிடிக்க உதவ விரும்புகிறேன், சானியா, இந்த ஆண்டு முடிவில் நான் ஓய்வு பெற்றபோகிறேன்’ என்று கேரா கண்ணீருடன் கூறினார். கடந்த சில மாதங்களில் நாங்கள் இருவரும் மிகவும் நெருங்கிப் பழகிவிட்டோம். எங்கள் இணை முடிவுக்கு வரப்போகிறது என்பதை உணர்ந்தேன். நான் அவரது குடும்ப வாழ்க்கை நன்றாக அமைய வேண்டும் என்று வாழ்த்தினேன். நாங்கள் இருவரும் சேர்ந்து விளையாடப்போகும் கடைசி ஒரு சில போட்டிகள் எப்போதும் நினைவில் வைத்துக்கொள்ள வேண்டிய போட்டியாக இருக்க வேண்டும் என்று நாங்கள் தீர்மானித்துக்கொண்டோம்.

36

சிகரத்தை நோக்கி

2014 ஆசிய விளையாட்டுப் போட்டிகளில் கவனம் செலுத்த வேண்டிய நேரம் இது. ஆனால், நான்காண்டுகளுக்கு ஒருமுறை நடத்தப்படும் இந்தப் போட்டிகளோடு ஆண்டு முழுவதும் பங்கேற்று வரும் போட்டிகளை பாலன்ஸ் செய்வது மிகவும் கடினமாக செயல். எனது முதல் பெண்கள் டென்னிஸ் சங்கம் (டபிள்யு.டி.ஏ.) இறுதிப்போட்டிகளுக்கு மிகவும் மும்முரமாகத் தயார் செய்துகொண்டிருந்தேன். டோக்கியோவிலும் பெய்ஜிங்கிலும் நடைபெற்ற போட்டிகளில் புள்ளிகளையும் நிறைய சேகரித்து வந்தேன். ஜப்பான் போட்டியில் கடந்த ஆண்டு 900ஆக இருந்த புள்ளிகள் இப்போது 470 புள்ளிகளாக குறைத்து மதிப்பிடப்பட்டுள்ளது. டோக்கியோ போட்டிக்குப் பிறகு உலகத் தரவரிசையில் 2ஆம் இடத்தில் இருந்த முன்னாள் வீராங்கனை லீ நா வின் நினைவைப் போற்றும்வகையில் அவர் பிறந்த வூஹான் நகரும் இப்போது சேர்க்கப்பட்டது. இதனால் பெய்ஜிங்குக்கு முன்பு இங்கு நடைபெறவுள்ள போட்டிக்கான புள்ளிகள் 900 நிர்ணயிக்கப்பட்டது. பெய்ஜிங்கில் ஏற்கெனவே வெற்றியாளர்களுக்கு 1000 புள்ளிகள் நிர்ணயிக்கப்பட்டிருந்தன. எனவே இந்த மூன்று போட்டிகளும் மிகப் பெரிய அளவில் புள்ளிகளை வழங்கக் கூடியதாக இருந்தன. இந்தப் புள்ளிகள்தான் சிங்கப்பூரில் நடைபெறவிருக்கும் டபிள்யு.டி.ஏ. இறுதிப் போட்டியில் யார் தகுதிபெறுவார்கள் என்பதை முடிவு செய்யும்.

வூஹான் போட்டிகளும் ஆசிய விளையாட்டுப் போட்டிகளும் ஒரே சமயத்தில் நடைபெற இருந்தது எனக்கு மிகவும் சங்கமாகப் போய்விட்டது. எனது தனிப்பட்ட இலக்கு மற்றும் தேசத்திற்கான எனது கடமை இரண்டுக்கும் இடையே சமநிலையைப் பராமரிப்பது மிகவும் சிரமமானது. நான் பல நாட்கள் இதைப் பற்றி சிந்தித்தேன். இந்தியாவின் ஆடவர் டென்னிசில் சிறந்த விரர்களான – லியாண்டர் பயஸ், சோமதேவ் தேவ்வர்மன் மற்றும் ரோஹன் பூபண்ணா – ஆகிய அனைவரும்

தங்கள் தொழில்முறை தரவரிசையைப் பாதுகாத்துக்கொள்ள ஆசிய விளையாட்டுப் போட்டிகளைத் தவிர்த்துவிடுவதென முடிவு செய்திருந்தனர். அவர்களுடைய முடிவிற்குப் பின்னால் இருக்கும் நியாயத்தை நான் முற்றிலுமாகப் புரிந்துகொண்டதோடு அதை ஒப்புக்கொள்ளவும் செய்தேன். நானும் அவர்களைப் போலவே இந்தப் போட்டியைத் தவிர்க்கலாம் என்று முடிவு செய்து ஆசிய போட்டிகளில் கலந்துகொள்வதற்கு பதிலாக உலக தரவரிசைப் போட்டிகளில் விளையாடுவது என்ற எனது முடிவை அறிவித்தேன்.

ஆனால், அன்று இரவு முழுவதும் நான் சரியாகவே தூங்கவில்லை, அடுத்த நாள் காலை நான் விழித்து எழுந்தேன். ஆசிய விளையாட்டுப் போட்டிகளில் என் தேசத்திற்காக இன்னொரு பதக்கத்தைப் பெற்றுத் தரும் வாய்ப்பை விட்டுவிடுவதற்கு எனக்கு மனம் வரவில்லை. தொழில்முறை போட்டிகளில் விளையாடாமல் இருப்பது எனது உலகத் தரவரிசையை நிச்சயமாகப் பாதிக்கும்தான், அதைத் தவிர, மிகவும் கௌரவம் வாய்ந்த ஆண்டு இறுதியில் நடைபெறும் சாம்பியன்ஷிப் போட்டிகளில் என் தொழில் வாழ்க்கையில் முதல் முறையாக விளையாடத் தகுதிபெறும் வாய்ப்பையும் இதனால் இழந்துவிட நேரலாம் என்பதும் எனக்குத் தெரியும். ஆனாலும், என் இதயம் என்னவோ அதன் விளைவுகள் எப்படி இருந்தாலும், இந்தியாவுக்காக இந்தப் போட்டிகளில் கலந்து கொள்வதுதான் நல்லது என்று கூறியது. இறுதியாக என் அறிவை, என் இதயம் வெற்றிகொண்டது.

டபிள்யு.டி.ஏ. போட்டிகளுக்கு பதிலாக நான் ஆசிய விளையாட்டுப் போட்டிகளில் கலந்துகொள்ள முடிவு செய்துள்ளேன் என்பதை அகில இந்திய டென்னிஸ் சங்கத்தின் தலைவர் அனில் கன்னாவைத் தொடர்பு கொண்டு நான் தெரிவித்தேன். அவரால் தன் மகிழ்ச்சியைக் கட்டுப்படுத்திக்கொள்ள முடியவில்லை. தொழில்முறை விளையாட்டு வீரர்களுக்கு இந்த ஆண்டு–இறுதி சாம்பியன்ஷிப் போட்டிகள் எவ்வளவு முக்கியம் என்பது அவருக்கு நான்றாகத் தெரியும். நம் நாட்டிற்காக ஆடுவதற்காக நான் செய்யும் இந்தத் தியாகத்தை அவர் உடனடியாகப் புரிந்துகொண்டார். ஆண்கள் டென்னிசின் பிரபலங்கள் இல்லாத நிலையில் இந்திய அணி குறைபாடோடுதான் இருக்கும் என்றாலும் நான் மிகச் சிறப்பான ஆட்டத்தை வெளிப்படுத்தி, ஒன்றிரண்டு பதக்கங்களையாவது இந்தியாவுக்குப் பெற்றுக்கொடுக்க என்னால் ஆன அனைத்தையும் செய்வேன் என்று அவரிடம் உறுதி கூறினேன்.

ஆசிய விளையாட்டுப் போட்டிகளில் ஆடப்போகும் எனது முடிவு ஊடகங்களில் மிகவும் பரபரப்பான செய்தியாக அடிபட்டது. காங்சொளவில் நடைபெறவுள்ள போட்டிகளில் இந்தியா சார்பாகக் கலந்துகொள்ளத் தயாராகிக்கொண்டிருந்த அனுபவமில்லாத, இளம் டென்னிஸ் வீரர்களை நேர்மறையாக உற்சாகமூட்டின. இதற்கிடையே, நானும் என் அப்பாவும் ஆசிய விளையாட்டுப் போட்டிகளிலும் கலந்துகொண்டு டபிள்யு.டி.ஏ. இறுதிச் சுற்றுக்கும் தகுதி பெறுவது குறித்து பல்வேறு வகையிலும் திட்டம் தீட்டினோம். இதில் பங்கேற்பது எனக்கு மட்டுமல்லாம் நம் நாட்டிற்கும் பெருமை சேர்க்கும் விஷயம். அதுவும் இந்த ஆண்டு இந்தப் போட்டிகளில் கலந்துகொள்ளும் வாய்ப்பு நடைமுறை சாத்தியமான விஷயமாகவே எனக்குத் தோன்றியது. கடந்த ஆண்டு நான் மிகச் சிறப்பாக விளையாடியும்கூட சரியான இணை கிடைக்காத காரணத்தால், என்னால் அந்தப் போட்டிகளில் கலந்துகொள்ளும் தகுதியைப் பெற முடியவில்லை. இந்த ஆண்டும்கூட என்னால் இந்தப் போட்டிகளில் கலந்துகொள்ள முடியாமல் போனால் அது கைக்கெட்டும் தூரத்தில் இருந்த அற்புத வாய்ப்பை நழுவவிட்டாற்போல ஆகிவிடும்.

டோக்கிவிலும் பெய்ஜிங்கிலும் நான் மிகச் சிறப்பாக செயல்பட்டு, கேராவுடன் என் இடத்தைப் பெற்றுவிட்டால் போதும், வூஹான் நகரில் நடைபெறும் போட்டியில் நான் கலந்துகொள்ள முடியாமல் போனாலும் எனக்கு இதில் பங்கேற்கும் வாய்ப்பு கிடைத்துவிடும். இவ்வாறு முடிவு செய்த நான், ஆண்டு–இறுதி சாம்பியன்ஷிப் போட்டிகளில் தகுதிபெறும் வாய்ப்பை இழக்கும் ரிஸ்க்கோடு ஆசிய விளையாட்டுப் போட்டிகளில் கலந்துகொள்வதற்காகச் சென்றேன்.

ஆசிய விளையாட்டுப் போட்டிகளில் கலந்துகொள்ளச் செல்வதற்கு முன்பாக, அப்போது புதிதாகத் தேர்ந்தெடுக்கப்பட்ட நம் பிரதமரைச் சந்திக்கும் பெருமையைப் பெற்றேன். நான் அமெரிக்க ஓபனில் வெற்றிபெற்றபோது அவர் என்னை ட்விட்டரில் வாழ்த்தியிருந்தார். அவரைச் சந்திக்கும் தருணத்தை நான் ஆவலோடு எதிர்பார்த்திருந்தேன். பிரதமருக்கு மரியாதை செலுத்துவதற்காக நான் டெல்லி சென்றேன். என்னையும் என் தங்கையையும் பத்து ஆண்டுகளுக்கு முன், அவர் குஜராத் முதல்வராக இருந்தபோது, சந்தித்ததை நினைவில் வைத்திருந்து அவர் என்னை ஆச்சரியத்தில் ஆழ்த்தினார். என் தங்கை அப்போது துப்பாக்கி சுடுவதில் வளர்ந்து வரும் வீராங்கனையாக இருந்ததைக்கூட அவர் நினைவில் வைத்திருந்தார்! அதே நாளில்

ஜனாதிபதி பிரணாப் முகர்ஜியைச் சந்திக்கும் பெருமையையும் நான் பெற்றேன்.

நானும் கேராவும் டோக்கியோ பட்டத்தை சுலபமாக வென்றோம். போட்டியில் டவுன்கிரேடிங் செய்யப்பட்டதால், ஓரளவு குறைவான புள்ளிகளையே எங்களால் பெற முடிந்தது. எனக்கு வாய்ப்பு கிடைக்குமோ கிடைக்காதோ என்ற மனநிலையோடு நான் ஆசிய விளையாட்டுப் போட்டிகளில் பங்குபெறுவதற்காகச் சென்றேன். போட்டிகளில் முதல் நாளன்றே இந்த சாம்பியன்ஷிப் போட்டிகளில் நான் பங்குபெறுவது உறுதிசெய்யப்பட்டு விட்டது என்ற அருமையான செய்தி எனக்குக் கிடைத்தது.

சாகேத் மைனேனி மற்றும் பிரார்த்தனா தோம்பரே ஆகிய இருவருடன் கலப்பு இரட்டையரிலும் பெண்கள் இரட்டையர் பிரிவிலும் சேர்ந்து ஆடியது அபார வெற்றியில் போய் முடிந்தன. கலப்பு இரட்டையரில் தங்கமும் பெண்கள் இரட்டையர் போட்டியில் வெண்கலமும் வென்றோம். இதன் மூலம் ஆசிய விளையாட்டுப்போட்டிகளில் நான் பெற்ற பதக்கங்களின் எண்ணிக்கை எட்டாக உயர்ந்தது. ஆசிய விளையாட்டுப் போட்டிகளில் வேறு எந்த டென்னிஸ் வீரரும் இவ்வளவு அதிகப் பதக்கங்களைப் பெற்றதில்லை. அப்போது நான் பெற்ற மனநிறைவை என்னால் வார்த்தைகளால் விவரிக்கவே முடியவில்லை. அதுவும் நான் ஆசிய விளையாட்டுப் போட்டிகளில் பங்கேற்கலாம் என்று முடிவு செய்த அந்தப் பதற்றமான சூழ்நிலையைப் பார்க்கும்போது. போட்டிகளில் கலந்துகொள்ள நம்மிடம் அப்போது இருந்தது, பி-அணிதான் என்பதால் அதீத மன அழுத்தமும், அனைவரது அபார எதிர்பார்ப்புகளும் என் தோள்களில் விழுந்திருந்தன. சாகேத்தும் பிரார்த்தனாவும் எனக்கு நம்ப முடியாத அளவு ஆதரவுடன் செயல்பட்டனர்.

ஒரு டென்னிஸ் விளையாட்டு வீரருக்கு எப்போதுமே ஓய்வு இருப்பதில்லை. ஆசிய விளையாட்டுப் போட்டிகளில் தங்கம் வென்றது போன்ற மிகப் பெரிய வெற்றிகளைக்கூடக் கொண்டாடுவதற்கு எங்களுக்கு நேரம் இருக்காது. அங்கிருந்து நேராக நான் பெய்ஜிங் சென்றேன். அந்த வாரம் எனக்கு மற்றுமொரு வெற்றிகரமான வாரமாக அமைந்தது. அங்கே நானும் கேராவும் பட்டத்தைப் பெற முடியாமல் ஏமாற்றம் அடைந்தாலும், நாங்கள் இருவரும் ஐந்தாவது, ஏழாவது எண்ணிக்கையில் இருந்த இரண்டு அணிகளை வீழ்த்தி, ரன்னர்-அப் என்ற பெருமை பெற்றோம்.

இதையடுத்து டபிள்யு.டி.ஏ. ஆண்டு – இறுதி சாம்பியன்ஷிப் போட்டிகள் நடைபெற இருந்தன. கேரா ஓய்வுபெறுவதற்கு முன்பாக நாங்கள் இருவரும் இணைந்து ஆடப்போகும் கடைசி போட்டி இது. அமெரிக்க ஓபனில் ஒரு கிராண்ட் ஸ்லாம் வென்றது, ஆசிய விளையாட்டுப் போட்டிகளில் தங்கம் வென்றது டோக்கியோவிலும் பெய்ஜிங்கிலும் மிகச் சிறப்பான வெற்றிகளை ஈட்டியது ஆகிய இவற்றால் என் தன்னம்பிக்கை உச்சத்தில் இருந்தது. இந்த ஆண்டின் பிற்பகுதியில் குறிப்பிடத்தக்க அளவு வெற்றிகளைச் சாதித்துள்ளதாக நான் உணர்ந்தேன். மேலும் இந்தியாவுக்காகப் பதக்கங்களை வெல்ல முடிந்ததில் ஈடிணையற்ற மகிழ்ச்சியும் கொண்டேன். இவை அனைத்தும் சேர்ந்து நான் வானில் பறப்பதைப்போல உணர்ந்தேன்.

சிங்கப்பூரில் நடைபெற்ற டபிள்யு.டி.ஏ. ஆண்டு–இறுதி சாம்பியன்ஷிப் போட்டிகள் அற்புத அனுபவங்களாக அமைந்து விட்டன. காலிறுதி, அரையிறுதிப் போட்டிகளில் நாங்கள் ரகேல் காப்ஸ்–ஜோன்ஸ் மற்றும் ஆபிகெய்ல் ஸ்பியர்சை 12–10 என்ற புள்ளிகளிலும் கட்டாரினா ஸ்ரெபோட்நிக்– கவீடா பெஸ்கி இணையை 11–9 என்ற சூப்பர் டை–பிரேக்கரிலும் வென்றோம். நாங்கள் இதுவரை பங்கேற்று வந்த போட்டிகளைப் போலவே இவையும் மிகவும் கடினமானவையாகவே இருந்தன, ஆனாலும் நாங்கள் இறுதிவரை பதற்றம் கொள்ளாமல் எங்களைக் கட்டுப்படுத்திக்கொண்டு மிகச் சிறப்பாக ஆடி வென்றோம். இந்த வெற்றிகளுக்குப் பிறகு இந்த சாம்பியன்ஷிப் எங்களுக்குத்தான் விதிக்கப்பட்டுள்ளது, நாங்கள்தான் இதை வெல்லப் போகிறோம் என்றும் எங்களது துரதிர்ஷ்டம் எல்லாம் கடந்தகாலமாகிவிட்டது என்பது போலவும் உணர்ந்தோம்.

இப்போது இந்த அரங்கம் இறுதிச் சுற்றுக்காகத் தயாரானது. இதில் நாங்கள் இந்த ஆண்டிலேயே பலமுறை தோற்ற ஷுவேய் ஷியாய் (இவரை 2015ஆம் ஆண்டிற்கான என் இணையாக பேசி முடிவு செய்துவிட்டேன்) – பெங் ஷுவாய் இணையுடன் மோத இருந்தோம். இவர்களை வெல்வது அவ்வளவு சுலபமானது அல்ல. இது இன்னும் ஒரு கடினமான போட்டியாகவே இருக்கப்போகிறது என்பதால், இந்த ஆண்டிற்கான இறுதிப் போட்டியான இதில் கடைசியாக மற்றொரு முறை நாங்கள் பதற்றப்படாமல், நிதானமாக எங்களது மிகச் சிறப்பான ஆட்டத்தை வெளிப்படுத்த வேண்டும். ஆனால், நாங்கள் அந்தளவு கவலைப்பட்டிருக்க வேண்டாம் என்றே பிறகு எனக்குத் தோன்றியது.

மார்டினா நவரத்திலோவா, கிறிஸ் எவர்ட், பில்லி ஜீன் கிங் மற்றும் விம்பிள்டன் சாம்பியன் மாரியோ பார்ட்டோலி ஆகிய அனைவரும் இந்த விசேஷ போட்டியைக் காண அழைக்கப்பட்டிருந்தனர். அவர்களுக்கு முன்பாக அன்றைய இரவில் மிகவும் மனநிறைவைத் தந்த எங்களது அற்புத ஆட்டத்திற்காக நாங்கள் களம் இறங்கினோம்.

ஆட்டம் தொடங்கியபோது நான் என் இயல்பைவிட மிக அருமையான ஃபார்மில் இருந்ததை உணர்ந்தேன். பந்தை மிகத் துல்லியமான நேரத்தில் அடித்து ஆடினேன். கேராவும் நெட்டில் மிகச் சிறப்பாக ஆடினார். நான் மிக அற்புதமான விளையாட்டை, எனது டென்னிஸ் வாழ்க்கையின் மிகச் சிறப்பான ஆட்டங்களில் ஒன்றாக இது இருக்கலாம், வெளிப்படுத்தினேன். நாங்கள் இருவரும் அந்த டபிள்யு.டி.ஏ. இறுதிச் சுற்றில் வென்றோம்.

எல்லாவற்றிலும் மிகப் பெரிய பட்டமாகக் கொண்டாடப் படும் –'தி மதர் ஆஃப் ஆல் கிரான்ட் ஸ்லாம்ஸ்' என்று அடிக்கடி குறிப்பிடப்படும் இந்தப் பட்டத்தை நான் வென்றேன். ஒவ்வொரு அணியும் ஒவ்வொரு வீரரும், உண்மையிலேயே உலக சாம்பியன்ஷிப் போட்டியான இந்த டபிள்யு.டி.ஏ. இறுதிச்சுற்றில் வெற்றிபெற விரும்புவார்கள். முதலிடத்தைப் பெற விரும்பும் எனது பயணத்திற்கான பாதையில் மிகப் பெரிய அளவில் உத்வேகத்தை அளிக்கும் சக்தியாக இது திகழ்ந்தது. மற்ற அனைவரிடமிருந்தும் என்னை இது தனித்துப் பிரித்தது. இந்த வெற்றி உலகின் முதலிடத்தைப் பெறுவதற்கான எனது நம்பிக்கையை வலுப்படுத்தியது.

37

மகிழ்ச்சியின் எல்லை

முந்திய ஆண்டு மிகச் சிறப்பாக முடிவடைந்ததால், 2015ஆம் ஆண்டை என் புதிய இணை ஷுவேய் ஷியாய் தொடங்கும்போது, மிக நல்லவிதமாக உணர்ந்தேன். பெண்கள் இரட்டையர் பிரிவில் உலகின் முதல்நிலை வீராங்கனையாக மாறும் எனது இலக்கை சாதிப்பதற்கான மிக நல்ல வாய்ப்பு எனக்கு இருப்பதாக நம்பிக்கையுடன் உணர்ந்தேன். தைப்பேயைச் சேர்ந்த என் இணையும் என்னைப் போலவே இரட்டையர் போட்டிகளில் களத்தில் ட்யுஸ் கோர்ட்டில் (ஒரு வீரர்/வீராங்கனையின் வலதுபுறம் உள்ள மைதானத்தின் பகுதி) ஆட விரும்புபவர். ஆனால், அவருடைய பயிற்சியாளர் பால் மெக்நேமி, அவர் மிகக்கூர்மையான ரிஃப்ளெக்ஸ் மற்றும் விசேஷ வாலியிங் திறன்களைப் பெற்றிருப்பதால், அவர் என்னுடைய விளையாடும்போது ஆட் கோர்ட்டில் (ஒரு வீரர்/வீராங்கனையின் இடதுபுறம் உள்ள மைதானத்தின் பகுதி) ஆடினாலும் அவரது திறனில் எந்த வித்தியாசமும் இருக்காது என்று நினைத்தார். எனது முன்னங்கை திறன் எனது மிகப் பெரிய பலம் என்பது அவருக்குத் தெரிந்திருந்தது.

நாங்கள் நன்றாகவே எங்கள் ஆட்டத்தைத் தொடங்கினோம். அந்த ஆண்டின் முதல் போட்டியில் அரையிறுதி வரை முன்னேறினோம். சூப்பர் டை–பிரேக்கரில் கடைசி–நான்காம் நிலையில் 6–0 என்ற வலுவான நிலையில் நாங்கள் இருந்தோம். கட்டாரினா ஸ்ரெபோட்நிக் மற்றும் கரோலின் கார்சியா இணைக்கு எதிராக ஆடியபோது முதலில் எங்கோ தொலைவில் இருப்பதாகத் தோன்றிய பட்டம் நெருங்கிவிட்டதைப் போல இருந்தது. ஆனாலும் நாங்கள் அந்த அரையிறுதியில் தோற்றோம். அதுவும் ஏறக்குறைய அசைக்க முடியாத நிலையில் இருப்பது போன்ற நிலையில் இருந்துவிட்டு இவ்வாறு தோற்றது மனதை நொறுங்கச் செய்தது. மிகச் சரியாக வெற்றியை எட்டும் அந்தத் தருணத்தில் ஷு–வேய் திடீரென்று உறைந்துவிட்டாற்போலச்

செயலற்று நின்றார். ஆனாலும் இதுதான் நாங்கள் இருவரும் சேர்ந்து ஆடும் முதல் போட்டி என்பதால் நாங்கள் பரஸ்பரம் ஒருவருடைய விளையாட்டுப் பாணியை மற்றவர் புரிந்துகொள்ளச் சற்று நேரம் பிடிக்கும்.

ஆஸ்திரேலியன் ஓபன் போட்டிகளில் பங்குபெறுவதற்கான தகுதிச் சுற்றிப் போட்டியில் ஷுவேய் ஆட வேண்டும் என்பதால் நான் பெத்தானே மட்டேக் சான்ட்சோடு இணைந்து ஆடி சிட்டினியில் போட்டியில் வென்றோம். பெத்தும் நானும் மிகச் சிறப்பான இணையாக செயல்பட்டு சுலபமாகவே அந்த பட்டத்தை வென்றோம். அதுவும் குறிப்பிடத்தக்க முறையில் மார்டினா ஹிங்கிஸ் மற்றும் ஃபிளாவியா பென்னடி இணையை இறுதிச் சுற்றுக்கு முன்னேறுவதற்கு முன்பாக வென்றோம்.

அந்த ஆண்டில் மெல்பர்னில் நடைபெற்ற முதலாவது கிராண்ட் ஸ்லாம் போட்டியில் நானும் ஷுவேயும் ஒன்றாகக் களமிறங்கியபோது, மிகச் சிறப்பாகத் தொடங்கிய எங்கள் வெற்றிப்பயணம் அப்படியே தொடரும் என்று நிறைய நம்பிக்கை வைத்திருந்தேன். ஆனால், அலீசியா ரோசோல்ஸ்கா–காப்ரியலா டாப்ரோவ்ஸ்கி என்கிற அதிகம் பிரபலமடையாத இணையிடம் எதிர்பாராத வகையில் இரண்டாவது சுற்றிலேயே தோற்றோம். இந்தத் தோல்வி எனக்கு மிகுந்த ஏமாற்றம் அளித்தது. ஒருவேளை நானும் ஷுவேயும் அதிகப் பொருத்தமான இணை இல்லையோ என்ற எண்ணம் எழுந்தது.

ஆஸ்திரேலியன் ஓபனில் தோற்றபிறகு, ஷுவேய் என்னிடம் வந்து, 'சானியா நீங்கள் உலகின் நம்பர் ஒன் இடத்தை நெருங்கிக்கொண்டிருக்கிறீர்கள் என்று எனக்குத் தெரியும். இதனால் ஏற்பட்ட பொறுப்புணர்வு எனக்கு மன அழுத்தம் கொடுக்கிறது. நான் உங்களைப் பின்னுக்கு இழுக்கிறேன் என்ற உணர்வு எனக்கு ஏற்படுகிறது' என்றார்.

'அடுத்த போட்டியில் நாம் ஜமாய்த்துவிடலாம்' என்று அவருக்கு ஒரு புன்னகையுடன் ஆறுதல் கூறினேன்.

ஆனால், அப்படி எதுவும் நடக்கவில்லை. துபாயில் ஆலா குட்ரையவ்ட்செவா மற்றும் அனஸ்தேசியா பாவ்லியுன்செங்கோவா இணையிடம் முதல் சுற்றிலேயே தோற்றோம். இந்தத் தோல்விக்குப் பிறகு ஷுவேய் மனம் நொறுங்கிப்போய்விட்டார். தன்னால் சரியாக ஆடமுடியவில்லை என்பதால், நான் வேறு ஒரு இணையைக் கண்டுபிடிக்க வேண்டும் என்று ஆலோசனை சொன்னார். மேலும் அவர் ஆட் கோர்ட்டில் விளையாடுவது தனக்கு அசௌகரியமாக உள்ளது என்றும்

கூறினார். நான் வேறு ஒரு இணையைத் தேர்ந்தெடுக்க வேண்டும் என்பதற்கு இதுவும் ஒரு காரணம் என்றும் அவர் கூறினார்.

நான் விளையாட்டு வீரர்களின் ஓய்வு அறையில் மார்டினா ஹிங்கிசைச் சந்தித்தேன். அவரும் என்னைப் போலவே சிரமப்படுவதால் (துபாயில் முதல் சுற்றில் தோற்றிருந்தார்) நாங்கள் இருவரும் இணைகளாக விளையாடினால் நன்றாக இருக்கும் என்று கூறினேன். எனது யோசனை அவருக்கும் பிடித்திருப்பதாகத் தோன்றியது. அன்று இரவு, நானும் அவரும் என் அறையில் வெகுநேரம் மனம் திறந்து பேசிக்கொண்டிருந்தோம். நாங்கள் டென்னிஸ், எங்கள் எதிர்காலத் திட்டங்கள் மற்றும் எங்கள் இலக்குகள் குறித்து பேசினோம். இன்னும் ஒரு வார காலம் காத்திருக்கலாம் என்று முடிவு செய்தோம். அடுத்த போட்டியை அவரவரது தற்போதை இணைகளுடன் விளையாடலாம் என்றும் அதன் பிறகு நாங்கள் இருவரும் எங்கள் எதிர்காலம் குறித்து முடிவு செய்யலாம் என்றும் தீர்மானம் செய்தோம்.

தோஹாவில், நாங்கள் விளையாடத் தொடங்குவதற்கு முன்பு ஷுவேய் என்னிடம் இதுதான் நாங்கள் இணைகளாக விளையாடப்போகும் கடைசி போட்டி என்பதால் தான் மைதானத்தின் முன்பக்கமாக விளையாட விரும்புவதாக கூறினார். அந்த நிலையில் தான் அதிகப் பயனுள்ள முறையில் ஆட முடியும் என்று அவர் நம்பினார். நானும் பாக்ஹான்ட் பக்கத்தில் விளையாட ஒப்புக்கொண்டேன்.

தோஹாவில் நாங்கள் சிறப்பாகவே ஆடினோம். உண்மையில், இறுதிச் சுற்று வரை நாங்கள் ஒரு செட்டில்கூட தோற்கவில்லை. ஷுவேய் ட்யுஸ் கோர்ட்டில் மிக நன்றாகவே விளையாடினார். நானும் எனது 'தவறான பக்கத்தில்' விளையாடிக்கொண்டிருந்தாலும் குறிப்பிடத்தக்க அளவு நன்றாகவே விளையாடினேன். ஆனால் இறுதிச் சுற்றில், அமெரிக்காவின் ரகேல் காப்ஸ்–ஜோன்ஸ் மற்றும் ஆபிகெய்ல் ஸ்பியர்ஸ் இணையிடம் தோற்று ரன்னர்–அப் கோப்பையோடு திருப்திபட்டுக்கொண்டோம்.

அந்தச் சூழ்நிலையில் நாங்கள் இறுதிச்சுற்றுவரை முன்னேறியது நல்ல அறிகுறியாகவே எனக்குத் தோன்றியது. நானும் ஆட் கோர்ட்டில் சமாளித்து ஓரளவு நான்றாகவே விளையாடிவிட்டேன். நானும் பெத்தானேயும் சிட்னியில் நடைபெற்ற இறுதிச் சுற்றில் தோற்கடித்த அதே இணையிடம் இப்போது நாங்கள் இறுதிச் சுற்றில் தோற்றிருந்தாலும்கூட இப்போது எங்கள் கூட்டணி குறித்து எனது நம்பிக்கை அதிகரித்தது.

ஷ~-வேய், ட்யுஸ் கோர்ட்டில் மிகவும் சௌகரியமாக உணர்ந்தார் என்பது தெரிந்தது. இனி எங்களது இணை முன்னேறும் என்று தோன்றியது.

நாங்கள் தோஹாவில் இறுதிச் சுற்றுவரை முன்னேறியதை அறிந்துகொண்ட மார்டினாவும் இணையை மாற்றுவது குறித்து நான் இனி யோசிக்கப் போவதில்லை என்று நினைத்து விட்டார். ஆனால் நான் விரைந்து நல்ல ஒரு முடிவு எடுக்க வேண்டிய நிலையில் இருந்தேன். நான் அப்பாவுடன் இது பற்றி பேசினேன். அப்பாவோ, எனக்கு மார்டினாதான் சிறந்த இணையாக இருப்பார் என்பதில் பிடிவாதமாக இருந்தார். வீட்டில் ஓய்வில் இருந்த அவர், அன்று இரவு முழுவதும் தோஹாவில் நாங்கள் ஆடிய இறுதிச் சுற்றிப் போட்டியையையும் அதற்கு முன் நானும் ஷ~-வேயும் வென்ற போட்டிகளின் ரெகார்டுகளையும் பார்த்தார். காலையில் என்னைத் தொடர்புகொண்டு தன் முடிவை அறிவித்தார்.

'சானியா, நீ ஆட் கோர்ட்டில் விளையாடும்போதும் நன்றாகத்தான் ஆடுகிறாய் என்பது எனக்குத் தெரியும். ஆனால், அப்போது உன் ஆட்டத்தின் உனக்கு மிகவும் சுலபமாக வரக்கூடிய, மிகப் பெரிய பலமான முன்னங்கை வலுவை நீ இழக்கிறாய். பெண்கள் இரட்டையர் பிரிவு போட்டிகளில் உலகின் நம்பர் ஒன் வீராங்கனையாக நீ வரவிரும்பினால், நீ ட்யூஸ் கோர்ட்டில்தான் ஆட வேண்டும். அதனால் மார்டினாதான் உனக்கு சரியான இணை. அவர் ஆட் கோர்ட்டில் தலைசிறந்த வீராங்கனை. மேலும் சாம்பியன் ஆக இருப்பது என்ன என்பதை அவர் நன்றாக அறிவார்' என்று என்னிம் கூறினார்.

அந்த ஆண்டு தொடங்கியபோது, நானும் மார்டினாவும் இணைகளாக இருப்பதைப் பொறுத்தவரை, அதைக் குறித்து சிந்திததுகூடக் கிடையாது. ஆனால், சூழ்நிலை எங்கள் இருவரையும் ஓரணியாக ஒன்றாக கொண்டு சேர்த்தது. பிப்ரவரி மாத இறுதியில் நாங்கள் இருவரும் ஒன்றிணைந்து விளையாடுவது என்று பேசித் தீர்மானித்துக்கொண்டோம். முதலில் அமெரிக்காவில் சர்க்யூட்டில் விளையாடு என்றும் அதில் விளையாடுவதைப் பொறுத்து எங்கள் எதிர்கால கூட்டணியைத் தீர்மானித்துக்கொள்ளலாம் என்றும் முடிவு செய்தோம்.

டென்னிஸ் உலகில் புயலைக் கிளப்பப்போகும் மார்டினா-சானியா இணை தயாரானது!

~

மார்டினா–சானியா இணை ஆரம்பத்திலேயே ஆதிக்கம் செலுத்தத் தொடங்கிவிட்டது. பெருமை வாய்ந்த இந்தியன் வெல்ஸ் மற்றும் மியாமி போட்டிகளை ஒரே ஒரு செட்டில்கூடத் தோற்காமல் வென்றோம். இரண்டிலுமே நான் முதலிடத்தை அடைவதற்கு மிகப்பெரிய அச்சுறுத்தலாக இருந்த எனது முன்னாள் இணை எலெனா வெஸ்னினா மற்றும் எகடரினா மகாரோவா இணையை, நாங்கள் வென்றோம். இந்த இரண்டு பட்டங்களுடன் என் கனவை நனவாக்கிக்கொள்ளும் சிகரத்தை மேலும் நெருங்கினேன்.

தெற்கு கரோலினாவின் சார்லெஸ்டோனில் அடுத்த போட்டி நடைபெறவிருந்தது. அங்கு போட்டியிடலாம் என்று நாங்கள் முதலில் திட்டமிடவில்லை. ஆனால், இப்போது இருக்கும் நிலையில் சார்லெஸ்டோன் போட்டியில் விளையாடி நான் வென்றுவிட்டால், சாரா இரானி – ரொபெர்டா வின்சி, இத்தாலிய இணையிடமிருந்து உலகின் முதல்நிலை வீராங்கனை பட்டத்தை நான் பெற்றுவிடுவேன். தொடர்ந்து ஐந்து வாரங்களாக விளையாடி வந்தாலும் என் இலக்கை எவ்வளவு சீக்கிரம் முடியுமோ அவ்வளவு சீக்கிரம் நான் எட்டுவதற்கு எனக்கு உதவுவதற்காக இதில் ஆடுவதற்கு மிகவும் தயாராக இருந்தார், மார்டினா.

தெற்கு கரோலினா நகரில் இந்தப் போட்டிகள் நடை பெறும் இடத்தை நாங்கள் அடைந்தபோது இருவருமே மிகவும் சோர்ந்துபோயிருந்தோம். இந்த பட்டத்தை வென்று, முதலிடத்தைப் பிடிப்பதற்கு நான் மிகவும் ஆவலோடு இருந்தேன். அப்போதுதான் நான் கஷ்டப்பட்டு சுமந்துகொண்டிருக்கும் இந்தச் சுமை நீங்கும். அந்த மாதம் முழுவதும் தொடர்ந்து விளையாடி சோர்ந்திருந்தாலும்கூட எனக்காக இதிலும் தொடர்ந்து விளையாட ஒப்புக் கொண்ட மார்டினா மீது ஏற்கெனவே நான் கொண்டிருந்த மரியாதை மேலும் கூடியது. இது எங்களது இணையை மேலும் நெருங்கச்செய்தது. முதலிடத்தைப் பெறுவது என்றால் என்ன என்பதை அவர் மிக நன்றாக அறிவார். 'நீ இதில் விளையாட விரும்பினால், உனக்காக நானும் விளையாடத் தயார்' என்று அவர் என்னிடம் கூறினார்.

மியாமி மற்றும் இந்தியன் வெல்சில் கடின மைதானங்களில் வென்ற பிறகு நாங்கள் மிக விரைவாக சார்லெஸ்டோனின் தனித்துவம் வாய்ந்த கிரீன் களிமண் மைதானத்தில் விளையாடவும் அங்கே பயன்படுத்தப்படும் வித்தியாசமான பந்துகளை அடித்து ஆடவும் எங்களைத் தயார் செய்துகொள்ள வேண்டியிருந்தது. முதல் மூன்று சுற்றுகளை மிகவும் நெருக்கமான போட்டிகளில்

சூப்பர் டை–பிரேக்கரில் வென்றோம். யாரோஸ்லாவா ஷ்வேடோவா– அனபெல் மெடினா காரிகஸ் இணையுடனான எங்கள் இரண்டாவது சுற்றில் போட்டிப் புள்ளிகளை நாங்கள் சேகரித்தோம். எங்கள் எதிரணியினர் அனைவருக்கும் நாங்கள் எதற்காக அங்கே வந்து விளையாடிக்கொண்டிருக்கிறோம் என்பது நன்றாகத் தெரியும். தொழில்முறை வீராங்கனைகள் மற்றும் போட்டியாளர்கள் என்ற வகையில் எங்கள் சொந்த ரெகார்டுகளை உருவாக்க நாங்கள் போராட வேண்டும் என்பது மட்டுமல்லாமல், எங்களுடைய இலக்கைச் சென்றடைவதற்காக மற்றவர்கள் எங்களைத் தோற்கடிக்காமலும் இருப்பதையும் உறுதிசெய்துகொள்ள வேண்டிய கட்டாயத்தில் இருந்தோம். எங்களுக்கு எதிராக விளையாடிய அத்தனை அணியினரும் எங்களுக்கு கடுமையான சவாலாக இருந்தனர். யாருமே அத்தனை சுலபத்தில் அவ்வளவு பெரிய இடத்தை நான் அடைவதை விரும்பவில்லை. ஆனால், முதலிடத்தை நான் அடைய இந்த பட்டத்தை நான் வென்றாக வேண்டும் என்ற நிலவரம் எங்களுக்கு மேலும் அழுத்தத்தைக் கொடுத்தது.

நாங்கள் விளையாடிய அத்தனை போட்டிகளும் இரவில்தான் நடைபெற்றன. எல்லாம் முடிந்து நாங்கள் தூங்கச் செல்வதற்கு விடியற்காலை இரண்டு மணியாகிவிடும். நடைபெற்ற போட்டியால் உடலில் ஏற்படும் படபடப்பு அடங்கவே நிறைய நேரம் ஆகிவிடும். என்பதால், போட்டி முடிந்து சில மணி நேரங்களுக்குப் பிறகே தூங்க முடியும். அரையிறுதிப் போட்டி மற்ற போட்டிகளைவிட அதிக நேரம் பிடித்தது. சனிக்கிழமை நடு இரவு ஆகிவிட்டது. இந்த சோர்விலிருந்து விடுபட எங்களுக்கு ஆறு மணி நேரம் உள்ளது. அதன் பிறகு கொஞ்சம் வார்ம்–அப் செய்துகொண்டு மதிய வேளையில் நடைபெற உள்ள ஆட்டத்திற்குத் தயாராகலாம் என்று நாங்கள் நினைத்துக்கொண்டோம்.

ஆனால், எங்களுக்கு எதிர்பாராத ஆச்சரியம் காத்துக் கொண்டிருந்தது. இறுதிப்போட்டி அன்று காலை 10:30 மணிக்கு நடைபெறும் என்று அறிவிக்கப்பட்டது. இது வேண்டுமென்றே ஏற்பாடு செய்யப்பட்டது. எங்கள் உடல் கடிகாரம் காலை வெகுநேரம் கழித்து விழித்துக் கொள்ளும் பழக்கத்துக்கு உட்பட்டுவிட்டது. ஆனால், இப்போதோ என் வாழ்க்கையின் மிக முக்கியமான ஒரு இறுதிச் சுற்றுப் போட்டியை, மிகப் பெரிய இடத்தை எட்டிப்பிடிக்க வேண்டிய அழுத்தத்தில், போதுமான தூக்கமும் இல்லாமல் எதிர்கொள்ள வேண்டி வந்தது. தர வரிசையில் நான் முதலிடத்தை அடையும் வாய்ப்புடன் இருப்பதால், இந்தப் போட்டியின் ஏற்பாட்டாளர்கள்,

தொலைக்காட்சியில் உலகம் முழுவதும் உள்ள அதிகபட்ச ரசிகர்கள் பார்க்க வேண்டும் என்ற எதிர்பார்ப்புடன் இந்த நேரத்தைத் தேர்ந்தெடுத்துள்ளனர். நாங்கள் காலை ஒன்பது மணிக்குத் தயாராக வேண்டும். அலர்ஜிக்காக நான் உட்கொள்ளும் மாத்திரைகள் பொதுவாக உடனடியாக தூக்கத்தை வரவழைத்துவிடும். ஆனால் அன்றோ எனக்குத் தூக்கமே வரவில்லை. நிம்மதியற்ற அந்த இரவில் மட்டும் நான் குறைந்தது 20 முறையாவது விழித்துக் கொண்டிருப்பேன்.

இன்னும் கொஞ்சம் நேரம் தூங்கலாம் என்பதற்காக எவ்வளவு முடியுமோ அவ்வளவு நேரத்திற்கு எங்கள் பயிற்சி நேரத்தை நாங்கள் தள்ளிப்போட்டோம். கடைசியில் வார்ம்–அப்புக்குப் பிறகு, இறுதிச் சுற்றுக்காக மைதானத்திற்குள் நுழைவதற்காக நாங்கள் உடை மாற்றுவதற்கே போதுமான நேரம் இல்லாமல் போய்விட்டது. இது மிகவும் அசாதாரண சூழல், பொதுவாக, வார்ம்–அப் செய்த பிறகு போட்டி தொடங்குவதற்கு முன்பு ஏறக்குறைய ஒரு மணி நேர அவகாசம் எங்களுக்கு இருக்கும்.

இந்த இறுதிப்போட்டி உட்பட தொடர்ந்து மூன்றாவது முறையாக இறுதிப்போட்டிகளில் எங்களுக்கு எதிராக தாரிஜா ஜூராக் மற்றும் கேசி டெலாக்வா இணையே இதிலும் எங்களோடு மோதியது. நான் பதற்றமாக இருந்தேன், ஆனால் மார்டினா போன்ற சிறந்த வீராங்கனை என்னுடன் இருந்தது எனக்கு நம்பிக்கையை ஏற்படுத்தியது. நான் மைதானத்திற்குள் நடந்துசெல்லும்போது என் பதற்றம் குறைந்ததை உணர்ந்தேன்.

நாங்கள் மிகச் சிறந்த முறையில் விளையாடி முதல் செட்டை 6–0 என்ற கணக்கில் வென்றோம். இரண்டாவது சுற்றிலும் முன்னணியில் இருந்தோம். அப்போது என் பதற்றம் அதிகரித்தது. ஏதாவது ஒன்றில் உலகிலேயே முதலாவதாக வரும் வாய்ப்பை நாம் தினமும் பெறுவதில்லையே. இழப்பதற்கு எதுவுமே இல்லாத நிலையில் ஜூராக்கும் கேசியும் திடீரென்று மிகச் சிறப்பாக விளையாட ஆரம்பித்தனர். ஆட்டம் சூடு பிடித்தது. 5–3 என்ற நிலையில் பட்டம் பெறுவதற்கான செர்வை நான் அடித்தேன். அப்போது அந்த ஆட்டத்தில் முதன் முறையாக பின்னடைவு ஏற்பட்டது. மார்டினா நெட்டில் அடித்தார். என்னை மன்னித்துவிடு என்பதுபோல பார்த்தார். நானும் பதற்றமான புன்னகையுடன், 'இட்ஸ் ஓகே' என்று கூறினேன்.

இப்போது 4–5 யில் கேசி சர்வ் செய்தார். என் கால்கள் தள்ளாடின. இந்த சந்தர்ப்பத்தில் ஒவ்வொரு பந்தையும் மார்டினாவே எதிர்கொண்டு எனக்காகப் போட்டியை

வெற்றிகொள்ள வேண்டும் என்று நான் விரும்பினேன். கேசி என்னை நோக்கி போட்டிப் புள்ளிக்காக சர்வ் செய்யத் தயாரானபோது நான் பிராத்தனை செய்தது இப்போதும் நினைவுக்கு வருகிறது. 'என்னால் பந்தைத் திருப்பியடிக்க முடியுமா?' என்று எனக்கு சந்தேகம் வந்துவிட்டது.

ஆனால், நான் அவ்வளவு தூரம் பதற்றப்பட்டிருக்க வேண்டாம். கேசி ஒரு டபுள் ஃபால்ட் வீச போட்டி தானாக எங்களுக்கு சாதகமான முடிந்துவிட்டது! எனக்கு மனதில் கொண்டாட்டமாகவும், ஆழமான ஆசுவாசத்தையும் உணர்ந்தேன். நான் அதீதமாக உணர்ச்சிவசத்தில் ஆழ்ந்தேன். கடந்த சில ஆண்டுகளாக எனக்கு முழு நேர பயிற்சியாளராக இருந்து வரும் என் அப்பா, என் அப்பாவோடு பல்கலைக்கழகத்தில் ஒன்றாக படித்த நவீன் அங்கிளும் பிளேயர்ஸ் பாக்சில் இருந்துகொண்டு, மகிழ்ச்சிக் கொண்டாட்டத்துடன் கத்தி கூச்சலிட்டனர். இந்த வெற்றியை, பெண்கள் இரட்டையர் பிரிவில் உலகத்தில் முதலிடத்திற்கு நான் வந்ததைக் கொண்டாடுவதற்காக மைதானத்தில் டபிள்யு டி ஏ. ஒரு கேக் ஏற்பாடு செய்திருந்தனர்.

டென்னிஸ் சூப்பர் ஸ்டார்களில் ஒருவரான மார்டினா ஹிங்கிசின் அடிச்சுவட்டைப் பின்பற்றும் துணிச்சலுடன் களமிறங்கியதற்காக பல ஆண்டுகளுக்கு முன் கேலிக்கு ஆளான எங்கோ தொலைதூரத்தில் உள்ள ஹைதராபாத் என்ற நகரில் உள்ள ஒரு பெண் வரலாறு படைத்துவிட்டாள். அதுவும் அந்தப் பெண்ணின் தொழில் வாழ்க்கையில் மகத்தான இந்தத் தருணத்தில் அவளுடைய இணையாக இருப்பதும் அதே மார்டினாதான்!

~

ஒருசில நாட்கள் வீட்டில் தங்கியிருந்தேன். பின்ன இந்தியன் ஃபெட் கோப்பை அணிக்கு கேப்டனாக போட்டியிட்டேன். அந்தப் போட்டியின் கடைசி நாள், என் குடும்பம், நெருங்கிய நண்பர்கள், என் நலம் விரும்பிகள், பாலிவுட், டோலிவுட்டைச் சேர்ந்த சில நண்பர்கள், மற்ற விளையாட்டுகளைச் சேர்ந்த சில வீரர்கள் அனைவரும் சேர்ந்து இந்த வெற்றியைக் கொண்டாடினோம். 'ஜஸ்ட் டர்ன்ட் ஒன்' என்று இந்த நிகழ்ச்சிக்கு என் தங்கை ஆனம் பெயரிட்டிருந்தாள். என் சாதனையைப் பாராட்டும் வகையில் இந்தக் கொண்டாட்டம் அகில இந்திய டென்னிஸ் சங்கமும் என் குடும்பத்தாரும் இணைந்து ஏற்பாடு செய்தது. இது மிக அழகிய தாஜ் ஃபால்குமா பாலசில் நடைபெற்றது.

இந்த விழாவுக்கு வந்திருந்த ஷோயப் எங்களோடு சில நாட்கள் தங்கியிருந்தார். அந்த விழாவில் அவரது பேச்சு அனைவரையும் கவர்ந்துவிட்டது. அது சாதனை படைத்திருக்கும் ஒரு மனைவியை ஒரு கணவர் புகழ்வதுபோல மட்டும் அல்லாமல், ஒரு விளையாட்டு வீரர் மற்றொரு விளையாட்டு வீரரை பராட்டுவது போல அமைந்திருந்தது.

குட் ஈவினிங் லேடீஸ் அன்ட் ஜென்டில்மென்,

நாம் இன்று சானியா 'நம்பர் ஒன்' இடத்தை அடைந்திருப்பதைக் கொண்டாடுவதற்காகக் கூடியுள்ளோம். இது எனக்கு மிகவும் விசேஷமான தருணம் . . . காரணம், இது நாங்கள் இருவரும் ஒன்றாகச் சேர்ந்து கண்ட கனவுகளின் ஒரு பகுதி.

எங்கள் கனவை சானியா நனவாக்கியிருக்கும் நாள், எங்கள் ஐந்தாவது திருமண நாள்! இவ்வளவு பெரிய பரிசை இவர் எனக்கு வழங்கியிருக்கும்போது இதைவிட வேறு என்ன திருமணநாள் பரிசை என்னால் கேட்க முடியும்?

வாழ்வைவிடப் பெரிதான ஒன்றை அவர் எனக்குத் தந்திருக்கிறார். உண்மையில் ஐந்து நாட்களுக்கு முன்பாக நம் அனைவருக்குமே மிகப்பெரிய வெகுமதியை இவர் அளித்திருக்கிறார். ஒரு கனவு நனவாக்கப்படுவதன் ஆற்றல் மிக வலுவானது. நாம் நம்பிக்கை கொள்ளத் தகுதியான ஒன்றைச் சாதிப்பதற்கான கனவு காண்பது . . . அதை நனவாக்குவதற்காக இரவும் பகலும் பாடுபடுவது . . . இது நம்மைப் பயமுறுத்தும் அதேநேரத்தில் நம்மை ஆறுதல் படுத்தும் ஆற்றல் கொண்டது.

இந்தக் கனவு உங்களுடைய தனிச்சிறப்பை வெளிப் படுத்தும் ஆர்வக் கனலை உங்களுக்குள் தூண்டிவிடுகிறது. வெளிப்படையாக நமக்குத் தெரியாத நமது மிகச் சிறப்பான ஆற்றலை வெளிப்படுத்த உண்மையில் எவ்வளவு கடும் உழைப்பும் அர்ப்பண உணர்வும் தேவை என்பதை இறைவன் மட்டுமே அறிவார். இது உங்களுடைய மனதின் அடி ஆழத்தில் ஒரு தகிக்கும் வேட்கையாக உள்ளது. இந்தக் கனலை நமக்கு மிகவும் நெருக்கமானவர்களால் மட்டுமே காண முடியும்.

நான் ஒவ்வொரு நாளும், ஐந்தாண்டுகளாக சானியா உடற்பயிற்சி மற்றும் டென்னிஸ் பயிற்சிகளை மேற்கொள்ளும்போது பார்த்திருக்கிறேன். அவர் தனது

கனவுகளைப் பற்றியும் அவற்றை எவ்வாறு சாதிப்பது என்று திட்டமிட்டிருப்பதையும் கேட்டிருக்கிறேன். அவர் தான் சொன்னபடியே செய்துகொண்டு வருவதையும் பார்த்துள்ளேன். ஒருமுறை அவர் என்னிடம், 'நான் கடுமையாக உழைப்பதில் மகிழ்ச்சியடைகிறேன், அவை எனக்கு நல்ல பலன்களைத் தருகிறது, வலி தற்காலிகமானது, ஆனால் வெற்றியோ நிரந்தரமானது' என்று கூறினார்.

இந்தத் தருணம் நமக்கெல்லாம் நம்பிக்கையை அளிக்கிறது. உலகின் முதலிடத்தைப் பிடிக்கும் இந்தக் கனவை நிஜமாக்கியிருப்பதன் மூலம் சானியா, உலகளவில் இந்திய டென்னிஸ் களத்திற்கு, அதுவும் குறிப்பாகப் பெண்களுக்கு எதுவும் சாத்தியம்தான் என்பதற்கான வாழும் உதாரணமாகத் திகழ்கிறார்.

சானியா, உன்னை நினைத்து நான் பெருமை கொள்கிறேன், நான் எப்போதுமே உன்னுடைய முதல் ரசிகனாக இருப்பேன்.

உங்கள் அனைவருக்கும் நன்றி, மாலை வணக்கம்.

38

விம்பிள்டன் சாம்பியன்கள்!

உலக டென்னிசில் முதல் தர வரிசையை அடைந்த பிறகு ஏதோ என் தோள்களிலிருந்து மிகப் பெரிய சுமையை இறக்கிவைத்தாற்போல ஆகிவிட்டது. 2015இன் தொடக்கத்தில் எனக்கு நானே நிர்ணயித்துக்கொண்ட அடுத்த பெரிய இலக்கை நோக்கி நான் இப்போது முன்னேறலாம். பெண்கள் இரட்டையரில் ஒரு கிராண்ட் ஸ்லாம் பட்டத்தை நான் வென்று உலகின் முதல்நிலை வீராங்கனையாக இருப்பதற்கு நான் தகுதியானவள்தான் என்று உலகிற்கு நிரூபிக்க விரும்பினேன். அமெரிக்க ஓபன், ரோலண்ட் கேரோஸ் மற்றும் ஆஸ்திரேலியன் ஓபன் போட்டிகளில் கலப்பு இரட்டையரில் ஏற்கெனவே நான் மூன்று கிராண்ட் ஸ்லாம் கோப்பைகளை வென்றிருக்கிறேன். ஆனால் பெண்கள் இரட்டையர் போட்டிகளில் இதுவரை ஒரு கிராண்ட் ஸ்லாம் பட்டத்தைக்கூட வென்றதில்லை. மேலும் விம்பிள்டனில் ஒரு பட்டத்தைப் பெறும் வாய்ப்பு என்னைவிட்டு இப்போது வரை நழுவிக்கொண்டே வருகிறது.

அமெரிக்காவில் இந்த ஆண்டு தொடக்கத்தில் கடின மைதானங்களில் பரபரப்பான பல வெற்றிகளை ஈட்டிய நானும் மார்டினாவும் களிமண் மைதானத்தில் சுமாரான வெற்றிகளைத்தான் பெற்றோம். ரோமில் இறுதிச் சுற்றில், மாதரிட்டில் அரையிறுதியிலும், ஃபிரெஞ்ச் ஓபனில் லூசி சஃபாருவா மற்றும் பெத்தானே மட்டேக் சான்ட்ஸ் காலிறுதியிலும் தோற்றோம். புல் மைதானத்தில் விம்பிள்டன் போட்டிகளுக்கு முன்பாக ஈஸ்ட்போனில் ஒரே ஒரு போட்டியில் விளையாடி அரையிறுதியில் கட்டாரினா ஸ்ரெபோட்நிக் மற்றும் கரோலின் கார்சியாவிடம் தோற்றோம். டென்னிஸ் உலகில் பலராலும் உலகின் மாபெரும் டென்னிஸ் போட்டிகள் (நான் உட்பட) என்று கருதப்படும் விம்பிள்டனில் விளையாட நாங்கள் இருவரும் தயாராக வேண்டும். மார்டினாவுக்கு எப்போதுமே புல்தரை

மைதானம் பிடிக்கும், எனக்கும் பிடிக்கும் என்றாலும் கடின மைதானம்தான் மிகவும் பிடித்தது.

6–2, 6–2 என்ற புள்ளிகளில் காற்று எங்கள் பக்கம் வீசிய நிலையில் இருந்தாலும் போட்டி கடுமையாக இருக்கும் டென்னிஸ் விளையாட்டு இது என்று பார்க்கும்போது, முதல் சுற்று சற்றே சிரமமாகத்தான் இருந்தது. சீனாவின் சாய் சாய் ஜெங் மற்றும் கசகஸ்தானின் ஜரீனா டாயஸ் இணையோடு விளையாடினோம். அவர்கள் இருவரும் எங்களை படாத பாடு படுத்திவிட்டனர். நாங்கள் எங்கள் இருவரது முழுத் திறனையும் ஒன்றிணைத்து எங்களைத் தாக்கும் இந்த இணையை பின்னடையச் செய்ய வேண்டி வந்தது. பின்னர் சாய் சாய் தன் பயிற்சியாளரிடம் தாங்கள் இருவரும் மிகச் சிறந்த விளையாட்டை வெளிப்படுத்தினோம் என்றும் ஆனாலும் எங்களைத் தோற்கடிக்க முடியவில்லை என்று ஒப்புக்கொண்டார் என்று கேள்விப்பட்டேன்.

அடுத்தடுத்த சுற்றுகள் இதைவிட சுலபமாகவே இருந்தன. ஜப்பானின் மூத்த வீராங்கனை கிமிகோ டேட்–க்ரெம் மற்றும் இத்தாலியின் பிரான்சிஸ்கா ஷியாவோனியுடன் மோதி வென்றோம், பின்னர் 16ஆவது தரவரிசையில் இருக்கும் ஸ்பெயின் அணி புல் மைதானத்தில் அந்தளவு சௌகரியமாக உணராத அனபெல் மெடினா காரிகஸ் மற்றும் இரான்டா பாரா சான்டொனியா இருவரையும் வென்றோம். சாம்பியன்ஷிப்பின் காலிறுதிப் போட்டிக்கு நாங்கள் முன்னேறியிருந்தோம்.

ஒன்பதாவது இடத்தில் இருந்த யாரோஸ்லாவா ஷ்வேடோவா மற்றும் கேசி டெலாக்வா இணையை நாங்கள் எதிர்கொண்டோம். சார்லெஸ்டோன் பச்சைக் களிமண் மைதானத்தில் நாங்கள் ஏற்கெனவே அவர்களை வென்றிருக்கிறோம். விம்பிள்டனின் புல்தரையில் நாங்கள் நால்வரும் மிகச் சிறப்பான ஆட்டத்தை வெளிப்படுத்தினோம். என்றாலும் நானும் மார்டினாவும் 7–5, 6–3 என்ற கணக்கில் அவர்களை வென்றோம். என்னுடைய அந்த ஆட்டத்தைப் பார்ப்பதற்காக என்றே பாலிவுட்டின் புகழ்பெற்ற இயக்குனரும் என் நெருங்கிய தோழியுமான ஃபரா கான் வந்திருந்து மற்றவர்களுடன் சேர்ந்து என்னை உற்சாகப்படுத்தினார். அப்போதுதான் முதல் முறையாக அவர் விம்பிள்டனுக்கு வந்திருந்தார் என்பதால் ஒவ்வொரு தருணத்தையும் அவர் மகிழ்ச்சியோடு அனுபவித்து மகிழ்ந்ததை என்னால் பார்க்க முடிந்தது.

அரையிறுதியில், அமெரிக்க அணியான ராக்குவெல் கோப் ஜோன்ஸ் மற்றும் ஆபிகெய்ல் ஸ்பியர்ஸ் இணையை எதிர்கொண்டோம். இவர்களை நாங்கள் ஏற்கெனவே வென்றிருந்தாலும்கூட புல்தரை மைதானத்தில் இவர்கள் திறமைசாலிகள் என்பதால் ஆரம்பத்தில் சற்று தயக்கம் இருந்தது. ஆனால், மார்டினாவும் நானும் தயக்கத்திலிருந்து வெளிவந்து அதிரடி ஆட்டம் ஆடி 6–1, 6–2 என்ற செட் கணக்கில் அவர்களை துவம்சம் செய்தோம்.

எலெனா வெஸ்னினா மற்றும் எகடரினா மகாரோவா இணை இந்த டிராவின் அடுத்த பாதியில் ஆடி அரையிறுதியில் வென்று, உலக டென்னிசின் மிகவும் கௌரவம் மிக்க கோப்பைக்கான இறுதிச் சுற்றில் தகுதி பெற்று எங்களோடு மோத இருந்தனர். கேரா பிளாக் மற்றும் லிசா ரேமண்டுடன் ஆடி காலிறுதியின் மூன்று செட்டில் 1–5 என்ற மோசமான நிலையிலிருந்து வெளியே வந்து நன்றாக ஆடி முன்னேறி வலிமைமிக்க ஓர் அணியாகத் தோற்றமளித்தனர். அந்தப் போட்டியின் காலிறுதிப் போட்டியில் தோற்கும் நிலையில் தள்ளப்பட்ட மோசமான தருணங்களைத் தாண்டி முன்னேறி தன்னம்பிக்கையுடன் காணப்பட்டனர். நாங்கள் இந்த அணியை இந்தியன் வெல்ஸ் மற்றும் மியாமியில் தோற்கடித்திருந்தோம். ஆனால், புல் தரை எங்களுக்கு சற்று சிரமமாக இருக்கப்போகிறது. இந்த அணியின் அபாரமான சர்வுகள் மற்றும் பந்துகள் சறுக்கும் தன்மை உடைய விம்பிள்டனின் இந்த மைதானத்தில், மகாரோவாவின் வலிமை மிக்க பேஸ்லைன் ஸ்ட்ரோக்குகளை எதிர்கொண்டு ஆடுவது மேலும் கடினமாகத்தான் இருக்கப் போகிறது.

பொதுவாக நான் தன்னம்பிக்கை உள்ளவள்தான், பதற்றம் கொண்டு அதனால் சிரமப்படுவதில்லை. ஆனால், இந்த பிரம்மாண்டப் போட்டியின் இறுதிச்சுற்றில் கலந்து கொள்ளப்போகும் முந்திய இரவு எனக்குத் தூக்கமே வரவில்லை. மிகவும் பதற்றமாகவும், படபடப்பாகவும் இருந்தது. புரண்டு புரண்டு படுத்தேன். நாளை சனிக்கிழமை மாலை நான் விளையாடப்போகும் போட்டி ஒன்றும் சாதாரண போட்டியில்லை. விம்பிள்டன் இறுதிச்சுற்றுப் போட்டி! இது நான் காணும் கனவு இல்லை, நிஜம்தான். லட்சக்கணக்கான இளைஞர்களும் வளர்ந்துவரும் டென்னிஸ் பிளையாட்டு வீரர்களும், தொழில் முறை விளையாட்டு வீரர்களும் இங்கே இறுதிச் சுற்றுப்போட்டியில் பங்கேற்க வேண்டும் என்று கனவு காணுவார்கள். நான் உண்மையிலேயே இங்கே விளையாடி

கோப்பை வெல்வதற்கான வாய்ப்போடு இருக்கிறேன். டென்னிஸ் போட்டிகளில் எனது முதல் மிகப் பெரிய போட்டி இது – அதுவும் உலகம் முழுவதும் இந்த விளையாட்டைக் காணப்போகிறது. இன்னொரு முறை விம்பிள்டனில் விளையாடும் வாய்ப்பு எனக்கு கிடைக்கலாம் அல்லது கிடைக்காமலும் போகலாம், இதுதான் எனக்குக் கிடைக்கக்கூடிய ஒரே வாய்ப்பாகவும் இருக்கலாம் என்றெல்லாம் எண்ணங்கள் எனக்குள் ஓடியது.

விம்பிள்டன் பார்க், மைதானம் 15இல் நாங்கள் வார்ம் செய்துகொண்டோம். என்னால் பந்தைப் பார்க்க முடியவில்லை. பல முறை நான் தவறாகத் திருப்பி அடித்தேன். எனக்கு ஏதோ ஓடிக்கொண்டிருக்கிறது, எப்போதும் இருப்பது போன்ற தன்னம்பிக்கையுடன் நான் இல்லை என்பது அப்பாவுக்குப் புரிந்துவிட்டது. இதை வெளிக்காட்டிக்கொள்ளாமல் இருக்கவும் இதை ஒப்புக்கொள்ளாமல் இருக்கவும் நான் எவ்வளவோ முயன்றேன். அப்பா என்னிடம் ஆறுதலாக நம்பிக்கை கொடுக்கும் புன்னகையுடன், 'போட்டி ஆரம்பித்த உடன் நீ சரியாகிவிடுவாய்' என்று கூறினார்.

நடிகருன் என் நண்பருமான ஃபர்ஹான் அக்தர், தன் அப்பா ஜவேத் அக்தர் மற்றும் அவரது குடும்பத்தினர் அந்த அரங்கிற்கு வந்திருந்தார். இந்தப் போட்டியை ப்ளேயர்ஸ் பாக்சிலிருந்து பார்ப்பதற்காக நான் அவர்களை அழைத்திருந்தேன். அந்தச் சூழலே பதற்றம் நிறைந்து காணப்பட்டது. நாங்கள் போட்டி தொடங்குவதற்காகக் காத்துக்கொண்டிருந்தபோது, மார்டினாவின் ஏஜன்ட், டேவிட் டோசசும் என் அப்பாவும் அந்தச் சூழலின் இறுக்கத்தைத் தணிக்கும் முயற்சியில் ஈடுபட்டனர். அந்த நேரம் வந்துவிட்டது. என் வாழ்க்கையின் மிக முக்கியமான, மிகப்பெரிய போட்டியில் கலந்துகொள்ள என்னைத் தயார் செய்துகொள்ள லாக்கர் அறைக்குச் சென்றேன். கடைசியில் அந்த நேரம் வந்தேவிட்டது.

இறுதிச் சுற்றுகள் தொடங்கியபோது, படபடப்பிலிருந்து விடுபட சற்றுநேரம் பிடித்தது. அங்கு விளையாடிக்கொண்டிருந்த நால்வரில் மார்டினா மட்டுமே இந்த மைதானத்தில் ஏற்கெனவே வெற்றிபெற்றவர். அந்த அனுபவம் அவர் விளையாட்டில் நன்றாகத் தெரிந்தது. முதல் சுற்றின் ஆரம்பகட்டத்தில் எங்கள் அணியை எந்தப் பதற்றமும் இல்லாமல், கட்டுப்பாட்டுடன் நிதானமாக கட்டுக்குள் வைத்தார். ஆனால், விம்பிள்டனில் சில முறை இறுதிச்சுற்று வரை முன்னேறிய ஆனால் இதுவரை வெற்றி பெற்றிராத வெஸ்னினா இதுதான் தான் வெற்றி பெற வாய்ப்புள்ள

சரியான தருணம் என்று நினைத்து விளையாடியதாகவே தோன்றியது. மிகச் சிறப்பாக, அதிரடியாக விளையாடினார்.

அந்தப் போட்டியின் நான்காவது கேம் முடிவடைந்தபோது எனது பதற்றமும் படபடப்பும் பெருமளவு குறைந்து, என் அப்பா கணித்தது போலவே ஆசுவாசமாகவும் தளர்வாகவும் உணர்ந்தேன். இப்போது இரு அணிகளும் சம நிலையில் இருந்ததால், ரசிகர்களின் ஆரவாரம் அதிகரித்துக்கொண்டே போனது. அந்த இரட்டையர் போட்டி ஆட்டம் நம்பமுடியாத அளவு உயர் தரம் வாய்ந்ததாக இருந்தது. 5-ஆல் என்ற நிலையில், சர்வ் பிரேக் ஆனது, அடுத்த கேமில் அந்த ரஷ்ய வீராங்கனைகள் அந்த செட்டை வென்றுவிட்டனர்.

இரண்டாவது செட்டில் எங்கள் விளையாட்டு திறம் கணிசமாக அதிகரித்தது. ஆனால் அதைப் போலவே வெஸ்னினா மற்றும் எகடரினா மகாரோவா திறனும் எங்களுக்கு இணையாக அதிகரித்தது. இரண்டாவது செட்டில் ஒரே ஒரு சர்விஸ் பிரேக்கூட ஆகவில்லை. இறுதியில் டை-பிரேக்கரில் 7-4 என்ற கணக்கில் வென்றோம். நான் மிகச் சிறப்பான செட் புள்ளியை வென்றேன். அதுதான் அந்த செட்டின் திருப்புமுனை என்று தோன்றியது. வெஸ்னினா என்னை நோக்கி சர்வ் செய்தார். நான் கோட்டிற்கு கீழாக செல்வதற்கு முன்பாக நான்கு வலுவான கிராஸ்-கோர்ட் ஷாட்களை விளாசி, மகாரோவாவை நோக்கி எனது முன்னங்கை வெற்றி ஷாட்டை அடித்து அந்த செட்டைக் கைப்பற்றினேன். இப்போது ஒன்செட்-ஆல் நிலையில் இருந்தோம். இரண்டு அணிகளில் யார் வெல்வார்கள் என்று யாராலும் கணிக்க முடியாத நிலை. எந்த அணி பதற்றமில்லாமல் நிதானமாக விளையாடுகிறதோ அந்த அணி வெல்லும் என்ற நிலை.

வெஸ்னினா தன் வாழ்க்கையின் மிகச் சிறப்பான ஆட்டத்தை வெளிப்படுத்தினார். அருமையாக சர்வ் செய்தார், நல்ல முறையில் ஷாட்களைத் திருப்பி அடித்தார், வாலிகளில் அவர் நெட் முழுவதும் ஆக்ரமித்தாற்போலத் தோன்றியது. வெறும் ஒன்றிரண்டு தவறுகளால் நாங்கள் எலிமினேட் ஆகும் நிலைக்குத் தள்ளப்பட்டோம். நான்காவது கேம், டிசைடரில் மார்டினா சர்வில் பிரேக் ஆன போது 1-4 என்ற நிலையில் கீழிறங்கி விட்டோம். பிறகு இறுதி செட்டில் 2-5 என்ற கேம் கணக்கில் இருந்தோம். நாங்கள் மிகவும் ஆபத்தான நிலையில் இருப்பதை உணர்ந்தோம். எங்கள் அக வலிமையை மீட்டெடுக்க வேண்டிய தருணம் வந்துவிட்டது என்பது எங்களுக்குப் புரிந்தது. மகத்தான விம்பிள்டன் சாம்பியன் கிரீடத்தை சூட்டிக்கொள்ள அந்த

ரஷ்ய வீராங்கனைகள் இன்னும் ஒரே ஒரு கேமில் வென்றால், போதும். ஆனால், இன்னும் ஒரே ஒரு சர்வீஸ் பிரேக் மட்டும்தான் வேண்டும் அதை நாங்கள் பெற்றுவிட்டால், மீண்டும் அந்தக் களத்தைக் கைப்பற்றும் போராட்டத்தில் இறங்கிவிடலாம் என்று மட்டுமே மார்டினாவும் நானும் எங்களுக்கு நாங்களே நினைவுபடுத்திக்கொண்டே இருந்தோம். நான் அவரிடம், 'நம் வாழ்நாள் முழுவதும் இதற்காகத்தான் நாம் போராடி வந்திருக்கிறோம். இரண்டில் ஒன்றைத் தவிர வேறு என்ன மோசமாக நடந்துவிடப்போகிறது?' என்று கேட்டேன்.

'சரிதான், ஆனால், இந்த இறுதிச் சுற்றில் நான் தோற்க விரும்பவில்லை!' என்று மார்டினா பதில் கூறினார்.

'நானும்தான், ஆனால், நாம் விரும்பிய நிலையை நாம் அடைந்துவிட்டோம். முனைப்புடன் ஆடும் அதே நேரத்தில் நாம் இந்தப் போராட்டத்தை அனுபவித்து மகிழலாம்' என்று நான் அவரிடம் கூறினேன். இருவரும் புன்னகைத்துக்கொண்டோம். தோல்வியைத் தழுவலாம் என்ற விளிம்பு நிலையில் இருக்கும் நாங்கள் இவ்வாறு ஜோக் அடித்துக்கொண்டு பரஸ்பரம் புன்னகை செய்துகொண்டதைப் பார்க்கும் யாருக்குமே விசித்திரமாகத்தான் தோன்றியிருக்கும். ஆனால், இவ்வறு ஜாலியாக விளையாடலாம் என்று முடிவு செய்த எங்கள் மனோபாவம்தான் அன்று இந்த ஆட்டத்தில் எங்களுக்கு உதவியது.

அப்போதுதான் நாங்கள் தலை சிறந்த ஆட்டத்தை வெளிப்படுத்தினோம். மார்டினா தன்னம்பிக்கையுடன் ஆடி, 3–5 என்று எங்கள் கேமை உயர்த்தினார். பிறகு மகாரோவாவின் சர்வை உடைத்து எங்கள் பக்கத்துக்கு சர்வைக் கொண்டு வந்துவிட்டோம். அப்போது இருட்டிவிட்டது. நேரம் செல்லச் செல்ல பந்தைப் பார்ப்பதே மிகவும் சிரமமாக இருந்தது. மார்டினா சேர் அம்பயரிடம் திரும்பத் திரும்ப விளக்குகளை ஒளிரவிடும்படி நினைவுபடுத்திக்கொண்டே இருந்தார். ஆனால் ஏதோ காரணத்திற்காக அவர் அதற்கு ஒப்புக்கொள்ளவில்லை. விளையாட்டுப் போட்டிகளில் மிக மிக நுட்பமான விஷயங்களைத் துல்லியமாகப் பார்த்துத் தீர்ப்பு வழங்கப் பயன்படுத்தப்படும் 'ஹாக் ஐ' என்று குறிப்பிடப்படும் கணினித் தொழில்நுட்பம் திறம்பட செயல்படுவதற்கு அந்த வெளிச்சம் போதவில்லை என்பதால், அதை நிறுத்தி வைக்கவேண்டி வந்தது. 'கம்ப்யூட்டர்களுக்கே இந்த வெளிச்சம் போதவில்லை என்றால் விம்பிள்டன் இறுதிப் போட்டியில் விளையாடிக்கொண்டிருக்கும் நாங்கள் எப்படி பந்தைப் பார்க்க முடியும்?' என்று வெறுத்துப்போன மார்டினா கத்தினார்.

என் சர்வை நான் 5–ஆல் வரும்வரை தக்கவைத்தேன். மிக அருமையான கோணத்தில் பாக்–ஹாண்ட் கிராஸ் – கோர்ட்டில் ஓடி விளையாட்டுப் புள்ளியை வென்றேன். ஒருவழியாக அந்த மத்திய மைதானத்தின் மேற்கூரைகளை மூடி விளக்குகளைப் போடலாம் என்று சேர் அம்பயர் முடிவு செய்தார். இப்போது போட்டி அதன் உச்சகட்டத்தை எட்டியிருந்தது. ஆனால், மைதானத்தில் விளக்கை ஒளிரவிடும் ஏற்பாடுகள் நடைபெற்றுக் கொண்டிருக்க, நாங்கள் க்ரீன் ரூமில் காத்திருந்தோம். மிகச் சரியாக எங்களுக்குச் சாதகமாக போட்டியின் போக்குத் திரும்பிக்கொண்டிருந்த தருணத்தில் இந்த இடைவேளை வந்துவிட்டது. மீண்டும் திரும்பிப்போய் ஆட்டத்தைத் தொடங்கியவுடன் அதே கட்டுப்பாட்டை எங்களால் மீண்டும் கொண்டு வர முடியுமா? எங்கள் பயிற்சியாளராக இருந்த என் அப்பா எங்கள் அறைக்கு அழைத்துவரப்பட்டார், அதேபோல ரஷ்யன் பயிற்சியாளரும் மகாரோவா மற்றும் வெஸ்னினா இணைக்கு ஆலோசனை கூற அவர்கள் இருந்த அறைக்குச் சென்றார்.

‘இது ஒரு நம்பமுடியாத இறுதிச்சுற்றுப் போட்டி விளையாட்டு. நீங்கள் இருவரும் எவ்வளவு மோசமான நிலையிலிருந்து அற்புதமாக மீண்டு எழுந்து வந்திருக்கிறீர்கள் என்பதை எண்ணி நீங்கள் பெருமிதம் கொள்ள வேண்டும். இனி நடக்கப்போகும் ஆட்டத்தில் என்ன நடந்தாலும் உங்களது இந்த அற்புத ஆட்டத்தை யாராலும் மறக்கவே முடியாது’ என்று என் அப்பா கூறினார். பிசியோதெரஃபிஸ்ட் சோர்ந்திருந்த எங்கள் கால்களை மசாஜ் செய்து சிறிது தெம்பூட்டினார்கள். நாங்கள் போட்டிக்குத் தயாரானோம். ‘இனி யார் வேண்டுமானாலும் ஜெயிக்கலாம் என்ற கட்டத்தை இந்தப் போட்டி எட்டிவிட்டது. ஆனால், நாம் வெற்றி பெறுவதற்காக மிகவும் வலுவான ஆட்டத்தை வெளிப்படுத்த வேண்டும். ஆவேசமாக அடித்து ஆட வேண்டும். சானியா, ஒரு ஷாட் பால் உன்னை நோக்கி வந்தால் உன் ஒட்டுமொத்த பலத்தையும் பிரயோகித்து அடித்து ஆடு, அவள் ஆழமாக பந்தை அடித்து ஆடும்போது, மார்டினா, நீங்கள் அந்த வாய்ப்பைப் பயன்படுத்திக்கொண்டு நெட்டை நெருங்கி அடித்து ஆடுங்கள். அப்படியும் நாம் தோற்பதற்கு வாய்ப்புகள் உள்ளன, ஆனால், அப்படியே தோற்றாலும், சரியான முறையில், நன்றாக ஆடினோம் என்ற மனநிறைவாவது நமக்கு இருக்கும்’ என்றார், என் அப்பா.

இந்த இடைவேளைக்குப் பின் நாங்கள் மைதானத்திற்கு வந்தபோது, ரசிகர்களின் கைத்தட்டல் ஆரவாரம் அரங்கையே

அதிர வைத்தது. மூடப்பட்ட மேற்கூரை, விளக்குகள் எல்லாம் சேர்ந்து அற்புதமான சூழலை ஏற்படுத்தியிருந்தன. பார்வையாளர்களின் கத்தலும் கூச்சலும் காதைப் பிளந்தன. விளையாட்டைத் தொடர்வதற்காக மைதானத்தில் நடந்து சென்று கொண்டிருந்த சமயத்தில் 'இதை என்னால் நம்பவே முடியவில்லை, எனக்குப் புல்லரிக்கிறது,' என்று நான் என் இணையிடம் சொன்னேன். 'எனக்கும்தான்' என்று சொன்னவாறே என்னைப் பார்த்து மார்டினா புன்னகைத்தார்.

நான் என் தலையைத் திருப்பி எங்கள் எதிரணியினரைப் பார்த்தேன். அவர்கள் ஏற்கெனவே இருந்த உருவங்களின் மெல்லிய நிழல் போல காட்சியளித்தனர். அவர்களுடைய தோற்றம் அப்படியே தலைகீழாக மாறியிருந்தது. அந்த மைதானத்தில் இருந்த இரண்டு அணியும் எதிரெதிர் துருவம் போல இருந்தன. நாங்களோ புன்னகையுடனும் தோல்வியில் விளிம்பிலிருந்து அற்புதமாக மீண்டெழுந்து, எதிராளியுடன் 5-ஆல் என்ற சம நிலைக்கு வந்த பெருமிதத்துடன் நடை போட்டுக்கொண்டிருந்தோம். மகாரோவா மற்றும் வெஸ்னினா இணையைப் பார்க்கும்போது, ஏற்கெனவே இந்தப் போட்டியில் வென்று கோப்பையைக் கையில் பிடித்துக்கொண்டிருக்க வேண்டிய தாங்கள் இப்படி கேமை பறிகொடுத்துவிட்டு வெற்றியா தோல்வியா என்ற நிலைக்கு வந்துவிட்டதை நினைத்து வருத்தப்படுவது தெளிவாகத் தெரிந்தது. மனமுடைந்து போயிருப்பது தெரிந்தது. இடையில் வந்த இந்த இடைவெளி அவர்களுக்கு எந்த வகையிலும் உதவியிருக்கவில்லை.

நாங்கள் இருவரும் எங்களது அற்புதமாக விளையாட்டை இன்னும் பத்து நிமிடங்களுக்கு விளையாடினால் போதும், சாதித்துவிடலாம் என்பது எங்களுக்குத் தெரிந்திருந்தது. வெஸ்னினாதான் முதலில் சர்வ் செய்யப்போகிறார் என்ற நிலையில் என் மனதில் இருந்ததெல்லாம், என் ரிடர்ன் ஷாட்டை நான் மிஸ் செய்யவே கூடாது என்ற ஒரே எண்ணம்தான். எப்படியாவது பந்தை நான் திரும்பி வரச்செய்ய வேண்டும். ஆரம்பத்திலேயே நாங்கள் மிகச் சிறப்பாக ஆடி அந்த ரஷ்ய அணியின் சர்வை சில பிரமாதமான ஸ்ட்ரோக்குகளில் பிரேக் செய்தோம். நம்ப முடியாத முறையில் நான் பாக்ஹாண்ட் டவுன் தி லைன் வின்னர் ஷாட் அடித்தது எனக்கு நினைவிருக்கிறது. மார்டினாவும் தன் பங்குக்கு வெகு அழகான இன்சைட்-அவுட் ஃபோர்ஹாண்ட் கிராஸ்-கோர்ட் ஷாட் அடித்தார். அது மகாரோவை திகைப்படையச் செய்து, சாம்பியன்ஷிப்புக்கான மிக முக்கியமான ஷாட்டை அடிக்கவிடாமல் செய்துவிட்டது.

இப்போது மார்டினாவுக்கு அந்தப் போட்டியை முடித்து வைப்பதற்கான 40–30 'கேம், செட் அன்ட் சாம்பியன்ஷிப்' என்ற அற்புத வாய்ப்பு கிட்டியது. அவர் வெஸ்னினாவின் பாக்ஹாண்ட் பக்கமாக படபடப்புடன் 65 எம்.பி.ஹெச் வேகத்தில் சர்வ் செய்தார். அந்த ரஷ்ய வீராங்கனை பந்தை கோட்டிற்குக் கீழே அனுப்ப முயற்சி செய்தார், ஆனால் அது நெட்டில் மோதியது. நாங்கள் வென்றுவிட்டோம்! நானும் என் இணையும் விம்பிள்டன் மைதானம் முழுவதும் பள்ளிச் சிறுமிகளைப் போல துள்ளி குதித்து ஓடினோம். ஒருவரை ஒருவர் கட்டிப் பிடித்துக்கொண்டோம். இந்த போட்டி முழுவதும் எங்களுக்கு ஆதரவாக உற்சாகப்படுத்திக் கொண்டிருந்த கூட்டத்தினரின் உற்சாக ஆரவாரத்தால் அந்த அரங்கமே அதிர்ந்தது.

மிகவும் உற்சாகமாக நாங்கள் எங்கள் பாக்சை நோக்கி கையசைத்தோம். அங்கே என் அப்பாவுடன் சேர்ந்து போட்டி பார்த்துக்கொண்டிருந்த அனைவரும் அவருக்கு வாழ்த்து தெரிவித்துக்கொண்டிருந்ததை நான் பார்த்தேன். அங்கே டேவிட் டோயஸ் இருந்தார், ஃபர்ஹான் மற்றும் அவருடைய குடும்பத்தார், பாலிவுட் நடிகை ஹுமா குரேஷி, வி. சாமுண்டேஷ்வரநாத், தென்மண்டல முன்னாள் கிரிக்கெட் வீரரும் என் தோழியுமான எபா, மற்றும் கிரிக்கெட் வீரரான அவருடைய கணவர், அஸார் மொஹம்மத் அனைவரும் அங்கே இருந்தனர். இப்படிப்பட்டத் தருணங்களில்கூட மிகவும் நுட்பமான விஷயங்களைக்கூட ஒருவர் கவனிப்பது மிகவும் விசித்திரமான விஷயம்தான். என் அப்பா பேரிச்சைப் பழங்களைக் கொறித்துக்கொண்டிருந்தார். அது ரம்சான் மாதம். 'இப்தார்' நேரம் நெருங்கிக் கொண்டிருந்த சமயத்தில்தான் மார்டினா அந்த கடைசி சர்வை வீசியதாகவும், பேரிச்சம் பழத்தைக் கையில் வைத்துக்கொண்டு அவர் என் வெற்றிக்காகப் பிரார்த்தனை செய்ததாகவும், வரலாற்று சிறப்பு மிக்க அந்த வெற்றியை நாங்கள் அடைந்த அந்த நேரமும் நோன்பு முடிந்து உணவு உண்ண வேண்டிய நேரமும் சரியாக இருந்ததாக அவர் என்னிடம் பிறகு கூறினார்!

நானும் மார்டினாவும் ராயல் பாக்சுக்குச் சென்று எங்கள் கோப்பைகளைப் பெற்றுக்கொள்ள வேண்டிய நேரத்தில் இந்தியாவில் கொண்டாட்டங்கள் தொடங்கிவிட்டன. இந்தத் தருணத்திற்காகத்தான் நான் என் வாழ்நாள் முழுவதும் காத்திருந்தேன். ராயல் பாக்ஸ் இடத்தை அடைந்து மிகவும் பெருமிதத்துடன் தாங்கள் வென்ற கோப்பையை வீரர்கள் பெறும் காட்சி நான் சிறுமியாக இருந்த காலத்திலிருந்தே என்

மனதில் பதிந்துவிட்ட ஒரு காட்சி. அதை இப்போது நேரில் அனுபவித்துக்கொண்டிக்கிறேன். அந்தக் காட்சிதான் எனக்கு உந்துசக்தியாக இருந்து கடுமையாக உழைத்து கடைசியில், இந்த சாதனையை நிகழ்த்தும் வல்லமையை வழங்கியிருக்கிறது.

இங்கே சாம்பியன் பட்டத்தை பெற்றிருப்பதன் மூலம், நான்கு கிரான்ட் ஸ்லாமின் அனைத்து மையங்களிலும் கோப்பை பெருமையைப் பெற்றேன். பெண்கள் இரட்டையர் போட்டிகளின் எனது முதல் வெற்றி இதுதான் என்பதும் குறிப்பிடத்தக்கது. அதுவும் இந்த எனது முதல் வெற்றியே விம்பிள்டனில் நடந்திருப்பது இந்த வெற்றியை விசேஷமாக்கிவிட்டது. கனவு நிஜமாகிவிட்டது!

39

உயரப் பறத்தல்

தொழில் முறை ஆட்டத்தில் என் முதல் விம்பிள்டன் சாம்பியன் பட்டத்தை நான் பெற்றுவிட்ட பிறகு மீண்டும் எதையாவது சாதிக்க வேண்டும் என்பதில் கவனம் செலுத்துவது அவ்வளவு சுலபமாக இருக்கப்போவதில்லை. மார்டினாவும்கூட, ‘ஹோம் ஆஃப் டென்னிஸ்’ என்ற மிக உயர்ந்த இடத்தை பதினேழு வருட நீண்ட இடைவெளிக்குப் பிறகும் அதே சிரமத்தை உணர்ந்தார். இந்த வெற்றி பெற்றது எங்களை சோர்வடையச் செய்துவிடவில்லை. ஆனால் நாங்கள் வெற்றிபெற்றவிதம்தான் எங்களை ஒரு கலக்கு கலக்கிவிட்டது. உலகின் மிகப் பெரிய அரங்கில், பெருமிதம் மிக்க போட்டியில், தோல்வியை வெற்றியாக மாற்றிக் காட்டி சாதித்துள்ளோம். எனவே, கனடாவிலும் அமெரிக்காவிலும் விம்பிள்டன் நடந்து முடிந்த மிக குறுகிய இடைவெளிக்குள் நடைபெற்ற டபிள்யு.டி.ஏ. போட்டிகளில் கவனம் செலுத்துவது மிகவும் சிரமமாகத் தோன்றியது. டொரான்டோவிலும் சின்சினாட்டியிலும் நடைபெற்ற போட்டிகளில் அரையிறுதியில் நாங்கள் தோற்றோம். இதனால் ஏற்கெனவே கடின மைதானத்தில் இந்த ஆண்டு தொடக்கத்தில் மிகச் சிறப்பாக ஆடி வெற்றி பெற்றிருந்தாலும் கூட அமெரிக்க ஓபன் போட்டியிலும் நாங்கள் இப்படித்தான் தடுமாறப்போகிறோமா என்று எங்கள் ஆதரவாளர்கள் நினைக்கத் தொடங்கிவிட்டனர்.

அமெரிக்க ஓபன் தொடங்கவிருந்த சில வாரங்களுக்கு முன் இந்திய ஜனாதிபதியிடமிருந்து எனக்கு ராஜீவ் காந்தி கேல் ரத்னா விருது கிடைக்கப் போகிறது என்ற மகிழ்ச்சிகரமான செய்தி கிடைத்தது. இந்த விருது நம் நாட்டின் விளையாட்டு வீரர்களுக்குக் கிடைக்கக் கூடிய மிக உயரிய விருது. நான் மகிழ்ச்சியில் திக்குமுக்காடிப்போனேன். எனது தொழில் வாழ்க்கையில் என் சாதனைகளுக்கான சிறந்த அங்கீகாரம் இது. ஜனாதிபதி பிரணாப் முகர்ஜியிடமிருந்து அதை நானே நேரில் பெற வேண்டும் என்று விரும்பினேன். அப்படி நான்

பெறுவதாக இருந்தால், நியு ஹாவனில் நடைபெறும் போட்டியில் என்னால் கலந்துகொள்ள முடியாது. சின்சினாட்டியிலிருந்து இந்தியாவுக்குத் திரும்பி வரவேண்டும். அதனால் ராஷ்ட்டிரபதி பவனில் நடைபெற்ற கோலாகலமான விழாவில் கேல் ரத்னா விருது பெற்ற உடன் அன்று இரவே அடுத்த நாளே தொடங்க இருந்த அமெரிக்க ஓபனில் கலந்துகொள்வதற்காக நியுயார்க் பறந்து சென்றேன்.

இவ்வாறு புதுதில்லியிலிருந்து நீண்ட பயணம் மேற் கொள்வதால் அதீத சோர்வுக்கு ஆளாகி, கிராண்ட் ஸ்லாம் பட்டம் பெறும் வாய்ப்பு பறிபோகும் ஆபத்து இருந்தது. ஆனால், எதற்காகவும் நான் ஜனாதிபதியிடமிருந்து இந்த விருதை பெறும் பெருமையை இழக்க விரும்பவில்லை. நியுயார்க்கில் உள்ள ஏற்பாட்டாளர்களிடம் நான் போட்டி தொடங்குவதை கொஞ்ச நேரத்திற்குத் தள்ளிப்போட முடியுமா என்று கேட்டேன். அவர்களும் மகிழ்ச்சியுடன் ஒப்புக்கொண்டனர்.

அந்த ஆண்டிற்கான கடைசி கிராண்ட் ஸ்லாம் போட்டிகள் தொடங்கிய உடனேயே நாங்கள் எங்கள் ஃபார்முக்கு வந்துவிட்டோம். எங்களை முடுக்கிவிட எங்களுக்கு ஒரு பெரிய சவால் தேவைப்பட்டிருக்கலாம். கிராண்ட் ஸ்லாம் உண்மையில் மிகப் பெரிய சவால்தான். முதல் மூன்று போட்டிகளில் நாங்கள் வெறும் எட்டு கேம்களில் மட்டுமே தோற்றோம். இது உண்மையில் நல்ல தொடக்கமாகவே எங்களுக்குத் தோன்றியது. ஆனால, தைப்பேயைச் சேர்ந்த ஒன்பதாவது போட்டியாளர்களான சான் சகோதரிகளுக்கு எதிராக காலிறுதிப் போட்டியில் விளையாடிக்கொண்டிருந்தபோது, திடீரென்று 0–5 என்ற நிலைக்கு சரிந்துவிட்டோம். இதே இணையிடம்தான் நாங்கள் சின்சினாட்டியிலும் தோற்றோம். பேஸ்லைனுக்குப் பின்னால், கிராண்ட் ஸ்டாண்ட் மைதானத்தின் வடக்கு மற்றும் தெற்குப் பக்கங்களில் இருந்த பார்வையாளர்களின் இருக்கைகள், சாதாரணமாக இருப்பதைவிட கீழிறங்கி இருந்தன. இதனால் ஆரம்பத்தில் எங்களால் பந்தை ஸ்டான்டுகளைத் தாண்டிப் பார்ப்பது சிரமமாக இருந்தது. ஆனால், அதற்கு நாங்கள் பழகிய உடனேயே நாங்கள் எங்கள் எதிராளிகளை பதம் பார்த்தோம், முதல் செட்டின் டை–பிரேக்கரில் நிலைமையை எங்களுக்கு சாதகமாகத் தலைகீழாக மாற்றி விட்டோம்.

இதற்கிடையே, அந்தச் சந்தர்ப்பத்தில் ஃபிளாவியா பென்னட்டா ஒற்றையர் மற்றும் இரட்டையர் பிரிவுகளில் மிகச் சிறப்பாக ஆடி வந்தார். இத்தாலியைச் சேர்ந்த உலகின் முன்னாள் முதல்நிலை வீராங்கனைகளான ஃபிளாவியா மற்றும்

சாரா இரானி இணையுடன் நாங்கள் அரையிறுதிப் போட்டியில் விளையாடினோம். எங்கள் இரண்டு அணியுமே ஆரம்பத்தில் ஒருவருக்கு ஒருவர் சளைக்காமல் ஆடினோம். கஜல் பாடகரான என் சித்தப்பா தாலத் ஆஜிஸ் இந்த ஆட்டத்தைப் பார்க்க வந்திருந்தார். முதல் செட்டில் 3–ஆல் என்ற நிலையில் திடீரென்று ஆட்டத்தில் என் பக்கமாக அதிர்ஷ்டக் காற்று வீசியது. அதன் பிறகு ஆட்டம் எங்களுக்கு சாதகமாகத் திரும்பியது. நாங்கள் அதில் 6–4, 6–1 என்ற செட்களில் வென்று இன்னும் ஒரு கிராண்ட் ஸ்லாம் பெறும் வாய்ப்பை நோக்கி இறுதிச் சுற்றுக்கு முன்னேறினோம்.

தாலத் சித்தப்பா என் அப்பா, தாத்தா–பாட்டியுடன் மும்பையில் வசித்து வந்தார். அந்தக் கனவுகளின் நகரில் ஒரு கஜல் பாடகராகப் பிரபலமடையும் நோக்கத்துடன் அங்கு வந்தார். இப்போது அவர் அமெரிக்காவில் மூத்த பாடகி ஆஷா போஸ்லே இடம்பெற்றிருந்த ஒரு இசைப் பயணக் குழுவோடு வந்திருந்தார். என் டென்னிஸ் ஆட்டத்தை விரும்பிய ஆஷா போஸ்லேயை நான் சந்திக்க வேண்டும் என்று அவர் விரும்பினார். இறுதிப் போட்டிக்கு இன்னும் நான்கு நாட்கள் இருந்தன என்பதால், அந்த அற்புதமான பாடகியை சந்திக்க நான் என் அப்பா, மற்றும் சித்தப்பாவுடன் அவர் தங்கியிருந்த விடுதிக்குச் சென்றேன். உலக டென்னிசின் ஆரம்பகால சாம்பியன் பியோன் போர்க் காலத்திலிருந்தே ஆஷா டென்னிஸ் பிரியராக இருந்து வருகிறார் என்பது மட்டுமல்லாமல், முப்பது ஆண்டு காலமாக தீவிர கிரிக்கெட் ரசிகராகவும் இருந்து வருகிறார் என்பதை அறிந்து நான் ஆச்சரியமடைந்தேன்.

'இந்தப் பெயரையும் புகழையும் அடைவதற்கு எனக்கு எழுபது ஆண்டு காலம் ஆகிவிட்டது, சானியா, ஆனால் நீ இவ்வளவு சிறிய வயதில் இதை அடைந்துவிட்டாய்' என்று என்னைப் பார்த்து மிகவும் உற்சாத்துடன் கூறினார்.

மார்டினாவுக்கும் எனக்கும் மற்றுமொரு முடிக்கப்படாத பணி மீதியிருந்தது. நாங்கள் இருவரும் இந்த இறுதிப்போட்டியில் வென்றாக வேண்டும். யாரோஸ்லாவா ஷ்வேடோவா– கேசி டெலாக்வா இணை, போட்டி டிராவின் வேறொரு பாதியில் ஆடி இறுதிச் சுற்றை அடைந்திருந்தனர். இதில், இந்த ஆண்டிலேயே நாங்கள் இந்த இணையை மூன்றாவது முறையாக சந்திக்க இருந்தோம். ஃபிளஷ்ஷிங் மெடோஸ் மைதானத்தில் 2014–ல் நான் இந்த இணையை கலப்பு இரட்டையர் போட்டிகளில் வென்றிருந்தேன். இந்த ஆண்டும் அமெரிக்க ஓபன் போட்டிகளின் பெண்கள் இரட்டையர் பிரிவில் அதே போல என்னால் வெற்றி

பெற முடியுமா? மேலும், நானும் மார்டினாவும் இப்போதுதான் கிராண்ட் ஸ்லாம் போட்டிகளில் வென்றுள்ளோம், அதோடு ஏற்கெனவே இரண்டு மாதங்களுக்கு முன்புதான் விம்பிள்டன் பட்டத்தை வென்றுள்ளோம்.

அந்த இறுதிச் சுற்றி முழுக்க முழுக்க எங்களுக்கு சாதகமாகவே இருந்தது. நானும் மார்டினாவும் மிகப் பிரமாதமாக ஆடி அந்த கஜகஸ்தான்–ஆஸ்திரேலிய இணையை 6–3, 6–3 என்ற செட் கணக்கில் தோற்கடித்து உலக மகளிர் இரட்டையர் டென்னிஸ் ஆட்ட களத்தில் எங்கள் ஆதிக்கத்தை மீண்டும் நிலைநாட்டினோம். அதிசயிக்கத்தக்க வகையில் நாங்கள் ஒரே ஒரு செட்டில்கூட தோற்கவில்லை என்பதோடு அந்த ஒட்டுமொத்த போட்டிகளிலுமே இருபத்தி ஆறு கேம்களை மட்டுமே இழந்திருந்தோம்.

என் தொழில் வாழ்வின் ஐந்தாவது கிராண்ட் ஸ்லாம் வெற்றிக் கோப்பையைப் பெற்ற உடனேயே என் தங்கை ஆனமின் நிச்சயதார்த்த நிகழ்ச்சியில் கலந்துகொள்ள இந்தியா விரைந்தேன். ஆனம் மட்டும்தான் என்னுடன் பிறந்தவள். நாங்கள் இருவரும் மிகவும் நெருக்கமானவர்கள். என்னைவிட ஏழு வயது சிறிய அவளுக்கு நான் தாய்போலவும் நடந்துகொண்டிருந்தாலும், நாங்கள் இருவரும் பரஸ்பரம் பல ரகசியங்களைப் பகிர்ந்து கொள்வதுண்டு. டென்னிசில் முதுகை உடைக்கும் பல போட்டிகளில் கலந்துகொண்ட எனக்கு சற்றே ஓய்வு தரும் வகையில் அத்தனையையும் மறந்து என் தங்கையின் நிச்சயதார்த்தத்தை ஒட்டி நடைபெற்ற அத்தனை விழாக்களிலும் மூழ்கிவிட்டேன்.

ஒன்றிரண்டு நாட்கள் கழித்து, மீண்டும் சுற்றுப்பயணத்தைத் தொடங்கிவிட்டேன். சீனாவில் மூன்று போட்டிகளிலில் நான் பங்கேற்க வேண்டியிருந்தது. காங்செள நோக்கி பயணம் மேற்கொண்டிருந்த நான் அந்த ஆண்டு அதுவரையிலான என் செயல்பாட்டை நினைத்து மனதில் அடி ஆழத்திலிருந்து அளவில்லாத மனநிறைவை உணர்ந்தேன். சிட்னி, இந்தியன் வெல்ஸ், மியாமி மற்றும் செஸ்லெஸ்டோன் ஆகிய வெற்றிகளைத் தவிர, விம்பிள்டன் மற்றும் அமெரிக்க ஓபன் போட்டி கோப்பைகளை வென்றது, அதற்கு முன் பெண்கள் இரட்டையர் சாம்பியன்ஷிப் போட்டிகளில் முதல் இடத்தைக் கைப்பற்றியது ஆகிய சாதனைகளுடன் இந்த ஆண்டு ஏற்கெனவே மகத்தான வெற்றி ஆண்டாக அமைந்துவிட்டது. இன்னும் ஒரு சில போட்டிகளில் நான் விளையாட வேண்டும். ஆனால் நான் வேறு எதை சாதித்தாலும், ஏற்கெனவே பளபளப்பாக காணப்படும்

ஆபரணத்தில் மேலும் கல் பதித்து அழகூட்டுவது போலத்தான் இருக்கும்.

அந்த ஆண்டின் மீதமிருந்த போட்டிகளிலும் நல்ல முறையில் ஆடி எங்கள் 'சான்டினா' அணி (நாங்கள் இப்போது எங்கள் அணியை அப்படித்தான் குறிப்பிடுகிறோம்) உலகின் பெண்கள் இரட்டையர் போட்டிகளில் தொடர்ந்து ஆதிக்கம் செலுத்தினோம். இதுவரை வெகு சில இணைகளே இவ்வாறு தொடர்ந்து ஆதிக்கம் செலுத்தின. சீனாவில் நடைபெற்ற மொத்தம் மூன்று போட்டிகளிலும் (காங்சௌ, வூஹான், பெய்ஜிங்) நாங்கள் வென்று வாகை சூடினோம். பின்னர் சிங்கப்பூரில் நடைபெற்ற ஆண்டு முடிவு இறுதிப் போட்டிகளைத் நான் தக்கவைத்துக் கொண்டேன். சாம்பியன்ஷிப் போட்டிகளில் ஒரே ஒரு செட்டில்கூட நாங்கள் இருவரும் தோற்கவேயில்லை.

2015ஆம் ஆண்டுக்குரிய முதல் அணிக்கான வெற்றிக் கோப்பையைப் பெறுவது மிகவும் பெருமைக்குரிய தருணம். காரபின் முகுருஃபா–கார்லா நாவரோ என்ற இரண்டு முன்னணி ஒற்றையர் விளையாட்டு வீராங்கனைகளாக இருந்து பிறகு அந்த ஆண்டில் இரட்டையர் போட்டிகளிலும் சிறப்பாக முன்னேறி வந்த ஸ்பெயின் இணைக்கு எதிராக இரண்டு நாட்களுக்குப் பிறகு நிறைவான வெற்றி பெற்று முதல்நிலை அணி இடத்தை உறுதிப்படுத்தினோம். டபிள்யு.டி.ஏ. போட்டியில் நான் சென்ற ஆண்டு ஆடும்போது மார்டினா நவரத்திலேவா பார்த்திருக்கிறார். எனக்கு கோப்பையை வழங்கியதே அவர்தான். ஸ்பெயின் அணியினருக்கு எதிராக நான் ஆடிய ஆட்டத்தைப் பற்றி மிகவும் பெருந்தன்மையாகப் பாராட்டியது அந்த ஆண்டில் எனக்குக் கிடைத்த மிகப் பெரிய அங்கீகாரமாக நினைக்கிறேன். இவ்வளவு மகத்தான டென்னிஸ் வீராங்கனையிடமிருந்து கிடைத்தப் பாராட்டை மற்ற பெருமைக்குரிய கோப்பையை வென்றது போலவே உணர்ந்தேன்.

ஜனவரி முதல் எனக்குக் கிடைத்தவற்றில் 10ஆவது பட்டம் இது. அதுவும் மிகவும் கௌரவம் மிக்க டபிள்யு.டி.ஏ. இறுதிச் சுற்றில் வென்று இதைச் சாதித்தேன். எனக்கு இது நம்பவே முடியாத அற்புத வெற்றிகளை அள்ளிக்கொடுத்த ஆண்டு. இந்த ஆண்டில் என்னால் சாதிக்க முடியும் என்று நான் இலக்கு வைத்திருந்த இந்த விளையாட்டின் ஏறக்குறைய அனைத்தையும் நான் சாதித்துவிடேன். கடந்த ஏழு மாதங்களில் நாங்கள் பெற்ற வெற்றிகள் என்னை யாராலும் வெற்றிகொள்ள முடியாதவள் என்று உணரவைத்தன. அமெரிக்க ஓபன் போட்டிக்குப் பிறகு என் நெருங்கிய தோழியிடமிருந்து எனக்கு இவ்வாறு குறுஞ்செய்தி

வந்தது: 'நம்பர் ஒன் நிலையில் பல முறை நீ இருந்திருக்கலாம், ஆனால் ஜெயிக்க முடியாதவள் என்று உணரும் நிலை வெகு சில சமயங்களில்தான் அமையும். இந்தத் தருணத்தை அனுபவித்து மகிழுங்கள்!' எங்களது 2015 கிராண்ட் ஸ்லாமின் அதிரடி வெற்றி இந்தக் குறுஞ்செய்தியோடு ஒத்துபோனது.

நானும் மார்டினாவும் நாங்கள் தோற்றுப்போவோமோ என்று நினைக்கக்கூட இல்லை. நாங்கள் அந்தப் போட்டியில் அநாயசமாக முன்னேறிச்சென்றோம். ஒரு விளையாட்டு வீரர்களாக இவ்வாறு ஒருவர், உணர்வது எப்போதும் நடைபெறும் ஒரு நிகழ்வல்ல. விம்பிள்டன் இறுதிப் போட்டியில், மூன்றாவது செட்டில் 2–5 என்ற மோசமான நிலையில் இருந்து மீண்டெழுந்து அதிரடியாக ஆடி எதிராளியைத் தோற்கடித்தது எங்களுக்கு மிகப் பெரிய திருப்புமுனையாக இருந்தது. அப்போது மட்டும் நாங்கள் தோற்றிருந்தால், அந்த வெற்றிக்குப் பின் அந்த ஆண்டு இறுதியில் நடைபெற்ற அமெரிக்க ஓபன் போட்டிகளில் எங்கள் ஆதிக்கத்தை இப்போது செய்தது போல நிலைநாட்டிக்கொண்டிருக்க முடியாது. அந்த சந்தர்ப்பத்திற்குப் பிறகு நாங்கள் சர்க்யூட்டில் மற்ற யாரையும்விட மிகச் சிறந்த அணியாக கோலோச்சிவிட்டோம்.

இதுவரை நான் சொன்னது எங்களது வெற்றிக் கதையும் அதைக் குறித்த எனது உணர்வும்தான். ஆனால், இத்தனை வருடங்களாக நான் உலகம் முழுவதும் போட்டிகளுக்காக சுற்றுப்பயணம் மேற்கொண்டது எனக்கு நல்ல பாடங்களைக் கற்றுக் கொடுத்திருக்கிறது. நானும் மார்டினாவும் இனி விளையாடும் ஒவ்வொரு போட்டியிலும் வெற்றிபெற்றாக வேண்டும் என்ற எதிர்பார்ப்பு மிக அதிகமாக இருக்கும். ஆனால், மற்றவர்கள் எங்களை வெற்றி கொள்ள வேண்டும் என்பதற்காகவே மிகச் சிறப்பாக விளையாடிவார்கள். நாங்கள் 'வேட்டையாடப்படும்' அணியாக இருக்கிறோம். மற்றவர்களுக்கோ தொடர் வெற்றிகளால் நாங்கள் பெற்றிருக்கும் ஊக்கத்தைத் தகர்த்து எங்களை வெற்றிகொண்டாக வேண்டும் என்ற வியுகம் அமைக்க வேண்டிய பிரச்சினை. எங்களுக்கோ நாங்கள் விளையாடும் ஒவ்வொரு போட்டியிலும் எங்களது மிகச் சிறப்பான விளையாட்டை வெளிப்படுத்தி வெற்றிபெற்றாக வேண்டும், அப்படி எங்களால் எப்போதாவது மிகச் சிறப்பாக விளையாட முடியவில்லை என்றாலும்கூட, எப்படியாவது முயன்று வெற்றி பெற்றாக வேண்டும் என்ற நிலை. டென்னிசில் முதல்நிலை அணிக்கும் 'முதல் 10' அணிக்கும் ஆடும் திறனில் பெரிய வேறுபாடு ஒன்றும் இருப்பதில்லை. அப்படி இருப்பதாக அகந்தைகொண்டு அசட்டையாக இருப்பது நேரெதிரான விளைவை ஏற்படுத்தும். இப்போது எங்கள் வெற்றிகளைவிட

தோல்விகள் குறித்து முன்பை விட அதிகளவில் பேசப்படும் என்ற நிலவரம் எங்களுக்கு குறிப்பிடத்தக்க அளவு மன அழுத்தத்தைத் தந்தது.

நாங்கள் மெத்தனமாக இருந்துவிட முடியாது என்பதை நானும் மாரட்டினாவும் நன்கு அறிந்திருந்தோம். நாங்கள் இருவருமே நிறைவான ஆட்டத்தை ஆடுவதற்கே எப்போதும் முயற்சி செய்வோம், நாங்கள் எங்களது வெற்றிகளால் எப்போதுமே முழுமையாக திருப்திபட்டுக்கொள்வதில்லை. ஒவ்வொரு போட்டியின் முடிவிலும் இதில் மேலும் சிறப்பாக எவ்வாறு விளையாடியிருக்கலாம் என்பது குறித்து நாங்கள் விரிவாக விவாதிப்போம். இதுதான் எங்கள் இணையின் நீண்ட கால வெற்றிக்கு முக்கிய காரணமாக இருக்கலாம்.

2016–லும் எங்கள் இணை தொடர்ந்து வெற்றி பெற்று வருகிறது. பிரிஸ்பேனில் நடைபெற்ற போட்டிகளில் (இதில் மார்டினா தன் முந்திய ஆண்டு பட்டத்தை தக்கவைத்துக் கொண்டார்). சிட்னியில் (நான் எனது பட்டத்தைத் தக்க வைத்துக்கொண்டேன்) வெற்றி பெற்றது மட்டுமல்லாமல், ஆஸ்திலேலியன் ஓபனில் பிரம்மாண்ட வெற்றியை ஈட்டிய பிறகு, எங்களது மூன்றாவது தொடர் கிராண்ட் ஸ்லாம் வெற்றியையும் ஈட்டினோம். சிட்னியில் கிறிஸ்டினா மிலாடனோவிச் மற்றும் கரோலின் கார்சியா இணையுடன் எங்களது போட்டி மறக்க முடியாத ஒன்றாக அமைந்தது. அதில் 2–5 என்ற மிக மோசமான நிலையில் இருந்து நாங்கள் அற்புதமாக ஆடி நிலைமையைத் தலைகீழாக மாற்றி வெற்றி பெற்றோம். இந்தப் போட்டியால் நாங்கள் குறைந்தபட்சம் இன்னும் கொஞ்சம் காலமாவது நாங்கள் எதிலும் தோற்கப் போவதில்லை என்ற நம்பிக்கையை எங்களுக்கு வழங்கியது.

இதன் பிறகு ஆஸ்திரேலியன் ஓபனில், ஒட்டுமொத்த போட்டிகளில் அமெரிக்காவைச் சேர்ந்த கேகோ வான்ட்வெகி மற்றும் ஜெர்மனியைச் சேர்ந்த ஆனா–லெனா குரோயென்ஃபெல்ட் இணையோடு மோதிய காலிறுப் போட்டியில் ஒரே ஒரு செட்டில் மட்டுமே நாங்கள் தோற்றோம். அரையிறுதியில் செக் குடியரசின் கரோலினா பிளிஸ்கோவா மற்றும் ஜெர்மனியின் ஜூலியா ஜார்ஜ் இணையோடு விளையாடி 6–1, 6–0 என்ற அதிரணி புள்ளிகளில் வென்றோம். இறுதிப்போட்டி செக் நாட்டின் சிறந்த அணியான ஆன்ட்ரியா லவாகோவா மற்றும் லூசி ரெடேகாவை நாங்கள் எதிர்கொண்டோம். இவரோடு 2011இல் ஃபிரெஞ்ச் ஓபன் போட்டியில் அன்றைய என் இணை எலெனா வெஸ்னினாவோடு கிராண்ட் ஸ்லாம் இறுதிச் சுற்றில்

விளையாடியபோது நாங்கள் தோற்றோம். அப்போது நான் அடைந்த தோல்வியை சரிகட்ட இதுதான் சரியான தருணம். நானும் மார்டினாவும் சேர்ந்து அதைத்தான் செய்தோம்!

ஆன்ட்ரியா ஆட்டத்தை அபாரமாகத் தொடங்கிவைத்தார். ஆரம்பத்தில் முதல் செட்டில் சற்றே தடுமாறினோம். ஆனால் டை–பிரேக்கரில் சுதாரித்துக்கொண்டு ஆடி சுலபமாக வென்றோம். அதன் பிறகு எல்லாமே எங்களுக்கு சாதகமான அமைந்து, சுலபமாக வெற்றியை ஈட்டினோம். இது எனது ஆறாவது கிரான்ட் ஸ்லாம் வெற்றி (கலப்பு இரட்டையர் போட்டியையும் சேர்த்து) மற்றும் பெண்கள் இரட்டையர் பிரிவு போட்டிகளில் தொடர்ந்து மூன்றாவது வெற்றி இது.

பதினைந்து நாட்களுக்குப் பிறகு நாங்கள் ரஷ்யாவின் செயின்ட் பீட்டர்ஸ்பர்க் நகரில் எங்கள் ஒன்பதாவது தொடர் வெற்றியை சாதித்தோம். இந்தச் சாதனை தோஹா வரை நீடித்தது. 41 தொடர் வெற்றிகளை நாங்கள் ஈட்டியிருந்தோம். இரட்டையர் பிரிவு போட்டிகளில் நோ–ஆட், டிசைடிங் பாயின்ட் மற்றும் சூப்பர் டை–பிரேக்கர் ஆகிய புதிய விதிமுறைகள் அறிமுகப்படுத்தப்பட்ட பிறகு நாங்கள் ஈட்டிய இந்த தனித்துவம் வாய்ந்த சாதனையை முறியடிப்பதற்கு நீண்ட காலம் பிடிக்கும்.

2015 மார்ச் மாதம் இந்தியன் வெல்ஸ் போட்டிகளோடு தொடங்கி 2016 தோஹாவில் முடிந்த இந்தப் பன்னிரெண்டு மாத காலகட்டத்தில் எங்கள் சான்டினா அணி விம்பிள்டன், அமெரிக்க ஓபன், ஆஸ்திரேலியன் ஓபன் மற்றும் ஆண்டு–முடிவு டபிள்யு.டி.ஏ. இறுதிப் போட்டிகள் உட்பட பதின்மூன்று பட்டங்களை வென்றுள்ளது. என் தொழில் வாழ்க்கையின் மிகவும் வெற்றிகரமான ஆண்டு இது என்பதில் எந்த சந்தேகமும் இல்லை.

40

ஆசிர்வதிக்கப்பட்ட வாழ்வு

ஒரு விளையாட்டு வீராங்கனையாக என் வாழ்க்கைப் பாதை எப்போதுமே மலர்ப்படுக்கையாக இருந்ததில்லை. ஆனாலும், வேறு எந்த வகையான வாழ்க்கைக்காகவும் நான் இதை விட்டுக்கொடுக்கவும் மாட்டேன். என் குடும்பத்தாரோடு நிறைய நல்ல தருணங்களை நான் தவறவிட்டிருக்கிறேன். என் வாழ்க்கை முழுவதும் வீட்டில் இருந்த காலகட்டம் மிகவும் குறைவு. எப்போதும் சுற்றுப் பயணங்களிலேயே இருந்து வந்திருக்கிறேன். என்னால் நீண்ட காலம் நிலைத்திருக்கும் நட்பையோ, உறவுகளையோ பெற முடியவில்லை. எப்போதும் என் செயல்பாடுகள் கவனிக்கப்பட்டுக்கொண்டும், மிக உயர் தரம் வாய்ந்த செயல்பாடு ஒவ்வொரு நாளும், ஒவ்வொரு தருணத்திலும் என்னிடமிருந்து எதிர்பார்க்கப்பட்டு வரும் விஷயமும்கூட கையாள்வது அவ்வளவு சுலபமான விஷயம் இல்லை. கடந்து 20 ஆண்டு காலமாக, டென்னிசில் எனக்கு இருக்கும் அதீத ஆர்வத்திற்கான நான் கொடுத்த விலை சாதாரணமானவை அல்ல. ஆனாலும் டென்னிஸ் எனக்கு புகழ், மரியாதை, கௌரவம், மனநிறைவான தொழில் மற்றும் இன்னும் பல விஷயங்களை வாழ்க்கையில் எனக்கு வாரி வழங்கியுள்ளது. இதற்காக இறைவனுக்கு வாழ்நாள் முழுவதும் நன்றியோடு இருப்பேன்.

வெற்றிகளோடு ஏராளமான அங்கீகரங்களையும் பெற்று வந்துள்ளேன். 2004ஆம் ஆண்டில் அர்ஜுனா விருது, 2006இல் பத்ம ஸ்ரீ விருதுகளைப் பெற்றபோது நான் 20 வயதைக்கூட எட்டியிருக்கவில்லை. பத்து வருடங்கள் கழித்து 2016இல் எனக்கு பத்ம பூஷண் விருது வழங்கப்பட்டது. மேலும் இந்தியாவின் ஒவ்வொரு விளையாட்டு வீரரின் கனவாக இருக்கும் ராஜீவ் காந்தி கேல் ரத்னா விருதுக்காக என்னைத் தேர்ந்தெடுத்ததை மிகப் பெரிய கௌரவமாக நான் கருதுகிறேன். பல ஆண்டுகளாக டஜன் கணக்கான அமைப்புகள், நிறுவனங்கள் எனக்கு பல்வேறு பரிசுகள், விருதுகள், கௌரவங்களை வழங்கியுள்ளன. எல்லாவற்றுக்கும் மேல் 'மண்ணின் மகள்' என்ற பட்டம் பெற்றதில் மிகுந்த மகிழ்ச்சி அடைந்தேன். சென்னையில் உள்ள

எம்.ஜி.ஆர். பல்கலைக்கழகம் எனக்கு கௌரவ மருத்துவர் பட்ட வழங்கியது, எனக்குக் கிடைத்த மகத்தான கௌரவம்.

ஆந்திராவின் முதல்வர், சந்திரபாபு நாயுடு எனக்கு மாநிலத்துக்கும் நாட்டுக்கும் பெருமை தேடி தந்தமைக்காக கேடயம் மரத்தில் சான்றிதழ் பொறிக்கப்பட்ட கேடயம் வழங்கினார். நான் பெற்ற கோப்பைகள் வைக்கப்பட்டுள்ள அறையில் இதுவும் இடம்பெற்றுள்ளது. நான் ஜூனியர் விம்பிள்டன் கோப்பையுடன் வெற்றி வாகை சூடி வந்த சமயத்தில் என் மாநில கவர்னராக இருந்த ஸ்ரீ சுர்ஜித் சிங் பர்னாலா, என் திருமணத்தின்போது அவர் எப்போதுமே என்னைத் தன் மகளைப் போல நினைத்து வருவதைக் குறிப்பிட்டு உணர்ச்சிகரமான ஒரு கடிதத்தை எழுதி எனக்கு அனுப்பினார். அவர் ஒரு ஓவியர் என்பதால், தானாகவே கேன்வாசில் ஒரு பெயின்டிங்கும் செய்து எனக்கு அனுப்பினார். அது இப்போதும் என் வீட்டு சுவரில் அலங்காரமாகத் தொங்குகிறது.

உலகம் முழுவதும் பல்வேறு நாடுகளிலும் நான் விளையாடும் முறை, டென்னிஸ் பந்தை நான் அடித்து ஆடும் பாணி ஆகியவற்றை ரசித்துப் போற்றும் ரசிகர்கள் உள்ளதை நினைத்து நான் பெருமிதம் கொள்கிறேன். ஆனால், எனக்கு மிகப் பெரிய எண்ணிக்கையில் ரசிகர்கள் இருப்பது இந்தியாவில்தான். இது ஒன்றும் அதிசயமும் இல்லை. இந்தியர்கள் எப்போதுமே அற்புதமானவர்கள். அதுவும் உலகின் 20% மக்கள் தொகை நம் நாட்டில்தான் என்பதால், எண்ணிக்கை அதிகம் இருப்பது ஆச்சரியமான விஷயமும் இல்லை.

இந்தியாவில் மட்டுமல்லாமல் நான் உலகில் எந்த மூலையில் விளையாடினாலும் அங்கே என் நாட்டு மக்கள் என்னை ஊக்கப்படுத்த இருப்பார்கள். சர்வதேச அளவில் நடைபெறும் போட்டிகளில் நான் இடம்பெறுவதில் அவர்கள் பெருமிதம் கொள்கிறார்கள். நான் எப்போது வெற்றிபெற்றாலும் இவர்களது மகிழ்ச்சிப் புன்னகை என்னை ஊக்கப்படுத்தி வருகிறது. ஒவ்வொரு நாளும் உலகம் முழுவதுமிருந்தும் எனக்கு வரும் ஏராளமான மின்னஞ்சல்கள் என் மகிழ்ச்சியின் ஆதாரமாகவும் ஊக்கப்படுத்தும் டானிக்காகவும் செயல்படுகின்றன. எனது தொழில் வாழ்க்கையில் நான் மிகவும் பிசியாக இருப்பதால், துரதிர்ஷ்டவசமாக, அவர்களில் பெரும்பாலானோருக்கு என்னால் பதில் கூற முடிவதில்லை.

எனக்கு வரும் ஒரு சில கடிதங்கள் என்னை உணர்ச்சிப் பரவசத்தில் ஆழ்த்தி என் கண்ணில் நீரை வரவழைத்துவிடும். அவற்றில் ஒரு கடிதத்தில் ஒரு சிறு பையன், புற்றுநோயின்

கடைசிக் கட்டத்தில் இருந்தான். ஒரு சில மாதங்களே அவன் உயிரோடு இருப்பான் என்ற நிலை. அவன் என்னுடைய மிகப் பெரிய ரசிகன் என்றும் தனது கடைசி ஆசையே தான் சாவதற்கு முன் நான் கையெழுத்திட்ட என் புகைப்படம் ஒன்றைப் பெற வேண்டும் என்றும் எழுதியிருந்தான். உடனடியாக அதை அனுப்பிவைத்து அவனுக்காக நான் பிரார்த்தனை செய்தேன்.

ஒரு ஓய்வுபெற்ற ராணுவ அதிகாரியிடமிருந்து வந்திருந்த மற்றொரு கடிதமும் என்னை உணர்ச்சிவசப்பட வைத்தது. அதில் அவர் என்னைத் தன் பேத்தி என்று குறிப்பிட்டிருந்தார். ஐநூறு ரூபாய்க்கு ஒரு செக்கையும் இணைத்திருந்தார். தன் வாழ்நாள் முழுவதும் நாட்டு சேவைக்காக அர்ப்பணித்த ஒரு ராணுவ வீரன் நான் என்றும் இப்போது ராணுவத்திலிருந்து ஓய்வு பெற்றிருக்கும் ஒரு வயதானவன் என்றும் அந்தக் கடிதத்தில் எழுதியிருந்தார். இதுவரை எந்த ஒரு இந்திய விளையாட்டு வீராங்கனையும் என்னைப் போன்ற அதிரடி பாணி டென்னிஸ் மூலம் தனக்கு மகிழ்ச்சியையும் பெருமித உணர்வையும் தந்ததில்லை என்றும் அப்படி யாராவது வருவார்கள் என்றே தான் கற்பனை செய்துகூடப் பார்த்ததில்லை என்றும் குறிப்பிட்டிருந்தார். நான் டென்னிஸ் போட்டிகள் மூலம் ஏராளமாக சம்பாதித்திருப்பேன் என்பது தனக்குத் தெரியும் என்றாலும் இந்த ஐநூறு ரூபாயை நான் என் நாட்டிற்குப் பெருமை சேர்த்திருப்பதற்காக ஒரு நன்றியுள்ள, பெருமிதம் கொண்ட, சுமாரான பொருளாதார நிலையில் உள்ள தாத்தா தன் பாராட்டைத் தெரிவிப்பதற்காகத் தன் பேத்திக்கு வெகுமதியாகத் தரும் தொகை என்று குறிப்பிட்டிருந்தார். நான் அந்த செக்கை காசாக்கவே இல்லை.

டென்னிஸ்தான் எனக்கு மிகப் பெரிய செல்வாக்கையும் சலுகைகளையும் வாரி வழங்கியுள்ளது. அதன் மூலம்தான் முன்னாள் பிரதமர் மன்மோகன் சிங்கை புது தில்லியில் உள்ள அவரது வீட்டில் சந்திக்கும் வாய்ப்பைப் பெற்றேன். முன்னாள் குடியரசுத் தலைவர் ஏ.பி.ஜெ. அப்துல் கலாமையும் ராஷ்டிரபதி பவனில் சந்திக்கும் நல்வாய்ப்பைப் பெற்றேன். புது தில்லியில் ஒரு விருந்தில் முன்னாள் குடியரசுத் தலைவர் திருமதி பிரதிபா பாட்டிலையும் சந்தித்திருக்கிறேன். சமீபத்தில் பிரதமர் நரேந்திர மோடியையும் ஜனாதிபதி பிரணாப் முகர்ஜியையும் சந்தித்தேன். இவர்களோடு நான் செலவழித்த நேரம், ஊக்கமூட்டும், பல விஷயங்களைக் கற்றுத் தரும் பொக்கிஷமான தருணங்களாக கருதுகிறேன்.

இந்தியாவில் மிகவும் பெருமை வாய்ந்த பல பத்திரிகைகளில் நான் கவர் ஸ்டோரியில் இடம் பெற்றுள்ளேன். ஆனால், சர்வதேச

பத்திரிகைகளில் அதுவும் டைம் போன்ற இதழில் என்னைப் பற்றி கவர் ஸ்டோரி வந்திருந்தது அனைவரையும் அதிர்ச்சியில் ஆழ்த்திவிட்டது. ‘உலகை சிறந்த இடமாக மாற்றுவதற்கு உதவியதற்காக’ என்னை 2005 ஆசிய ஹீரோவாகத் தேர்ந்தெடுத்து கட்டுரை எழுதப்பட்டிருந்தது. அதற்கு பத்தாண்டுகளுக்குப் பிறகு அதே பத்திரிகை ‘உலகின் மிகவும் 100 செல்வாக்கு மிக்க நபர்களின் என்னையும் தேர்ந்தெடுத்திருந்தது’ இதே பத்திரிகை ரஷ்ய ஜனாதபதி விளாடிமர் புதினையும்கூட இதே பட்டியலில் வரிசைப்படுத்தியிருந்தது.

டென்னிசால் நான் பெற்ற கௌரவங்கள் பட்டியலில் மேலும் ஒரு சிறப்பாக, அமெரிக்க ஜனாதிபதி 2006இல் இந்தியா வந்திருந்த போது, ஹைதாராபாத்துக்கு வருகை தந்திருந்தார். அன்று மாலை புது தில்லியில், உலகம் முழுவதிலுமிருந்து வந்திருந்த பிரம்மாண்ட பத்திரிகையாளர் கூட்டத்தில் பேசும்போது, மிகவும் மலர்ச்சியான புன்னகையுடன், பத்திரிகையாளர் கூட்டத்தைப் பார்த்து, ‘இன்று காலை நான் சானியா மிர்ஸாவின் நகருக்குச் சென்றிருந்தேன்!’ என்று கூறினார்.

நான் விதியிலும் இறைவன் மீதும் நம்பிக்கை கொண்டவள். உலகில் நடைபெறும் ஒவ்வொரு சிறு சிறு விஷயங்களுக்கும் ஏதாவது காரண காரியங்கள் இருந்தாக வேண்டும். என் தொழில் வாழ்வின் மிகவும் ஆரம்பக்கட்டத்திலேயே வெற்றியும் பொது மக்களின் அங்கீகாரமும் மிகவும் திறன் வாய்ந்த முறையில் சமூக நலன் மற்றும் தர்ம காரியங்களில் பங்கேற்கும் அரிய வாய்ப்பை வழங்குகிறது என்பதை நான் உணர்ந்துகொண்டேன். இந்த வாய்ப்பை நான் தொடர்ந்து பயன்படுத்திக்கொள்ள முடிவெடுத்துள்ளேன்.

2003இல் நான் ஜூனியர் விம்ளிடன் இரட்டையர் போட்டியில் வென்றவுடனேயே அன்றைய மத்திய சமூக நலத்துறை அமைச்சராக இருந்த சுஷ்மா ஸ்வராஜ், என்னை அணுகி ஒரு பணியை ஒப்படைத்தார். இந்தியாவில் பெண் சிசுக் கொலை மற்றும் கருவிலேயே பெண் குழந்தையைக் கொல்வதற்கு எதிரான போராட்டத்தில் நல்லெண்ணத் தூதராக என்னை நியமித்தார். அப்போது எனக்குப் பதினாறு வயதுதான். ஆனாலும் அந்தப் பணியில் மிகவும் அக்கறையோடு, தீவிரமாக ஈடுபட்டேன்.

இந்த விஷயத்தில் எனது ஆராய்ச்சியில் மிகவும் அதிர்ச்சிகர மான பல உண்மைகள் வெளிவந்தன. இந்தியாவின் பல பாகங்களில் புதிதாகப் பிறந்த பெண் குழந்தைகள் இரக்கமே இல்லாமல் கொல்லப்படுகின்றன, மேலும் பல குழந்தைகள் அவை பிறப்பதற்கு

முன்பாகவே கருவிலேயே காட்டுமிராண்டித்தனமாகவும் மனிதாபிமானமற்ற முறையிலும், மன்னிக்கவே முடியாத கொடூரமான முறையிலும் கொல்லப்படுகின்றன. இவை நீண்ட காலமாக நடைபெற்று வருகின்றன.

பெண் குழந்தைகள் வெகு தொலைவில் உள்ள குக்கிராமங்களில் மட்டுல்லாமல், கல்வி கற்ற, சமூக விழிப்புணர்வு உள்ளவர்கள் என்று கருதப்படும் மாநகரங்களில் உள்ளவர்களால்கூட பெண் குழந்தைகள் கொல்லப்படுகிறார்கள் என்ற உண்மை அதிசயமாகவும் வருத்தமளிக்கக் கூடியதாகவும் உள்ளது. இந்த மோசமான குற்றத்திற்கு எதிராக பிரச்சாரம் செய்வதற்காக நான் சென்றிருந்த சில கூட்டங்களில், 'இந்த வழக்கத்தை நிறுத்துங்கள் நண்பர்களே, இல்லை என்றால் ஆண்களைவிடப் பெண்களின் எண்ணிக்கை மிகவும் குறைந்துவிடும், பிறகு திருமணம் செய்துகொள்ளப் பெண்ணைத் தேடிக்கொண்டே இருக்க வேண்டியதுதான்' என்று பேசிய சுஷ்மா ஸ்வராஜின் குரல் இப்போதும் எனக்கு நினைவிருக்கிறது.

சுஷ்மாஜியுடன் இணைந்து நான் பணியாற்றியது எனக்கு மிகுந்த மகிழ்ச்சியளித்தது. எப்போதெல்லாம் முடியுமோ அப்போதெல்லாம் என்னுடைய நல்லெண்ணத்தூதர் பணிக்காலம் முடிந்த பிறகும்கூட இந்த விழிப்புணர்வைத் தொடர்ந்து பிரச்சாரம் செய்து வருகிறேன். எனது வாராந்திர செய்தித்தாள் பத்தியில் தொடர்ந்து பெண் குழந்தை, பெண் சிசு கருக்கொலைகளுக்கு எதிராக கட்டுரைகள் எழுதிவருகிறேன். பத்திரிகை தவிர நம் சமூகத்தில் பெண் குழந்தைகளின் நிலையை உயர்த்துவதற்காக என் செல்வாக்கையும் பயன்படுத்தி வருகிறேன். என் இதயத்தை மிகவும் பாதித்துள்ள, என் இதயத்திற்கு மிக நெருக்கமான ஒரு பிரச்சினை இது.

பெண்களுக்குச் சம உரிமை கிடைப்பது என்னைப் பொறுத்த வரை மிகவும் முக்கியமான ஒரு பிரச்சினை. 2014இல் ஐக்கிய நாடுகள் சார்பில் தெற்காசிய நாட்டுப் பெண்களுக்கான நல்லெண்ணத் தூதராகப் பணிபுரியும் வாய்ப்பு கிடைத்தது. இந்தப் பொறுப்பு வழங்கப்பட்ட முதல் இந்தியப் பெண் நான்தான்.

அப்பல்லோ மருத்துவக் குழுமத்தின் முனைப்பான சாச் (SACH) அறக்கட்டளையுடன் பணியாற்றியது எனக்கு மிகுந்த மகிழ்ச்சியை கொடுத்தது. இதய நோய் உள்ள, மருத்துவம் செய்யப்படாமல் விடப்பட்டால் ஆறு மாதங்களுக்குள் இறந்துவிடும் என்ற நிலையில் உள்ள பல ஆயிரம் குழந்தைகளை அடையாளம் கண்டது. மிகவும் குறைந்த சலுகை கட்டணமாக

ஒரு குழந்தைக்கு 50,000 ரூபாயில் இந்த நோயை சுலபமாக குணப்படுத்த முடியும். இந்த சிசிச்சை செய்த பிறகு அந்தக் குழந்தை நல்ல ஆரோக்கியமான உடல்நிலையுடன் சாதாரண வாழ்க்கையை நடத்தலாம். இந்த நோயை அடையாளம் காண்பதற்கான தகவல்களை பரப்புவதும், நோய்வாய்ப்பட்ட குழந்தைகள் சிகிச்சை அளிக்கப்பட்டு காப்பாற்றப்படுவதற்காக நிதி திரட்டுவதும் என் பணி.

அமிதாப் பச்சம் நடத்திய மிகவும் பிரபலமான தொலைக் காட்சி நிகழ்ச்சியான கோன் பனேகா கரோட்பதி யில் பிரபலங்கள் பங்கேற்கும் விசேஷ நிகழ்ச்சியில் லாரா தத்துடன் இணைந்து ஒரு கணிசமான தொகையை நான் வென்றபோது அதை சாச் சேவைகளுக்காக வழங்கினேன். அப்பல்லோ மருத்துவமனையுடன் நான் தொடர்ந்து பணியாற்றி வருகிறேன். ஆரோக்கியத்திற்கான செய்திகளை நான் பரப்பி வருகிறேன். இப்படிப்பட்ட பணிகள் உண்மையாகவே எனக்கு மிகுந்த மனநிறைவை அளிக்கின்றன. நான் டென்னிஸ் ஆடுவதை நிறுத்திய பிறகும் இந்தப் பணிகளை தொடர்ந்து செய்துகொண்டே இருப்பேன். எனக்கு வழங்கப்பட்டுள்ள சிறப்புரிமை பெற்றவளாக உணர்வதோடு, என் வாழ்க்கைக்கு ஒரு புதிய அர்த்தத்தைக் கொடுப்பதாகவும் உள்ளது.

எங்கள் குடும்பம் தனிப்பட்ட முறையில் தொண்டு காரியங்களில் ஈடுபட்டு வருகிறது. டென்னிஸ் ஆட்டத்திலிருந்து விடைபெற்ற பிறகு, என் பெற்றோர் தற்போது செய்து வரும் இந்தப் பணியில் மேலும் அதிகமாக ஈடுபடப் போகிறேன். எனக்கு ஏற்கெனவே வழங்கி வரும் லட்சக்கணக்கான ஆசிர்வாதங்களுடன் சேர்த்து, என்னால் முடிந்த சிறிய அளவிலாவது என் சமூகத்திற்கு சேவை செய்யும் வாய்ப்பை வழங்கிய இறைவனுக்கு நான் மனமார நன்றி செலுத்துகிறேன்.

டென்னிசில் நான் சாதித்துள்ள விஷயங்களுக்காக நான் மிகவும் அதிர்ஷ்டசாலியாக உணர்கிறேன். இந்த விளையாட்டு எனக்கு அற்புதமான நிறைவான வாழ்வைத் தந்திருக்கிறது. எனது சமூகம், எனது விளையாட்டு மற்றும் எனது நாட்டுக்கு என்னால் முடிந்ததைத் திருப்பித் தருவதை என் கடமையாக உணர்கிறேன். என் குடும்பமும் நானும் சர்வதேச டென்னிஸ் குறித்து கடந்த கால் நூற்றாண்டு காலமாக நிறைய விஷயங்களை அறிந்துகொண்டோம். நான் பெற்ற அறிவை என் நாட்டின் அடுத்த சில தலைமுறை டென்னிஸ் வீரர்களுக்காவது நான் வழங்காவிட்டால், நான் கற்ற அனைத்தும் வீணாகிவிடும்.

இந்திய டென்னிஸ் வரலாற்றில் லியான்டர், மகேஷ் மற்றும் நான் மட்டுமே கிரான்ட் ஸ்லாம் பட்டங்களை வென்ற மூன்றே மூன்று வீரர்கள் என்ற நிலைமை மிகவும் ஏமாற்றம் அளிப்பதாகவே உள்ளது. இந்த விளையாட்டு தொழில் முறையில் மாறிய இந்த நாற்பதாண்டு காலகட்டத்தில் ஒற்றையர் தரவரிசையில் முதல் 30க்குள் இடம்பெற்ற விஜய் அமிர்தராஜ், ரமேஷ் கிருஷ்ணன், நான் உட்பட வெறும் மூன்றே மூன்று வீரர்களைத்தான் இந்தியா உருவாக்கியுள்ளது, மோசமான நிலவரம் அல்லவா? இந்த அற்புதமான உலகளாவிய விளையாட்டில் இந்தியாவின் ரெகார்டை மேம்படுத்த வேண்டும் என்றும் நம் நாட்டை மிகச் சிறந்த முறையில் முன்னேற்றுவதற்கான முனைப்பில் ஒரு சில அடிகளாவது மேலே கொண்டு செல்ல நான் உறுதி ஏற்றுள்ளேன்.

இந்தியாவில் முதல்தர இளம் விளையாட்டு வீரர்கள், தொழில்முறை விளையாட்டு வீரர்களை உருவாக்க உலகத்தரம் வாய்ந்த டென்னிஸ் அகாதெமி ஒன்றை உருவாக்க வேண்டும் என்பதுதான் எப்போதுமே எனக்குக் கனவாக இருந்து வந்தது. எனது இளம் பருவத்தில் நான் வளர்ந்துவரும் விளையாட்டு வீராங்கனையாக இருந்தபோது எனக்கு மிகவும் தேவைப்பட்ட ஆனால் கிடைக்காத வசதிகளோடு இது இருக்க வேண்டும் என்றும் எண்ணினேன்.

எனவே, என் சொந்த ஊர் ஹைதராபாத்தில் சானியா மிர்ஸா டென்னிஸ் அகாதமியைத் தொடங்கியுள்ளேன். கிரான்ட் ஸ்லாம் சாம்பியன்களை உருவாக்குவது எவ்வளவு கடினமான பணி என்பதை உலக அரங்கிற்குள் வலம் வரும்போது நான் புரிந்துகொண்டேன். இந்தப் பணி அடிமட்ட அளவில் தொடங்கப்பட வேண்டும். நான் ஏற்கெனவே என் அகாதெமியில் தொழில்முறை அமைப்பை உருவாக்கியுள்ளேன் என்று நம்புகிறேன். கிராமப் பகுதிகளைச் சேர்ந்த சிறப்புத் திறமைகளைக் கொண்டுள்ள இளம் பருவத்தினரைத் தத்தெடுத்து, பயிற்சி அளித்து தலைசிறந்த வீரர்களாக/வீராங்கனைகளாக உயர்த்தும் ஒரு திட்டத்தைத் தீட்டியுள்ளேன்.

நாம் ஜூனியர் கிரான்ட் ஸ்லாம்களில் போட்டியிடக்கூடிய நிறைய ஜூனியர் வீரர்களை உருவாக்கத் தொடங்க வேண்டும். தொழில்முறை டென்னிசில் ‘முதல் 100’ உட்பட்ட தரவரிசையிலாவது, அவர்களில் கொஞ்சம் பேராவது முன்னேறுவதை உறுதிசெய்ய அவர்களுக்குப் பயிற்சி அளிப்பதோடு கண்காணிக்கவும் வேண்டும். இந்த இலக்கை

நோக்கிப் பயணம் மேற்கொள்ள டென்னிஸ் போன்ற விளையாட்டில் உலகத்தரம் வாய்ந்த போட்டி என்றால் என்ன என்பதைப் புரிந்துகொள்ளக்கூடிய ஒரு அணியை நான் உருவாக்க வேண்டும். பல்வேறு இடங்களிலிருந்து நான் ஆதரவு திரட்ட வேண்டியுள்ளது. நிறையப் பணிகளை மேற்கொள்ள வேண்டியுள்ளது.

டென்னிஸ் உண்மையில் உலகின் அனைத்து மூலைகளிலிருந்து மிகப் பெரிய அளவிலான எண்ணிக்கையில் ரசிகர்களைக் கொண்ட ஒரு உலக விளையாட்டு. 'முதல் 10' தரவரிசையில் உள்ள அனைத்து வீரர்களும் வெவ்வேறு நாட்டைச் சேர்ந்தவர்களாகவும் 'முதல் 60' தரவரிசையில் உள்ள வீரர்கள் 30க்கும் மேற்பட்ட வெவ்வேறு நாடுகளின் பிரதிநிதிகளாவும் இருப்பது பல முறை நிகழ்ந்துள்ளது. மேலும், அடுத்த சாம்பியன் உலகின் எந்த நாட்டிலிருந்து வேண்டுமானாலும் திடீரென்று முளைக்கலாம் என்ற தனித்துவம் வாய்ந்த நிலை டென்னிஸ் தவிர வேறு எந்த விளையாட்டிலும் கிடையாது.

வேறு எந்த விளையாட்டையும்விட, அடுத்தடுத்த தலைமுறையினருக்கு இந்த விளையாட்டு அதிகத் திறன் வாய்ந்த சாம்பியன்களையும், ஆளுமைகளையும் வழங்கி வருவதால், மேலும் பல நாடுகள் இந்த விளையாட்டில் ஆர்வமுடன் பங்கேற்பது அதிகரித்து வருகிறது. ஒரு தொழில்முறை விளையாட்டு வீரரை உருவாக்க மிகக் கடுமையான முயற்சியும் அர்ப்பண உணர்வும் தேவை. கிராண்ட் ஸ்லாம் போன்ற மிகப் பெரிய அளவிலான விளையாட்டு நிகழ்ச்சியில் ஒரு நாட்டுக்குக் கிடைக்கும் மரியாதை என்பது காணப்பட வேண்டிய, நம்பப்பட வேண்டிய அனுபவிக்கப்பட வேண்டிய புரிந்துகொள்ளப்பட வேண்டிய ஒன்று. இந்த இலக்கை நோக்கிய நம் பயணத்தில் நாம் சிந்தும் ஒவ்வொரு துளி வியர்வையும், ரத்தமும் பொன்னாக மாறும் என்று மட்டுமே என்னால் சொல்ல முடியும்.

நான் எப்போதுமே துணிச்சலாக கனவு காண்பவள். காரணம் கனவுகள்தான் சாதனையை நோக்கி நம்மை வழிநடத்தும் விதைகள். ஆனால், வெறும் கனவு மட்டுமே கண்டுகொண்டிருந்தால் போதாது. அந்தக் கனவுகளை நனவாக்கிக்கொள்ள, வருடக்கணக்கில் கடுமையாக உழைக்க வேண்டும்.

நம் நாட்டில் டென்னிஸ் ஆட்டத்தை வளர்ப்பதற்கான எனது இலக்கு எங்கோ கண்ணுக்கெட்டாத தொலைவில்

இருப்பதாகத் தோன்றலாம். ஆனால், நானும் இதே நிலையில் முன்பு இருந்திருக்கிறேன். ஒரு கனவைத் தொடர்ந்து சென்று கொண்டிருந்த சிறு பெண்ணாக நான் இருந்தபோது, யாருமே ஒரு இந்தியப் பெண் கிராண்ட் ஸ்லாம் பட்டத்தை வெல்வாள் என்றோ உலகின் முதல்நிலை வீராங்கனையாக மாறுவாள் என்றோ நம்பவே இல்லை. என் முன்னேற்றத்திற்கு முட்டுக்கட்டையாக இருக்கும் தடைகளைத் தகர்க்கும் சவாலை எதிர்கொள்வதை நான் எப்போதுமே அனுபவித்து மகிழ்கிறேன். குறைந்தது மேலும் ஒருமுறை, இதே உத்வேகத்துடன் செயல்பட விரும்புகிறேன். ஆட்டத்திறனுக்குப் பஞ்சமில்லாத நமது நாட்டிலிருந்து அடுத்த தலைமுறை கிராண்ட் ஸ்லாம் சாம்பியன்களை உருவாக்குவதில் ஆக்கப்பூர்வமாகப் பங்கேற்க வேண்டும் என்பதே என் ஆசை.